கீழைச் சிந்தனையாளர்கள் ஓர் அறிமுகம்

எச். பீர்முஹம்மது

அடையாளம்

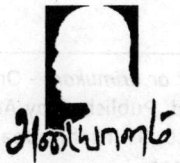

முதல் பதிப்பு 2009
இரண்டாவது மீளச்சு 2017

© எச். பீர்முஹம்மது

வெளியீடு: அடையாளம், 1205/1 கருப்பூர் சாலை, புத்தாநத்தம் 621310, திருச்சி மாவட்டம், இந்தியா. தொலைபேசி: 04332 273444.

நூல் வடிவம்: த பாபிரஸ், அச்சாக்கம்: அடையாளம் பிரஸ், இந்தியா
ISBN 978 81 7720 133 8

விலை: ₹ 170

Keezhaich cinthanaiyaalarkal: or arimukam - Orientalists: An Introduction in Tamil by H. Peermohammed, Published by Adaiyaalam, 1205/1 Karupur Road, Puthanatham 621310, Thiruchirappalli Dist., Tamilnadu, India. email: info @adaiyaalam.net

எட்வர்ட் செய்திற்கு

பொருளடக்கம்

	புலம்பெயர்ந்த உலகில்: ஓரியண்டலிசம் பற்றிய குறிப்புகள்	7
1	***எட்வர்ட் செய்த்: அறிவுலகில் ஒரு நெடும்பயணம்***	17
	இடம்பெயர்ந்த மனிதர்களும் ஓரியண்டலிசமும்	24
	சார்த்தரும் அரபுலகமும்	30
	எட்வர்ட் செய்தும் நானும்: எட்வர்ட் செய்த் குறித்து தாரிக் அலி	35
	பின்நவீன நிலைமைக்கு வெளியே: மத்தியக் கிழக்கு குறித்து லியோதர்த்துடன் எட்வர்ட் செய்த் உரையாடல்	42
	ஓரியண்டலிசமும் அரபு அறிவுஜீவிகளும்: எட்வர்ட் செய்துடன் நூரி ஜரா நேர்காணல்	53
2	***தாரிக் அலி: அடிப்படைவாதமும் பண்பாட்டு அரசியலும்***	59
	எண்ணெயும் போரும்	66
	இஸ்லாத்தின் தோற்றம்	73
	தாரிக் அலியுடன் ஒரு நேர்காணல்	81
3	***இக்பால் அஹ்மத்: இடம்பெயர்தலின் அரசியல்***	95
	ஏகாதிபத்தியத்தின் கலாச்சாரம்	101
	பேரரசை எதிர்கொள்ளல்: இக்பால் அஹ்மதுடன் டேவிட் பர்ஸமியன் நேர்காணல்	106
4	***ஹிசாம் சரபி: நிராதரவின் எல்லைக்கு அப்பால்***	112
	தந்தைவழியிலான புதிய சமூகமும் அரபுலகமும்	118
	ஹிசாம் சரபியுடன் ராஷித் அலி நேர்காணல்	124

5	**இஹாப் ஹசன்: இலக்கியம் என்பது சொற்கள் அல்ல; மௌனமே**	127
	பின்நவீனத்துவத்திற்கு அப்பால்	132
	இஹாப் ஹசனுடன் பிராங்சியோபி நேர்காணல்	138
6	**சமீர் அமீன்: மூன்றாம் உலகமும் மாற்றுக்கோட்பாடும்**	144
	தேசியவாதமும் வர்க்கப்போராட்டமும்: அரபுச் சமூகம் மற்றும் பண்பாடு பற்றிய குறிப்புகள்	152
	உலகக் கண்ணோட்டத்தில் மத்தியக் கிழக்கு முரண்பாடு	159
	நைல் நதியின் சலனத்தில்: சமீர் அமீனுடன் ஒரு நேர்காணல்	165
7	**லென்னி பிரன்னர்: இரும்புத் திரையும் இடப்பெயர்வும்**	176
	பாலஸ்தீன்: அரபுகள், சியோனிசம், பிரிட்டன், நாசிகள்	181
	இரும்புச் சுவரின் நீள அகலங்களுடன்: லென்னி பிரன்னருடன் ஒரு நேர்காணல்	187
8	**மன்சூர் ஹிக்மத்: ஈரானின் புரட்சியாளர்கள்**	196
	செப்டம்பர் 11க்குப் பிறகான உலகம்	202
	நேர்காணல்: மன்சூர் ஹிக்மத்	208
9	**மாக்சிம் ரோடின்சன்: கிழக்கில் திரும்பும் மேற்கின் கதை**	215
	இஸ்லாமும் முதலாளித்துவமும்	220
	மாக்சிம் ரோடின்சனுடன் ராபர்ட் சோல் நேர்காணல்	228
10	**தாஹா உசேன்: எகிப்தின் நவீனத்துவம்**	231
	எகிப்தின் எதிர்காலக் கலாச்சாரம்	236
	பார்வை நூல்கள்	239

புலம்பெயர்ந்த உலகில்

ஓரியண்டலிசம் பற்றிய குறிப்புகள்

நடப்பு உலகில் மனித வாழ்க்கை நிலையற்று தப்பியலையும் விலங்காக நகர்ந்து வருகிறது. இரையைத் தேடும் பறவையும் இந்தப் புள்ளியில்தான் இணைகிறது. பறவைகள் இப்பிரபஞ்சத்தின் எல்லா வெளிகளையும் தொடுபவை. அவற்றுக்கு நிலையான இருப்பிடம் என்பது அபூர்வமே. நாளை பற்றிய கனவுகளற்று உணவுத் தேட்டமே அவற்றின் முதன்மைச் செயல்பாடு. இந்த இடத்தில் நாளை என்பதில்தான் மனிதன் பறவை யிடமிருந்து வேறுபடுகிறான். இன்று என்பதில் அவன் இருப்பு தொடங்கி காலம் முன்னோக்கி நகர்தல்-பின்னோக்கி நகர்தல் என்ற இருத்தல் செயல் பாடுவரை அவனின் இயக்கம் இயங்குகிறது. நடப்பு உலகில் பல்வேறு காரணங்களுக்காக மனிதனின் இடப்பெயர்வு தேவையான ஒன்றாக மாறி விட்டது. இருப்பிடம் தாண்டிய, பிரதேசம் தாண்டிய, மொழி தாண்டிய, பண்பாடு தாண்டிய, மனித உறவுகளைத் தாண்டிய ஒரு கடந்துபோதலாக இடப்பெயர்வு இன்று மாறிவிட்டது.

உலக வரலாற்றில் அதிகமாக இந்தத் தாண்டலுக்கு உள்ளானவர்கள் மூன்றாம் உலக நாடுகள் அல்லது வளரும் நாடுகளைச் சார்ந்த ஆதரவற்ற மனிதர்களே. இருபதாம் நூற்றாண்டை இந்தப் புலப்பெயர்வின் அதிகார பூர்வக் காலகட்டம் எனலாம். உலக நாகரிகங்களின் காலகட்டத்திலிருந்து இது தொடங்கினாலும் இருபதாம் நூற்றாண்டில் இடப்பெயர்வு என்பது, வெகுவான, மிக அவலமான, துயரமான இடப்பெயர்வு (Displacement) எனும் பொருளைப் பெறுகிறது.

வரலாற்று அடிப்படையில் புவிக்கூறுபாட்டிற்கும், மனித இடப் பெயர்வுக்கும் நெருங்கிய தொடர்பிருக்கிறது. தேசியம், நாகரிகம் (Nation, civilization) போன்ற கருத்தாக்கங்கள் தொன்றுதொட்ட மனித இடப் பெயர்வின் விளைவுகளே என்கிறார் இத்தாலியத் தத்துவவாதியான விக்கோ. இதில் தேசியம் நடப்பு உலகில் மிகுந்த குவியமடைந்து வருகிறது. கொசாவோ தொடங்கி இலங்கைவரை இதன் உணர்வு விரிந்து பரவுகிறது. உலக வரலாற்றில் மனிதர்கள் இசங்களைவிடத் தங்கள் தேசத்திற்கான போராட்டத்திற்காகவே அதிகமும் உயிரிழந்திருக்கிறார்கள்.

மனித வரலாற்று வளர்ச்சிப் போக்கைக் கூர்ந்து கவனித்தவர்கள் இதைப் புரிந்துகொள்ள முடியும். இதனை இன்னொரு பொருளில் நாம் விவரித்தால் இப்பிரபஞ்சம் புவிஅரசியல்-பண்பாட்டு ரீதியாக மேற்கு-கிழக்கு என்ற இரு பெரும் பிரிவினைக்கு உட்பட்டிருக்கிறது. மேற்கு என்பதில் ஐரோப்பா, ஆஸ்திரேலியா, அமெரிக்கா போன்ற கண்டங்கள் உள்ளடங்கு கின்றன. கிழக்கில் ஆசியா, ஆப்ரிக்கா போன்ற பெரும் கண்டங்கள் வருகின்றன. இதில் மேற்கு என்பதற்கு ஐரோப்பா என்பதாகவே பெரும் பாலும் இன்று பொருள் கொள்ளப்படுகிறது. அது புவியியல், பண்பாடு, அரசியல், மதம், அறம் ஆகிய கூறுகளின் தொகுப்பாகும்.

மேற்கின் அரசியல் வரலாற்றுக் கூறு என்பது நீண்டகால ஆதிக்கம், அதிகாரம், வன்செயல், கலாச்சாரப் (பண்பாட்டு) பறிப்பு இவற்றோடு இயைந்திருக்கிறது. இன்றைய கட்டத்தில் மேற்காக ஐரோப்பாவும், அமெரிக்காவும்தான் உலக அரங்கில் முன்னிலை பெறுகின்றன. இதைக் குறித்து பிரிட்டன் எழுத்தாளர் ஆஸ்கர் ஒயில்ட் பின்வருமாறு குறிப் பிட்டார்:

'இரு தேசங்கள் ஒரு பொதுவான மொழியால் பிரிக்கப்பட்டுள்ளன. கீழை நாடுகளைப் பொறுத்தவரை மத்தியக் கிழக்கு, தெற்கு, கிழக்காசிய நாடுகளே குவியம் பெறுகின்றன. ஓரியண்ட் என்ற சொல்லாடல் மேற்கின் அகராதிப்படி கீழை நாடுகளைக் குறிப்பதாகும். அமெரிக்க வழக்கிலும் பிரிட்டன் வழக்கிலும் அது இன்றும் நகைப்புக்குரிய ஒன்றாகவே பார்க்கப்படுகிறது. இலத்தீன் மொழியில் *ஓரியண்ஸ்* என்பதற்குச் சூரியன் உதிக்கும் பிரதேசமாகும். மரபார்ந்த முறையில் மேற்கு ஐரோப்பிய வழக்கில் ஓரியண்ட் என்பதற்குத் தற்போது மத்தியக் கிழக்கு என்றழைக்கப்படும் பகுதி என்பதே பொருளாகும். அதாவது அண்டையிலுள்ள கிழக்கு நாடுகளைக் குறிப்பது. இதன் தொடர்ச்சியில் *ஓரியண்ட்* என்பது அந்நாடுகளின் மக்களையும் பண்பாடுகளையும் குறிப்பதாகும். பிரெஞ்சு வழக்கில் *ஓரியண்ட்* என்பது கிழக்கத்திய விவகாரம் சார்ந்த, உஸ்மானியப் பேரரசின் வீழ்ச்சிக்குப் பிந்தைய அந்நாடுகளின் அரசியல் விவகாரங்கள், தூதரக விவகாரங்கள் ஆகியவற்றின் தொகுப்பாகும். *ஓரியண்ட்* சொல்லாடல் பத்தொன்பதாம் நூற்றாண்டின் இறுதிக் கட்டத்தில் ஐரோப்பாவில் பரவலாக வழக்கில் இருந்தது. மேலும் இது பிரிட்டனின் காலனியம், யூத எதிர்ப்பு மனோ பாவம் ஆகியவற்றின் பின்தொடரலாகவும் இருந்தது. இதனிடையில் *ஓரியண்ட்* என்பது கிறிஸ்தவம், இஸ்லாம் ஆகிய செமிடிக் மதங்களின் பண்பாட்டு, பிராந்திய, கருத்தியல் நிலைப்பாடுகளின் பிரிவினை சார்ந்த கூறாகவும் இருக்கிறது.

நாம் இன்று மேற்கு என்று புரிந்துகொள்கிற பகுதியானது வரலாற்று ரீதியாக 600 ஆண்டுகள் பழமையானது. அன்று கிறிஸ்தவப் பிரதேசமாக அறியப்பட்டது. இது கத்தோலிக்க, புரொட்டஸ்டண்ட்க் கிறிஸ்தவம் ஆகியவற்றின் கூட்டிணைவே. இதில் வைதீக, பைசாண்டிய கிறிஸ்தவங்கள் உள்ளடங்காது. காரணம் அவை மத்தியக் கிழக்குப் பகுதிக்கு உட்பட்டவை.

மேற்கத்தியக் கிறிஸ்தவத்திற்கும் இதற்கும் பொதுவான மரபு இருந்தாலும் அவை அடிப்படையில் வேறுபட்டவை. மேற்கத்தியக் கிறிஸ்தவம் என்பது ரோமாபுரியைக் குவியப்படுத்தும் ஒன்றே. எட்டாம் நூற்றாண்டு பிராங்க் மன்னரான சார்லிமாக்னே அன்றைய போப் மூன்றாம் லியோவால் கி.பி 800இல் ரோமின் பேரரசனாக முடிசூடப்பட்டார். இதனைத் தொடர்ந்து மத்தியக் கிழக்கு இஸ்லாமிய உலகிற்கும் மேற்கத்திய கிறிஸ்தவத்துக்கும் இடையில் அரசியல், கலாச்சார மோதல்கள் தொடங்கின. 18ஆம் நூற்றாண்டிலும் பத்தொன்பதாம் நூற்றாண்டிலும் மத்தியக் கிழக்கையும் ஐரோப்பாவின் அந்தலூசியப் பகுதிகளையும் ஆண்ட துருக்கிய உஸ்மானியப் பேரரசு அன்றைய ரோம கிறிஸ்தவ அரசுகளுக்குப் பெரும் அச்சுறுத்தலாகவும், சவாலாகவும் தோன்றியது.கிறிஸ்தவத்தைப் பொறுத்தவரை அதன் அரசியல் வலிமை பதினைந்தாம், பதினாறாம் நூற்றாண்டில் படிப்படியாகக் குறையத் தொடங்கியது. 1648இல் மேற்கின் ஒவ்வொரு அரசும் அவரவருக்குரிய சொந்த மதங்களைப் பிரகடனப்படுத்தலாம் என்ற நிலை ஏற்பட்டது.

அதே காலகட்டத்தில் மேற்கத்தியக் கிறிஸ்தவத்தின் உயிர்நாடியான ரோமப் பேரரசு சரிவடைந்து புதிய இறையாண்மை மிக்க அரசுகள் ஏற்பட்டன. இந்தக் காலகட்டம்தான் ஐரோப்பிய வரலாற்றில் மறுமலர்ச்சி யுகம். இப்போது மதச்சார்பின்மைக் கருத்தியல் அதற்குள்ளிருந்து எழுந்து ஐரோப்பா முழுவதும் பரவுகிறது. ஜனநாயகம் பற்றிய கருத்தாக்கம் விரிவடைந்து அதனை உள்வாங்கிய அரசுகள் பிறக்கின்றன. இதன் தொடர்ச்சியில் உலகாயதத்தின் ஒரு பகுதியாக நவீன ஐரோப்பா உருவானது. இது ஐரோப்பாவின் அடுத்த கட்டத்தை நோக்கிய வளர்ச்சி. கீழை நாடுகளின் வரலாற்றில் பயண வரலாற்றாளர்கள் முக்கிய இடத்தை அடைகின்றனர். மார்க்கோபோலொ, மார்சல் பிரஸ்ட், மாக்கியவெல்லி, பாஹியான் போன்றோர் குறிப்பிடத்தகுந்தவர்கள். ஐரோப்பியர்கள் பலர் கீழை நாடுகளுக்குக் கடல்வழிப் பாதை கண்டறியும் முயற்சியில் இறங்கினர். அது ஒரு வகையில் அவர்களின் திசை அரசியலாகவும் இருந்தது. மார்சல் பிரஸ்ட் 'உண்மையான கடல்வழி கண்டுபிடிப்பு என்பது நிலத்தைத் தேடுவதல்ல. மாறாகப் புதிய கண்கள் வழியாக அவற்றைப் பார்ப்பதுமாகும்' என்றார்.

ஓரியண்டலிசத்தைப் பொறுத்தவரை கிழக்கத்தியப் பண்பாட்டின் கூறுகள் பற்றிய வரைபடமாகவும், கண்ணோட்டமாகவும் இருக்கிறது. வரலாற்று அடிப்படையில் ஓரியண்டலிசம் 18, 19ஆம் நூற்றாண்டின் பிரெஞ்சு சிந்தனையாளர்கள், பயணக்குறிப்பாளர்கள் ஆகியோரின் ஆக்கங்களால் நிரம்பியிருக்கிறது. ஒரு குறிப்பிட்ட கட்டத்தில் ஓரியண்ட் என்பது மத்தியக் கிழக்கில் இருந்து நகர்ந்து தூர கிழக்கு நாடுகளைக் குறிப்பதாக மாறியது. குறிப்பாக ஜப்பான், சீனா போன்றவற்றைக் குறிப்பதானது. அதாவது கிழக்காசியா, மத்திய ஆசியா, தென்கிழக்காசியா ஆகிய புவி அரசியல் பகுதிகளைக் குறித்தது. தற்போதைய ஆங்கில அகராதிப்படி ஓரியண்ட் என்ற சொல்லுக்குக் கிழக்காசிய நாடுகளையும்

தென்கிழக்காசிய நாடுகளையும் சார்ந்த புவி அரசியல், கலாச்சார வகைப் பாடுகள் என்று பொருள். மேலும் அமெரிக்காவின் சில பகுதிகளில் இந்த ஓரியண்ட் என்ற சொல்லாடல் தவிர்க்கப்படுகிறது. அதற்குப் பதிலாகக் கீழை நாடுகள், ஆசியா என்றே குறிக்கப்படுகின்றது. கிழக்கின் பண்பாட்டை, அதன் தொன்ம நுட்பங்களை, வரலாற்றுப் பாரம்பரியத்தைப் பல ஐரோப்பியச் சிந்தனையாளர்கள் கவனித்திருக்கிறார்கள். மான்டெஸ்க், வில்லியம் பெக்ஃபோர்ட், தாமஸ் மூர், ஜான் வாப்ஃபங், ரால்ப் எமர்சன், தாமஸ் டி குன்ஸி, விக்டர் குகோ, ரிச்சர்ட் பிரான்ஸிஸ் பர்டன் போன்றோர் இந்த வகைப்பாட்டிற்குள் வருகிறார்கள்.

இவர்களில் மாண்டெஸ்கின் ஓரியண்ட் சமூகம் குறித்த *The persian letters* முக்கியமான படைப்பாகும். அதில் மாண்டெஸ்க் பாரசீகம் குறித்தும் மத்திய ஆசியா குறித்தும் விரிவாக ஆராய்கிறார். இதில் அரசுகளுக்கிடையேயான உரையாடல் கடித வடிவில் இடம்பெறுகிறது. மேலும் மார்க்ஸ் தன் கடைசிக் கட்டத்தில் கீழைச் சமூகங்களைக் குறித்துத் தான் படிக்க இருப்பதாகக் குறிப்பிட்டார். அதாவது கீழை மதங்களான இஸ்லாம், கிறிஸ்தவம் ஆகியன குறித்து தான் அதிகம் படிக்க ஆர்வமாக இருப்பதாக ஏங்கல்ஸுக்கு எழுதிய கடிதம் ஒன்றில் குறிப்பிட்டார். இதன் மூலம் வரலாற்றில் மேற்கும் கிழக்கும் அவற்றின் மறுபிரதியாக்கத்தில் இஸ்லாம், கிறிஸ்தவம் ஆகியவற்றின் மோதலாகவே இருந்திருக்கிறது.

கீழைச் (ஓரியண்டலிச) சிந்தனையாளர்கள் குறித்த இத்தொகுப்பின் ஆக்கம், என் பொருளாதாரப் புலம்பெயர் வாழ்க்கையின் ஆறு ஆண்டுகால உழைப்பின் வெளிப்பாடு. ஏழு ஆண்டுகளுக்கு முன்னர் இந்திய இஸ்லாமியச் சமூகத்தின் இயல்பான சமூகப் பொருளாதார நிர்பந்தங்களுக்கு ஆளானவனாக வளைகுடா நாடு ஒன்றில் வேலைக்காகச் சென்றேன். அப்போது வெறுமையும், தவிப்பும், அந்நியத்தன்மையான மனமும் நிரம்பியவனாக மாறினேன். வாசிப்பு அனுபவமும், தேடலும், எழுத்தும் எனக்குள் ஏற்கனவே ஆழமாகப் பதிந்திருந்தன. வளைகுடா வாழ்க்கை இதைத் தொடர்ந்து தக்கவைப்பதற்கான தளமாகத் தொடக்கத்தில் இருக்கவில்லை. மேற்கத்திய நாடுகளில் குடிபெயர்ந்து தமிழில் எழுதிக் கொண்டிருப்பவர்கள் போல் வளைகுடாவில் இருந்துகொண்டு எழுது பவர்கள் மிகக்குறைவு. காரணம் அந்த வாழ்க்கை ஏற்படுத்தும் வெறுமை யும், எழுத்திற்கான உளவியல் சுதந்திரமும், சிந்தனைச் சுதந்திரமும் பறிக்கப் பட்ட நிலைதான். நான் இதனோடு அதிகமும் போராட வேண்டியிருந்தது. இந்தியாவின் பல மாநிலங்களைச் சார்ந்த வளைகுடாவாழ் மனிதர்கள் எல்லோருக்குமே இதே நிலைதான். இந்நிலையில் ஏற்கனவே நான் திண்ணை.காமில் தொடர்ந்து எழுதிக்கொண்டிருந்த கட்டத்தில் யமுனா ராஜேந்திரன் அறிமுகமானார். நாங்கள் இருவரும் பல்வேறு விஷயங்கள்

குறித்து இணையம் வழியாக உரையாடிக் கொண்டதுண்டு. அதற்கு முன்பே பாவண்ணனின் தொடர்பு இருந்தது. பாவண்ணன் புலம்பெயர்ந்தாலும் இழப்புகளை எதிர்கொண்டு அதனைத் தாண்டவேண்டும் என்று என்னிடம் தொடர்ந்து வலியுறுத்தினார். இயந்திரமயமான வாழ்க்கைக்கும் அதனுட னான என் உறவாடலுக்கும் இடையேயான தூரத்தைத் தாண்டுவது மிகவும் கடினமாக இருந்தது.

இப்படியான சூழலில் வளைகுடா புலப் பெயர்வுக்குப்பின் என் முதற் கட்டுரை பாலைவன மூளைகளும், பேரீத்த மரங்களும் என்ற தலைப்பில் ஐந்து ஆண்டுகளுக்கு முன் *புதிய காற்று* மாத இதழில் வெளிவந்தது. அரபு இனத்தவரைப் பற்றிய ஐரோப்பிய மதிப்பீடு, அரபுகளின் அன்றாட வாழ்க்கை முறையியல் ஆகியவற்றைப் பற்றியதாக அது இருந்தது. அதற்கான எதிர்வினைகளும் அந்தக் கட்டத்தில் வெளிவந்தன. அப்போ திருந்த தகவல்தொடர்பின் இடைவெளி காரணமாக என்னால் அதை எதிர்கொள்ள முடியாமல் போனது. இதனைத் தொடர்ந்த காலத்தில் பிரான்சைச் சேர்ந்த நண்பர் ஒருவர் அறிமுகமானார். தேர்ந்த தத்துவ வாசிப்பும், ஆழமான தேடலும் அனுபவமும் கொண்டவர். அவருடன் பல்வேறு சந்தர்ப்பங்களில் பல விஷயங்கள் குறித்து விரிவான உரையாடல் நடத்தினேன். அதில் ஒன்று ‘பாரசீக வளைகுடாவுக்கு அப்பால்’ என்ற தலைப்பில் *புதிய கோடங்கி* இதழில் தொடராக வெளிவந்தது. மத்தியக் கிழக்கு, மேற்குலகம், பின்நவீனத்துவம், இலக்கிய வெளி ஆகியவை குறித்ததாக அது அமைந்தது. இவருடனான உரையாடல்களுக்குப்பின் என் புலம்பெயர் எழுத்தின் திசை உறுதியானதாக, துண்டிக்கப்பட முடியாததாக மாறியது.

மத்தியக் கிழக்கு பற்றிய இம்மாதிரியான எழுத்தின் தேவை தமிழ்ச் சூழலில் நிறையவே இருக்கிறது என்பதை அப்போது உணர்ந்து கொண்டேன். மலையாளத்தில் ஏற்கனவே இது நடந்து முடிந்திருக்கிறது. அங்கு ஏன் நடந்தது என்பது எல்லோரும் அறிந்த ஒன்றுதான். இந்தக் கவனப்படலோடு தேர்ந்தெடுத்த வாசிப்பும், சிந்தனையும் என்னை இன்னொரு திசைக்கு நகர்த்தியது. என் எழுத்தியல் பயணத்தில் பெரும் திருப்பமாக நான்கு ஆண்டுகளுக்குமுன் இங்குள்ள அரபு பல்கலைக் கழக ஆங்கிலப் பேராசிரியரான முனீர் ஹசன் மஹ்மூத் என்பவரின் தொடர்பு கிடைத்தது. முனீர் ஹசன் கேம்பிரிட்ஜ் பல்கலையில் படித்தவர். சிரியாவைச் சேர்ந்தவர். தேர்ந்த படிப்பாளி. நிறைய மொழிபெயர்ப்பு வேலைகளைச் செய்து வருபவர். சர்வதேச அளவில் அறிவுஜீவிகளுடன் தொடர்பு கொண்டவர். அனங்ககச் சிந்தனையாளர். மத்தியக் கிழக்குக் குறித்து அவரிடம் விரிவான படிப்பு இருக்கிறது. என் தேவைகளை நிறைவேற்றுவதன் தொடக்கப் புள்ளியாக இவர் மாறினார். இவர் வழியாக

உலகளாவிய மார்க்சியச் சிந்தனையாளர்களான தாரிக் அலி, சமீர் அமீன், லெனினி பிரன்னர் ஆகியோரின் தொடர்பு கிடைத்தது. என் வாசிப்பிலும், சிந்தனை வெளியிலும், எழுத்திலும் இந்நிகழ்வு பெரும் அதிர்வை ஏற்படுத்தியது. அறிவுஜீவிகளைப் புத்தகத்திலிருந்து நேரடியாக ஆகர்சிக்கும் தன்மை உணர்வுபூர்வமான அனுபவ வெளியை ஏற்படுத்தக்கூடியது. வளைகுடா வாழ்க்கை என் ஆங்கில அறிவை வலுவாக்கியதால் இது சாத்தியமானது. இவர்களை நேர்காணல் செய்தேன். விரிவானதொரு உரையாடலாக அது இருந்தது. இவை *புதிய காற்று, உயிர்மை, இனியொரு* ஆகிய இதழ்களில் வெளிவந்தன. தமிழ் உலகில் அது புதிய அனுபவ மாகவும் உரையாடலை ஏற்படுத்தக்கூடியதாகவும் இருந்தது. இன்னும் பல அறிவு ஜீவிகளோடு உரையாடும் சந்தர்ப்பத்தை அது வழங்கியது. அண்மையில் அரபுப் பல்கலையில் வைத்து நோம் சாம்ஸ்கியுடன் உரையாடியது மிகப் பெரும் அறிவார்ந்த அனுபவத்தைக் கொடுத்தது.

முனீர் ஹசன் மஹ்மூதிடமிருந்து கிடைத்த மற்றொன்று மார்க்சிய, பின்நவீனத்துவ அறிவு ஜீவிகளின் கருத்தியல் பிறழ்வு பற்றியது. ஐரோப்பிய மற்றும் பிற காலனியச் செயல்பாடுகளில் மார்க்சிய நிலைப்பாட்டை எடுத்த வர்கள் இஸ்ரேல் விவகாரத்தில் மாறுபட்டு நின்றார்கள். எரிக் ஹாப்ஸ்வம், ஐஸையா பெர்லின், சிலொவோய் ஸிசக், சார்த்தர் போன்றோர் இவ்வகைப் பாட்டிற்குள் வரக்கூடியவர்கள். பூக்கோவும் இதில் மாறுபட்டு நின்றார் என்பதைத் தெரிந்துகொண்டபோது முன்னர் என் ஆதர்சமாக இருந்த அவர் மீதான என் நம்பிக்கை குறையத் தொடங்கியது. இது தொடர்பான நிறையத் தரவுகளைத் தேடிப் படிக்க ஆரம்பித்தேன்.

விமர்சனக் கோட்பாடுகளை நோக்கி நகர்ந்துகொண்டிருப்பவன் என்ற முறையில் பாலஸ்தீன் விவகாரம் என்னை வெகுவாகக் கலைத்துப் போட்டது. அந்தச் சூழலில் இருந்து நேரடியாக அந்த மக்களைக் காணவும், அவர்களுடன் உரையாடுவதற்கான வாய்ப்பும் கிடைத்தது. அவர்களின் விடுதலைப் போராட்டம் அடிப்படைவாதக் குழுக்களின் கையில் வந்தது மிகவும் துரதிர்ஷ்டமான, ஏமாற்றமான நிகழ்வு. இது குறித்த பதிவுகள் இந்நூலின் கட்டுரைகளில் இருக்கின்றன. எட்வர்ட் செய்த் இதைக் குறித்துப் பல்வேறு சந்தர்ப்பங்களில் வெளிப்படுத்தியதை நான் குறிப்பிட்டிருக் கிறேன். அவற்றில் ஒன்றை மொழிபெயர்த்து இதில் இணைத்திருக்கிறேன். அதாவது சார்த்தரையும் அரபுலகையும் பற்றி எட்வர்ட் செய்த் எழுதியது. சார்த்தருடனான தன் அனுபவங்களை அதில் எட்வர்ட் செய்த் பதிவு செய்திருக்கிறார். தமிழில் இதை வெளிக்கொணர வேண்டும் என்ற எண்ணத்தோடு இதை மொழிபெயர்த்து வெளியிட்டேன். மேலும் கீழை அறிவுஜீவிகளை அறிமுகப்படுத்தும் இத்தொகுப்பில் மொத்தம் பத்து அறிவுஜீவிகள் பற்றிய குறிப்புகள் இருக்கின்றன. எட்வர்ட் செய்த், தாரிக்

அலி, சமீர் அமீன், லென்னி பிரன்னர், மாக்சிம் ரோடின்சன், இஹாப் ஹசன், ஹிசாம் சரபி, இக்பால் அஹ்மத், மன்சூர் ஹிக்மத், தாஹா உசேன் ஆகியோரைப் பற்றிய விரிவான அறிமுகமும், அவர்களின் கோட்பாடுகள் குறித்த பார்வையும், நேர்காணலும் இடம்பெற்றிருக்கின்றன. இதில் தாரிக் அலி, சமீர் அமீன், லென்னி பிரன்னர் ஆகியோருடனான நேர்காணல்கள் நான் நேரடியாக நடத்தியவை. இத்தொகுப்பிற்கு அடிக்கோடு வரைபவை. குறிப்பாக தாரிக் அலியுடன் நான் நடத்திய நேர்காணல் இத்தொகுப்பை அதிகமும் குவியப்படுத்துகிறது. நுட்பமான கேள்விகள், ஆழமும், விரிவும் இயைந்த அவற்றுக்கான பதில்கள் ஆகியவற்றை இந்நேர்காணல் உள்ளடக்கி இருக்கிறது. மேலும் சில அறிவுஜீவிகளின் முக்கியமான கட்டுரைகளை மொழிபெயர்த்து இதில் இணைத்திருக்கிறேன். அவற்றில் தாரிக் அலி இஸ்லாத்தின் தோற்றம் குறித்து எழுதிய முக்கியமான கட்டுரையும் ஒன்று. இது இத்தொகுப்பிற்கு இன்னும் வலுவூட்டும் முயற்சியாகும். கலாச்சாரம் குறிப்பிட்ட இடை வெளியில் அரசியலுடனும், சமூகத்துடனும் இணைந்திருக்கிறது என்பார் எட்வர்ட் செய்த். இதனை உள்வாங்கி முன்னதன் அறிதல் முறையோடு கீழை அறிவுஜீவிகளின் அறிமுகம் குறித்த இத்தொகுப்பைக் கொண்டு வந்திருக்கிறேன்.

என் தொடக்ககால இலக்கியத் தேடலும் தத்துவத் தேடலும் இடதுசாரி இலக்கிய அமைப்பு ஒன்றின் மூலமாகதான் இருந்தன. இளமைக் காலத்திற் குரிய அசட்டுத்தனத்தையும் இலட்சியக் கனவுகளையும் பெரும் பாரமாக வைத்துக் கொண்டு ஐந்தாண்டுகள் அதில் கழித்தேன். அந்தக் காலங்கள் எனக்குப் போதாமையும், வெறுமையும் கொண்டதாக அதே நேரத்தில் மின்னலில் இருந்து கிழிக்கப்படும் கோடாகவும் இருந்தன. அதன் தொடக்க கட்டங்களில்தான் நண்பர்கள் ஹாமீம் முஸ்தபா, ஹெச்.ஜி. ரசூல் ஆகியோர் எனக்கு அறிமுகம் ஆனார்கள்.

தமிழில் மார்க்சியப் பின்னணியோடு எழுத வந்தவர்களில் பெரும் பாலானோரின் தொடக்ககாலம் என்பது இயக்கங்கள் வழிதான் இருந்தது. அவை அனுபவங்களின் கூட்டிணைவாக இருக்கும். செடியொன்றின் உதிர்ந்த கருகாத இலையாகப் பின்னர் அதிலிருந்து வெளியேறி சுதந்திரமாக இயங்க தொடங்கினேன். ஒருவேளை, நான் புறப்பட்ட புள்ளியும் அதுவாக இருக்கலாம்.

இயக்க ரீதியான செயல்பாட்டுக் காலகட்டத்தில் தமிழவன், பேராசிரியர் முத்துமோகன் ஆகியோர் அறிமுகமாயினர். இவர்களில் தமிழவன் என்னைத் தொடர்ந்து உற்சாகப்படுத்தி வந்தார். அவர் என் கிராமத்துக்காரர் என்பதைப் பின்னர் தான் அறிந்துகொண்டேன். முத்துமோகனுடன் சில தருணங்களில் தத்துவார்த்த உரையாடல் நடத்தியதுண்டு. என் தொடக்க

காலக் கட்டுரைகள் *திண்ணை* இணைய இதழில் வெளிவந்தன. அதன் வழியாக யமுனா ராஜேந்திரன், பாவண்ணன், சுகுமாரன், ஜமாலன் போன்றோர் அறிமுக மாயினர். இவர்களுடனான என் நட்பு தொடர்ந்த வேளையில் வளைகுடா நகர்வின் சிறிதுகாலத் தொய்வு என்னை மேற்கொண்டு உறவைத் தொடர முடியாதவனாக மாற்றியது. இணைய எழுத்துகளுக்குள்ள தொடர்ச்சியின்மையும் இதற்கு ஒரு காரணம். அவர்கள் எல்லோருமே இத்தொகுப்பு வெளிவரும் வேளையில் தவிர்க்க முடியாதவர்கள். குறிப்பாக பாவண்ணன், சுகுமாரன், யமுனா ராஜேந்திரன், ஜமாலன் ஆகியோர் மிகுந்த நன்றிக்குரியவர்கள். காரணம் என் புலம்பெயர் வாழ்க்கையில் நான் எழுதிய விஷயங்களை அடிக்கடி மின்னஞ்சல் மூலமாகப் பகிர்ந்துகொண்டவர்கள்.

தொடக்ககாலம் முதல் என்னுடன் உரையாடி வரும் நண்பர் என்.டி ராஜ்குமார் முக்கியமானவர். எழுதிய விஷயங்கள் தொகுப்பாக வெளிவர வேண்டும் என்று என்னை வேகப்படுத்தியவர் அவர். நண்பர்கள் கியூபர்ட் சதீஷ் (பஹ்ரைன்) இலங்கைக் கவிஞர் ரிஷான் ஷெரிப் (கத்தார்), அசோக் (பிரான்ஸ்), என் செயல்பாட்டைத் தொடர்ந்து ஊக்கப்படுத்தி வரும் என் இளமைக்கால நண்பர்கள் பிரேம் தாஸ், பிரேம்குமார் (நியூயார்க்), கவிஞர் ஸ்டாலின் பெலிக்ஸ் (டீசிஎஸ் சென்னை), எபனேசர் (சிடீஎஸ் குழுமம் சென்னை), சுபாஷ் (டெல்லி பல்கலைக்கழகம்) ஆகியோர் இந்த ஆக்கத்தோடு அதிகமும் தொடர்புடை யவர்கள். இவர்களில் எபனேசரும் ஸ்டாலின் பெலிக்ஸும் என் புத்தகப் புரவலர்கள். மிகுந்த நன்றி வெளிப்பாட்டோடு அவர்களை இங்குக் குறிப்பிடுகிறேன்.

இதிலுள்ள அறிவுஜீவிகள் குறித்த சில அறிமுகக் கட்டுரைகளைத் தன் *உயிரோசை* இணையதளத்திலும் *உயிர்மை* இதழிலும் வெளியிட்ட அதன் ஆசிரியர் மனுஷ்யபுத்திரன், நேர்காணலையும் மொழிபெயர்ப்பு களையும் வெளியிட்ட புதியகாற்று ஆசிரியர் ஹாமீம் முஸ்தபா, உன்னதம் கௌதம சித்தார்த்தன், *கனவு* இதழின் ஆசிரியர் சுப்ரபாரதிமணியன், என் வலைப்பதிவைப் பின்தொடர்பவர்கள், அதன் உலகளாவிய வாசகர்கள் ஆகியோர் என் நன்றிக்குரியவர்கள். இணைய தளங்களான திண்ணை, கீற்று, இனியொரு, புகலி, சிக்கிமுக்கி ஆகியவையும் மிகுந்த நன்றிக்குரியவை.

சிக்கிமுக்கி செடியொன்றின் துளிர்விடும் இலையாக, அதன் அசை வூட்டமாக என்னை உற்சாகப்படுத்தி வரும் என் பிரியமான வாழ்க்கைத் தோழி ஜாஸ்மின் மிக்க நன்றிக்குரியவர். இந்தத் தொகுப்பை வெளிக் கொண்டுவருவதில் அவர் மிகுந்த ஆர்வமாக இருந்தார்.

எல்லாவற்றுக்கும் மேலாக இந்த ஆக்கத்தைத் தொகுப்பாகக் கொண்டு வரும் அடையாளம் பதிப்புக் குழுவினர், செம்மையாக்க உதவிய எம்.ஜி. சுரேஷ், சிராஜுல் ஹஸன் ஆகியோர் மிகுந்த நன்றிக்குரியவர்கள்.

இதிலுள்ள அறிவுஜீவிகளின் கோட்பாடுகள் குறித்த பல கட்டுரைகள் இத்தொகுப்பிற்காக எழுதப்பட்டவை. ஆறு ஆண்டுகள் என் புலம்பெயர் வாழ்க்கையின் நெருக்கடியான கால கட்டத்தின் நகர்வில் பல நாட்களின், பல மணி நேரங்களின் உழைப்பு இது. இதனைத் தொடர்வதற்கான ஊக்கமும், நம்பிக்கையும் வாசகனிடமிருந்துதான் தொடக்கம் பெறும். அதனை எதிர்பார்த்தே நான் இயங்கி வருகிறேன்.

எச்.பீர்முஹம்மது

அக்டோபர் 02, 2009
மனாமா (பஹ்ரைன்)
mohammed.peer1@gmail.com
www.mohammedpeer.blogspot.com

எட்வர்ட் செய்த்: அறிவுலகில் ஒரு நெடும்பயணம்

எட்வர்ட் செய்த் மரணமடைந்து ஆறு ஆண்டுகள் கடந்துவிட்டன. தமிழில் எட்வர்ட் செய்த் பற்றிப் பரவலான எழுத்தோட்டங்கள் இருக்கின்றன. இவரைப் பற்றிய எழுத்தோட்டங்கள் கோலப்புள்ளிகள் மாதிரி வெளிவந்திருக்கின்றன. கீழைச்சிந்தனை மரபில் எட்வர்ட் இன்றும் குவியமானவராக இருக்கிறார். காலனியத்திற்குப் பிந்தையக் கட்டத்தில் மேற்கின் அறிவுலகில் ஆதிக்கம் செலுத்தியக் கீழைத்தேயவாதி. மேற்குலகு பௌதீக உலகின் அறிவுத்தளம் எனப் புனையப்பட்ட தருணத்தில் தம் *Orientalism* நூல் மூலம் அதைத் தகர்த்தவர். உலகின் இரு திசைகளும் அறிவுத் தளத்தை நிர்மாணிப்பதில் இணையான பலம் உடையவை என்பதை வலுவாக வெளிப்படுத்தியவர். தற்போது அறிவுலகில் விவாதிக்கப்படும் பின்காலனியச் சிந்தனைத்தளத்தின் துவக்கப்புள்ளி இவரே. எட்வர்ட் செய்தின் இளமைக்காலம் பாலஸ்தீன் பகுதியில் தொடங்கியது. 1935இல் ஜெருசலமில் ஒரு நடுத்தரக் குடும்பத்தில் செய்த் பிறந்தார். 1948இல் இஸ்ரேல் உருவாக்கத்திற்குப் பிறகு பாலஸ்தீனில் ஏற்பட்ட நெருக்கடி காரணமாக இவர் குடும்பம் எகிப்துக்குப் புலம்பெயர்ந்தது. அங்குப் பள்ளி மற்றும் கல்லூரிப் படிப்பை முடித்த செய்த், பின்னர் அமெரிக்காவிற்குக் குடிபெயர்ந்து மேற்படிப்பைத் தொடர்ந்தார். அங்கு பட்ட மேற்படிப்பையும் ஆய்வுப் பட்டங்களையும் பெற்ற செய்த் கொலம்பியா பல்கலைக்

கழகத்தில் ஆங்கிலப் பேராசிரியராக வேலைக்குச் சேர்ந்தார். எட்வர்ட் செய்த் மேற்கத்திய வாழ்க்கை மூலம் தன் மொழிப்புலத்தை மிகவும் வலுவாக்கிக் கொண்டார். ஆங்கிலம், பிரெஞ்சு ஆகிய இருமொழிகளிலும் வலுவான அடித்தளம் அவருக்கிருந்தது. மேலும் தாய்மொழியான அரபு அவரைப் பின்தொடர்ந்து வந்தது. மொழியின் சாத்தியப்பாடுகள் அவரை முன்னோக்கி இழுத்துச் சென்றன. இவரின் முதல் நூல் 1966இல் Joseph conrad and fiction of autobiography என்னும் பெயரில் வெளிவந்தது. ஜோசப் கன்ராட் படைப்புகள் பற்றிய மதிப்பீடாகவும், விமர்சனக் கோட்பாடாகவும் இருந்தது. மேலும் சிந்தனை மரபில் நவீனத்துவம், அது ஏற்படுத்திய தாக்கம் ஆகியன குறித்த பதிவாகவும் இருந்தது.

எட்வர்ட் செய்தை மேற்கில் அதீதமாகக் கவனப்படுத்தியது அவரின் ஓரியண்டலிசம் நூலாகும். பின்காலனியச் சிந்தனையின் மூலநூலாக அறிவு ஜீவிகளால் அளவிடப்படும் இது மேற்கு பற்றிய பெரும் பிம்பத்தைத் தகர்த்தது. ஐரோப்பா காலம்காலமாகக் கிழக்கத்தியப் பிராந்தியத்தை மதிப்பிட்ட முறையை செய்த் விமர்சித்தார். குறிப்பாக மேற்கு அரபுலகை அறிவுரீதியாக அணுகிய விதம் வரலாற்று ரீதியாக மறு ஆய்வுக்குட்படுத்தப் பட வேண்டும் என்றார். அவரின் கருத்துப்படி ஓரியண்டலிசம் என்பது கிழக்கு (Oriental), மேற்கு (Occidental) ஆகியவற்றின் இயற்கைத் தத்துவம் மற்றும் அறிவுத்தோற்றவியல் அடிப்படையிலான சிந்தனை வகைமையே. அது ஆசியக் கண்டத்தின் அல்லது கிழக்கின் புவியியல், அறவியல், கலாச்சாரம் ஆகியவற்றைக் குறிக்கும். இரு நிலப்பிளவுகளின் எழுத்தாளர்கள், அறிவுஜீவிகள், கவிஞர்கள், வரலாற்றாளர்கள், ஆட்சியாளர்கள், கலைஞர்கள் ஆகியோர் இந்த வேறுபாட்டை வடிவமைக்கிறார்கள்.

நெப்போலியன் எகிப்தைக் கைப்பற்றியதைத் தொடர்ந்து ஓரியண்டலின் எதார்த்த வடிவம் தொடங்குகிறது. 19ஆம் நூற்றாண்டில் எகிப்தைக் கைப்பற்றிய நெப்போலியன் படிப்படியாக அல்ஜீரியா, மொராக்கோ போன்ற நாடுகளைக் கைப்பற்றினார். இதன் தொடர்ச்சியில் மத்தியக் கிழக்கின் இந்தப் பிரதேசங்களில் மேற்கின் அரசியல் மேலாதிக்கமும் கலாச்சார மேலாதிக்கமும் நிறுவப்பட்டன. தொடர்ந்து இந்தப் பிரதேங் களில் பிரிட்டனின் வருகை இந்த ஆதிக்கத்தைத் தொடரச் செய்தது. சிவில் சமூகத்திற்கும் அரசியல் சமூகத்திற்கும் சில வேறுபாடுகள் இருக்கின்றன. சிவில் சமூகம் பள்ளி, குடும்பம், மத நிறுவனங்கள் போன்ற அலகுகளைக் கொண்டிருக்கிறது. ஆனால், அரசியல் சமூகம், அரசு, இராணுவம், காவல் துறை, அதிகார வர்க்கம் போன்ற அலகுகளைக் கொண்டிருக்கிறது. இதில் சமூகத்தின் மீது அரசியல் நேரடியான ஆதிக்கம் செலுத்துகிறது. ஆனால் கலாச்சாரம் மறைமுகமாக மற்றொன்றின் மீது ஆதிக்கம் செலுத்துகிறது. கலாச்சாரத்தின் சில வடிவங்கள் சில தருணங்களில் கருத்தியல் ரீதியாகவோ,

நடைமுறை ரீதியாகவோ மற்றொரு சிவில் சமூகத்தின் மீது ஆதிக்கம் செலுத்துகின்றன. இதை கிராம்சி சமூக மேலாண்மை (Hegemony) என்றார். கிராம்சி கூறிய இந்த மேலாண்மையே ஓரியண்டல் சொல்லாடல் மீதும் படிந்திருக்கிறது. இந்த இடத்தில் மேற்கத்திய உலகமானது ஆதிக்கக் கருவியாகச் செயல்படுகிறது. இங்குக் கருத்தியல் உற்பத்திக் கருவிகளின் பங்கு முக்கியமானது. ஒரு கலாச்சாரத்தின் அல்லது நாகரிகத்தின் கருத்தை உருவாக்கும் கருவியானது, அது உருவாக்கும் பிரதியை அசலாக்க வேண்டும். அந்த அசல் முறைப்படியானதாக இருக்க வேண்டும். இதை அசலானது அல்லது போலியானது என்பதைத் தீர்மானிக்கும் சக்தியாக மேற்கு இருக்கிறது என்கிறார் செய்த்.

கீழைச் சமூகத்தின் தொன்மங்கள், வரலாறுகள், நாகரிகங்கள், புராணங்கள், புனிதப் பிரதிகள், ஆவணங்கள் போன்றவற்றைப் போலி யானவையாக மேற்கு பார்த்து வந்திருக்கிறது. உலக நாகரிகத்தைக் கண்டறிந்ததும் அதைப் பரப்பியதும் மேற்குதான் என்பதான புனைவை அது உருவாக்கி இருக்கிறது. கீழைச் சமூகத்தின், குறிப்பாக மத்தியக் கிழக்கு அரபுச் சமூகத்தின் வரலாற்று ஆவணங்கள் எல்லாம் பொருட்படுத்தத் தகாதவை என்று மேற்கு காலம்காலமாகக் கருதி வந்திருக்கிறது. இதன்மூலம் மேற்கின் பிரதியாதிக்கம் தெளிவாக வெளிப்படுகிறது. மேலும் கீழைத்தேயக் கோட்பாடு அதன் எதார்த்த புறநிலையைவிட அதிகமும் கலாச்சார நடைமுறைகள் மீதே கவனம் செலுத்துகிறது. கீழைச் சமூகங்களில் குடும்பம், மதம் போன்ற முதல் நிலை மையங்கள் அதிகக் கட்டுப்பாட்டுடன் விளங்குவதை இதனடிப்படையில் புரிந்துகொள்ள முடியும். இவை இரண்டும் குறிப்பிட்ட கட்டத்தில் அரசியல்மயமாகும் என்றார் எட்வர்ட் செய்த். அதற்கு எடுத்துக்காட்டாக மத்தியக் கிழக்கு அரபு சமூகத்தையும் முஸ்லிம் சமூகத்தையும் எடுத்துக் கொண்டார். இவை சில கருதுகோள்களைக் கொண்டு நிலையற்றவையாக இருக்கின்றன:

1. இஸ்லாம் பற்றியும் அரபுலகம் பற்றியும் மேற்கின் அவநம்பிக்கை.
2. அரபுகளுக்கும் இஸ்ரேலிய சியோனிஸ்டுகளுக்குமான போராட்டம். இது அமெரிக்க யூதர்கள் மத்தியில் ஏற்படுத்தும் தாக்கம்.
3. அரபுகள் அல்லது இஸ்லாம் குறித்து உணர்ச்சிபூர்வமற்ற முறையிலோ அடையாள ரீதியாகவோ விவாதிக்க மேற்கில் எந்தக் கலாச்சார நிலைமையும் இல்லாதது.

மேலும் மத்தியக் கிழக்கு இன்று மிகப்பெரும் அதிகார அரசியல், எண்ணெய்ப் பொருளாதாரம், இரட்டை அதிகார மனத்தைக் கொண்ட விடுதலை வேட்கைகள் ஆகியவற்றை உள்ளடக்கி இருக்கிறது. இவை அனைத்துமே மேற்கின் சாதகமான விஷயங்களாக மாறி இருக்கின்றன.

இதற்கான மாற்றுகளைத் தேடுவதற்கான வழிகளை எட்வர்ட் செய்த் கண்டறிந்தார்.

எட்வர்ட் செய்த்தின் எழுத்து, சிந்தனை, அறிவுலகச் செயல்பாடு ஆகியவற்றில் முக்கியக் கோடிடும் பகுதியாக பாலஸ்தீன் பிரச்சினை இருந்தது. இஸ்ரேல்-பாலஸ்தீன் விவகாரத்தில் செய்தின் நிலைப்பாடு தெளிவாக இருந்தது. அவர் சுதந்திர இஸ்ரேலும் பாலஸ்தீனமும் அமைவதில் உடன்பாடாக இருந்தார். இனரீதியாக இணக்கமானப் பிரேதச மாக இரண்டும் அமைய வேண்டும் என்ற கனவே கடைசிவரை அவரிடம் இருந்தது. இந்தப் பிரதேசத்தைப் பொறுத்தவரை சுயநிர்ணய உரிமை என்பது பிளவுபடாதது. நெகிழ்வுத்தன்மைக் கொண்டது. பரஸ்பர புரிதல் அடிப்படையில் வரலாற்று ரீதியாக யூத, அரபுகளின் எல்லை வரையறுக்கப் பட வேண்டும் என்றார்.

பாலஸ்தீன் தேசியக் கவுன்சில், அதன் பிறகு பாலஸ்தீன் விடுதலை இயக்கம் போன்றவற்றில் இருந்த எட்வர்ட் செய்த் 1993இல் நார்வே தலைநகர் ஒஸ்லோவில் உருவான இஸ்ரேல் பாலஸ்தீன் ஒப்பந்தத்தைக் கடுமையாக விமர்சித்தார். அது பாலஸ்தீன் தன் சுயத்தை மேலும் இழக்கச் செய்வதற்கான அறிகுறி என்றார். காசாவிலும் மேற்குக்கரைப் பகுதி யிலும் இருந்து இஸ்ரேலியப் படைகள் படிப்படியாக விலக்கிக்கொள்ளப் படும் என்று ஒப்பந்தத்தில் கூறப்பட்டது. ஆனால் அது கடைசிவரை நிறைவேற்றப்படவில்லை. மாறாக இஸ்ரேலுக்கும், ஹமாஸுக்கும் இடையேயான மோதலுக்கு வழிவகுத்தது.

மேற்கில் வாழ்ந்தபோது தம் முழு நேரத்தையும் பாலஸ்தீன் துயரம் குறித்த படிப்புக்கும் போராட்டத்துக்குமே செலவிட்டார். ஐரோப்பியச் சூழலில் பல்வேறு அறிவுஜீவிகளிடம் இதுகுறித்த அவரின் வாதம் மிக முக்கியமானதாக இருந்தது. அது இந்த விவகாரம் பற்றிய சர்வதேச கவனத்துக்கு வழி ஏற்படுத்தியது. குறிப்பாக சார்த்தர், லியோதர்த், அலன்பதூ போன்றவர்களிடம் அதிகமாக விவாதித்தார். இதற்காகவே Question of Palestine என்னும் நூல் அவரிடமிருந்து வெளிவந்தது. பாலஸ்தீன் குறித்த மிக விரிந்த வரலாற்றுப் பார்வையையும், தேசிய இனம் பற்றிய விஞ்ஞானபூர்வ கண்ணோட்டத்தையும் உள்ளடக்கியதாக இந்நூல் இருந்தது. இஸ்ரேலுக்குத் தொடர்ந்து இராணுவ உதவிகளையும் பொருளாதார உதவிகளையும் வழங்கிவரும் அமெரிக்காவின் நடவடிக்கையையும் செய்த் விமர்சித்தார். அதன் பின்னால் இருக்கும் அமெரிக்க அதிகாரவர்க்க நலனையும் வெளிக்கொணர்ந்தார். அமெரிக்க யூதர்களின் பணமும் உழைப்பும் அமெரிக்க அரசுக்கும், அரசியல் கட்சிகளுக்கும் தேவைப் படுகின்றன. அவர்களின் பணமே அங்கு தேர்தல் நேரத்தில் அரசியல்

கட்சிகளின் முக்கியப் பலமாக இருக்கிறது. இவர்களின் மூளைகள் தேர்தல் முடிவில் முக்கியத் தளமாகச் செயல்படுகின்றன. இதனுடைய நாள்பட்ட பிரதிபலிப்பே அமெரிக்காவின் இஸ்ரேலிய ஆதரவு நிலைப்பாடு. ஒருபக்கம் எண்ணெய்ப் பொருளாதாரப் பலத்திற்காக அரபு நாடுகள் மீதான அதன் நேசப் பார்வை, மறுபக்கம் இஸ்ரேலுக்கு எல்லா வகையிலும் உதவி இவை இரண்டும் அதன் இரட்டை சர்வாதிகாரத் தன்மையை வெளிப்படுத்தப் போதுமானவை. தான் அமெரிக்கக் குடியுரிமையைப் பெற்றிருந்தபோதும் பல்வேறு விஷயங்களில் செய்த் அமெரிக்க எதிர்ப்பு நிலைப்பாட்டை மேற்கொண்டார். செய்தின் பாலஸ்தீன் ஆதரவு நிலைப்பாட்டை அமெரிக்க வலதுசாரி இதழ் ஒன்று விமர்சித்தது. அவரை அமெரிக்காவில் தஞ்சம் புகுந்த அறிவார்ந்த அகதி என்று கிண்டலடித்தது. 1977இல் பாலஸ்தீனியத் தலைவர்கள் சிலர் பாலஸ்தீன் நிலப்பரப்பு மீதான இஸ்ரேலின் உரிமையை ஒத்துக்கொண்டார்கள். இதைப் பற்றி செய்த் இவ்வாறு குறிப்பிட்டார்: 'நான் அதை மறுக்கவில்லை. ஆனால் இஸ்ரேல் பாலஸ்தீனர்களின் நிலப்பரப்பு மீதான உரிமையை அங்கீகரிக்க வேண்டும்.' இஸ்ரேல்-பாலஸ்தீன் விவகாரத்தைப் பொறுத்தவரை செய்த் மற்ற எல்லாச் சிந்தனையாளர்களைவிடச் சிறந்த காலனிய எதிர்ப்புச் சிந்தனையாளராக இருந்தார். இஸ்ரேல் மற்றும் யூத விவகாரத்தின் வரலாற்று ரீதியான யதார்த்தத்தையும், ஐரோப்பாவில் ஏற்பட்ட யூத எதிர்ப்புச் சிந்தனையின் தோற்றத்தைப் பற்றியும் விரிவாக ஆராய்ந்தார். ஒரு தேர்ந்த தத்துவார்த்த நிலைப்பாடு அவரிடமிருந்தது.

பின்காலனியம் குறித்த எட்வர்ட் செய்தின் சிந்தனைகள் முக்கியத்துவம் வாய்ந்தவை. காலனியம் உலக வரலாற்றில், குறிப்பாகக் கிழக்கில் ஏற்படுத்தியப் பாதிப்புகளை விரிவாக ஆராய்ந்தார். 1815க்கும் 1918க்கும் இடைப்பட்ட கட்டத்தில் ஐரோப்பாவின் பிரதேச ஆதிக்கம் மொத்த உலகப் பரப்பில் 40 சதவீதத்தில் இருந்து 85 சதவீதமாக அதிகரித்தது. இங்கு மானுட மையவாதம் (Anthropocentrism) என்பது ஐரோப்பிய மையவாதமாக (Europocentrism) மாறிப்போனது. இன்று பிரதேசக் கட்டுப்பாடு, பொருளாதாரக் கட்டுப்பாடாகவும் சமூகக் கட்டுப்பாடாகவும் மாறிவிட்டது.

கீழைச் சமூகத்தின் நுண்தளங்களில் மேற்கின் இந்தத் தாக்கம் அங்கு நிலையான சமூகப் பொருண்மையை ஏற்படுத்திவிட்டது. 19ஆம் நூற்றாண்டின் இறுதிக் கட்டங்களில் ஆங்கிலம், பிரெஞ்சு ஆகிய மொழிகள் மத்தியக் கிழக்கில் பரவலாக ஆதிக்கம் செலுத்தின. இவை 14ஆம் நூற்றாண்டுவரை கிறிஸ்தவத்தோடு அடையாளப்படுத்தப்பட்டன. இதற்கான எதிர்வினை இருபதாம் நூற்றாண்டில் மத்தியக் கிழக்கில் ஏற்பட்ட காலனிய விடுதலைப் போராட்டத்தின் வடிவில் வெளிப்பட்டது. தேசியத் தலைவர்கள் பலர் வட்டார அரபு மொழியைத் தங்கள்

விடுதலைப் பிரச்சார உணர்வு ஊடகமாகப் பயன்படுத்தினார்கள். குறிப்பாக எகிப்தின் அன்வர் சாதத், சிரியாவின் மிஷல் அப்லாக், சாதிக் ஏ ஆஸம் போன்றவர்கள் பிரிட்டிஷ் ஆதிக்கத்திற்கு எதிரான சொல்லாடல் களை அரபு மொழியில் உருவாக்கினர். வெகுமக்கள் உளவியலில் பெரும் தாக்கத்தை ஏற்படுத்திய இது மேற்கின் கலாச்சார ஊடுபாவலுக்கு எதிர்ச் செயல்பாடாக அமைந்தது. இவ்வாறாகக் கிழக்கின் மொழி என்பது கடந்த நூற்றாண்டின் இடைக்கட்டத்தில் காலனிய விடுதலைக் கருவியாகச் செயல்பட்டது.

எட்வர்ட் செய்த் இயற்கையை மீறிய சக்திகளைவிட மானுடத்துவத்தின் மீது அதிகமும் நம்பிக்கை வைத்திருந்தார். மனித சமூகத்தின் வரலாறு மீதும் அதன் ஆக்கங்கள் மீதும் செய்திற்கு அதிக ஆர்வம் இருந்தது. இதன் தொடர்ச்சியில் 18ஆம் நூற்றாண்டின் இத்தாலியத் தத்துவவாதியான விக்கோவின் கோட்பாடுகள் செய்தை அதிகம் ஈர்த்தன. விக்கோ புனிதங் களின் செயல்பாட்டுத் தளத்தை மனிதர்களின் செயல்பாட்டுத் தளத்தில் இருந்து பிரித்துப் பார்த்தார். மேலும் மானுடச் செயல்பாடுகள் சார்ந்த பகுப்பாய்வைத் தம் கோட்பாடுகளில் வெளிப்படுத்தினார். எட்வர்ட் செய்த் யூதர்கள் அல்லாத நாடற்றவர்கள், இனக்குழுக்கள் ஆகியோரின் வரலாற்றை அறிவதிலும், அதை அவதானிப்பதிலும் தம்மை முழுமையாக ஈடுபடுத்திக்கொண்டார். மேலும் காலனிய மேலாண்மை (Hegemony) என்பது வெறுமனே அரசியல் ரீதியானதோ இராணுவரீதியானதோ அல்ல. மாறாக கலாச்சாரப் பொருண்மையே. தந்திரபூர்வமாகவோ, அதந்திரபூர்வ மாகவோ ஐரோப்பியக் கலாச்சாரம் இனவாதக் கோடுகளாகக் காலனிய ஆட்சியாளர்களால் முன்னிறுத்தப்பட்டுள்ளதாக செய்த் குறிப்பிட்டார். மறுமலர்ச்சிக் கால மனித மதிப்பீடுகள் எவ்விதத்தில் இருந்தாலும் அவை காலனிய சொல்லாடல்களின் பிரதியாக்கமே என்றார் செய்த்.

மேலும் அவரின் இஸ்லாம் குறித்த ஆய்வுகள் முக்கியமானவை. மேற்கு இஸ்லாம் பற்றி வரலாற்று ரீதியாகப் புனைந்து வைத்திருக்கும் கருதுகோள்கள் மீது செய்த் சந்தேகம் கொண்டிருந்தார். அதற்காகவே 1981இல் *Covering Islam* என்னும் நூலை எழுதினார். இது முழுமையாக அறிதல், பாதுகாத்தல் என்ற இரு அர்த்தப் பிரதிகளை உற்பத்தி செய்தது. இதில் இடைக்கால ஐரோப்பிய வரலாறு எவ்வாறு இஸ்லாத்திற்கும் கிறிஸ்தவத்திற்கும் இடையேயான வெறுப்புணர்ச்சியின் நகலாக மாற்றம் செய்யப்பட்டுள்ளது என்பதைப் பற்றி செய்த் குறிப்பிட்டார். மேலும் கிறிஸ்தவ மற்றும் யூத அடிப்படைவாதிகள் இஸ்லாம் குறித்த பக்கச் சார்பான பார்வையை முன்னோக்குவது குறித்தும் அதில் கடுமையாக விமர்சித்தார்.

அமெரிக்கப் பத்திரிகையாளரான பிரான்ஸ் பிக்ஜெரால்ட் இந்நூலை ஒவ்வொரு மேற்கத்தியப் பத்திரிகையாளரும், பத்திரிகை ஆசிரியர்களும் படிப்பது அவசியம் என்றார். மேலும் செய்தின் சிந்தனையில் முக்கிய மானது இலக்கியப் பிரதிகளின் கால எல்லையும் காலமற்றத் தன்மையு மாகும் (Time bound and timeless of text). பிரதியின் காலமற்ற தன்மை என்பது அது பல்வேறு காலகட்டங்களில் வெளிவந்த போதும், நடப்புச் சூழலுக்குப் பொருத்தமற்றதாக இருந்தபோதும் அதைப் படிப்பது, கவனிப்பது, ஜமாய்ப்பது ஆகியவற்றைக் குறிக்கும். மாறாக கால எல்லை என்பது அந்தப் பிரதியின் உருவாக்கக் காலமும், அந்தக் காலத்தியப் பண்பாட்டுச் சூழலும் சமூக அழகியலின் குறுக்கான ஊடாட்டமும் கலந்த ஒன்றாகும். மத சமூகங்கள் இந்த முரண்களின் ஊடாகத்தான் பயணம் செய்து வருகின்றன. இதைக் குறித்து மார்க்ஸ் தன் அரசியல் பொருளாதார விமர்சனத்திற்கான ஒரு பங்களிப்பு (*A Contribution to the critique of Political economy* என்னும்) நூலில் குறிப்பிட்டார். தொழில்மய சமூகத்தில் ஒரு மனிதன் எவ்வாறு கிரேக்கத் தொன்மங்கள் குறித்து உவகை அடைகிறான். அந்த அவதானமும், உவகையும் என்பது அவனின் இளமை நோக்கிய ஏக்கமும் பழைய உற்பத்தி முறைமையின் தொகுப்புமாகும். செய்த் இந்தச் சிந்தனை முறைமையை இடைக்கால அந்தலூசியச் சிந்தனையாளரான இப்னு ஹாசம் என்பவரிடமிருந்து நீட்சியடையச் செய்தார். அதாவது நடப்பு எதார்த்தமும் பிரதியாக்கமும். இவற்றின் அடிப்படையில் தான் செய்த் குர்ஆனையும் பைபிளையும் ஆராய்ந்தார். அதன் காலம், சூழல், சமூக அழகியல் போன்றவை புனிதப் பிரதியின் அலகுகளாகப் பார்க்கப் படவேண்டும் என்றார். மேலும் மதப் பூடகமாக்கலுக்கும், வெற்று வாதங்களுக்கும் எதிரான செய்தின் கோட்பாடுகள் முக்கியமானவை. தம் நேர்காணல்களில் பிரதி, உலகம், அதிகாரம், காலனியம், மதம் குறித்த கோட்பாடுகள் மீதான விமர்சனத்தையே அதிகமும் முன்வைத்தார். செய்தின் இந்த நேர்காணல்கள் தொகுக்கப்பட்டு அரசியல், அதிகாரம் மற்றும் கலாச்சாரம் என்ற நூலாக வெளிவந்தது. கீழைநாட்டில் இருந்து புலம்பெயர்ந்து மேற்கத்தியக் கல்விசார் அறிவுஜீவியாகச் செயல்பட்டுத் தம் சிந்தனையால் மேற்குலகிற்குப் பெரும் சவாலாக இருந்த எட்வர்ட் செய்த் கிழக்கின் வரலாற்றில் முன்கோடாகவே இன்றும் இருக்கிறார்.

●

இடம்பெயர்ந்த மனிதர்களும் ஓரியண்டலிசமும்

யாருக்குத் தன் சொந்த நாட்டுக்குத் திரும்பிச் செல்ல வாய்ப்பு மறுக்கப் படுகிறதோ அதுவே நாடுகடத்தல் என்பார் எட்வர்ட் செய்த். எதார்த்த வாழ்வில் நகர முடியாத மனிதன் புலம்பெயர நிர்பந்திக்கப்படுகிறான். அவன் மனம் ஒரு வலியின் அலையோட்டமாக மாறுகிறது. தன் இருப்பிடத்தின் எல்லா உணர்வுகளும் விடுபட்டுத் தண்ணீரிலிருந்து கரை ஒதுங்கும் மீன்கள் மாதிரி அவனின் புலம்பெயர்தல் அமைகிறது. இந்தப் புலம்பெயர்தலை நான்காக வகைப்படுத்தலாம்:

1. நாடுகடத்தப்பட்டவர் (Exiles)
2. குடிபெயர்ந்தோர் (Immigrants)
3. அகதிகள் (Refugees))
4. தற்காலிகக் குடிபெயர்ந்தோர் அல்லது புகலிகள் (Expatriate).

இதில் நாடுகடத்தலும் தற்காலிகக் குடிபெயர்வும் தனிமனிதரைச் சார்ந்து அமைகிறது. உலக வரலாற்றில் பெரும்பாலும் அரசியல் கைதிகள், அறிவு ஜீவிகள் ஆகியோர் நாடுகடத்தலுக்கு உள்ளாகி இருக்கின்றனர். இது அவர் களின் உடல், மனம் ஆகியவற்றைச் சதுரமாக்கிச் சிறைப்படுத்துகிறது. கிராம்சி, அனா அரந்த், டிராட்ஸ்கி ஆகியோர் இவ்வகைப்பாட்டிற்குள் வரக்கூடியவர்கள். ஒரு தனித்துவமான உலகம் அவர்களுக்குரியது. பெரும்பாலும் நாடுகடத்தல் அரசியல் காரணங்களுக்காகவென்றே வரலாறு நமக்குத் தெரிவிக்கிறது. தற்காலிகக் குடிபெயர்வு என்பது பொருளாதார மற்றும் தனிப்பட்ட விருப்பு வெறுப்புக்கானது. தன் சொந்த நாட்டின் காலநிலையும் அதற்கான ஒரு காரணி. முதல் உலகப்போருக்குப்பின் பிரான்சில் அமெரிக்கர்களின் வருகை, ஐம்பதுகளுக்குப் பிறகான சூழலில் கேரளாவில் பெரும் எண்ணிக்கையிலான மலையாளிகளின் வளைகுடா பெயர்வு, ஜேம்ஸ் ஜாய்ஸ், பிரக்ட், கன்ராட் ஆகியோரின் பாரிஸ், பிரிட்டன், சுவிட்சர்லாந்து வருகை முதலானவற்றைக் குறிப்பிடலாம். குடிபெயர்வு என்பது காலனியத்தோடு தொடர்பு கொண்டது. இரு நூற்றாண்டுகளாக உலகை பிரிட்டனும், பிரான்சும், ஜெர்மனியும் பங்கு போட்டுக் கொண்டது, இதனின் தொடர்ச்சிதான். இத்தகைய எல்லை விரிவாக்கச் செயல்தந்திரங்கள் மூலம்தான் காலனியம் ஒரு நாட்டைக்

கையகப்படுத்துகிறது. சுதேசிகளின் பொருளாதாரமும் இறையாண்மையும் காலனியப் பிடியில் வந்ததன் விளைவாகக் காலனிய நாடுகளுக்குள் இடம் பெயர்தல் நடந்தது. அல்ஜீரியர்களின் பிரான்சுக் குடியேற்றம், ஆப்பிரிக்கர், எகிப்தியர், யூதர், இத்தாலியர் ஆகியோரின் அமெரிக்கக் குடியேற்றம், பத்தொன்பதாம் நூற்றாண்டுத் தமிழர்களின் இலங்கை, மலேசியா, சிங்கப்பூர், புருனே, பர்மா, மொரிசியஸ் ஆகிய நாடுகளுக்கான குடியேற்றம், 17ஆம் நூற்றாண்டில் பிரான்சிலிருந்து ஹுகினஸ் இனத்தவரின் கட்டாய இடப் பெயர்வு போன்றவை அன்றைய மக்களின் தவிர்க்க முடியாத வாழ்நிலை யாக இருந்தன. டெரி ஈகிள்டன் இதை நிறுவப்பட்ட ஒழுங்கான வாழ்வின் நிலைகுலைவு என்பார்.

இருபதாம் நூற்றாண்டின் இடப்பெயர்வு வரலாற்றில், பெருங்கொடுமை யானதாக இந்திய பாகிஸ்தான் பிரிவினை அமைந்தது. பீகார், மேற்கு வங்கம், பஞ்சாப் மற்றும் வடமேற்கு எல்லைப் புற மாகாணங்களிலிருந்து பெரும் எண்ணிக்கையிலான மக்கள் காலனியம் ஏற்படுத்திய கொடூரமான சமூகப் பிரிவினை காரணமாக நேர்எதிரான திசையில் இடம்பெயர கட்டாயப்படுத்தப்பட்டனர். இந்தியாவின் எல்லா வரலாற்று நகர்வுகளுமே இதைத் தொட்டுவிட்டுதான் செல்கின்றன. தாரிக் அலி இந்நிகழ்வைத் திருப்பியளிக்க முடியாத ஆன்மாவின் பெரும் துயரம் என்றார். மேற்கண்ட மூன்று வகையான பிரிவினர் அடையும் மனத் துயரத்தைவிட அகதிகள் அதிகப்படியான துயரத்துக்கு உட்படுகிறார்கள். சொந்த நாட்டிற்குத் திரும்ப முடியாத நிலையில், புதிய கலாச்சார வாழ்முறை திணித்தலுக்கு ஆளாகிறார்கள்.

உலக வரலாற்றில் ரோமப் பேரரசு ஏற்படுத்திய மிகப்பெரும் அகதித் தனத்தின் பெரும் பரிணாமமாகச் சென்ற நூற்றாண்டின் இடைப்பகுதி அமைந்தது. இஸ்ரேல் ஆக்கிரமிப்பு நடவடிக்கை காரணமாகப் பெரும் எண்ணிக்கையிலான பாலஸ்தீனர்கள் பல்வேறு நாடுகளுக்கு அகதிகளாகச் சென்றார்கள். இதற்கு அறிவுத்துறையின் கரிசனமும் இருந்தது. யூதர்களுக்கு எதிரான ஹிட்லரின் இன ஒதுக்கல் நடவடிக்கையோடு இது ஒப்பிட்டுப் பேசப்பட்டது. இரண்டாவது மிகப்பெரும் அகதிகள் ஆப்கானியர்கள். ஆப்கானின் உள்நாட்டுச் சூழல் இதற்குக் காரணம். அதற்கு அடுத்த நிலையில் சிங்களப் பேரினவாதம் காரணமாக இலங்கைத் தமிழர்களின் புலப்பெயர்வு, இத்தாலிய பாசிசத்தின் விளைவான யூகோஸ்லேவியர் களின் இடப்பெயர்வு, செர்பியர்களின் இடப்பெயர்வு, ஈராக்கியர்களின் இடப்பெயர்வு ஆகியவற்றைக் குறிப்பிடலாம். புலம்பெயர்ந்தவர்களின் தன்னிலை என்பது அந்நியப்பட்ட கலாச்சாரத்திற்கும் அவர்களால் நிறுவப்பட்ட சொந்தப் பண்பாட்டிற்கும் இடையே பெரும் பாரதூர இடைவெளியை ஏற்படுத்துகிறது. இந்த அனுபவத்தை அனா அரந்த்

இவ்வாறு பதிவு செய்கிறார். 'நாம் நம் வீடுகளை இழந்தோம். அது தினசரி வாழ்வின் அர்த்த நேர்த்தியை வெளிப்படுத்துகிறது. தொழில்களை இழந்தோம். அது உலகத்தின் எங்காவது ஒரு பகுதியில் நாம் வைக்கும் நம்பிக்கையாகும். மொழியை இழந்தோம். அது நம் உணர்ச்சிகள், உடற்குறிகள், எதிர்வினைகள் ஆகியவற்றைச் சிதைக்கிறது.'

இவ்வாறு சொன்ன அனா புலம்பெயர்தலின் அனுபவ வலிகளைப் பற்றி விரிவாக ஆராய்ந்தார். ஹிட்லரின் நாடுகடத்தல் குறித்ததாக அது இருந்தது. புலம்பெயர்தலின் இப்படியான எல்லா அனுபவங்களுமே நம்முன் புதிய கலைச்சொற்களைக் கொண்டுவருகின்றன. உலகம் என்ற பெரிய கிராமத்தினுள் அவை எதிரும் புதிருமான திசையில் இடையறாது பயணிக்கின்றன. செய்த் இந்த இடம்பெயர்தல் குறித்துப் பல தருணங் களில் விரிவாக ஆராய்ந்தார். இதற்காகவே அவரின் *Reflections of exile* வெளிவந்தது. இஸ்ரேலை அடிப்படையாக வைத்து நாடுகடத்தலை ஆராய்ந்தார். உலக இடம்பெயர்தல் வரலாற்றில் பாலஸ்தீனர்களின் பிரதேச அந்நியம் மிகுந்த துயரமாக இருக்கிறது. உலக வாழ்வு அதன் சுய அர்த்தத்தை இழக்கும்போது வாழ்வின் இயக்கம் போராட்ட வடிவமாகவே இருக்கும். டயஸ்போரா என்ற கட்டாய இடப்பெயர்வைக் குறிக்கும் சொல் செய்திற்குப் பாலஸ்தீனர்கள் மீதான யூத ஆக்கிரமிப் பாளர்களின் ஒடுக்குமுறையைக் குறிக்கப் பயன்பட்டது. செய்த் அதை மாற்றுப் பொருளில் பார்த்தார். ஒடுக்குமுறை, கட்டாய இடப்பெயர்வு ஆகியவற்றைக் குறிக்கும் சொற்கள் எல்லாச் சூழலிலும் அதிகாரவர்க்கத் திற்கு ஒட்டுடமையாக இருக்கக்கூடாது. மாறாக அவை அடித்தள மக்கள் சார்பாகத் திருப்பப்பட வேண்டும் என்றார். இதற்காக இவை சார்பான சொல்லாடல்களை அதிகம் உற்பத்தி செய்ய முயன்றார். இடம் பெயர்தல், அகதியாக்கப்படல் ஆகியவை குறித்த எட்வர்ட் செய்தின் கோட்பாடுகள் ஓரியண்டலிசத்துடன் நீட்சியடைபவை. காரணம், உலக வரலாற்றில் கட்டாய இடப்பெயர்வுக்கு அதிகம் ஆளாக்கப்பட்டவர்கள் கீழைச் சமூகத்தவரே. இதனடிப்படையிலான கீழை வரலாறு சராசரி மனித வாழ்விலிருந்து அந்நியப்பட்டுப்போன தவிப்புகளையும், தொடர்ந்த வலிகளையும் உள்ளடக்கி இருக்கிறது. அவை வெறுமனே காலம் சார்ந்த ஒன்றாக இல்லை. மாறாக வெளி சார்ந்தும் இருக்கிறது.

நெப்போலியன் காலந்தொட்டு தொடங்கிய கிழக்கின் மீதான மேற்கின் ஆக்கிரமிப்பு, தற்போது வளரும் கீழைநாடுகள் அல்லது மூன்றாம் உலக நாடுகளின் சமூகக் கட்டுமானத்தில், மிகப்பெரும் தகர்ப்பை ஏற்படுத்தி இருக்கிறது. மூன்றாம் உலக மக்கள் மிகுந்த நெருக்கடிக்கு ஆளாகி இருக்கிறார்கள். கீழைச் சமூகத்தில் பிரான்சு, பிரிட்டன் ஆகியவற்றின் தலையீடு வரலாற்று ரீதியாகவும் பண்பாட்டு ரீதியாகவும் அளவிலும்

தரத்திலும் மாறுபாட்டை உட்கொண்டிருக்கின்றது. குறிப்பாக இரண்டாம் உலகப்போருக்குப் பிந்தையக் கட்டத்தில் இந்தத் தலையீடு மிக அதிகமாக இருந்தது. கீழைச்சமூகத்தைப் பொறுத்தவரை இந்தியச் சமூகம், புராதன பைபிள் நிலங்கள், செமிட்டிய நாகரிகம், நறுமண வர்த்தகம், காலனிய இராணுவம், கீழைச் சமூக மதக்குழுக்கள், தத்துவங்கள், வரலாறு இவற்றின் கூட்டுத் தொகையாக இருக்கிறது. பத்தொன்பதாம் நூற்றாண்டு ஐரோப்பியச் சிந்தனையாளரான விக்கோ மனிதன் அவனுடைய வரலாற்றைத் தானே உருவாக்கிக்கொள்வதாக நம்பினார். அவர்களுக்கு எது தெரியுமோ அதை உருவாக்குகிறார்கள். அது புவியியல் ரீதியாகவும் நீள்கிறது. ஆக ஓரியண்டலிசம் என்பது வெறும் அரசியல் தன்னிலையோ, கலாச்சாரம், நிறுவனம், பிரதிகள் ஆகியவற்றின் தொகுப்போ அல்ல. மாறாகப் புவியரசியல் வெளிப்பாட்டின் பகிர்வே. இது அழகியல், பொருளியல், சமூகம், வரலாறு, இலக்கியத் தொகுப்புகள் ஆகியவற்றின் நீட்சியாகவும் இருக்கிறது. கிழக்கின் மீதான மேற்கின் ஆக்கிரமிப்பு பதினேழாம் நூற்றாண்டின் இறுதிப் பகுதியிலிருந்தே தொடங்கிவிட்டது என்கிறார் செய்த்.

பிரிட்டனின் பொதுச்சபையில் 1910இல் நிகழ்த்தப்பட்ட ஆர்தர் ஜேம்ஸ் பால்பரின் உரை முக்கியமானது. 'நாம் பிரச்சினைகளை எகிப்தில் இருந்து கையாள வேண்டும். அது மொத்தத்தில் வித்தியாசமான வகைப்பாட்டைச் சார்ந்தது.' பால்பர் பிரிட்டன் நாடாளுமன்றத்தில் நீண்டகாலம் உறுப்பின ராக இருந்தவர். அயர்லாந்தின் முதன்மைச் செயலாளராக இருந்தவர். லார்டு சலிஸ்பரியின் செயலாளராக இருந்தவர். இந்தியா மீதான பிரிட்டனின் ஆக்கிரமிப்புத் தருணத்தில் பால்பர் முக்கியப் பங்காற்றினார். மேலும் 1882இல் எகிப்து மீதான ஆக்கிரமிப்புத் தருணத்திலும் அவரின் பங்களிப்பு தொடர்ந்தது. இவரின் பிரகடனத்தின் அடிப்படையில்தான் பாலஸ்தீன் இரண்டாகப் பிரிக்கப்பட்டு இஸ்ரேல் உருவானது.

எட்வர்ட் செய்தைப் பொறுத்தவரை ஓரியண்டலிசத்திற்கான தேர்வு என்பது நீண்டகாலத்தைச் சார்ந்தது. இந்தச் சொல்லாடல் சாசர், மாண்டிவெல்லி, ஷேக்ஸ்பியர், டிரைடன், பைரன் ஆகியோரால் பயன்படுத்தப்பட்டது. இது ஆசியா, ஆப்ரிக்கா ஆகியவற்றின் பிரதேச, அற, பண்பாட்டு உள்ளடக்கத்தைக் கொண்டிருக்கிறது. பால்பர் எகிப்து விஷயத்தில் மிகுந்த ஆர்வமாக இருந்தார். அவர் எகிப்து மீதான பிரிட்டனின் ஆக்கிரமிப்பை நியாயப்படுத்தினார். எகிப்தைப் பற்றிய நம் அறிவானது இராணுவ வலிமையையும் பொருளியல் வலிமையையும் முதன்மையாகக் கொண்டதல்ல. மாறாக அது எகிப்திய நாகரிகத்தின் தோற்றம். வளர்ச்சி, வீழ்ச்சி ஆகியவற்றை அடிப் படையாகக் கொண்டது. அது பற்றிய அறிவே நமக்கு முக்கியம் என்றார். இவை தன்னிலைக்கு

அப்பாற்பட்டதாக இருக்கவேண்டும் என்றார் பால்பர். மேலும் அந்த அறிவின் நோக்கம் ஓரியண்டல் பற்றிய உள்ளடங்கிய பரிசோதனையே. அவற்றின் பின்விளைவுகள் பற்றி பால்பர் இவ்வாறு குறிப்பிட்டார்:

'எல்லாவற்றுக்கும் மேலாக நாம் இந்த விஷயத்தில் எதார்த்தத்தைப் புரிந்து கொள்ள முயலவேண்டும். வரலாற்றில் மேலை நாடுகள் உருவான போது அவற்றின் தொடக்கமே அவை ஒவ்வொன்றும் சுய-அரசுகள் என்பதுதான். அது அவர்களின் நலனைச் சார்ந்தே இருந்தது. கீழை நாடுகளைப் பொறுத்தவரை அவற்றின் வரலாற்றில் சுய அரசுக்கான தடத்தை நாம் பார்க்கவே முடியாது. அவற்றின் பெரிய நூற்றாண்டுகால இடைவெளியில் சர்வாதிகார அரசுகளாக அவை கடந்து சென்றிருக்கின்றன. அவற்றில் ஒரு வெற்றியாளர் மற்றொரு வெற்றியாளரைத் தொடர்ந்து சென்றிருக்கிறார். ஒருவர் மற்றொருவர் மீது ஆதிக்கம் செலுத்தியிருக்கிறார். ஆனால், நம்மைப் போன்ற சுய அரசை ஏற்படுத்து வதற்கான புரட்சிகர விதியோ, செயல்பாடோ அங்கு ஏற்பட்டதில்லை.'

பால்பரின் இந்தக் கருத்தே தவறானது. காரணம் வலிமை பொருந்திய ரோமப் பேரரசு வலிமையற்ற ஜெர்மானியர்களால் வெற்றிகொள்ளப் பட்டிருக்கிறது. கிழக்கத்தியச் சமூகத்தைச் சார்ந்த மூர்கள் முந்நூறு ஆண்டுகள் ஸ்பெயினை ஆண்டிருக்கிறார்கள். அதன் பிறகு ஐரோப்பிய சர்வாதிகார அரசுகளின் நீண்டகாலத் திட்டத்தின்படி அவர்கள் அங்கிருந்து துரத்தப்பட்டார்கள். மேற்குலகு வரலாற்றை நான்காம் பரிமாணத்தில் கட்டமைக்கும் திறனைப் பெற்றிருப்பதே அதன் மிகப்பெரும் வலிமை.

எட்வர்ட் செய்தைப் பொறுத்தவரை ஓரியண்டலிசம் என்பது ஓர் அரசியல் கோட்பாடு என்ற வகையில் மேற்குலகைவிட பலவீனமாக இருக் கிறது. அது கலாச்சாரக் கருவி என்ற நிலையில் முழுமையான செயல்பாடு, உண்மையான விருப்புறுதி, அறிவுநிலை ஆகியவற்றைக் கொண்டிருக்கிறது. செய்த் தம் ஓரியண்டல் ஆய்வு முறையை மூன்றாக வகைப்படுத்தினார்.

1. ஓரியண்டலின் நோக்கம்
2. ஓரியண்டலிசக் கட்டுமானமும் மறு கட்டுமானமும்
3. தற்போதைய ஓரியண்டலிசம்.

முதற்பகுதியில் எட்வர்ட் செய்த் மேற்கில் கல்வித் துறை சார்ந்த எல்லா சொல்லாடல்களும் ஓரியண்டலிச நோக்கத்தைக் கொண்டவையல்ல என்பதை ஆராய்ந்தார். மேலும் எல்லாக் கலாச்சாரங்களும் ஒரு குறிப்பிட்ட எல்லைவரை மற்ற கலாச்சாரங்களை அந்நியமானவையாகவே காண் கின்றன. கலாசார ஆதிக்கங்கள் இந்த இடத்தில்தான் உருவாகின்றன. மேலும் பத்தொன்பதாம் நூற்றாண்டின் ஐரோப்பிய அறிவுஜீவிகள் பலர் பேச்சிலும் எழுத்திலும் கீழைப் பண்பாட்டை அந்நியமானதாகவும், தாழ்வாகவும் கருதினர். பால்பர், ஷேக்ஸ்பியர், பைரன், நெப்போலியன், டான்டே, சாசர் போன்றவர்கள் இவர்களில் முக்கியமானவர்கள்.

இரண்டாம் பகுதியில் செய்த் எவ்வாறு ஓரியண்டலிச சொல்லாடல் ஒரு பகுதியிலிருந்து மற்றொரு பகுதிக்கு, ஓர் அரசியல் தலைவரிடமிருந்து மற்றொரு நூலாசிரியருக்குச் செல்லும்போது மாறுதலுக்குட்படுகிறது என்பதை ஆராய்ந்தார். இந்தச் சொல்லாடலே மேற்குலகால் மேற்கொள்ளப் படும் எல்லா ஆய்வுகளுக்கும் விரிந்த அடிப்படையை ஏற்படுத்தும் தரைக்கல். இதன் நீட்சிதான் கீழைச் சமூகத்தின் விரிவாக்கம், வரலாற்று எல்லை, வகைப்பாடு இவற்றைப் பிரதிநிதித்துவப்படுத்துகிறது.

எடுத்துக்காட்டாக, ஐரோப்பியச் சிந்தனையாளரான எட்வர்ட் வில்லியம் லேனை செய்த் குறிப்பிடுகிறார். வில்லியம் லேன் எகிப்தில் இரண்டு அல்லது மூன்று ஆண்டுகள் மட்டுமே இருந்துவிட்டு ஐரோப்பாவுக்குத் திரும்பி வந்து *Manners and customs of modern Egypt* என்ற நூலை எழுதினார். அது ஐரோப்பாவில் பெருமளவில் விற்பனை ஆனது. பிந்தைய எல்லாக் கீழைத்தேயப் பயணிகளுக்கும் கல்வியாளர்களுக்கும் இதுவே அடிப்படை யாக இருந்தது. மூன்றாம் பகுதியான தற்போதைய ஓரியண்டலிசம் பகுதி யில் செய்த் மொத்தப் பின்தொடரலாகக் கலாச்சாரங்களின் அந்நியமாதல் என்பது என்ன, பண்பாட்டுத் தகவமைப்பில் மதங்கள், நாகரிகங்கள் ஆகியவற்றின் பங்கு என்ன என்பதைக் குறித்து விரிவாக ஆராய்ந்தார். இவை செய்துக்கு ஓரியண்டல் பற்றிய சிந்தனைத் தொடர்ச்சியை அளித்தன. மேலும் புரட்சிகரச் சொல்லாடல் அரபுலகில் பன்முக அர்த்தங் களை உற்பத்தி செய்வதாக எட்வர்ட் செய்த் கண்டறிந்தார். அதாவது கலகம், உணர்ச்சி பாவம், சுதந்திர இறையாண்மை, போராட்டம் ஆகிய வெவ்வேறு வடிவங்களில் பல தருணங்களில் வெளிப்பட்டிருக்கிறது.

பதினொன்றாம் நூற்றாண்டில் தொடங்கிய இது பத்தொன்பதாம் நூற்றாண்டின் இறுதிப் பகுதி வரை நீண்டது. கீழைச்சமூகங்களின் மேற்கத்தியப் புலப்பெயர்வும், வாழ்நிலை நெருக்கடியும் ஓரியண்டலின் எல்லையோடு நெருங்கித் தொட்டுக்கொள்பவை. ஓரியண்டலிசம் குறித்தும் இடம்பெயர்தல் குறித்தும் செய்தின் கோட்பாடுகள், எழுத்துகள் கிழக்கின் வரலாற்றிலும் மேற்கின் வரலாற்றிலும் ஒரு நிலையான இடத்தை அவருக்கு அளித்திருக்கின்றன. கீழைச்சமூகத்தின் தொன்மையான வரலாற்றுத் தரவுகளை, தடங்களைத் தேடுதல் என்பது ஓர் அறிவுஜீவி என்ற நிலையில் செய்திற்கு மிகப்பெரும் சவாலாக இருந்தது. வேறொரு வாக்கியத்தில் சொன்னால் 'கீழைச்சிந்தனைகளின் உலகளாவியப் பரப்பெல்லை செய்தின் ஓரியண்டலிசம் வழியே சாத்தியப்பட்டது' எனலாம்.

●

சார்த்தரும் அரபுலகமும்

மேற்கின் யூதர்களான மார்க்சிய, பின்நவீனத்துவ அறிவு ஜீவிகள் பலரும் சியோனிச மனப்பான்மை கொண்டவர்கள். ஹிட்லரால் அழிக்கப்பட்ட யூத ஆன்மாக்கள் அவர்களின் நனவிலியாக மாறியுள்ளன. அவர்களில் ஒருவர்தான் இருத்தலியத் தத்துவவாதியான சார்த்தர். மார்க்சியச் சிந்தனை களிலிருந்து ஹைடெக்கரின் மனித இருப்பு நிலைக்கு மாறிய சார்த்தர் தனிமனித விடுதலை நோக்கி தம் சிந்தனையைச் செலுத்தினார். அவரின் *Being and nothingness* ஐரோப்பியச் சிந்தனையுலகில் மிகுந்த அதிர்வை ஏற்படுத்தியது. இங்கு எட்வர்ட் செய்த், சார்த்தரின் இஸ்ரேலிய முகம் பற்றி விவரிக்கிறார். பிரான்சில் அவருடனான கருத்தரங்கச் சந்திப்புகளும் இதில் இடம்பெறுகின்றன.

செய்த் எழுதுகிறார்:

'மேற்குலகத்தால் அதிகம் கொண்டாடப்பட்ட ழான் பால் சார்த்தர் அவருடைய பார்வைகளால் அண்மைக் காலமாக மங்கிவிட்டார். 1980இல் அவருடைய இறப்புக்குச் சற்றுமுன்வரை சோவியத் குலாக், அவரின் இருத்தலியக் குருட்டுத்தனம் போன்றவற்றால் கடும் தாக்குதலுக்குள்ளானார். சார்த்தர் பின்அமைப்பியல் மற்றும் பின்நவீனத்துவவாதிகளின் சிந்தனைகளில் (சில விதிவிலக்குகளைத் தவிர) அதிகம் செல்வாக்குச் செலுத்தினார். சார்த்தரின் விரிவான பங்களிப்புகளான நாவல், கட்டுரை, நாடகம், தத்துவ, அரசியல் அறிவு போன்றவை அவருக்கு அதிக அளவிலான வாசகர்களைத் தேடித் தந்தன. அல்ஜீரியா, வியட்நாம் பிரச்சினைகளில் அவரின் துணிச்சலான நிலை, 1968ஆம் ஆண்டில் நடைபெற்ற பிரான்சு மாணவர் புரட்சியில் ஒரு மாவோயிஸ்டாக அவரின் நிலைப்பாடு ஆகியவை மறக்கப்பட்டிருக்கின்றன. தமக்கு வழங்கப்பட்ட நோபல் பரிசை மறுத்ததன் மூலம் இலக்கிய உலகில் தம்மை வித்தியாசப் படுத்தினார். ஆங்கிலோ அமெரிக்க உலகத்தைத் தவிர மற்ற பகுதிகளில் அவர் தீவிர தத்துவவாதியாக ஏற்றுக்கொள்ளப்படவில்லை.

அதன் பிறகு பிரான்சில் நிலைமைகள் பழைய நிலைக்குத் திரும்பின. சார்த்தரைப் பற்றிய பல புத்தகங்கள் வெளியாயின. அவர் பேசப்படும் மனிதராக மாறினார். நான் உறுதியாகச் சொல்வேன். சார்த்தர் என்னுடைய தலைமுறையின் – இருபதாம் நூற்றாண்டின் பெரிய அறிவுஜீவி – ஹீரோ. அவரின் முயற்சிகள் கடினமான சூழலைப் புரிந்துகொள்வதாகவும், தேவைப் பட்ட நேரங்களில்

அரசியல் அணிவகுப்பை உறுதி செய்வதாகவும் இருந்தன. ஆனால் அவரும் தவறுகள் செய்தார்; இருந்தாலும் அவர் என்னைப் போன்ற வாசகர்களுக்குப் பெரிய மனிதராக இருந்தார். அவர் எழுதிய விஷயங்கள் மிகுந்த நம்பிக்கையை யும், சுதந்திரத் தன்மையையும் கொண்டவையாக இருந்தன. ஆனால் சில தருணங்கள் தவிர. அவை என்னவென்பதை விளக்க நான் விரும்புகிறேன்.

என் வாழ்க்கையில் சோகமான, வேடிக்கையான அனுபவம் அது. 1979 ஜனவரி முதல் வாரம். நான் நியூயார்க்கில் என்னுடைய வீட்டில் வகுப்புக்கான பாடத் தயாரிப்பில் இருந்துகொண்டிருந்தேன். அப்போது அழைப்பு மணி ஒலித்தது. கதவைத் திறந்து பார்த்தபோது பிரான்சிலிருந்து வந்த தந்தி. 'மத்தியக் கிழக்கு பற்றி இந்த ஆண்டு மார்ச் 13, 14இல் பிரான்சில் நடைபெறும் கருத்தரங்கில் நீங்கள் கலந்துகொள்ள வேண்டும். உங்கள் ஒப்புதலை எதிர்பார்க்கிறோம். இப்படிக்கு மூான் பால் சார்த்தர் மற்றும் சீமோன் தி புவா'. என்னால் நம்ப முடியவில்லை. ஒருவேளை தந்தி கேபிள்தான் நம்மைப் பார்த்துப் பரிகசிக்கிறதோ என்று நினைத்தேன். நான் அந்தத் தந்தி உண்மையா என்பதை உறுதிசெய்ய நியூயார்க்கில் என்னுடைய நண்பர்களிடத்தில் விசாரித்தேன். அதை உறுதிப்படுத்த எனக்கு இரண்டு வாரங்கள் ஆயின. அது என் ஒப்புதல் காலத்தைவிடக் குறைவாக இருந்தது. சில மாதங்களுக்குப் பிறகு நான் பாரிஸ் சென்றடைந்தேன். நான் பாரிஸ் சென்றடைந்தபோது சார்த்தரும் சீமோன் தி புவாவும் எழுதிய கடிதம் கிடைக்கப்பெற்றது. அதில், 'பாதுகாப்புக் காரணங்களுக்காக இந்த நிகழ்ச்சி மிஷல் பூக்கோவின் வீட்டிற்கு மாற்றப்பட்டுள்ளது' என்று குறிப்பிடப் பட்டிருந்தது. எனக்கு அவர் வீட்டின் சரியான முகவரி அளிக்கப்பட்டது. மறுநாள் காலை பத்து மணிக்கு நான் பூக்கோவின் விசாலமான வீட்டை அடைந்தேன். அங்கே குறிப்பிட்ட அளவு சிலர் இருந்தனர். சார்த்தர் மட்டும் இல்லை. எவருமே 'பாதுகாப்புக் காரணங்கள்' என்ற பூடகத்தைப் பற்றி விளக்கவில்லை. அப்போது சீமோன் தி புவா உரையாற்றிக் கொண்டிருந்தார். நான் அவரின் உரையைக் கவனமாகக் கேட்டுக்கொண்டிருந்தேன். அவர் உரையாற்றி ஒருமணிநேரத்திற்குள் (சார்த்தர் வருவதற்குச் சற்றுமுன்) அங்கிருந்து நகர்ந்துவிட்டார். அதன்பின் நான் அவரைப் பார்க்கவேயில்லை.

பூக்கோ அப்போது இருந்தார். அவர் மிகத்தெளிவாக இருந்தார். என்னிடத்தில் கருத்தரங்க விஷயங்கள் குறித்து எதுவுமே அவர் பேச வில்லை. அவரின் புத்தக அலமாரியில் என்னுடைய புத்தகம் ஒன்று இருந்தது. மேலும் பல இதழ்கள், ஆய்வறிக்கைகள் போன்றவை இருந்தன. நான் அவரிடத்தில் பல விஷயங்கள் குறித்து நட்புரீதியில் உரையாடிக் கொண்டிருந்தேன். அதிலிருந்து பூக்கோ ஏன் மத்தியக் கிழக்கு குறித்து என்னிடத்தில் பேசத் தயங்குகிறார் என்பதைப் புரிந்துகொள்ள முடிந்தது. எடிபார், ஜேம்ஸ் மில்லர் ஆகியோரின் வாழ்க்கைக் குறிப்பை எழுதியவர்கள் சொன்னவற்றை நான் நினைவுகூர்ந்தேன். அறுபதுகளில் பூக்கோ துனீசியாவின் பல்கலைக்கழகம் ஒன்றில் வேலை பார்த்ததாகவும் அதன் பிறகு துனீசியாவில் அரபுகள் மத்தியில் எழுந்த இஸ்ரேலிய எதிர்ப்புணர்வு காரணமாக அங்கிருந்து தாமாகவே வெளியேறியதாகவும் குறிப்பிட்டார்கள். ஆனால் அவரின் சக பணியாளர் ஒருவர் என்னிடத்தில் சொன்னது வேறு விதமாக இருந்தது. பூக்கோ துனீசியப் பல்கலைக்கழகத்தில் அங்குள்ள இளம்

மாணவர்களுடன் ஒருபால் உறவில் ஈடுபட்டதால்தான் வெளியேற்றப்பட்டார். இதில் எது சரி என்றே தெரியவில்லை.

பாரிஸில் இருந்தபோது பூக்கோ தம் ஈரானின் பயணம் பற்றிச் சொன்னார். அது நெகிழ்வூட்டக்கூடியதாகவும், வித்தியாசமாகவும் இருந்தது என்றார். மேலும் ஈரானின் புரட்சி பற்றிய அம்சங்களை நினைவுகூர்ந்தார். எண்பதுகளில் தெலூஸ் (உளப்பகுப்பாளர்) பூக்கோவைப் பற்றி என்னிடத்தில் சொன்னார். அவர்கள் இருவரும் ஒரு காலத்தில் நெருங்கிய நண்பர்களாக இருந்தனர். பின்னர் பாலஸ்தீன் விவகாரத்தில் இருவருக்குமிடையே மோதல் ஏற்பட்டது. பூக்கோ இஸ்ரேலுக்கு வெளிப்படையாக ஆதரவு தெரிவித்தார். தெலூஸ் பாலஸ்தீனை ஆதரித்தார். ஆச்சரியமில்லை. பூக்கோ என்னிடமோ, வேறு யாரிடமோ மத்தியக்கிழக்கைக் குறித்து விவாதிக்க வேண்டிய தேவையிருந்ததில்லை.

பூக்கோவின் வீடு பெரிய, வசதியான, தெளிவான தோற்றத்துடன் இருந்தது. தத்துவவாதிகளும் சிந்தனையாளர்களும் தனித்துத் தங்கும் அமைப்பு பெற்றிருந்தது. அங்குக் கொஞ்சம் பாலஸ்தீனர்களும் யூதர்களும் இருந்தனர். அவர்களில் இப்ராஹிம் தாகக் ஒருவர். அவரை ஜெருசலத்தில் வைத்தே எனக்கு நன்றாகத் தெரியும்.மேலும் நபிஷ் நஷால். அவர் அமெரிக்காவில் என் நண்பர். வேறொருவர் கோல்டா மெர். இஸ்ரேல் இராணுவத்தில் முக்கியப் பொறுப்பு வகித்தவர் அவர். நானும் அவரும் ஸ்டேண்ட் போர்டு நடத்தை அறிவியல் மையத்தில் ஒன்றாகப் பயின்றோம். ஆனால் எங்களுக்கிடையே பெரிய உறவேதுமில்லை. பாரிஸில் அவரின் நிலைப்பாடு வேறுவிதமாக மாறியது. அவர் வெளிப்படையாகவே தனி பாலஸ்தீன் பற்றிப் பேசினார். மற்ற பங்கேற்பாளர்கள் பெரும்பாலும் இஸ்ரேலிய அல்லது பிரெஞ்சு யூதர்களாக இருந்தனர். அவர்கள் சியோனிச சார்பாளராக இருந்தும் மதத்திலிருந்து மதநீக்கவாதிகளாக இருந்தனர். அவர்களில் ஒருவர் எலி பென் கல். சார்த்தருடன் தொடர்புவைத்திருந்தார். அவர் சார்த்தர் இஸ்ரேலுக்கு வந்தபோது வழிகாட்டியாகச் செயல்பட்டதைப் பின்னர்தான் அறிந்தேன். அவரை அப்போது நான் பார்த்தபோது அதிர்ந்து விட்டேன். அவர் உடல்நலம் குன்றி, மிகவும் மெலிந்து இருந்தார்.

அடுத்ததாக வோன் பிலோ. இவர் சார்த்தரின் பத்திரிகை ஒன்றில் பணி புரிந்தவர். மூன்று மொழிகளைத் தெரிந்தவர். சார்த்தருக்கு மொழிபெயர்ப்பில் உதவியாக இருந்தார். எனக்குள் சின்ன ஆச்சரியமும் ஏமாற்றமும் தோன்றின. சார்த்தர் ஜெர்மனியில் சில காலம் இருந்தார். அங்கு ஹைடெக்கரைப் பற்றி மட்டும் அல்ல. டாக் பெஸோஸ் பற்றியும் பாக்னர் பற்றியும் எழுதியிருக்கிறார். அவருக்கு ஜெர்மனோ ஆங்கிலமோ தெரியவில்லை. அவருக்கு வோன் பிலோ தான் இரண்டு நாள் கருத்தரங்க விஷயங்களை உடனுக்குடன் மொழிபெயர்த்துக் கொடுத்தார். மேலும் வியன்னாவிலிருந்து வந்த பாலஸ்தீனர் ஒருவர் இருந்தார். அவருக்கு அரபும் ஜெர்மனும் மட்டுமே தெரிந்திருந்தன. ஆனால் எங்கள் விவாதமோ ஆங்கிலத்தில் இருந்தது. சார்த்தர் அதை எவ்வளவு தூரம் புரிந்திருப்பார் என்று எனக்குத் தெரியவில்லை. அவர் முதல் நாள் கருத்தரங்கில் மௌனமாகவே இருந்தார். இது எனக்கும் மற்றவர்களுக்கும் குழப்பமாக இருந்தது.

நாங்கள் பிரெஞ்சுப் பாணியிலான மதிய உணவு சாப்பிட்டோம். பூக்கோவின் வீட்டிலிருந்து உணவுவிடுதி சிறிது தொலைவில் இருந்தது. மழை இடை விடாது கொட்டிக்கொண்டிருந்தது. நாங்கள் ஒரு குழுவாகச் சென்றுவிட்டுத் திரும்பிவந்தோம். சுமார் மூன்று அல்லது நான்கு மணி நேரம் அதற்காகச் செலவானது. ஆக முதல் நாள் அரங்கு குறுகிய காலத்தில் நிறைவுபெற்றது. நாங்கள் முதல் நாளில் பின்வரும் விஷயங்களை விவாதித்துக்கொண்டோம்:

1. இஸ்ரேல், எகிப்து இடையேயான சமாதான ஒப்பந்தம்.
2. இஸ்ரேல், அரபுலகம் இடையேயான சமாதான உடன்படிக்கைகள்.

எங்கள் விவாதங்கள் எல்லாம் பதிவு செய்யப்பட்டு பிரெஞ்சு பத்திரிகை யில் வெளிவந்தன. இவை எல்லாம் வாய்வழி உரையாடல்களாக இருந்தன. ஆனால் யார் இதை ஏற்பாடு செய்தார்களோ அவர்கள் சரியான ஈடுபாடு காட்டவில்லை. சீமோன் தி புவா தீவிர ஏமாற்றத்தை அளித்தார். சுமார் ஒரு மணி நேரம் அவர் இஸ்லாம் பற்றியும் பர்தா பற்றியும் வழவழவென்று பேசிவிட்டுச் சென்றுவிட்டார். எனக்கு அவரின் அமர்வைப் பற்றி வருத்தம் இல்லை. ஆனால் சார்த்தரின் அமர்வு மிக மந்தமானதாக இருந்ததுடன் அரங்கில் எவ்விதப் பாதிப்புகளையும் ஏற்படுத்தவில்லை. அரங்கின் முடிவில் கூட அவர் எதுவும் சொல்லவில்லை. மதிய உணவின் போதுகூட என் பக்கத்தில்தான் அமர்ந்திருந்தார். ஆனால் என் முகத்தைப் பார்க்கவில்லை. எதுவும் பேசவில்லை. நான் பேச முயன்றதற்கும் பலனில்லை. நான் பாலஸ்தீனிய அரசியலில் தீவிரமாக இருந்த நேரம் அது. 1977ஆம் ஆண்டு. அப்போது பாலஸ்தீனிய தேசிய கவுன்சிலில் உறுப்பினராக இருந்தேன். அடிக்கடி பெய்ரூத் சென்று வந்தேன். அரஃபாத்தையும் சந்தித்தேன். சார்த்தரிடமிருந்து பாலஸ்தீன் ஆதரவு அறிக்கை வெளிவர வைக்க வேண்டும் என்று நான் நினைத்தேன். அது இஸ்ரேலுடனான மரண யுத்தம் நடந்த வெப்பமான தருணம்.

மதியத்திற்குப் பிறகான அமர்வில் விக்டர் (கருத்தரங்கின் முக்கியப் புள்ளி) எல்லாவற்றையும் ஒருங்கிணைத்துக் கொண்டார். ஆனால் விவாதம் யாருடைய எதிர்பார்ப்பையும் நிறைவு செய்யவில்லை. கருத்தரங்கின் முக்கிய விஷயமே இஸ்ரேலின் எல்லை விரிவாக்கம் பற்றியதுதான். மாறாக அரபுலகமோ, பாலஸ்தீனமோ அல்ல. அதைத் தொடர்ச்சியில் புரிந்துகொள்ள முடிந்தது. நான் சில அரபுநாடுகளின் சார்பாக இருந்தேன். அவர்கள் அர்னால்ட் டாய்ன்பீ, சீன் பிரைட் ஆகியோரின் பக்கம்தான் திரும்ப வேண்டும் என்று எதிர்பார்த்தனர். அல்ஜீரியா விவகாரத்தில் சார்த்தரின் உறுதியான நிலைபாட்டை என்னால் மறக்க முடியாது. கருத்தரங்கின் முதல் நாள் நிறைவில் சார்த்தர் நாளை பேசுவார் என்று அறிவிக்கப்பட்டது. நான் அவரின் உரையைக் கேட்க ஆர்வமாய் இருந்தேன். மறுநாள் அவர் தான் எழுதி வைத்த இரண்டு பக்க உரையை வாசித்துவிட்டு அமர்ந்தார். அதில் அவர் பாலஸ்தீன் பற்றிச் சொன்ன வார்த்தைகள் பலவற்றை நான் மறந்துவிட்டேன். ஆனால் அதில் இஸ்ரேலின் காலனியம் பற்றி ஒன்றுமே இல்லை. அன்றும் அவரின் வழக்கமான மௌனம் தொடர்ந்தது.

சில மாதங்கள் கழித்து அந்த விவாதங்கள் ஆங்கிலப் பத்திரிகை ஒன்றில் வெளிவந்தன. அதில் சார்த்தரின் பதிவுகளும் இருந்தன. நான் அதில் உள்ளவற்றை

மறுவாசிப்பு செய்ய விரும்பவில்லை. இதற்கு முன்னர் சார்த்தரின் எகிப்து வருகை பற்றி அரபுலக அறிவுஜீவிகள் சொன்னவற்றை நினைத்தேன். அவர்கள் இதையே பிரதிபலித்தார்கள். கருத்தரங்கில் என்னுடைய இடையீடு அவர்களைப் பாதித்தபோதும்கூட அவர்கள் மறைந்தே இருந்தார்கள். பின்னர் நான் நினைத்தேன். இது ஒரு வெறுமையான ஏமாற்றம்.

மேலும் ஒரு குறிப்பாகச் சில வாரங்களுக்கு முன்பு பெர்னார்ட் பைவட்டின் கலாச்சார விவாத நிகழ்ச்சியை மறு ஒளிபரப்பாக அமெரிக்கத் தொலைக்காட்சி ஒன்றில் கண்டேன். அதில் சார்த்தரும் பங்குகொண்டார். அதில் அவரின் இஸ்ரேலிய நிலைப்பாடு மிகத்தெளிவாக இருந்தது. மாறவே இல்லை. அவரின் வார்த்தைகள் முழுமையாக இருந்தன. அவரின் அடிப்படையான சியோனிச ஆதரவு நிலைக்கு இரு காரணங்களைச் சொல்ல முடியும். 1. ஐரோப்பிய யூத எதிர்ப்பு மனோபாவத்தின் தொடர்ச்சி 2. ஹிட்லரின் யூத இனப்படுகொலை. அவர் பாலஸ்தீனிய அகதிகள் மீதோ போராளிகள் மீதோ எந்த ஆழ்ந்த அனுதாபமும் கொள்ள வில்லை. எனக்குத் தெரியவில்லை. ஒரு வயது முதிர்ந்த அறிவுஜீவி மாற்ற முடியாத அரசியல் நம்பிக்கைக்குள் வருவது பற்றிய ஏமாற்றம். பெர்டிரண்ட் ரஸ்ஸல் இவரைவிட மேல். அவர் தம்முடைய இறுதிக்காலத்தில் இஸ்ரேலின் ஆக்கிரமிப்பு நிலைப்பாட்டை விமர்சித்தார். ஏமாற்றமான பாரிஸ் கருத்தரங்கு நடைபெற்று ஓர் ஆண்டிற்குப் பிறகு சார்த்தர் மறைந்துவிட்டார். நான் எவ்வளவு சோகமாக அவருக்கு அஞ்சலி செலுத்தினேன் என்பதைத் தற்போது நினைத்துப் பார்க்கிறேன்.

●

எட்வர்ட் செய்தும் நானும்*
எட்வர்ட் செய்த் குறித்து தாரிக் அலி

எட்வர்த் செய்த் குறித்து இந்த அரங்கில் பேசுவது எனக்குப் பெரும் மகிழ்ச்சியாக இருக்கிறது. அவர் பிறந்த, அவரின் சிந்தனைக்களமாக இருந்த அரபுச் சூழலில் இருந்து உரையாடுவது மகிழ்ச்சியை இன்னும் இரட்டிப்பாக்குகிறது. எட்வர்ட் செய்த் என் நீண்டகால நண்பர். அவரை நான் முதன் முதலாகச் சந்தித்தது 1972இல் நியூயார்க்கில் வைத்து ஒரு கருத்தரங்கில். அன்றைய மாறி வந்த சூழலில் அவரை எங்களிடமிருந்து வித்தியாசப்படுத்தியது அவரின் தூய்மையான கவனமாகத் தேர்ந்தெடுக்கப் பட்ட உடை. இது கிட்டத்தட்ட அவரைத் தெளிவாகப் பார்க்க முடியாத வராக்கியது. 1997இல் பெய்ரூத்தில் நடந்த ஒரு கருத்தரங்கில் எட்வர்ட் செய்துடன் நானும் எலியாஸ் கவுரியும் கலந்துகொண்டோம். அங்குள்ள நீச்சல் குளத்தில் நீந்துவதற்காகச் சென்றோம். அவர் நீச்சல் குளத்தின் ஓரத்தில் நடந்து சென்றபோது நான் கேட்டேன். நீங்கள் உடுத்தியிருக்கும் டவல் ஏன் உங்களுக்குப் பொருந்தவில்லை? அதற்கு அவர் ஊரோடு ஒத்துப்போக வேண்டியதிருக்கிறது என்று சாதாரணமாகப் பதிலளித்தார் (When in Rome do as the Romans do). அன்று மாலையில் அவரின் *Out of place* என்னும் நூலின் அரபுக் கையெழுத்துப் பிரதியை வாசித்துக் கொண்டிருந்தார். அவரின் உடை சரியானது. அது அவர் லுக்கேமியாவால் பாதிக்கப்பட்டிருந்த கடைசி கட்டம் வரை தொடர்ந்தது.

பதினோராண்டுகளாக அவர் உடல்நிலை பாதிக்கப்பட்டிருந்தார். வழக்கமான மருத்துவமனை செல்லல், மருந்துகளை உட்கொள்ளல் என்று வாழ்வு கடந்துபோனது. இருந்தாலும் தோல்வியை மறுக்கும் மனம் இருந்தது. 2002இல் நான் தற்செயலாக நியூயார்க்கில் அவருடைய மருத்துவரைச் சந்தித்தபோது அவர் என்னிடத்தில் செய்தின் உடல்நிலை வெற்றிகொள்ள முடியாத போராட்டமாக இருக்கிறது என்றார். ஆனால் அவரின் வாழ வேண்டும் என்ற விருப்பமே அவரைச் சிறிது காலம் வாழ வைத்தது. அவர் எல்லா இடங்களுக்கும் பயணம் செய்தார். எப்போதும்

---
* எட்வர்ட் செய்த் நினைவாக அரபுப் பல்கலைக்கழகத்தில் நடைபெற்ற கருத்தரங்கில் தாரிக் அலி ஆற்றிய உரையின் கட்டுரை வடிவம்

பாலஸ்தீன் குறித்தே பேசினார். மூன்று பண்பாடுகளை ஒருங்கிணைப்பதன் நோக்கத்தை அறிந்திருந்தார். இறுதியாகக் கொடூரப் புற்றுநோய் அவரை எடுத்துக்கொண்டபோது நான் வெகுவாக அதிர்ந்துபோனேன்.

அவருடைய மேற்கு மற்றும் அரபுலகின் அரசியல் பண்பாட்டு அமைப்புக்கான போராட்டமே வாழ்க்கையின் முக்கியப் பகுதியாகிறது. 1967இல் நடந்த அரபு-இஸ்ரேல் ஆறு நாள் போர், அவர் வாழ்வின் முக்கியத் திருப்பம். அதற்கு முன்புவரை அவர் அரசியல் செயல்பாடு குறித்துச் சிந்திக்கவில்லை. அவரின் தந்தை ஒரு பாலஸ்தீனக் கிறிஸ்தவர். 1911இல் அமெரிக்காவிற்குப் புலம்பெயர்ந்தவர். முதல் உலகப்போர் சமயத்தில் அமெரிக்க இராணுவம் பிரான்சில் இருந்தபோது அவரின் தந்தை அமெரிக்கக் குடியுரிமை பெற்றார். அதன் பிறகு அவர் ஜெருசலத்துக்குத் திரும்பினார். அப்போதுதான் செய்த் பிறந்தார் (1935ஆம் ஆண்டு). செய்த் எப்போதுமே வறுமையுடன் போராடிய அகதியாக இருந்ததில்லை. அவரின் குடும்பம் கெய்ரோவிற்கு நகர்ந்தபோது அவரின் தந்தை கெய்ரோவில் எழுதுபொருட்கள் வியாபாரத்தைத் தொடங்கினார். செய்தை அங்குள்ள உயர்வகுப்பு ஆங்கிலப் பள்ளியில் சேர்த்தார். அவரின் இளமைக் காலம் தனிமையிலும், தந்தையின் கட்டுப்பாடான கண்காணிப்பிலும் கழிந்தது. அன்றைய கட்டத்தில் அவருக்கு டிபோ, ஸ்காட், கிப்லிங், டிக்கின்ஸ், மேன் ஆகியோரின் நாவல்கள் பதிலீடாக மாறின. வேல்ஸ் இளவரசரின் தாக்கத்தால் தன் பெயருடன் எட்வர்ட் என்று சேர்த்துக்கொண்டார். செய்தின் விருப்பப்படி மேற்படிப்பை பிரிட்டனில் தொடர்வதற்குப் பதிலாக அவரின் தந்தை விடாப்பிடியாக அமெரிக்காவிற்கு அனுப்பினார். பின்னாளில் அதைக் குறித்து எட்வர்ட் செய்த் எழுதும் போது வெறும் தூய மற்றும் சலிப்பூட்டும் நிகழ்வு என்றார். அங்கு தான் யார் என்றும் தன் மேல் உள்ள குறைபாடு யாது என்றும் அவருக்குப் புரிதல் கிடைத்தது. அமெரிக்கா அவரின் சிந்தனை வடிவமைப்பிற்கான தூண்டலாகவும், புதிய ஒழுங்கமைவிற்கான தேவையை உருவாக்கிய ஒன்றாகவும் இருந்தது.

செய்தின் உயர்கல்வி பசுமையானச் சூழலில் இருந்தது. பிரின்ஸ்டன், ஹார்வர்ட் ஆகிய பல்கலைக்கழகங்களில் படித்தார். மேலும் ஜெர்மானிய இலக்கிய மரபைக் குறித்தும் தத்துவ மரபைக் குறித்தும் ஆழ்ந்து கற்றார். அதன்பிறகு 1963இல் கொலம்பியா பல்கலைக்கழகத்தில் ஆங்கில இலக்கியத் துறையில் வேலைக்காகச் சேர்ந்தார். பின்னர் மூன்றாண்டு களில் அவரின் முதல் புத்தகமான *On conrad* வெளியானது. 1994இல் ஒரு சந்தர்ப்பத்தில் நியூயார்க்கில் வைத்து இது பற்றி அவரிடம் உரையாடினேன். 1963க்கும் 1967க்கும் இடைப்பட்ட காலத்தைப் பற்றி விவரித்தார். நான் கேட்டேன் 'நீங்கள் இலக்கியப் பேராசிரியராக இருந்தீர்கள்.

வகுப்பறைக்குச் சென்றிருக்கிறீர்கள். இலக்கிய ஆய்வுகளையும் செய்திருக்கிறீர்கள். அதே நேரத்தில் வேறு பண்புகளும் உங்களிடம் இருந்தன. இந்த இரண்டையும் வேறாகத்தான் வைத்துக்கொண்டீர்களா?' அதற்கு அவர் சொன்னார் 'நான் இரண்டையும் ஒன்றாகத்தான் வைத்துக் கொண்டேன். அப்போது எகிப்துடனான என் தொடர்பு வலுவாக இருந்தது. என் குடும்பத்தின் ஒரு பகுதி எகிப்திலும், ஒரு பகுதி லெபனானிலும் வாழ்ந்தது. நான் குடும்பத்திலிருந்து அந்நியப்பட்டு இருந்தேன். குடும்ப விவகாரங்களில் தொடர்பில்லாதவனாக இருந்தேன். 1967வரை எதைப் பற்றியும் சிந்தனை இல்லாதவனாக என் சொந்த வேலைகளை மட்டும் கவனிப்பவனாக இருந்தேன். என்னுடைய பண்பாட்டு ஹீரோக்களாக இருந்த ஐஸையா பெர்லின், எட்மண்ட் வில்சன், ரின்கோல்ட் நிபுகர் போன்றவர்கள் சியோனிச வெறியர்களாக இருந்தார்கள் என்ற உண்மையைப் பின்னர்தான் உணர்ந்துகொண்டேன். அவர்கள் இஸ்ரேல் சார்புடையவர்கள் என்பதற்காக அல்ல. மாறாக அரபிகளைப் பற்றித் தரம் தாழ்ந்து பேசவும், எழுதவும் செய்தார்கள். நான் இதையெல்லாம் கவனமாகக் குறித்துக்கொள்ள முடிந்தது. அரசியல் ரீதியாக எங்கும் செல்ல முடியாத நிலைமை இருந்தது. நான் நியூயார்க்கில் இருந்தபோது, அரபு-இஸ்ரேல் போர் தொடங்கியது என்னை மிகுந்த அதிர்ச்சிக் குள்ளாக்கியது. அன்று நான் புரிந்துகொண்ட உலகமானது முடிவுக்கு வந்தது மாதிரி இருந்தது. 1970களில் முழுவதுமாக அரசியல் சிந்தனை களில் மூழ்கிப் பாலஸ்தீன் போராட்ட இயக்கத்தில் இணைந்தேன்.' இவ்வாறு என்னிடத்தில் சொன்ன அவரின் முகம் ஒரு விரிவான மனோபாவத்தை வெளிப்படுத்துவதாக இருந்தது.

1970இல் அவருடைய படைப்புகள் வெளிவரத் தொடங்கியபோது அதன் புறப்படும் புள்ளியானது ஆபர்க், விகோ, பிராய்ட் ஆகியோரின் தாக்கத்தைக் கொண்டிருந்தது. மேலும் நவீனத்துவ நாவல்கள் அவரை இன்னொரு விதத்திற்கு நகர்த்தின. அதன்பின் பெரும் அதிர்வை ஏற்படுத்திய *Orientalism* 1978இல் வெளிவந்தது. அது வெளிவந்தபோது செய்த் பாலஸ்தீன் தேசியக் கவுன்சில் உறுப்பினராக இருந்தார். அந்த நூல் அவரைக் கீழ்தேசம் பற்றிய பண்பாட்டு விமர்சகராக மாற்றியது. நான் அவரிடம் ஒரு தடவை இது பற்றிச் சொன்னேன். 'நிறையத் தெற்காசியர்களுக்கு முந்தைய பிரிட்டானியக் கல்வியாளர்களைப் பொறுத்தவரை அவர்கள் ஏகாதிபத்தியக் கொள்கைகளைக் கொண்டிருக்கவில்லை என்பதே கருத்தாகும். மேலும் சம்ஸ்கிருத நூல்கள் நிறையவே மொழிபெயர்க்கப்பட்டுள்ளன' என்றேன். அதற்கு அவர் சிரித்து விட்டுச் சொன்னார்:

'இந்த நூலின் சாராம்சம் அரபுலகைப் பற்றிய மேற்கின் கருதுகோள்களைச் சிறுமைப்படுத்துவதுதான்; நெப்போலியனின் எகிப்து வெற்றிக்குப் பின்னர்

பிரிட்டனிலும், பிரான்சிலும் கடந்த இரு நூற்றாண்டுகளாக அரபுலகத்திற்கு எதிராக இருந்து வந்த கலாச்சார வெளிப்பாட்டை விமர்சிப்பதுதான். காலங்காலமாக ஏகாதிபத்தியக் கருதுகோள்களும், காரியவாத அடிப்படைகளும் மேற்குலகை உலகளாவிய உண்மையாகப் பாவித்துவந்தன. இதனைத் தகர்ப்பதே இந்நூலின் நோக்கம்.'

செய்தின் *Orientalism* என்னும் நூல் கல்வித்துறை சார்ந்த நிறைய விவாதங்களை ஏற்படுத்தியது. இது விவாதங்களையும், எதிர்வினைகளையும் ஏற்படுத்தும் என்று செய்த் நன்றாகவே அறிந்திருந்தார். என்னிடத்தில் சொன்னார் 'நான் உயிரற்ற வெள்ளை ஆண்கள் என விமர்சித்திருக்கிறேன் என்று ஒருவர் எப்படி என்னைக் குற்றஞ்சாட்ட முடியும்.?' எல்லோருக்கும் தெரியும். நான் கன்ராடை மதிக்கிறேன். மேலும் சில பின்நவீனத்துவ விமர்சகர்களைக் குறிப்பிட்டு அவர்களின் அடையாளங்கள் மீதான முக்கியத்துவத்தையும், கதையாடல்கள் மீதான வெறுப்பையும் விவரித்தார். நான் சொன்னேன் 'நீங்கள் இதை எழுதலாமே.' 'நீங்கள் ஏன் எழுதக் கூடாது?' திரும்ப பதில் வந்தது. மேலும் நான் சொன்னேன்: '1967 அரபு-இஸ்ரேல் போர் உங்களின் சிந்தனையை மாற்றிய ஒன்று. அதுதானே உங்களைப் பாலஸ்தீன் தொடர்பாளராகத் தள்ளியது?'

அவர் சொன்னார்:

'நான் பாலஸ்தீனியனுக்கு முன்பாக ஓர் அரேபியன்'. உங்கள் *Orientalism* அந்தப் பொறுப்புணர்வை வளர்த்ததா? என்றேன். 'நான் மத்தியக் கிழக்கு குறித்து என்ன எழுதப்பட்டிருக்கிறது என்று முறைப்படி வாசிக்கத் தொடங்கினேன். இது என்னுடைய அனுபவத்திற்கு ஒத்துப்போகவில்லை. எழுபதுகளுக்கு முந்தையக் கட்டத்தில் எதிர் பிரதிநிதித்துவப்படுத்தலும், வறட்டுத்தனங்களும் மத்தியக் கிழக்கிற்கு எதிராக மேற்குலகம் முழுவதும் பரவியிருப்பதை அறியத் தொடங்கினேன். இது இலக்கியத்தைப் படித்தல் என்பதை வெறும் அழகியல் முறையிலிருந்து ஒரு வரலாற்றுப் பணியாக என்னை உணர வைத்தது. நான் இன்னும் அழகியலை நம்புகிறேன். ஆனால் இலக்கியத்தை 'இலக்கியத்திற்காக' என்று நான் பார்க்கவில்லை. பண்பாடு நம்பிக்கையற்ற முறையில் அரசியலோடு இணைந்திருக்கிறது என்பதை நாம் தீவிர வரலாற்றுப் புலனாய்வு முறைக்கு உட்படுத்த வேண்டும். ஆனால் நீங்கள் அவற்றை அந்தப் பண்பாட்டுத் தரவுகளின் துணையில்லாமல் நிகழ்த்த முடியும் என்று நான் நினைக்கவில்லை.'

இவ்வாறு சொல்லி விட்டு கீழ்தேசங்கள் குறித்த மறுவரையறை தேவையாகிறது என்றார்.

Culture and imperialism என்னும் நூல் 1993இல் வெளிவந்தது. அது ஓரியண்டலிசத்தின் நீட்சியாக இருந்தது. அது மேற்கின் பெருநகரங்களுக்கும் அவற்றின் மற்ற காலனிகளுக்கும் இடையேயான உறவுமுறையை ஆராய்ந்தது. அது வேறுபட்ட அரசியல் தருணங்களில் எழுதப்பட்டு

மேலைக் கலாச்சாரங்கள் மீதான தாக்குதலாகவும் இருந்தது. ஆனால் இந்தத் தருணத்திலிருந்து பண்பாடு பற்றிய விவாதங்கள் கிளம்பின. உலகம் முழுவதும் அறிவுத்துறையிலும் அரசியல் வட்டாரங்களிலும் அது பற்றிய சிந்தனைகள் பரவத்தொடங்கி இருக்கின்றன. அவரிடம் நான் கேட்டேன் '1917ஆம் ஆண்டு உங்களுக்கு ஏதாவது ஒன்றை அர்த்தப்படுத்துகிறதா?' அவர் எவ்விதத் தயக்கமுமில்லாமல் 'ஆம். பால்பர் பிரகடனம்' என்றார். செய்தின் பாலஸ்தீன் பற்றிய எழுத்துகள் எல்லாமே மற்றவர்களைவிடத் தீவிரமானதாகவும், உணர்வுபூர்வமானதாகவும், வரலாற்று அடிப்படையிலும் இருந்தன. *The end of the peace process* என்னும் நூலும் அரை டஜன் மற்ற புத்தகங்களும், *அல்-அஹ்ரம்* வார இதழில் எழுதிய கட்டுரைகளும் பிற இதழ்களில் எழுதியவையும் 1967இலிருந்து எழுந்த சுடரைப் பிரகாசம் அடையச் செய்கின்றன. புதிய தலைமுறையினருக்குப் பாலஸ்தீன் பற்றிய உண்மை வரலாற்றையும், நிலையையும் வெளிப்படுத்தி உலக அரங்கில் அவர்களின் போராட்ட உணர்வுக்கான அங்கீகாரத்தை ஏற்படுத்தினார் செய்த். இரண்டாம் உலகப்போர் காலகட்டத்தில் நடந்த யூதப் படுகொலைகளில் பாலஸ்தீனர்கள் மறைமுகப் பாதிப்புக்குள்ளானார்கள். மேற்கில் வெகுசிலரே இதைப் பற்றிப் புரிந்துகொண்டார்கள். செய்த் அவர்களின் கூட்டு உணர்வில் ஒரு சிறு துளை ஏற்படுத்தினார். இதனால்தான் செய்தை அவர்கள் விரும்பவில்லை.

எட்வர்ட் செய்துக்கு இப்ராகிம் அபு லுஹத், இக்பால் அஹ்மத் ஆகிய இரண்டு நண்பர்கள் இருந்தனர். (இக்பால் அஹ்மத் பீகாரில் பிறந்து பின்னர் பாகிஸ்தானுக்குப் புலம்பெயர்ந்தார்) செய்த் இவர்களின் ஆலோசனைகளை அதிகம் கேட்டுக்கொண்டிருந்தார். இவர்கள் செய்தின் மரணத்திற்குச் சற்று முன்பாக முறையே 1999, 2001ஆம் ஆண்டுகளில் மரணமடைந்தனர். இவர்களின் இறப்பு செய்துக்குப் பெரும் இழப்பாக இருந்தது. இதன்பிறகு செய்த் முன்னைவிட தீவிரமாகவும், பொறுப்பாகவும் எதிரிகளை விமர்சிக்கத் தொடங்கினார். செய்த் பாலஸ்தீன் தேசியக் கவுன்சிலில் பதினான்கு ஆண்டுகளாகச் சுதந்திர உறுப்பினராக இருந்த காலகட்டமானது அரஃபாத்தின் சிந்தனை வடிவமைப்பிற்கு உதவியாக இருந்தது. அதுதான் 1984இல் ஐ.நா பொதுச்சபையில் அரஃபாத்தின் உரை செழுமைப்பட காரணமாக இருந்தது. அதன் பின்னர் வெள்ளை மாளிகையின் புல்வெளியில் அரஃபாத்தும் இஸ்ரேலியப் பிரதமர் ராபினும் கைகுலுக்கிக் கொண்ட நிகழ்வை அழகிப்போட்டியாக வர்ணித்தார். பிற்பாடு ஏற்பட்ட ஒஸ்லோ சமாதான ஒப்பந்தத்தை (Oslo peace accord) விமர்சித்தார். இது பாலஸ்தீனர்களை இஸ்ரேலிடம் சரணடைய வைப்பதற்கான கருவி என்றார். அதைப்பற்றி *அல்-அஹ்ரம்* வார இதழில் பின்வருமாறு எழுதினார்: 'இந்த ஒப்பந்தம் இஸ்ரேலின் ஆக்கிரமிப்பிற்கான

மறுபொட்டலம். 1967இல் 18 சதவீத நிலப்பகுதியை எடுத்துக்கொண்ட இஸ்ரேலிடம் சரணடைய வைக்கும் முயற்சியே இது. அரஃபாத்தின் இந்த நடவடிக்கையானது பாலஸ்தீனர்களை இஸ்ரேலுக்கு வரிசெலுத்துபவர் களாக மாற்றும். பாலஸ்தீனர்கள் சிறந்த வாழ்க்கைக்குத் தகுதியானவர்கள். அவர்களுக்குத் தேவை அவர்களை நேர்மையான முறையில் வழிநடத்தக் கூடிய தலைவர்கள். இஸ்ரேலின் ஆக்கிரமிப்பிற்கெதிரான இவர்களின் போராட்டம் நியாயமானது. ஹமாஸ் இதற்கு மாற்றாக இருக்க முடியுமா? ஒரு சந்தர்ப்பத்தில் அதற்கு செய்த் இவ்வாறு பதிலளித்தார்: 'என்னுடைய கருத்துப்படி ஹமாஸ் இயக்கத்தின் கருத்தியல் என்பது முழுவதுமே ஒற்றையான இஸ்லாமிய அரசு என்பதைச் சார்ந்தது. யாருமே அவர்களின் செயற்திட்டத்தை தீவிரமாக எடுத்துக் கொள்ளமாட்டார்கள். நீங்கள் அவர்களிடம் உங்கள் பொருளாதாரக் கொள்கை என்ன என்று கேட்கும் போது அவர்களின் பதில் இவ்வாறாக இருக்கும் 'நாங்கள் இப்போதுதான் அது பற்றிச் சிந்தித்துக்கொண்டிருக்கிறோம்.' எந்தச் செயற்திட்டமுமே இஸ்லாமிய லேபிள் அடிப்படையில் இருக்க முடியாது. அவர்களின் இந்தச் செயற்திட்டம் இந்தப் பகுதியில் எந்தப் பலனுமே அளிக்கப் போவதில்லை.'

இஸ்ரேலின் தொடர் நடவடிக்கைகளால் பாலஸ்தீன் விடுதலைப் போராட்டம் செயலிழந்து, ஹமாஸிடமும் இஸ்லாமிய ஜிகாதி அமைப்பு களிடமும் விழுந்துவிட்டது. பாலஸ்தீன் உள்நாட்டுப் போர் இஸ்ரேல் இராணுவத்தின் கண்களைப் பிரகாசமாக்குவது பற்றி வெளிப்படுத்தினார். அவரின் பார்வை 40 சதவீதம் பாலஸ்தீன் மக்கள் இழந்த பகுதிகளை மீட்பதற்கான போராட்டம் குறித்தும் யூத இடப்பெயர்வு குறித்தும் இருந்தது. சியோனிசத்திற்குக் கருத்தாக்கம் எழுவதற்கு முன்னால் இருந்த வரலாற்றுப் பதிவுகளும், தேடலும் செய்தை தனித்த ஓர் அறிவுஜீவியாக மாற்றியது. இராணுவ ஆக்கிரமிப்பிற்கு வெகுமக்கள் செயல்பாடு அவசியம் என்பதை செய்த் கவனத்தில் கொண்டிருந்தார்.

செய்தின் மரணத்தின் மூலம் பாலஸ்தீன் தன் பகுதியின் வலுவான குரல் ஒன்றை இழந்துவிட்டது. இன்னும் பாலஸ்தீனின் தொடர்ந்த துயரம் மட்டும் மாறவில்லை. இஸ்ரேலுக்கு அவர்கள் எதிரிகள். அமெரிக்காவிற்கு அவர்கள் பயங்கரவாதிகள். அவரின் கடைசிகட்ட எழுத்துகளில் அவர் ஈராக்கிற்கு எதிரான அமெரிக்கப் போரைக் கடுமையாக விமர்சித்தார். அங்குச் சுதந்திரம் என்பது வன்செயலிலிருந்தோ, கயமையிலிருந்தோ சாத்தியமாகாது. ஈராக், பாலஸ்தீன் ஆகிய இரட்டை ஆக்கிரமிப்பு நடவடிக்கையானது அந்தப் பகுதியின் சமாதான நடவடிக்கைகளைத் தூரப்படுத்துகிறது. செய்தின் குரல் இடம்பெயர முடியாதது. அவரின் எழுத்துகள் இன்னொரு தலைமுறையைத் தொடரக்கூடியவை. மத்தியக்

கிழக்கின் ஜனநாயக வரலாற்றை உலக அரங்கிற்கு வெளிப்படுத்திய செய்த் மரணத்திற்குப் பிறகும் வாழ்கிறார். அவரின் சகோதரியான ரோஸ்மேரி சஹ்லான் வளைகுடா நாடுகளின் வரலாற்றை முதன்முதலாக மேற்குலகிற்குக் கொணர்ந்தவர். எட்வர்ட் செய்தின் சிந்தனைகளைப் பாலைவனச் சூழலில், பாரசீக வளைகுடாவின் கரையில், இந்த நாட்டில் அவரின் நண்பராக நினைவுகூர்ந்தது எனக்குத் திருப்தியைத் தருகிறது. இதைப் பகிர்ந்துகொண்ட அனைவருமே என் நன்றிக்குரியவர்கள்.

பின்நவீன நிலைமைக்கு வெளியே

மத்தியக் கிழக்கு குறித்து லியோதார்த்துடன்
எட்வர்ட் செய்த் உரையாடல்

ஐரோப்பியச் சூழலில் ஏற்பட்ட பல்வேறு நெருக்கடிகளில் இடதுசாரி நிலைப்பாட்டை மேற்கொண்ட சிந்தனையாளர்களில் பலர் இஸ்ரேல்-பாலஸ்தீன் விவகாரத்தில் இஸ்ரேலிய ஆதரவு நிலைப்பாட்டையே மேற்கொண்டனர். மார்க்சியச் சிந்தனையாளர்களான எரிக் ஹாப்ஸ்கம், எடின் பாலிபர், ஸ்லொவோய் ஸிசக், பின்நவீனச் சிந்தனையாளர்களான லியோதார்த், பூக்கோ ஆகியோரை இவ்வாறு குறிப்பிடலாம். இருத்தலிய மூல தத்துவவாதியான ஹைடெக்கர் மிக வெளிப்படையாகவே குறிப் பிட்டார் 'தத்துவவாதிகளின் நடைமுறை வாழ்வுக்கும் அவர்களின் தத்துவச் சிந்தனைக்கும் எவ்விதத் தொடர்புமில்லை' (ஹைடெக்கரின் இந்த வரிகளைத் தங்கள் நடைமுறை வாழ்வின் ஆதர்சனமாகப் பின்பற்றும் படைப்பாளிகள் தமிழ்நாட்டில் நிறையவே உண்டு) இதனடிப்படையில் நாசிக்கட்சியில் உறுப்பினராக இருந்த ஹைடெக்கர் நாசிகள் புதிய ஜெர்மனியை உருவாக்குவார்கள் என நம்பினார். இதன் மூலம் நாம் தத்துவவாதிகளின் பிறப்பு-வாழ்வு-கருத்தாக்கம் குறித்து விவாதிக்க முடியும். இதை வேறொரு சூழலில் பின்நவீனத்துவத் தொடக்கச் சிந்தனை யாளரான லியோதார்த் மீதும் குறிப்பிட முடியும். அறிவு, அதிகாரம், பெருங் கதையாடல்-நுண்கதையாடல் குறித்துப் பேசிய லியோதார்த் பாலஸ்தீன் விவகாரத்தில் மாறுபட்டே நின்றார். இதைக் குறித்து எட்வர்த் செய்த் தம்முடைய நூல்களில் விரிவாகப் பதிவு செய்திருக்கிறார். இந்த உரையாடல் மத்தியக் கிழக்கு குறித்து எட்வர்ட் செய்த் லியோதார்த்துடன் 1996இல் (அவரின் மரணத்திற்கு இரு ஆண்டுகளுக்கு முன்பு) கலிபோர்னியாவில் வைத்து நிகழ்த்தியதாகும். இதை எனக்குத் தந்துதவிய அரபுப் பல்கலைக் கழக ஆங்கிலத் துறைப் பேராசிரியர் முனீர் ஹசன் மஹ்மூத் எப்பொழுதும் என் நன்றிக்குரியவர்.

எட்வர்த் செய்த்: லியோ, மத்தியக் கிழக்கு குறித்து உங்களோடு விவாதிப் பதற்கான சந்தர்ப்பம் கிடைத்தது எனக்கு நிறைவான மனநிலையை அளிக்கிறது. உங்களின் *Phenomonology, The Post modern condition, Heidegger* *and Jews, Post modern Fables, The hyphen between judaism and christianity* ஆகியவை நான் ஆர்வமாகப் படித்த நூல்கள். அதன் கோட்பாட்டு உயிர்ப்பு குறித்து நான் எதுவும் சொல்வதற்கில்லை. நீங்கள் ஏன் நடைமுறை விமர்சன முறை குறித்து எதுவும் சொல்வதில்லை? இரண்டாம் உலகப் போருக்குப் பிந்தையக் கட்டத்தில் உலகம் அடைந்த மாற்றம் அலைவடிவமானது. அறிவு என்பது கணினிமயமான கட்டத்தில் வந்திருக்கிறது என்கிறீர்கள். அது பிந்தையக் கட்டத்தில் முதன்மையான உற்பத்தி சக்தியாக மாறுகிறது. பயன் மதிப்பை இழந்துவிட்டது. உங்கள் பார்வைக்கே நான் வருகிறேன். அறிவு என்ற கருத்தாக்கம் அதிகார சமூகமாக மாறும் கட்டத்தில் அது அடையும் மாற்றம் என்ன? ஐரோப்பியச் சூழலில் பிந்தையத் தொழிற்சமூகத்திலிருந்து ஏற்படுகிற பின்நவீனக் கருத்தாக்க முறைமைக்கு வருகிறீர்கள். ஓர் எதேச் சாதிகார சமூகத்தில் மொழி எதனைச் சார்ந்து அமைகிறது. அது தனக்கான சுய அர்த்தத்தைக் கொண்டிருக்கிறது என்பதிலா? அல்லது வேறொரு தர்க்க நியாயத்தைக் கொண்டிருக்கிறது என்பதிலா? அறிவியல் தொழில்நுட்ப வளர்ச்சியின் நிகழ்தகவுகளை நானும் கூர்ந்து கவனித்துக் கொண்டுதான் வருகிறேன். இதைப் பற்றி எழுதவும் செய்திருக்கிறேன்.

லக்கானிலிருந்து உங்கள் பார்வை வேறுபடுகிறது. லக்கான், நனவிலி மொழிபோன்றது என்றார். நீங்கள் நனவிலி காட்சியையும் உருவத்தையும் சார்ந்தது என்கிறீர்கள். தாமஸ் அங்கோவின் நாவலை உதாரணம் காட்டு கிறீர்கள். எனக்கு அந்த நாவல் பொருத்தப்பாடாக இருக்கிறதா என்பதே தெரியவில்லை. பொருத்தப்பாடான மொழி அல்லது எளிதான மொழி என்ற பாரதூரமான சிக்கலிலும் நீங்கள் உட்பட்டிருக்கிறீர்கள். உங்கள் எழுத்துகள் சிலநேரங்களில் என்னால் கடக்க முடியாமல்கூட இருந்திருக் கின்றன. இயற்பியலில் வார்த்தைகள் எவ்வாறு பாவிக்கப்படுகின்றன என்பதை வைத்து கவிதையிலும் நாவலிலும் மொழி எவ்வாறு பாவிக்கப் படுகின்றது என்பதை இயற்பியலால் புரிந்துகொள்ள முடியாது என்று ஒரு விவாதத்தில் சொன்னீர்கள். என்ன செய்வது? என் *Orientalism* புத்தகம், புத்தகக் கடைகளில் மத்தியக் கிழக்குப் பிரிவில்தான் கிடைத்தது. அறிதல் என்பது அந்தந்தத் துறைகள் சார்ந்ததுதானா? நீங்கள் ஏன் உங்களுக் குள்ளே சிக்கலாக இருக்கிறீர்கள் என்பது புரியவில்லை.

இப்போது மத்தியக் கிழக்கு பற்றி வருவோம். நீங்கள் பூக்கோ போன்றே மத்தியக் கிழக்கு விவகாரத்தில் இருக்கிறீர்கள். இஸ்ரேல் என்ற கருத் துருவத்தின் புனைவாக்கம் பற்றிய உங்களின் பார்வை குறைபாடுடைய தாகவே நான் கருதுகிறேன். என்றைக்குமே பேரரசு என்பது யூதத்தின் கனவாக இருக்கவில்லை என்பதை நான் ஒத்துக்கொள்கிறேன். அதன் டயஸ்போராவுக்கு ஒரு சாந்தமான எல்லையை வகுக்க முடியாது. சிலுவைப் போர்களின் எச்சங்கள் இஸ்ரேலில் இன்னும் இருக்கின்றன.

ஜெருசலத்திற்கான போராட்டத்தில் அவர்கள் ரோமானியர்களுக்கு எதிராக நின்றார்கள். இந்த ரோம கிறிஸ்தவர்களை நீங்கள் எந்த வகைப்பாட்டில் கொண்டு வருகிறீர்கள். கி.மு. ஐந்தாம் நூற்றாண்டில் மத்தியக் கிழக்கின் மத்தியத் தரைக்கடல் பகுதிகளை ஆட்சி செய்த யூத அரசுகள் குறித்து என்ன நினைக்கிறீர்கள்? அவர்களுக்குள்ளே ஏற்பட்ட உராய்வுகள் சுய அழித்தலில் கொண்டுபோய் முடிந்ததையும் நாம் காண வேண்டியதிருக் கிறது. உலக இனவரைவியல் வரலாறு எதைச் சொல்கிறது? தெலூஸி லிருந்து நான் தொடங்கும்போது மண்ணின் மீது தன்னைப் பதித்துக் கொள்ளும் இனம், அடையாளங்களுக்கான சாத்தியப்பாட்டைத் தோற்று விக்கிறது. இஸ்ரேலுக்கான நில உருவாக்கத்தின் மறுவிளைவைப் பற்றித் தான் நாம் பார்க்க வேண்டும். மலை முகடுகள் மற்றும் பள்ளத்தாக்குகளின் நடுவே பிறந்தவன் என்ற காரணத்தால் எனக்கு அதன் மீதான மறுபார்வை தேவைப்படுகிறது. நான் இங்கு விவாதிப்பதே பத்தொன்பதாம் நூற்றாண்டின் ஐரோப்பிய யூத வெறுப்பைப் பற்றித்தான். பதினேழாம் நூற்றாண்டிலிருந்தே உலகின் மேன்மைக் குடிமகனாக ஐரோப்பா தன்னைக் கருதிக்கொண்டிருக்கிறது. ரோமானிய சீசர்களின் வார்த்தை களைப் படிக்கும்போது இதை அறிந்துகொள்ள முடிகிறது.

கிழக்கைப் பற்றி ஐரோப்பா அறிந்துகொண்டதில் இருந்து இதைத் தொடங்க முடியும். கிழக்கின் வாழ்நிலை, மதம், சமூகப் பொருளாதாரம், நடத்தையியல், வரலாறு இவற்றைத் தன் கண்காணிப்பில் ஐரோப்பா கொண்டுவந்தது. இஸ்ரேலுக்கான தனி நாடு பிரகடனம் பால்பர் வழியாக வந்தது. 1910இல் பிரிட்டன் பொதுச்சபையில் உரையாற்றும் போது பால்பர் பின்வருமாறு குறிப்பிட்டார். 'எகிப்து நம் கண் முன்பாக இருக்கிறது. அதைக் கையாளவேண்டிய நிர்பந்தத்தில் இருக்கிறோம். தொடர்ந்து பாலஸ்தீன் பற்றியும் காண வேண்டியதிருக்கிறது. நிலத்தைத் தேடும் நாடற்ற மக்களுக்குத் தீர்வுகாண வேண்டியது அவசியம்.' பால்பரின் இந்த உரை முகடான அலை மாதிரி போய்க்கொண்டிருந்தது. சியோனிச தலைவர்கள் தங்கள் தேவையின் இலட்சியக் கனவைப் பற்றித் தெளிவாக அறிந்திருந்தனர். அது வரலாற்று அடிப்படையில் ஜெருசலத்தைச் சுற்றிய பகுதிகள்தான் என்றனர். அவர்களின் தொடர்ந்த வற்புறுத்தலுக்கிணங்க 1917 நவம்பர் 2இல் பிரிட்டானிய அமைச்சரவை யூதர்களுக்கான தனிநாடு என்ற அறிவிப்பை வெளியிட்டது. பிரிட்டன் வெளியுறவுச் செயலரான பால்பர், தான் ஒப்பமிட்ட கடிதத்தில் பின்வருமாறு குறிப்பிட்டார்:

அன்புள்ள பிரபு ரோச்சில்ட்,

இந்த மேன்மைமிகு அரசின் சார்பாக ஒரு மகிழ்ச்சியானச் செய்தியை உங்களுக்குத் தெரிவிப்பதில் மகிழ்ச்சி அடைகிறேன். யூத சியோனிச

உள்ளுணர்வுகளுக்குக் கருணை காட்டும் அடிப்படையில் அளிக்கப்பட்ட பரிந்துரைகளை பிரிட்டன் அமைச்சரவை ஏற்றுக்கொண்டிருக்கிறது. மேன்மைமிகு இந்த அரசானது பாலஸ்தீனில் யூதர்களின் தேசிய இருப்பிடத்தை அமைப்பதற்காகவும், அதனடிப்படையில் அவர்களின் இலக்கை அடைவதற்கான சிறந்த முயற்சிகளுக்கு ஆதரவளிக்கும் வகையிலும் இம்முடிவு எடுக்கப்பட்டிருக்கிறது. ஆனால் எவ்விதத்திலும் இது அங்கு வாழக் கூடிய யூதர் அல்லாத மக்களின் சிவில் மற்றும் மத உரிமைகளைப் பறிப்பதாக அல்லது மற்ற நாடுகளில் வாழும் யூத மக்களின் அரசியல் தகுதிகளையும் வாழ்நிலைத் தகுதிகளையும் பாதிப்பதாகவோ இருக்கக்கூடாது.

மேற்கண்ட பிரகடனத்தை நீங்கள் சியோனிசக் கூட்டமைப்பின் கவனத்திற்குக் கொண்டுசெல்வது மிகுந்த நன்றிக்குரியதாக இருக்கும்.

தங்கள் உண்மையுள்ள,

ஆர்தர் ஜேம்ஸ் பால்பர்
(ரோச்சில்ட் என்பவர் பிரிட்டானிய சியோனிசக் கூட்டமைப்பின் தலைவர்)

இந்தப் பிரகடனத்தில் குறிப்பிடப்பட்ட தேசிய இருப்பிடம் (National home) என்பதன் நோக்கம் அரசு (State) என்பதைப் பதிலீடு செய்வதே. ஆனால் பின்தொடர்ந்த ஆண்டுகளில் பிரிட்டிஷ் அதிகாரிகள் அது அரசமைப்பு தான் என்பதை ஒத்துக்கொண்டார்கள். வின்சன்ட் சர்ச்சில் வெளியிட்ட வெள்ளை அறிக்கையில் இதை மறுத்திருந்தாலும் பின்விளைவுகள் அதை உறுதி செய்தன. மேற்கண்ட பிரகடனத்தில் முதலில் பாலஸ்தீனைக் குறிக்கும் that என்ற வார்த்தை குறிக்கப்பட்டிருந்தது. பின்னர் அது பாலஸ்தீனின் முழுப்பகுதியாகி விடும் என்பதால் in என்ற வார்த்தை சேர்க்கப்பட்டது. அதைப்போலவே அங்கு வாழும் யூதர் அல்லாத மக்களின் உரிமைகளைப் பறிப்பதாக இருக்கக் கூடாது என்பதும் இணைக்கப்படவில்லை. பின்னர் எட்வர்ட் சாமுவேல் மாண்டேகுவின் எதிர்ப்பு காரணமாகத்தான் இணைக்கப்பட்டது. அன்றைய காலகட்டத்தில் பிரிட்டிஷ் அரசு மக்கா நகரின் ஷெரிபான ஹுஸைன் இப்னு அலியுடன் கடிதத் தொடர்பு வைத்திருந்தது. அப்போது ஹுஸைன் அரபுப் பகுதிகளைப் பிரிப்பதற்கு எதிர்ப்பு தெரிவித்தார். அந்தச் சமயத்தில் ஜெருசலம் பற்றிய கருத்து எழவில்லை. அதற்குப் பதிலளித்த பிரிட்டிஷ் அதிகாரிகள் அரபு நிலங்கள் அரபிகளிடத்தில்தான் இருக்கும் என்றார்கள்.

பாலஸ்தீன் யூதர்களின் தேசிய இருப்பிடமாக வேண்டுமென்று முன் மொழிந்தவரில் டாக்டர் செய்ம் விஸ்மென் முக்கியமானவர். பிரிட்டனில் சியோனிசத் தலைவர்களை ஒன்றிணைத்தவர். வேதியியல் விஞ்ஞானி

யான அவர் போர்க்கருவிகளுக்கும், வெடிகுண்டுகளுக்கும் உதவக்கூடிய அஸிடோனை நுரைத்தல் மூலம் கூட்டிணைக்கும் செயல்முறையைக் கண்டறிந்தார். அதன் வழி பயன்மதிப்புமிக்க தலைவரானார். பிரிட்டன் தன் போர் தயாரிப்புகள் அதிகரித்து வருவதன் தேவையை உணர்ந்து இவரைப் பயன்படுத்த முடிவெடுத்தது. பிரிட்டன் இராணுவ அமைச்சரான லார்டு ஜார்ஜ் இவரைச் சந்தித்து சியோனிச உணர்வு நிலைக்குத் தன் ஆதரவைத் தெரிவித்தார். 1906இல் இவருடனான முதல் சந்திப்பின்போது பால்பர் கேட்டார். 'உங்களின் அசிடோன் கண்டுபிடிப்பை நாங்கள் பயன்படுத்து வதற்காக எவ்வளவு பணம் வேண்டும்?' அதற்கு அவர் சொன்னார்: 'நான் கேட்பது ஒன்றே ஒன்றுதான். எங்கள் மக்களுக்கான தேசிய இருப்பிடம்'. 'ஏன் நீங்கள் பாலஸ்தீனை யூதர்களின் தேசிய இருப்பிடமாகக் கேட்கிறீர்கள்? வேறு ஏதாவது நோக்கம் உங்களின் திட்டத்தில் இருக்கிறதா?' என்றார் பால்பர். விஸ்மென் அதை எதிர்த்துவிட்டுச் சொன்னார்: 'பால்பர், ஒருவேளை நான் உங்களிடத்தில் லண்டனுக்குப் பதிலாக பாரிஸைத் தருகிறேன்' என்று வைத்துக்கொள்ளுங்கள். நீங்கள் எடுத்துக்கொள்வீர்களா?' பால்பர் சொன்னார்: 'லண்டன் எங்களிடத்தில் இருக்கிறது. நீங்கள் சொல்வது சரி தான். லண்டன் சகதியாக இருக்கும்போது நமக்கு ஜெருசலம் தேவை'. இறுதியாக விஸ்மென் பணம், இருப்பிடம் ஆகிய இரண்டையுமே பெற்றார். அவர்தான் இஸ்ரேல் அரசின் முதல் ஜனாதிபதிகூட.

லியோ, நான் மேற்குறிப்பிட்ட கருத்துகளிலிருந்து தேசிய இருப்பிடம், நிலம் குறித்து உங்களுக்கு ஏன் முரண்பட்ட கருத்துகள் இருக்கின்றன? ஐரோப்பிய யூத வெறுப்பை வெறும் தன்னிலையின் காரணியாகப் பார்க்கிறீர்களா? மரபான அறிவிலிருந்து அதிகாரமிணைந்த அறிவுக்கு வெளி கடந்துவிட்ட பிறகு இனங்கள் நிலைகொள்வதை வெறும் அருவ மாகப் பார்க்க முடியாது. உங்களின் பெரும்/நுண் கதையாடலாக நான் எடுத்துக்கொள்ளலாமா? பின்காலனியமாக உலகம் உருவாகி உள்ளதை நீங்கள் ஏற்றுக்கொள்ள மாட்டீர்கள் என நினைக்கிறேன். இஸ்ரேல் நடப்புக் காலத்தில் மக்ரிப் பிரதேசத்துக்கான விரிவுபடுத்தலில் போய் நிற்கும்போது நாம் எதை விவாதிப்பது? உங்கள் பின்நவீனத்துக்கே அதை விட்டு விடுகிறேன்.

லியோதார்த்: உலகம் அதன் அர்த்தத்தை இழந்துவிட்டது. 19ஆம் நூற்றாண்டின் இறுதிப் பகுதியிலான நவீன காலகட்டம் மீதான அவநம்பிக்கை எனக்கு இப்போதும் உண்டு. அறிவுவாதத்தின் இயலாமையின் விளைவாக மனித சுய உணர்வு நிலைகள் மீது பாதிப்பு எதையுமே ஏற்படுத்தவில்லை. செய்த் நீங்கள் எதிலிருந்து தொடங்குகிறீர்கள்? உலகியல் மாற்றம் குறித்த உங்களின் போதாமையை நான் எவ்வாறாக முறைப்படுத்துவது? பின்நவீன கட்டத்தில் மாற்றமடைந்த அறிவு, எப்படி அறிவது, எப்படி வாழ்வது,

வாழ்வதை எப்படிக் கவனிப்பது என்பதில் அடங்கியிருக்கிறது. அதீத பரப்பிற்குள் நகர்ந்துகொண்டிருக்கும் தகவல்கள் இதைப் பிரதிபலிக்கின்றன. அறிவு அதிகார சமூகத்தின் இடத்தில் வரும்போது இடம்பெயர் அறிவாக மாறுகிறது. வலை (Web) மாதிரிதான் இதுவும். அறிவு பயன்மதிப்பை இழந்துவிட்டது. குறியீட்டியல் பரிமாற்றத்துக்கு உட்பட்டிருக்கிறது. பொருத்தப்பாடான மொழி அல்லது எளிதான மொழி என்ற சிக்கலைப் பற்றிச் சொன்னீர்கள். அலன் சோகலோடு பிரான்சில் நடந்த விவாதம் அது. அவரின் *அறிவுஜீவி வேஷங்கள்* (Intellectual Imposture) என்ற புத்தகம் பற்றியதாக இருந்தது. அதில் நான் உட்பட பல பிரெஞ்சு சிந்தனையாளர் களைப் பற்றி அவர் கடுமையாக விமர்சித்திருந்தார். பிரான்சில் உள்ள தொலைக்காட்சி நிறுவனம் ஒன்று அந்நிகழ்ச்சிக்கு ஏற்பாடு செய்திருந்தது. எழுத்தில் புரியாமை, கூடா அர்த்தம் பற்றி நான் சிறிதுநேரம் பேசினேன். பிரதி அவ்வாறாக இருப்பதால்தான் புரிந்துகொள்வதற்கான பல்வேறு சாத்தியப்பாடுகள் அதில் இருக்கின்றன. அதீதக் காப்பு நிலைப்பாடுதான் இது. கவிதையிலும், நாவலிலும் மொழி எவ்வாறு இருக்க வேண்டும் என்று பாவிக்க இயற்பியலுக்கோ, மற்ற இயற்கை அறிவியல்களுக்கோ உரிமை இல்லை. அதைப் புரிந்துகொள்வதற்கான சாத்தியப்பாடும் இயற்பியலுக்கு இல்லை. வெறுமனே அர்த்தத்தை நகர்த்திவிட்டுப் போவ தல்ல அது என்றேன்.

அவர் சொன்னார்: 'அந்த வார்த்தைக்கு ஒரு தர்க்கம் இருக்க வேண்டும். தன்னளவில் அது மற்ற வார்த்தைகளோடு உறவு கொள்வதாக இருக்க வேண்டும்'. வார்த்தை அதன் சமூகப் பயன்பாட்டில் அர்த்தம் சொள்ளும் போது இது சாத்தியமில்லாதது. இத்தகைய வார்த்தை விவாதங்களை நான் கடந்துதான் வந்திருக்கிறேன். அறிவுத்துறை வட்டாரங்களில் இந்த எதிரிணைப் போக்கு இருந்துகொண்டுதான் இருக்கிறது. நீங்கள் எனக்குள்ள சிக்கலைப் பற்றிச் சொன்னீர்கள். எட்வர்ட் செய்த் தெளிவாக இருக்கிறார் என்பதைத் தெரிந்துகொள்ள எனக்குச் சிக்கலாக இருக்கிறது.

இஸ்ரேல் உருவாக்கும் போருக்குப் பிந்தைய உலகப் போக்கில் ஏற்பட்ட மாறுதல், யூத புலப்பெயர்வு பற்றி நீங்கள் என்ன மாறுபாட்டை வைத்திருக்கிறீர்கள். ஐயாயிரம் ஆண்டின் தொடர்ச்சியின்மை எதைக் காட்டு கிறது? மத்தியத் தரைக்கடல் வேறொரு இடத்திற்கு இடம்பெயர்ந்து விட்டதா? கனான் பகுதியைப் பற்றி என்ன நினைக்கிறீர்கள்? தொல்லியல் முடிவுகளின் நீட்சியில் ஒரு பரிணாமத் தன்மை வெளிப்படுகிறது. செமிட்டிக் மதங்களின் பிரதிகளில் யூத இடப்பெயர்வு குறித்துத் தெளிவாக இருக்கிறது. கி.மு ஆயிரம் ஆண்டில் அரசர் டேவிட் கனான் பகுதியில் அரசமைப்பை ஏற்படுத்தினார். நிலம் முழுமையாகத் தோற்றம் கொள்ளாத நிலையில், இனங்கள் தெளிவாக வரையறுக்கப்படவில்லை. இனங்கள்

பற்றிய உணர்வுபூர்வநிலை ஏதும் இல்லை. அந்த அரசமைப்பு வடக்கு, தெற்கு என்ற இரு திசைகளை நோக்கியதாக இருந்தது. வடக்குப் பகுதி யூதா என்றும், தெற்குப் பகுதி இஸ்ரேல் என்றும் அறியப்பட்டது. ஆசியர் களும், பாபிலோனியர்களும் கி.மு. ஆறாம் நூற்றாண்டில் இரு பகுதி களையும் கைப்பற்றினர். அந்தத் தருணத்தில் யூதர்கள் பலர் கொல்லப் பட்டார்கள்; மிஞ்சியவர்கள் நாடு கடத்தப்பட்டார்கள். ஜெருசலத்தில் உள்ள சாலமனின் ஆலயம் அழிக்கப்பட்டது. ஐம்பது ஆண்டுகளுக்குப் பிறகு பார்சி மன்னன் சைரஸ் பாபிலோனைக் கைப்பற்றிய பிறகு யூதர்களுக்கு விடுதலை அளிக்கப்பட்டது. அவர்கள் அங்குத் தங்க வைக்கப்பட்டனர். இதன்மூலம் முதல் டயஸ்போரா ஏற்பட்டது. கி.மு ஒன்றாம் நூற்றாண்டில் ரோமானியர்கள் இஸ்ரேல் பகுதிகளையும் யூதப் பகுதிகளையும் ஹெரோடிற்காகக் கைப்பற்றிய பிறகு யூத அழிப்பின் வேகம் இன்னும் தீவிரமானது. அவர்கள் பெரும் எண்ணிக்கையில் நாடு கடத்தப் பட்டனர். தொடர்ச்சியான ஆண்டுகளில் ரோமானியர்களால் யூதர்கள் வெளியேற கட்டாயப்படுத்தப்பட்டனர். அந்தக் காலகட்டத்தில்தான் ரோமர்கள் ஹெரோடிஸ் உட்பட அப்பகுதி முழுவதற்கும் பாலஸ்தீன் என்று பெயரிட்டனர். இது சிரியாவின் தெற்குப் பகுதி முழுவதையும் குறித்தது. அந்தக் கட்டத்தில் அங்கிருந்து வெளியேறிய யூதர்கள்தான் இரண்டாம் டயஸ்போராவுக்கு உள்ளானார்கள். ரோமர்கள் கி.பி மூன்றாம் நூற்றாண்டு வரை பாலஸ்தீன் பகுதியைக் கட்டுப்பாட்டில் வைத்திருந்தனர். பின்னர் பைசாண்டியப் பேரரசின் கீழ் வந்தது. தொடர்ச்சியற்ற துண்டுகளாக்கப் பட்ட நிலம் பன்முகப் பண்பாடுகளின் தகவமைப்பாக வடிவமெடுத்தது. கி.பி. ஏழாம் நூற்றாண்டில் கலீஃபா உமர் அப்பகுதியைக் கைப்பற்றிய பிறகு பாலஸ்தீன் முழுவதும் அரபு வசமானது. மீட்சியற்ற அந்நியப் படுத்தலுக்குக் கொண்டு சென்றது.

பதினெட்டாம் நூற்றாண்டின் பிரெஞ்சுப் புரட்சி யூதர்களின் வாழ்வில் குறிப்பிடத்தக்க திருப்பத்தை ஏற்படுத்தியது. புதிய கருத்துருவங்களை நோக்கி அவர்களின் நெளிவுகள் திரும்பின. சியோனை நேசித்தல் அப்பொழுதுதான் தொடங்கியது. கிழக்கு ஐரோப்பிய நாடுகளைச் சேர்ந்தவர்கள் புதிய கருத் துருவங்களின் தாக்கத்தில் தங்களை நகர்த்தினர். யூகோஸ்லோவியாவைச் சேர்ந்த யஹூதா அகாலய் இதைப் பற்றி முதன்முதலாக எழுதத் தொடங்கினார். இடைப்பட்ட காலத்தில் ஜெர்மனி, கிழக்கு ஐரோப்பா ஆகிய இடங்களில் யூத எதிர்ப்புணர்வு ஏற்பட்டது. இதன் தொடர்ச்சி அங்குள்ள யூதர்களின் வெளிப்படையான சியோனிய உணர்வுக்கு வழிவகுத்தது. இந்தக் கூட்டுணர்வு உருவானது 1897இல்தான். அகாலயின் பேரரான தியோடர் ஹெர்ஸ் அது பற்றிய கருத்துருவங்களை வடிவமைத்தார். தன் பாட்டனாரின் எழுத்துகள் அவருக்குத் துணையாய் இருந்திருக்கக்கூடும். அது அவ்வளவு எளிதானதல்ல. மிகச் சிக்கலானதும்,

நெகிழ்வூட்டக் கூடியதுமாகும். முதல் உலகப்போர் இப்பகுதியில் ஓர் எதிர் திருப்பத்தை ஏற்படுத்தியது. உஸ்மானியப் பேரரசின் கட்டுப்பாட்டி லிருந்த பகுதிகளை பிரிட்டன் - பிரான்சு ஆகியவை பங்கிட்டுக் கொண்டன. முதல் உலகப்போர் தொடங்கிய காலகட்டத்தில் துருக்கியர்களால் பெரும் எண்ணிக்கையிலான யூதர்கள் அங்கிருந்து வேறு இடத்திற்குச் செல்ல நிர்பந்திக்கப்பட்டனர். அவர்கள் பெரும்பாலும் ரஷ்யக் குடியுரிமை பெற்ற யூதர்கள். இதற்கிடையில் ஐரோப்பாவில் யூத எதிர்ப்பின் தீவிரம் இன்னும் அதிகமானது. அது தொடர்ந்த நிலையில் ஹிட்லர் யூத இனத்தை நிர்மூலமாக்கியது வெளிப்படையான விஷயம். அவர்கள் நாடற்றவர்களான பிறகு எந்த ஐரோப்பிய நாட்டிலும் அவர்கள் வேர்கொள்ள இயலவில்லை. ஆஸ்திரியாவிலும், ஹங்கேரியிலும் அலைந்து நகர்ந்ததைப் பற்றி இன்னமும் தெரிவிக்க வேண்டியது நிறைய இருக்கிறது.

பால்பர் பிரகடனத்திற்குப் பிறகான பாலஸ்தீனில் யூதக் குடியேற்றம் அரபிகளைத் தாங்கள் வேர்களற்று விடுவோம் என்ற உணர்வுபூர்வ நிலைக்குத் தள்ளியது. அதற்காக அவர்கள் ஹிட்லரோடு இணைந்ததை எட்வர்ட் செய்த் அறியாமலில்லை. அந்தப் பிரகடனத்திற்குப் பிறகு ஹிஜாஸ் ஆளுநரான அரசர் பைசலுக்கும், சைம் விஸ்மனுக்கும் ஏற்பட்ட ஒப்பந்தமும், உரையாடலும் ஏன் வெளிப்படவில்லை? *1919* பாரிஸ் ஒப்பந்தம் என்ன சொல்கிறது. இருதரப்பிலுமான புரிதலோடு குடியேற்றம் நிகழவேண்டும். யூதர்கள் வருவதன் மூலம் அரபிக் குடியானவர்களின் நலனும் விவசாயிகளின் நலனும் பாதுகாக்கப்படும். அதன் பிற்பாடு பைசல் மக்காவில் சொன்னார்: 'நாட்டின் வளம் புனித மண்ணாக இருக்கிறது. யூதர்கள் குடியேற்றத்தின் மூலம் பாலஸ்தீன் பொருளாதார ரீதியாகவும் ஆன்மிக ரீதியாகவும் உயரும். அவர்கள் அந்த நிலம் தங்கள் மூதாதையருக் கானது என்பதை அறிந்திருந்தார்கள்.' மக்களற்ற ஒரு நிலம் நிலமற்ற மக்களுக் காக (A Land without people for a people without Land) என்பது ஓர் ஒழுங்கின் குலைவுதான். பின்நவீன காலகட்டத்தில் இனங்களின் சிதைவார்ந்த ஒருமை அவசியம்தான். முழுமை பகுதியைவிட அதிகமாக இருக்கிறது. தவிர்க்க முடியாத கட்டத்தில் எழுகிற இனங்களின் எழுச்சி மோதல்களை ஏற்படுத்து கிறது என்பது சாத்தியமான ஒன்றே. கதையாடல்களின் உலகில் வெளி ஏற்படுத்தும் சலனம் விகசிக்கத் தகுந்ததே. பெருங்கதையாடல்கள் ஆதிக்கம் செலுத்தும் உலகில் நான் நுண்கதையாடல்களைக் குறிக்கிறேன். எட்வர்ட் செய்த் எதை எடுத்துக்கொள்கிறார் என்பது தெரியவில்லை.

எட்வர்ட் செய்த்: லியோதர்த் தன் தத்ரூப உரையாடலை நிறைவுசெய்து விட்டார் எனக் கருதுகிறேன். லியோ மத்திய தரைக்கடல் குறித்த வரலாறு களின் புனைவுருவாக்கத்திற்குச் சென்றுவிட்டார். உலகில் இனங்களின் இடப்பெயர்வைப் பற்றி அதிகமாக அவர் தெரிந்துகொள்ளவில்லை என்று

நினைக்கிறேன். ஐரோப்பிய மேட்டுக்குடி வர்க்க வரலாறு எதைக்காட்டு கிறது? அவை முடிந்துவிட்ட வார்த்தைகளா? தூரக் கிழக்கு நாடுகளின் இனங்களின் இடப்பெயர்வு குறித்து நீங்கள் அறிந்ததுண்டா? ஹிட்லர் உயர்த்திய ஆரிய இனம் பற்றிய தொன்மம் என்பது கதையாடலா? கோட்பாட்டை நிராகரிக்கும் நீங்கள் தொன்மங்கள் பற்றி மட்டும் குழம்புவது ஏன்? பூர்வ காலத்தில் யூதர்கள் டயஸ்போராவுக்கு உள்ளானார்கள் என்றால் உலகில் அதே அந்தஸ்தை அடையக் கூடிய இனங்கள் எத்தனை? அமெரிக்கப் பூர்வகுடிகளைப் பற்றி என்ன நினைக்கிறீர்கள்? யூதர்களின் தேசிய இருப்பிடம் என்ற கருத்தாக்கமே 19ஆம் நூற்றாண்டில்தான் வலுப் பெற்றது. அதன் தொடக்கமே ஜெர்மனும், இத்தாலியும் இணைந்ததுதான். பிரெஞ்சுப் புரட்சி அதற்கான ஒரு தூண்டுகோல்தான். யூத இராணுவ அதிகாரியான டைரபஸ் வேவு பார்த்ததாக ஜெர்மன் உளவாளி ஒருவரால் குற்றம்சாட்டப்பட்டார். இதைத் தொடர்ந்த விசாரணையில் அவருக்கு மரண தண்டனை வழங்கப்பட்டது. தொடர்ச்சியான கட்டங்களில் அவர்கள் பெருவாரியாகக் கொல்லப்பட்டனர். பாரிஸில் அப்போது புகழ்பெற்றிருந்த வியன்னா இதழியலாளரான தியோடர் ஹெர்ஸ் சியோனுக்குத் திரும்புதல் கருத்தாக்கத்தை முன்வைத்தார். 1895இல் அவர் எழுதினார்:

> பாரிஸில் நான் சொன்னது போன்று யூத எதிர்ப்பை முன்னோக்கும் வகை யிலான தாராள மனப்பான்மையை அடைந்துவிட்டேன். அதை வரலாற்றுப் பூர்வமாகப் புரிந்துகொள்ளத் தொடங்கினேன். எல்லாவற்றிற்கும் மேலாக யூத எதிர்ப்புத்தனத்தை எதிர்கொள்வதான முயற்சியின் வெறுமையையும், ஏமாற்றத்தையும் ஏற்றுக்கொண்டிருக்கிறேன்.

இதைத் தொடர்ந்து அவர் பிரெஞ்சு சோசலிஸ்டுகளை விமர்சித்தார். யூத எதிர்ப்பாளர்களை நண்பர்களாகக் கருதினார். 1903இல் அன்றைய சாரிஸ்ட் ருஷ்யாவின் உள்துறை அமைச்சரான பிளவ்ஹேவைச் சந்தித்தார். ரஷ்யா அப்போது புரட்சிக்கான கட்டத்தை நெருங்கிக் கொண்டிருக்கும் தருணம். பிளவ்ஹேவ் அங்குள்ள சோசலிஸ்டுகளுக்கு எதிராகப் பெருங் கூட்டத்தைத் திரட்டிக் கொண்டிருந்தார். அது ஒரு வகையில் புரட்சி பற்றிய நெருடலாகவும் இருந்தது. தியோடர் ஹெர்ஸ் அவரிடம் யூதர்களை அங்கிருந்து எடுத்துக்கொள்வதாகக் கூறினார். அதன் மூலம் புரட்சிக்கான அணிதிரளலைப் பலவீனப்படுத்த முடியும். அதில் வெற்றியும் கண்டார். இந்தத் தருணத்தில்தான் டிராட்ஸ்கி போல்ஸ்விக் கட்சியில் யூதர்கள் அதிகம் சேர்த்துக்கொள்ளப்பட வேண்டும் என்று சொன்னார். இருபதாம் நூற்றாண்டின் தொடக்க காலகட்டங்களில் பாலஸ்தீனில் குடியேறிய யூதர்கள் பலரும் ரஷ்யாவைச் சேர்ந்தவர்கள்தான். அது மேற்குறிப்பிட்ட திட்டத்தின் பலன்தான். யூத தேசிய இருப்பிடமும், அது பாலஸ்தீன்தான் என்பதும் வெறும் வரலாற்றுக் காரணமல்ல. அது புவி அரசியலோடு இணைந்தது. மத்தியத் தரைக்கடல் பகுதி முழுவதுமாக அரபிகளிடம் வந்துவிட்ட பிறகு

அன்றைய ஏகாதிபத்தியம் ஓர் அதிகாரத் தொடரலுக்கு வழிவகுத்தது. அது இஸ்ரேல் மூலம் மட்டுமே சாத்தியப்படும் என்பது தவிர்க்க இயலாததாக இருந்தது.

ஐரோப்பிய யூத வெறுப்புக்கான காரணங்கள் என்பது என்ன? அது வெறுமனே இனங்கள் தொடர்பானதா? லியோ எவ்விதமாக இதை மதிப்பிடுகிறார்? யூதர்களான அறிவுஜீவிகள் சொன்னதென்ன? யூத மார்க்சியச் சிந்தனையாளரான அனா அரந்த் என்ன சொன்னார்? அவரின் சிந்தனைகள் சியோனிஸ்டுகளால் மிகுந்த எதிர்ப்புக்குள்ளாயின. அவரின் *Origin of Totalitarianism*தான் அதைப் பற்றி ஆராய்ந்த நூல். பத்தொன்பதாம் நூற்றாண்டுக் கால ஐரோப்பா, வர்க்க, தேசிய, இன அரசுகளின் மோதல்கள் நிறைந்ததாகவே இருந்தது. இத்தருணத்தில் ஐரோப்பிய யூதர்கள் நிலப் பிரபுத்துவம் சார்ந்த வங்கியாளர்களாகவும், சமூகப் பொருளாதார நிலையில் உயர்பதவியைப் பெற்றவர்களாகவும் முன்னுக்கு வந்தார்கள். அக்கால கட்டத்தில் அரசுகள் அதிகரித்தபடியால் அவர்களின் பணத்தேவைக்கு முதலாளிகளும் அதிகரித்தார்கள். இவர்கள் அரசுகளின் நிதிப்பங்கீட்டை மேற்கொண்டபோது பணக்கார யூதர்களுக்கான பாத்திரம் குறையத் தொடங்கியது. அவர்கள் சமூகத்திலிருந்து வெளியேற்றப்பட்டவர்களானார்கள். அதன் தொடர்ச்சியில் ஏராளமான பணத்தைக் கொண்டிருந்தார்கள். எவ்விதச் சமூகப் பாத்திரமும் அற்ற நிலையில் அவர்களுக்கான குணாதிசயங்கள், எல்லா வர்க்கத்தினரிடத்திலும் அவர்கள் மீது அதிருப்தியைத் தோற்றுவித்தன. இது எல்லாவிதக் கண்ணிகளையும் அறுத்தது. சுரண்டலுக்குப் பயன்படாத சொத்துடைமையால் சுரண்டுபவனுக்கும், சுரண்டப்படுபவனுக்கும் இடையேயான உறவுகூட அற்றுப் போயிருந்தது. மேற்கண்ட இருமைகள்கூடக் கோட்பாட்டுக்குள் வராத வர்க்கம் என்ற உணர்வை ஏற்படுத்தவில்லை.

இதன் தர்க்க ரீதியான தொடர்ச்சிதான் பிற்காலத்தில் ஹிட்லரின் யூத வெறுப்புக்கான முகாந்திரமாக அமைந்தது என்றார் அனா. அவர்கள் சமூகமாக இணைந்து எவ்வித நடவடிக்கையும் மேற்கொள்ளாமல் பல நாடுகளில் வேர்களற்ற நகரத்துக் கும்பல்களாக மாறிப்போனார்கள். அவர்களுக்கு எதிரான வன்செயல் தோன்றியபோது அவர்கள் கும்பல்களாகப் பிளவுண்டுப் போனார்கள். யூத வெறியுணர்வு கொண்டவர்கள் ஒரு கூட்டமாகவும், சிந்தனையாளர்கள், கலைஞர்கள் ஆகியோர் மறு கூட்டமாகவும் ஆனார்கள். மரபான வியாபாரிகள் வியாபாரத்தில் ஆழ்ந்து போய் எவ்விதச் சமூக, பொருளாதாரப் பங்களிப்புமற்றவர்களாக இருந்தார்கள். ஐரோப்பாவில் இருபதாம் நூற்றாண்டின் நடுப்பகுதி வரை யூதர்களிடையேயான இந்தப் பிரிவினை இருந்துகொண்டிருந்தது. அனாவின் மேற்குறிப்பிட்ட தரவுகளே யூத வெறுப்பின் அடிப்படை.

லியோ இதற்கு என்ன சொல்ல வருகிறார்? யூத வெறுப்பைப் புறநிலை மறுப்பின் மூலம் திருப்ப விரும்புகிறாரா? *nation* என்பதற்கு வெறும் நிலம்தான் என்று ஏன் அர்த்தம் கொள்கிறீர்கள்? அது பின்னோக்குத் தகவல் களை உள்ளடக்கி இருக்கிறது. நான் பாலஸ்தீன் தேசியக் கவுன்சிலில் உறுப்பினராக இருந்த நேரம். எடின் பாலிபர் இஸ்ரேலியப் பல்கலைக் கழகத்தில் உரையாற்றுவதற்காக வந்திருந்தார். அவருடனான உரையாடலின் போது நான் கேட்டேன்: 'நீங்கள் ஏன் யூத வெறுப்புக் கருத்தாக்கத்தை இயந்திர உள்ளடக்கத்திற்கு உட்படுத்துகிறீர்கள்? அனாவும், டோனி கிளிப்பும் சொன்ன அடிப்படைகளை நீங்கள் மறுக்கிறீர்களா?' என்றேன். அவரால் அத்தருணத்தில் சரியான பதிலளிக்க முடியவில்லை. பெர்டிரான்ட் ரஸ்ஸல் எழுபதுகளில் சொன்னார்: 'மத்தியக் கிழக்கின் சிக்கல் வளர்ந்த முறைகள் ஆபத்தானவை. கடந்த இருபதாண்டுகளில் இஸ்ரேல் போர்த் தளவாடங்களால் தன்னைப் பெருக்கிக் கொண்டு வந்திருக்கிறது. ஒவ்வொரு முறையும் அது தன்னை விரிவாக்கும்போது, பகுத்தறிவுக்கு அழைப்பு விடுத்தும், பேச்சுவார்த்தைகள் மூலம் தீர்க்கலாம் என்றும் சொல்லிக் கொண்டு வந்திருக்கிறது. இது ஏகாதிபத்திய சக்திகளின் வழக்கமான பாணி. ஏற்கனவே போர்வலிமையினால் ஆக்கிரமித்ததை உறுதிப்படுத்திக் கொள்ள பேச்சுவார்த்தை ஒரு கருவியாகிறது. இஸ்ரேலின் இத்தாக்குதலை நாம் கண்டிக்க வேண்டும். அது வெறும் ஒரு நாடு மற்றொரு நாட்டை ஆக்கிரமிக்கக்கூடாது என்ற பொருளில் அல்ல. மாறாக ஒவ்வொரு ஆக்கிர மிப்புமே - எந்த அளவு ஆக்கிரமிப்பை உலகம் பொறுத்துக்கொள்ளும் என்று - ஆழம் பார்க்கும் சோதனை முயற்சி என்பதால்தான்.' அவர் சொல்லிவிட்டுச் சென்றவை இன்னமும் கலையாமல் இருக்கின்றன.

என்னுடைய முதன்மையான புள்ளியே பாலஸ்தீன் ஆக்கிரமிப்பும் அவர்கள் அகதியானதும்தான். அதற்குத் தேசிய இருப்பிடம் ஒரு பதிலீடாகுமா என்பதுதான். சியோனிஸ்ட் மற்றும் பிற அறிவுஜீவி களுடனான உரையாடல்களின்போது இதைத் தெளிவாகச் சொல்லி இருக் கிறேன். இருபதாம் நூற்றாண்டின் தொடக்க கட்டத்தில் எப்படி இருந்ததோ அதைப் பராமரிக்கலாம் என்றேன். ஐரோப்பியச் சூழலில் சியோனிசம் எழுச்சி பெற்ற காலத்திலேயே யூதர்களின் குடியேற்றம் அங்குப் பரவலாக இருந்தது. இருபதாம் நூற்றாண்டு உலகில் மிகுந்த அதிர்வை ஏற்படுத்திய மார்க்சியத் தத்துவவாதிகள் பலரும் யூதர்கள்தாம். Truth claim ஆக நுண் கதையாடல்களை நீங்கள் உங்களுக்காக வாசித்துக்கொள்ளுங்கள். வாழ்வி லிருந்து பிரிக்கப்பட்ட துயரம் ஒன்றின் மறுகட்டமைப்புக்காக என்னை நானே ஈடுபடுத்தி இருக்கிறேன்.

●

ஓரியண்டலிசமும் அரபு அறிவுஜீவிகளும்

எட்வர்ட் செய்துடன் நூரி ஜரா நேர்காணல் *

கேள்வி: உங்கள் புத்தகம் ஒன்றின் முன் அட்டைப்படம் ஹமாஸின் சுவர் வாசகத்தை வெளிப்படுத்தும். அதாவது ஹமாஸ் போராட்ட வடிவம் அல்லது அது மாதிரி என்பதாக அதன் பொருள். அந்தப் படத்தை நீங்களா தேர்ந்தெடுத்தீர்கள்?

எட்வர்ட் செய்த்: இல்லை. பதிப்பாளரே அந்தப் புத்தகத்தின் வடிவத்தைத் தேர்ந்தெடுத்தார்.

உங்களுக்கு இதில் மாறுபட்ட பார்வை உண்டா?

இல்லை. இந்த விவகாரத்தில் நான் அதிகமாகச் சம்பந்தப்படவில்லை. மேலும் நான் இதற்கு எதிரானவன் அல்லன். ஏனென்றால், இது வெறும் வடிவம் மட்டுமே. எனக்கு அதில் முக்கியமாகப்படுவது அதன் உள்ளடக்கமே.

உங்களின் சிறந்த வாசகர்களாகிய அறிவுஜீவிகள் எல்லாம் நவ இஸ்லாமியக் குழுக்களைச் சார்ந்தவர்கள். அவர்களின் ஆய்வுகளில் உங்கள் கருத்துகளை, எழுத்துகளை மேற்கோள் காட்டுவது அதிகரித்து வருகிறதே?

நிச்சயமாக இந்த விஷயம் பற்றி நான் அடிக்கடி வெளிப்படுத்தி இருக்கிறேன். அதில் என்னுடைய கருத்துகள் பலவற்றுக்குத் தவறாக விளக்கம் அளிக்கப்படுவதைக் கண்டிருக்கிறேன். குறிப்பாக அவர்கள் இஸ்லாமிய இயக்கங்களை விமர்சிக்கும் விஷயத்தில். முதலாவதாக, நான் மதச்சார் பற்றவன். இரண்டாவதாக நான் மத இயக்கங்கள் மீது நம்பிக்கை கொள்ள வில்லை. மூன்றாவதாக அந்த இயக்கங்களின் முறைமை, வழிகள், பகுப்பாய்வு, மதிப்பீடுகள், பார்வைகள் ஆகியவற்றின் மீது எனக்கு உடன்பாடில்லை. ஒரு குறிப்பிட்ட விளக்கத்தின்படி ஓர் ஆசிரியனின் நூலை வாசிக்கும்போது அது அடிக்கடி நிகழ்ந்தால் தவறான புரிதல்

* *அதிகாரம், அரசியல் மற்றும் பண்பாடு - Power, Politics and Culture* என்னும் நூலிலிருந்து.

ஏற்பட சாத்தியப்பாடு அதிகம். என் ஓரியண்டலிச நூலின் புதிய பதிப்பில் நான் இந்த விஷயம் குறித்து அறிவுறுத்தி இருக்கிறேன். அதில் எனக்கும், இஸ்லாமிய வாசிப்பிற்குமான மிகப்பெரும் வேறுபாட்டைக் குறிப்பிட்டிருக் கிறேன். நான் இஸ்லாம் பற்றிப் பேசவில்லை. மாறாக மேற்கில் இஸ்லாம் பற்றிய சித்திரமும், அதன் அடிப்படை மீதான அவர்களின் விமர்சனமும் பற்றிய பார்வையே அது.

தற்போதைய அரபு மொழி எழுத்துகளின் வாசிப்புப் போக்கானது ஓரியண்டலிசம் இந்தியா, லத்தீன் அமெரிக்கா, ஜப்பான், ஆப்பிரிக்கா ஆகிய நாடுகளில் மிகப்பெரும் தாக்கத்தை ஏற்படுத்தி இருக்கிறது என்றும், அரபு மொழி வாசிப்பு என்பது மற்ற மொழிகளைவிட முக்கியமானது என்றும் நீங்கள் நினைக்கிறீர்களா?

இந்தக் கேள்விக்கு நான் முன்னர் பயன்படுத்திய எடுத்துக்காட்டுகளைத் தான் குறிப்பிடுகிறேன். இந்தியா, ஜப்பான், அல்லது தென்னாப்பிரிக்கா ஆகியவற்றின் ஆய்வுகள் எனக்கு அரபுலகைவிட ஆழமாகத் தெரிகின்றன. குறிப்பாக இந்திய வரலாற்றுப் புலத்தில் அடித்தள மக்கள் பற்றிய ஆய்வானது மூன்றாம் உலக சிந்தனைப் பள்ளிகளில் முக்கியமானதும், அது எழுத்தில் பின்காலனியச் சிந்தனையை உற்பத்தி செய்வதும் மற்றும் தீவிர வரலாற்றுப் பகுப்பாய்வுமாகும். இந்தச் சிந்தனைப் பள்ளியானது ஓரியண்டலிசத்தில் மிகுந்த செல்வாக்குச் செலுத்துவதுடன், எந்த அமெரிக்கப் பல்கலைக்கழகத்திலும் இந்தச் சிந்தனைப் பள்ளி பற்றிய பிரதிநிதிகள் இல்லாமல் இல்லை. உண்மையில் இதற்கு இணையானச் சிந்தனைப் பள்ளிகள் அரபுலகிலும் இஸ்லாமிய உலகிலும்கூட இல்லை. அடித்தள மக்கள் பற்றிய ஆய்வானது அமெரிக்க வரலாற்றை எழுதுவதிலும் தாக்கம் செலுத்துகிறது. அது மாதிரியே மற்ற உலகப் பல்கலைக்கழகங்களிலும் தாக்கம் செலுத்துகிறது. என்னைப் பொறுத்தவரை ஓரியண்டலிசம் அரபு உலகைவிட மற்ற பகுதிகளில் அதிகமாகக் கவனிக்கப்படுகிறது.

இதற்கு என்ன காரணம்?

காரணம், ஓரியண்டலிசம் என்பது அடிப்படையில் அரபுலகினரால் கருத்துகளின் அடிப்படையிலான பகுப்பாய்வுச் சிந்தனையின் வளர்ச்சி யாகப் பார்க்கப்படாமல், வெறும் முரண்பாட்டு வழிமுறையாகப் பார்க்கப்பட்டது. இதன் காரணமாக ஓரியண்டலிசம் என்பது அவமான கரமான ஒன்றாகப் பார்க்கப்படுகிறது. நீங்கள் ஒருவரை அவமதிக்க வேண்டுமென்றால் அவரை ஓரியண்டலிஸ்ட் என்று அழைத்தால் போதும். இதுவே என் புத்தகத்தின் மிகைப்படுத்தப்பட்ட வாசிப்பின் எதிர்மறையான விளைவுகள்.

உங்கள் புத்தகத்தில் நீங்கள் இந்தச் சொல் பற்றியக் கவலைக்குரிய எடுத்துக்காட்டுகளை அடிக்கடிக் குறிப்பிட்டிருக்கிறீர்களே?

இருக்கலாம். ஆனால் ஓரியண்டலிசமும் அதன் சூழலும் அவமதிக்கப் பட்டதன் எல்லையைவிட மிக விரிந்த சூழலில் ஓர் ஆசிரியன் என்ற முறையில் நான் அதற்குச் சார்பானவன் என்பதை ஒத்துக்கொள்கிறேன். ஆனால் மிக முக்கியமான விஷயம் அந்தப் புத்தகம் பகுப்பாய்வு முறை, ஒழுங்கமைக்கப்பட்ட கோட்பாட்டுச் சட்டகம் ஆகியவற்றை வெளிப் படுத்துகிறது. அது எவ்வகையிலும் இந்த ஓரியண்டலிஸ்ட் என் எதிரி என்றோ, இது எனக்கு எதிரானது என்றோ, இதை நான் விரும்புகிறேன் அல்லது இதை வெறுக்கிறேன் என்றோ குறிப்பிடவில்லை. மேலும் அரபு சமூகத்தில் அந்த முறைமையின் அடிப்படையில் நாங்கள் சிறைக்கைதிகள், நாங்கள் கடந்தகால இருளிலிருந்து விடுபட்டு ஒன்றை வளர்த்தெடுக்க இயலாதவர்களாக இருக்கிறோம் என்பதையே இங்குக் குறிப்பிட விரும்புகிறேன்.

உங்கள் வாசகர்களில் பலர் உங்கள் கோட்பாடுகளுக்கு எழுத்து வடிவில் எதிர்வினையாற்றுவதில்லை. அவர்கள் உங்கள் புத்தகத்தில் நீங்கள் முன்வைக்கும் சூழலின் அடிப்படையில் கருத்துகளை எடுத்துக்கொள் கிறார்கள். இங்கு வேறுபாடு என்னவென்றால் வாசிப்பு என்பது எழுத்தாக மாறவில்லை.

இது வெறும் வாசிப்பை அடிப்படையாகக் கொண்டது. அது எழுத்தாகவோ, விவாதமாகவோ மாறவில்லை. நான் ஒன்றை இங்குக் குறிப்பிட விரும்புகிறேன். ஓரியண்டலிசம் 1978இல் வெளிவந்தது. கடந்த இருபது ஆண்டுகளாகச் சுமார் பத்துப் புத்தகங்களை எழுதியிருக்கிறேன். பண்பாடும் ஏகாதிபத்தியமும் (Culture and imperialism) உட்பட. இந்தப் புத்தகங்கள் எல்லாம் இலக்கிய விமர்சனம், தத்துவம் மற்றும் பிற விஷயங்களை அடிப்படையாகக் கொண்டிருக்கின்றன.

நீங்கள் உங்கள் புத்தகத்தின் ஆதிக்கத்திலிருந்து விடுபட விரும்புகிறீர்களா?

ஓர் ஆசிரியன் புதிய ஒன்றை அளிப்பதற்குத் தொடர்ந்து முயல வேண்டும். அது அவனின் எழுத்தாக்கம் குறைவதைத் தடுக்கும். எல்லோரது அறிவும் அவர்களின் வித்தியாசமான எழுத்துகள் மூலம் புதிய சிந்தனையை வளர்த்தெடுக்கும். இது மக்கள் என் புத்தகத்தை வாசிக்கும்போது எனக்கு முக்கியமாகப்படுகிறது. என்னுடைய முக்கிய ஆர்வமே தொடர்ந்த எழுத்தின் மீதான கவனமே அன்றி, ஏற்கனவே எழுதியதைத் திருப்புவது அல்ல. அதாவது, எனக்கு இன்னும் சற்று தூரம் கடக்க வேண்டிய திருக்கிறது.

கீழைச் சிந்தனையாளர்கள்: ஓர் அறிமுகம்

அரபுலகின் தற்போதைய நிகழ்வுகளின் போக்கானது அறிவுஜீவிகளின் கருத்துகள், பகுப்பாய்வு, ஆராய்ச்சி ஆகியவற்றில் மிகப் போதுமான அளவு பிரதிபலிக்கவில்லை என்று நீங்கள் நினைக்கிறீர்களா? இவர்கள் உண்மைகளைக் கண்டு அதிர்வதுடன், வலுவான சிந்தனையை உற்பத்தி செய்வதற்குப் பதில் எதிர்வினைகளையே அதிகம் உற்பத்தி செய்கிறார்கள்.

இது அரபுலகில் குறிப்பிட்ட எல்லை வரை சரியான விஷயம். என்னுடைய தனிப்பட்ட பிரச்சினை என்னவென்றால், நான் இப்பகுதியிலிருந்து துண்டிக்கப்பட்டு இருக்கிறேன். மேலும், என்னுடைய அன்றாட, வாராந்திர, மாத, வருட வேலை என்பது நான் வாழும் மேற்குலகம் சார்ந்ததாக இருக்கிறது. இரு அமெரிக்கப் பல்கலைக்கழகங்களைத் தவிர (கெய்ரோ, பெய்ரூத்) மற்றபடி எனக்கு எந்த அரபுப் பல்கலைக் கழகத்தோடும் உறவில்லை. அதனால் அங்குள்ள பேராசிரியர்கள், ஆய்வாளர்கள், அரபு அறிவுஜீவிகள் ஆகியோரைப் பற்றி தெரிய வாய்ப்பில்லை. ஆக நிலைமையின் போதாமை குறித்தவனாக நான் இருக்கிறேன். ஆனால் கிடைக்கும் விவரங்களை வைத்து எனக்கு உங்கள் உள்வாங்கலை மிக வேகமாகப் புரிந்துகொள்ள முடிகிறது.

நீங்கள் இன்னும் புனர் மார்க்சியத்தை எதிர்ச் சொல்லாடலாகப் பார்க்கிறீர் களா? உங்களின் முந்தைய குறிப்புகளின் அடிப்படையில் நான் புரிந்து கொண்டது என்னவென்றால் நீங்கள் இது சாத்தியமா அல்லது சாத்திய மில்லையா என்பது குறித்த கேள்வியில் இருக்கிறீர்கள். இந்தக் கேள்வி மிகத் தீவிரமானதும், வெளிப்படையானதுமாக நமக்குத் தெரிகிறது. தற்போதைய உலக நெருக்கடியில் புனர் மார்க்சியம் நம்பிக்கை தரும் தடமாக இருக்க முடியும் என்று நான் நினைக்கலாமா?

மார்க்சிய விவகாரம் குறித்து நான் விவாதிக்க விரும்பவில்லை. ஏனென்றால் அதன் சொற்கள் பற்றிய சர்ச்சைக்குள் நான் உள்ளாக விரும்பவில்லை. இங்குக் கேள்வியே மார்க்சியம் என்பது என்ன, நான் மார்க்சியனா அல்லது மார்க்சியன் இல்லையா என்பதல்ல. நான் இதை முற்றிலும் வித்தியாசமாகப் பார்க்கிறேன். ஒரு தாராள மற்றும் சுதந்திர அறிவுஜீவி என்ற நிலையில் அவை மார்க்சியமோ, வேறொன்றோ நான் கோஷங்களுக்குக் குறைந்த அளவே முக்கியத்துவம் கொடுக்கிறேன். மார்க்சியப் பகுப்பாய்வு முறை அல்லது பொருளாதாய பகுப்பு முறை, அதன் பாடங்களும், கூறு களும் தற்போது நாம் வாழும் முறைமை பற்றிய புரிதலுக்கு மிகவும் உதவுகின்றன. இங்கு மார்க்சிய ஆய்வுமுறையாக நான் குறிப்பிடுவது கிராம்சி, லூக்காஸ் ஆகியோரின் பங்களிப்புகளைத்தான். இதன் வழி மார்க்ஸ் எதைச் சிந்திக்கவில்லை, தற்போதைய சூழலுக்கு நாம் எதைப் பயன்படுத்த முடியும் என்பதைப் பற்றி நாம் பகுப்பாய்வு செய்ய முடியும்.

நமக்குத் தேவை மரபார்ந்த மார்க்சியத்தை மறுஉற்பத்தி செய்வதோ, கோஷங்களை உயிர்ப்பிப்பதோ அல்ல. மாறாகத் தற்போதைய சூழலுக்கு ஏற்ப புதிய சொல்லாடல்களை உற்பத்தி செய்வதும், புதிய கண்ணோட் டத்தோடு கூறுகளைக் கண்டறிந்து அவற்றைச் செயல்படுத்தலுமே.

மூாக் தெரிதாவின் நிரந்தர நாடுகடத்தல் குறித்து என்ன நினைக்கிறீர்கள்? இது மாதிரியே பாலஸ்தீனர்களையும் நாம் கருதலாமா?

ஒரு வேளை.

பிறகு இரு நிலைமைகளுக்கும் இடையே என்ன வேறுபாட்டைக் காண்கிறீர்கள்?

வேறுபாடு என்னவென்றால் யூதர்கள் பாலஸ்தீன் பிரதேசத்துடனான தங்களின் உறவு 3000 ஆண்டுகள் முந்தையது என்கிறார்கள். அங்கிருந்து அவர்கள் 2500 ஆண்டுகளுக்கு முன்பு நாடுகடத்தப்பட்டு இடப்பெயர்வுக்கு உள்ளாக்கப்பட்டனர். ஆனால் பாலஸ்தீனர்களின் கட்டாயப் புலப்பெயர்வு நேற்றுதான் ஆரம்பமானது. மேலும் யூதர்களின் அதிகாரபூர்வ வரலாறு என்பது டயஸ்போராவினாலும், நிரந்தர நாடுகடத்தல் கருத்தாலும் உருவாக்கப்பட்டது என்பதை மறக்க வேண்டாம். இந்த வரலாறு நிறையத் தொன்மங்களுக்குப் பயன்படுகிறது. பாலஸ்தீனர்களாகிய நாம் இந்தத் தொன்மங்களைத் தவிர்த்துவிட வேண்டுமென்று நான் நினைக்கிறேன். மேலும் அறிவுஜீவிகளாகிய நாம் வரலாற்று மற்றும் பருண்மையான உண்மைகள் மீது அதிகக் கவனம் செலுத்தி, தொன்மப் பரிமாணங்கள் பயன்படுத்தப்படுவதை நிராகரிக்க வேண்டும். பாலஸ்தீன் அகதி எப்போதுமே பாலஸ்தீன் அகதியாகத்தான் இருக்கவேண்டும் என்ற கருத்தை என்னால் ஏற்றுக்கொள்ள முடியாது. அகதிகளாக இருக்கும் பாலஸ்தீனர் களின் தற்போதைய நிலைமையைக் கையாளாத வரை பாலஸ்தீன் பிரச்சினைக்கு எதார்த்தத் தீர்வு ஏற்படும் என்று நான் நினைக்கவில்லை. ஆக கேள்வியே நாம் கடந்த காலத்திலிருந்து விடுபட்டு 1948க்கு முந்தைய வரலாற்றுக்குத் திரும்ப முடியுமா என்பதே. எனக்கு சந்தேகமாகத்தான் இருக்கிறது. நாம் இழப்புகளால் பாதிக்கப்பட்டிருக்கிறோம். நம் மக்கள் போராட்டத்தில் தற்காலிகமாகத் தோல்வியுற்றிருக்கிறார்கள். இது எதுவரை? தற்போது இதற்கு யாரிடத்திலும் இறுதி விடை இருக்கும் என்று நான் நினைக்கவில்லை. நாம் இப்போது செய்ய வேண்டியது இந்த இழப்புகளை மட்டுப்படுத்துவதுதான்.

யூதர்கள் டயஸ்போரா என்னும் சொல்லைப் புராதன இடத்தைக் குறிக்கும் கூட்டுப் பழைமை ஏக்கமாகக் கருதுகிறார்கள். பாலஸ்தீனர்கள் சிலர்

இந்தச் சொல்லைப் பாலஸ்தீன் பிரதேசத்திலிருந்து அவர்களின் அந்நிய மாதலைக் குறிக்கப் பயன்படுத்துகிறார்கள். பாலஸ்தீனர்கள் இந்தச் சொல்லை வேறு அர்த்தத்தைக் குறிக்கப் பயன்படுத்த முடியும் என்று நீங்கள் நினைக்கிறீர்களா? குறிப்பாகப் பாலஸ்தீனிலிருந்து நாடு கடத்தப் பட்டவர் அவர்களின் எதார்த்த இடத்தைக் குறிக்கவும், அவர்கள் வீட்டுச் சாவியை இன்னும் வைத்திருக்கிறார்கள் என்பதை வெளிப்படுத்தவும் பயன்படுத்தலாமா? பாலஸ்தீனர்கள் பயன்படுத்த டயஸ்போராவுக்கு மாற்றான வேறு சொல் இருக்கிறதா?

அரபியில் நான் சாதத் (பரவலாக்கம்) என்னும் சொல்லைப் பயன்படுத்து கிறேன். தொன்மக் கற்பனை அடிப்படையிலான பல சொற்கள் மீதான என் விமர்சனமும் எச்சரிக்கையும் தொடர்ந்த போதும் இதனைப் பயன்படுத்தி வருகிறேன். இயல்பாக நான் 'புலம்பெயர்வு' (டயஸ்போரா) என்ற சொல்லை நிராகரித்து வந்திருக்கிறேன். ஆனால் அதைப் பயன்படுத்து வதைத் தடுப்பதற்கு ஒன்றுமில்லை. யூதர்கள் தங்கள் சொந்த கற்பனையை நிறைவு செய்வதற்கு இதனைப் பயன்படுத்துகிறார்கள். ஆனால் நாம் பாலஸ்தீனர்களின் வித்தியாசமான நிலைமையைப் பற்றி உரையாடிக் கொண்டிருக்கிறோம். பாலஸ்தீன் நிலைமையும் பாலஸ்தீனிய சமூக விருப்பமும் அந்தத் தேசத்திற்கு விநோதமானவை.

●

தாரிக் அலி: அடிப்படைவாதமும் பண்பாட்டு அரசியலும்

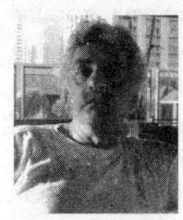

தனிமனிதன் அல்லது சமூகம் தன் நிலைப்பாட்டின் மீதான பொருண்மையின் மீது, அதன் சாராம்சங்கள் மீது காலத்தைக் கடக்க முடியாத நுனிமங்களிலிருந்து தொங்கிக் கொண்டிருப்பதுதான் அடிப்படைவாதம். இது தனிமனிதர்களுக்கிடையே அல்லது சிவில் சமூகங்களுக்கிடையே கருத்தியல் ரீதியான, செயல்பாட்டு ரீதியான மோதல்களையும், அதிகார நவிற்சிகளையும் உருவாக்குகிறது. உலகம் அதை எதிர்ப்பவர்கள் இருப்பதால் மட்டுமே முன்னோக்கி நகர முடியும் என்ற கேதேவின் கோட்பாடு இங்கு முக்கியத்துவம் பெறுகிறது. உலக வரலாற்றில் மாபெரும் அரசுகள் எல்லாம் மதத்தை அடிப்படையாகக் கொண்டு உருவாக்கப்பட்டவை. அவற்றின் நம்பிக்கை, பண்பாடு, அரசியல் மீதே அதன் எதிர்ச்செயல்பாடுகள் நிகழ்ந்தேறின. வரலாறு முன்னோக்கிச் செல்கிறது என்று அழுவதோ, சிரிப்பதோ அல்ல. மாறாக அதைப் புரிந்துகொள்வதே அவசியமானதாகும் என்ற ஸ்பினோசாவின் கோட்பாட்டு அறிவுறுத்தல் அடிப்படைவாதம் வேர்கொண்டு நிற்கும் இந்தச் சூழலில் மிகப்பொருத்தமாக இருக்கிறது. இதன் தர்க்க ஒழுங்கை, கோட்பாட்டுப் பொருண்மையை மார்க்சிய தத்துவார்த்த மற்றும் வரலாற்றுக் கண்ணோட்டத்தோடு நடப்பு உலகில் ஆராய்ந்து வருபவர் பாகிஸ்தான் புலம்பெயர் அறிவுஜீவியான தாரிக் அலி. ஒரு கவலைக்குரிய அதே நேரத்தில் நாடகீயமான இளமைக் காலம் அவருக்குரியது.

தற்போதைய பாகிஸ்தானின் லாகூரில் 1943இல் நிலப்பிரபுத்துவக் குடும்பத்தில் தாரிக் அலி பிறந்தார். இவருடைய தந்தை பிரிட்டிஷ் இராணுவத்தில் இருந்தவர். சிறந்த, விசாலமான வாழ்க்கைப் பின்புலத்தைக் கொண்டவர். நிலப்பிரபுத்துவப் பின்னணியைக் கொண்டபோதும், மார்க்சியக் கோட்பாட்டின் மீது ஆர்வமும், தாக்கமும் கொண்டவர். இவர் தந்தையின் திருமணமே மிகுந்த போராட்டத்திற்கிடையேதான் நடைபெற்றது. அதற்கு அன்றைய பாகிஸ்தானில் நிலவிய மாற்றுச் சிந்தனைகள் மீதான வெறுப்பும்,

மன அயற்சியுமே காரணம். அதன் தொடர்ச்சியின் மீதான எதிர்ச்செயல்பாடும் சிந்தனையுமே தாரிக் அலியின் உருவாக்கம். அன்றைய காலத்தில் லாகூர் பல பண்பாடுகளைக் கொண்ட காஸ்மோபாலிட்டன் நகரமாக இருந்தது. இந்த நகரத்தின் நெளிவான நகர்வுகளுக்கிடையில் தாரிக்கின் இளமைக் காலம் சவால் ஒன்றின் முன்னோக்கத்திற்காகக் காத்திருந்தது. பள்ளிப் படிப்பை லாகூரில் முடித்த தாரிக் அலி பஞ்சாப் பல்கலைக்கழகத்தில் பட்டப்படிப்பை முடித்தார். தன் தந்தையைப் போன்று இளமைக்காலம் தொட்டே தாரிக் மத விவகாரத்தில் அவநம்பிக்கையாளராக இருந்தார். இதன் தொடர்ச்சி அவரைக் கல்லூரிப் பருவத்தில் முதிர்ச்சி பெற்ற அரசியல் மற்றும் தத்துவச் சிந்தனையாளராக மாற வைத்தது. பஞ்சாப் கல்லூரி வாழ்க்கையின் தொடக்க காலங்களில் அவரின் பேச்சும், எழுத்தும் பாகிஸ்தானின் இராணுவ சர்வாதிகார வர்க்கத்தை உசுப்பிவிட்டது. காலப் போக்கின் நகர்வில் தாரிக்கின் தத்துவச் செயல்பாடுகள் அவரின் பாகிஸ்தான் இருப்பைக் கேள்விக்குறியாக்கின. அந்தக் காலகட்டத்தில் ஏற்பட்ட அக, புற நிர்பந்தங்கள் காரணமாக தாரிக் பாகிஸ்தானை விட்டு லண்டனுக்குச் செல்ல நேர்ந்தது.

கீழைச் சிந்தனையாளர்கள் பலரின் வாழ்க்கைப் பின்னணியை நாம் நோக்கும்போது அவர்கள் மேற்கத்திய நாடுகளுக்குப் புலம்பெயர்தல் அல்லது புலப்பெயர்ச்சிக்குள்ளாகுதல் என்ற கட்டத்தில் இருந்துதான் அவர் களின் எதார்த்த வாழ்வின் இன்னொரு கட்டம் தொடங்குகிறது. இதன் காரணங்கள் விரிவாக ஆராயப்பட வேண்டியவை. நேர்மாறான நிலையில் மேற்கத்தியர்கள் எவரும் தம் செயல்பாட்டிற்காகக் கீழைத்தேயத் திற்குப் பெயர்ந்து வருவதில்லை. (விதிவிலக்கான தருணங்கள் தவிர) மேற்கு நாடுகளின் வட்டத்திற்குள்தான் அவர்களின் செயல்பாடுகள் அமைகின்றன. கீழைச் சிந்தனையாளர்கள் மேற்கைத் தங்கள் சிந்தனைக்கான சுதந்திர வெளியாக, செயல்பாடுகளுக்கான பரப்பிடமாகக் காண்பதே அதற்குக் காரணம். அது மாதிரியே தாரிக்கின் லண்டன் வாழ்க்கை அவரின் ஆளுமை உருவாக்கத்திற்கான தொடக்கப் புள்ளி. அதற்கான விரிவான சாத்தியப்பாடுகளை அது உருவாக்கி விட்டிருந்தது. லண்டன் ஆக்ஸ்போர்ட் பல்கலைக்கழகத்தில் பொருளியல் படித்த தாரிக், படிக்கும் காலத்தில் வியட்நாம் போர் எதிர்ப்பு இயக்கத்தில் தீவிரமாகப் பணியாற்றினார். அவருக்கான போராட்டக் களச் செயல்பாடுகள் அதன்மூலம் தொடக்கம் பெற்றன. இளமைக்கால தத்துவார்த்த வாசிப்பும், செயல்பாடுகளும், பல்கலைக்கழகப் பொருளியல் படிப்பும் அவரை அறிவுஜீவி என்ற கட்டத்திற்கு நகர்த்தின. வியட்நாம் போர்க்காலத்தில் பெர்டிராண்ட் ரஸ்ஸல், ழான் பால் சார்த்தர் ஆகியோரின் அறிமுகம் தாரிக் அலிக்குக் கிடைத்தது. அவர்களுடனான உரையாடல்கள் மூலம் தாரிக் தன் சிந்தனை முறையை

விரிவாக்கிக் கொண்டார். அவரின் அனுபவ வெளி மேற்கத்திய அறிவுஜீவி களுடனான தொடர்ந்த உரையாடல்கள் மூலம் அக அனுபவ முதிர்ச்சியாக மாறியது. வியட்நாமுக்குப் பல சிந்தனையாளர்களும், மனித உரிமைப் போராளிகளும் இணைந்த குழுக்களுடன் சென்று நிலைமைகளை நேரில் ஆராய்ந்தார். அதிலிருந்து அமெரிக்க எதிர்ப்புச் சிந்தனை அவரின் கோட்பாட்டுத் தளத்தில் மையம்கொள்ளத் தொடங்கியது. ஜியாவுல் ஹக் தலைமையிலான இராணுவ அரசின் அமெரிக்க ஆதரவு நிலைப்பாட்டைக் கடுமையாக விமர்சித்தார். இதன் காரணமாக அவருக்குச் சில ஆண்டுகளாக பாகிஸ்தானிற்குள் நுழைய அந்நாட்டு அரசு தடை விதித்தது. இது இன்னொரு வகையில் மேற்கத்திய நாடுகளில் அவரின் பெயரைக் குவியப் படுத்தியது.

வரலாறு, மறுமலர்ச்சிக் காலத் தத்துவம் சார்ந்த தொடர்ச்சியான, விரிவான, ஆழ்ந்த வாசிப்பு காரணமாக தாரிக் அலி தம் பின்னால் கணிசமான வாசக வட்டத்தை இழுத்துக்கொண்டார். இதன் பின்னர் அவரின் முறைப்படியான எழுத்து வாழ்க்கை 1960இல் லண்டனில் பிரட் ஹாலிடேயுடன் இணைந்து New left review என்னும் கோட்பாட்டுச் சஞ்சிகை யைத் தொடங்கியதில் இருந்து தொடங்குகிறது. இதே காலகட்டத்தில் சர்வதேச டிராட்ஸ்கிய கட்சியின் உறுப்பினரானார். பிரிட்டனில் அதற்குத் தலைமையும் வகித்தார். அப்போது கட்சியினருடன் இணைந்து Trotsky for beginners என்னும் நூலை எழுதினார். பின்னர் கிழக்கு ஐரோப்பிய நாடுகளின் தோல்வியை டிராட்ஸ்கிஸ்டுகள் கையாளத் தவறியது குறித்த விஷயத்தில் தாரிக் அலிக்கு முரண்பாடு ஏற்பட்டது. அது குறித்து எழுதவும் செய்தார். இதைத் தொடர்ந்து டிராட்ஸ்கிஸ்டுகளுக்கும் இவருக்கும் முரண்பாடு ஏற்பட்டது.

இவரின் முதல் புத்தகம் இஸ்ரேல் குறித்த சித்திரமாக 1968 And after: Inside the revolution என்னும் பெயரில் 1978இல் வெளிவந்தது. அதன் பிறகு பாகிஸ்தான் வரலாறு, அதன் இராணுவ சர்வாதிகாரம் குறித்த புத்தகமாக Can Pakistan survive: Death of a state வெளி வந்தது. தாரிக்கின் தொடர்ச்சியான எழுத்துகள் அவரின் அடுத்தடுத்த நூல்களாய் வெளிவந்தன. 1984இல் 'இருபதாம் நூற்றாண்டில் ஸ்டாலினியம்' குறித்த நூல் ஒன்றை வெளி யிட்டார். அது ஸ்டாலினியம் குறித்த கடும் விமர்சன ஆய்வுமுறையாக இருந்தது. இதன் சமகாலத்தில் தாரிக் புனைவு இலக்கியத்திலும் ஆர்வம் கொண்டிருந்தார். இதன் பிரதிபலிப்பாக Shadow of pomegranate tree, Book of saladin, Stone woman போன்ற நாவல்கள் அவரிடம் இருந்து வெளிவந்தன. அவரின் ஆக்கங்களில் முக்கியக் கோடிடும் பகுதியாக 2002இல் வெளியான The clash of fundamentalism இருந்தது. அடிப்படை வாதம் வேர்கொள்ளும் முறை, அதன் தர்க்கரீதியான தொடர்ச்சி, இருபதாம் நூற்றாண்டு மத்தியக்

கிழக்கின் பிராந்திய முரண்பாடுகள், மோதல்கள், போர்கள், பண்பாட்டுத் தர்க்கவியல் போன்றவற்றைக் குறித்த விரிவான ஆய்வு முறையாக இருந்தது. இதன் மூலம் மேற்கிலும் மத்தியக் கிழக்கு வட்டாரத்திலும் தாரிக் அலி குவியமான அறிவுஜீவியாக முன்னிலைப்படுத்தப்பட்டார். அதற்குப் பிந்தைய ஆண்டில் ஈராக் மீதான அமெரிக்கப் போரை முன்வைத்து, ஏகாதிபத்தியக் கருத்தியலையும், வரலாற்றையும் விளக்கும் Bush in Babylon வெளிவந்தது. இந்த நூலும் அறிவுத்துறை வட்டாரங்களில் குறிப்பிட்ட மாறுதலை ஏற்படுத்தியது. பின்மார்க்சிய, பின்காலனிய, எதிர்-அடிப்படை வாதத் தளங்களில் தொடர்ந்து இயங்கி வரும் தாரிக் அலி தற்போது லண்டனில் வசிக்கிறார்.

தாரிக் அலியின் அடிப்படைவாதம் குறித்த ஆய்வுமுறைகள் முக்கிய மானவை. அடிப்படைவாதம் வரலாறு மற்றும் கோட்பாடு சார்ந்த நுனிமங்கள் மீது தொடக்கம் கொள்கிறது என்கிறார் தாரிக். லௌகீக உலகின் வளர்ச்சிப் போக்கில் சமூகத்தில் ஒவ்வொரு காலகட்டத்திலும் தோன்றும் கோட்பாடுகள், நம்பிக்கைகள் அதன் மனக்கிடங்கில் ஆழ்ந்து பதிகின்றன. அந்தப் பதிதல் சார்ந்தே அதன் அரசியல் உருவாகிறது. நாகரிகங்கள் உருவான காலத்தில் இருந்து தொடங்கும் இவை சில வேளை களில் காலத்தை மீற முடியாதவையாக இருக்கின்றன. மதம் அதன் தொடர்ச்சியில் உருவாகும் நம்பிக்கைகள் இதற்கு எடுத்துக்காட்டுகள்.

அவ்வகையில் உலகில் உருவான எல்லாக் குறு மதங்களும் பெருமதங் களும் இந்த நெறிமுறையில்தான் இருக்கின்றன. இதில் குறுமதங்கள் பெரும் பாலும் வரலாற்றிலிருந்து அழிந்துபோய்விட்டன. நிலைத்திருப்பவை எல்லாம் விதிவிலக்கான தருணங்கள் தவிர பெரும்பாலும் அடிப்படை வாதத்தின் உற்பத்திக்கூடங்களே. இதன் தொடர்ச்சியில் இஸ்லாத்தின் தோற்றத்தைப் பற்றி மதிப்பிடும் தாரிக் அலி அதை அக்காலகட்டத்தின் அதாவது கி.பி ஏழாம் நூற்றாண்டின் அரசியல், பண்பாடு இருந்த நிலை யில் அந்தச் சமூகத்தில் வலுவான நம்பிக்கை முறையை ஏற்படுத்தி ஏகாதிபத்தியத்தை எதிர்ப்பது, வேறுபட்ட பழக்கவழக்கங்களைக் கொண்ட மக்களை ஒன்றிணைப்பது அல்லது இந்த இரண்டையும் செய்வதான நோக்கத்தில் உருவான அரசியல் இயக்கமே என்கிறார். இஸ்லாத்தின் முதல் இருபதாண்டுகளில் குர்ஆன் வெளிப்படுத்திய சொல்லாடல்கள் இந்தக் கருதுகோளை உறுதிப்படுத்துகின்றன. அதற்கு முந்தைய யூதம், கிறிஸ்தவம் போன்றவை இந்தக் கருதுகோளிலிருந்து பிறந்தவைதான்.

உலகப் பேரரசு கனவு என்பதில் இருந்தே இதன் வரலாற்று ரீதியான போராட்டங்கள் நடைபெற்றிருக்கின்றன. கி.பி. ஒன்றாம் நூற்றாண்டில் நடைபெற்ற யூத மற்றும் கிறிஸ்தவத்துக்கு இடையேயான போர்கள், 12 மற்றும் 13ஆம் நூற்றாண்டில் நடைபெற்ற இஸ்லாத்துக்கும் கிறிஸ்தவத்

துக்கும் இடையேயான சிலுவைப்போர்கள், உலகப் பெருமதங்களின் பேரரசு நோக்கத்தை வெளிப்படுத்துபவை.

இந்தியச் சூழலில் ஆரிய-திராவிட நாகரிகத்திற்கிடையேயான போர்களைக் குறிப்பிடலாம். மேலும் சமண, பௌத்த மதங்கள் அழிக்கப்படுதல், அவற்றின் மீதான ஒடுக்குமுறை போன்றவை இந்தத் தர்க்க நீட்சிக்கு எடுத்துக்காட்டுகள். இஸ்லாம் ஏழாம் நூற்றாண்டு கால அரபுலகில் வலுவான அரசியல், பண்பாட்டு இயக்கமாக உருமாறிய பிறகு அதன் எல்லை விரிவாக்கம் படிப்படியாக அதற்கான செயல் தந்திரங்களோடும், புதுமையான யுக்திகளோடும் நடந்தேறியது. இக்காலத்தில் அரேபியப் பாலைவனத்தில் முஸ்லிம் இராணுவத்தின் வெற்றி என்பது குறிப்பிடத் தக்கதாக இருந்தது. அந்த வெற்றியின் வேகம் மத்திய தரைக்கடல் உலகை நோக்கிச் சென்றது. முந்தையக் கிறிஸ்தவத்துடனான முரண்பாடுகள் வெளிப்படுத்த முடியாத ஒன்றாக இருந்தன.

நபியின் மரணத்துக்குப் பிந்தைய இருபது ஆண்டுகளில் அவரைப் பின்தொடர்ந்தவர்கள் பிறைவளப் பகுதிகளில் (ஈராக், சிரியா, லெபனான், பாலஸ்தீன் போன்றவை) தங்களின் முதல் அரசைக் கட்டமைத்தார்கள். இந்த அரச கட்டமைப்பு மற்ற பகுதிகளில் உடனடியாக அதை விரிவுபடுத்து வதற்கான மன வேகத்தை அளித்தது. ஒவ்வொரு விரிவாக்கத்தின் போதும் அப்பிரதேசத்தின் இனக்குழுக்கள் இஸ்லாத்தைத் தழுவிக் கொண்டன.

இதற்கிடையில் கி.பி. ஏழாம், எட்டாம் நூற்றாண்டு காலத்தில் மத்தியக் கிழக்குப் பகுதியில் பைசாண்டிய, பாரசீகப் பேரரசுகள் வலுவான சக்திகளாக இருந்தன. இந்த இரு பேரரசுகளிடையே அக்காலத்தில் பிரமாண்ட போர் மேகம் நகர்ந்துகொண்டே வந்தது. அதன் இழுப்பங்களுடன் கூடிய தொடர்ச்சியான நகர்வு இரு நாடுகளும் தங்கள் பகுதிகளின் மீது புதிய வெற்றியாளர்களுக்கு வழி ஏற்படுத்திக் கொடுத்தது. சிரியாவும், எகிப்தும் பைசாண்டியப் பேரரசின் பகுதிகள். ஈராக் பாரசீகப் பேரரசின் பகுதி. இவை அனைத்தும் பலம் பொருந்திய, நம்பிக்கையாளர்களான ஒருங்கிணைந்த இனக்குழு சக்தியின் முன் விரைவாகக் காணாமல்போயின. இரு பேரரசுகளின் உயர் திறன் வாய்ந்த, அனுபவம் மிக்க போர் இயந்திரங்கள் எண்ணிக்கை அடிப்படையில் அதிகமாக இருந்தபோதும், நடைமுறையில் பலவீனமாக இருந்தன. அரேபிய முஸ்லிம் இராணுவத்தின் ஒட்டகப்படைகள், குதிரைப்படைகள், மறைந்திருந்து தாக்கும் கொரில்லா போர் முறைகள், திடீரெனத் தாக்கிவிட்டு மறையும் நாடோடி தாக்குதல் முறை போன்ற போர் உத்திகள் இரு பெரும் பேரரசுகளைத் தோல்வியுறச் செய்தன.

மத்தியக் கிழக்குப் பகுதியில் இந்த இரு பேரரசுகளின் வீழ்ச்சியோடு இஸ்லாத்தின் முறைப்படியான இருப்பு இங்கு தொடங்குகிறது. உலக

வரலாற்றில் இவ்வாறு வலிமையான அரசுகள் வலிமையற்ற மனிதர்களால் வெல்லப்பட்டிருக்கின்றன. ரோமானியப் பேரரசைப் பலம் குன்றிய ஜெர்மானியர்கள் வென்றதும், மெக்சிகர்களிடமிருந்து யாங்கிகள் கலிஃபோர்னியாவைக் கைப்பற்றியதும் இந்தக் கருத்தாக்கத்தை மேலும் உறுதி செய்பவை.

இவ்வாறான நிலையில் இஸ்லாமிய அரசுகள் அந்தந்தப் பகுதிகளில் வேர்கொண்ட பிறகு சமூக உற்பத்தி மீதும் இயற்கையோடு இயைந்த செயல்பாடுகள் மீதும் கவனம்கொள்ளத் தொடங்கின. குறிப்பாக அறிவியல், மருத்துவக் கண்டுபிடிப்புகள் மீது அதீத கவனமும், அவதானமும் அவர்களுக்கிருந்தன. அப்பாஸிகள் இதற்கான செயல்திட்டங்களை வைத்திருந்தார்கள். குறிப்பாக மருத்துவத் துறையில் அவர்களின் பங்களிப்பு அபாரமாக இருந்தது. முதல் ஆயிரத்தாண்டு முழுவதும் மருத்துவத் துறையின் வளர்ச்சி அறிவின் நீண்ட, குறுக்கு நெடுக்குமான பயணத்திற்கு எடுத்துக்காட்டாக இருந்தது. பாரசீகத்தின் பல நகரங்கள் இதற்கான வாயில்களாக இருந்தன. அரபுலகின் முதல் மருத்துவராக அறியப்பட்ட ஹாரித் இப்னு ஹலதா அக்கால பாரசீக அரசின் ஆலோசகராக நியமிக்கப்பட்டார். அக்காலத்தில் அவரின் மருத்துவ ஆலோசனைகள் புகழ்பெற்றவை. அதிக உணவு உண்பதைத் தவிர்த்தல், கலக்காத ஒயினை அருந்துதல், அன்றாடம் அதிகத் தண்ணீர் பருகுதல், மது அருந்திவிட்டு உடலுறவு கொள்ளாமை, சாப்பிட்டுவிட்டுக் குளிப்பதைத் தவிர்த்தல் ஆகியவை அரசவையிலிருந்து குடிமக்களுக்குப் பரப்பப்பட்டன. அந்த ஆலோசனைகள் அதிகாரபூர்வ முறையில் நடைமுறைப்படுத்த முயற்சிகள் மேற்கொள்ளப்பட்டன. இதனைத் தொடர்ந்து இப்னு ஸீனா, அல் ராசி ஆகிய மருத்துவத் தத்துவ வியலாளர்கள் அரபுலகில் தோன்றினர். இவ்வாறாக மருத்துவத் துறையின் விதை அன்றைய பாரசீகத்தில் விதைக்கப்பட்டு அரபுலகம் முழுவதும் வேர்கொண்டு மரமாகக் கிளைத்தது.

இஸ்லாத்தின் தோற்றம் அதன் அரசியல், புவிப் பொருளியல் பார்வை குறித்துத் தன் 'அடிப்படைவாத மோதல்கள்' (The Clash of Fundamentalism) என்னும் நூலில் ஆராய்ந்த தாரிக் அலி அதன் முடிபுகளை நீண்டகன்ற முறையில் ஆழ்ந்து வெளிப்படுத்தினார். அவரின் சிந்தனை முறைகள் மரபான மேற்கத்தியச் சிந்தனையாளர்களிடமிருந்து வேறுபட்டவையாக இருந்தன. மரபார்ந்த முறையில் அவர் கீழைத்தேயவாதியாக இருப்பதால் மத்தியக் கிழக்கு சமூகம் குறித்த இந்த ஆய்வு முறை அவருக்கு விரிவான தளங்களைத் தொடுவதற்கான வாய்ப்பை வழங்கியது. மேலும் மேற்கத்திய நாகரிகம் குறித்தும் இஸ்லாமிய நாகரிகம் குறித்தும் அடிப்படையான ஆய்வு முறைகளை அவர் நிகழ்த்தியிருக்கிறார். மேற்கத்திய நாகரிகம் குறித்த ஆய்வில் தாரிக் பிரிட்டனின் காலனியாதிக்க நடவடிக்கைகள் குறித்து

வெளிப்படுத்தினார். குறிப்பாக இந்தியாவில் பிரிட்டிஷ் ஆட்சியின் செயல்பாடுகளை விமர்சிப்பதில் இருந்து அதைத் தொடங்கினார்.

இருபதாம் நூற்றாண்டின் முதல் அரைப்பகுதியில் இந்தியாவில் பிரிட்டிஷ் ஆட்சிக்கு எதிராகப் போராட்டம் தீவிரமடைந்த காலத்தில் அமெரிக்கப் பத்திரிகையாளர் ஒருவர் காந்தியிடம் கேட்டார்: 'மேற்கத்திய நாகரிகம் குறித்து என்ன நினைக்கிறீர்கள்?' 'அது ஒரு சிறந்த கருத்தாக இருக்கலாம்' என்று காந்தி எள்ளல் முறையில் மிகச் சாதாரணமாகப் பதிலளித்தார். காந்தியின் இந்தப் பதிலைத் தற்போதைய கட்டத்துக்கு நகர்த்தும் தாரிக் அலி அமெரிக்க ஏகாதிபத்தியத்தின் மத்தியக் கிழக்கு நாடுகள் மீதான ஒடுக்குமுறையை, கண்ணுக்குப் புலப்படாத ரீதியில் நாகரிகத்தின் மேல் படும் தாக்குதலாகவே காண்கிறார். குறிப்பாக ஈராக் மீதான அமெரிக்கப் போர் நடவடிக்கையைக் கடுமையாக விமர்சித்தார். மேற்குலகு ஈராக்கில் ஜனநாயகம் திரும்பும் என்ற மாயையை வெகுஜன மத்தியில் ஏற்படுத்து கிறது. இது உச்சபச்சமான மேலிருந்து திணிக்கப்படும் ஒடுக்குமுறை என்பதை அந்நாடுகள் உணராமல் இருக்கலாம். மேலும் நாகரிகம் அதன் எதிர்கொள்ளல் குறித்த யுக்திகளுக்கு அமெரிக்க ரெடிமேட் அறிவுஜீவி களின் துணையை நாடுவதை தாரிக் குறிப்பி(ட்)கிறார். குறிப்பாக சாமுவேல் ஹண்டிங்டனும் பிரான்சிஸ் புகாமாவும் இதன் வார்ப்புகள். அவர்களின் நாகரிகங்களின் மோதல் குறித்த கருத்தாக்கம் என்பது அமெரிக்க ஏகாதிபத்தியத்தின் கொள்கை வடிவமைப்பே.

சாமுவேல் ஹண்டிங்டன், ஜான்சன் ஆட்சியில் வியட்நாம் போர் குறித்த வழிமுறைகளை அரசுக்கு வகுத்துக் கொடுத்தவர். சிவிலியன்கள் ஆதரவு இல்லாமல் அந்நிய நாட்டின் மீது போர்தொடுப்பது வெற்றியைத் தராது என்ற கருத்தை அதிகார வர்க்கத்தின் முன்வைத்தவர். இந்தக் கருத்தாக்கத்தைத் தான் அமெரிக்கா ஆப்கானிஸ்தான், ஈராக் போரின்போது பயன்படுத்தியது. சர்வதேச ஊடக சர்வாதிகாரம் இதற்குத் துணைபுரிந்தது. பல தருணங் களில் சாமுவேல் ஹண்டிங்டனுக்குக் கோட்பாட்டு ரீதியாக எதிர்வினை யாற்றியிருக்கிறார். நாகரிகங்கள் குறித்த இந்த ஆய்வு முறை தாரிக் அலியை மேற்கு மற்றும் கிழக்குலகின் தேர்ந்த அறிவுஜீவியாக வடிவம்கொள்ளச் செய்தது. கடந்த இருபதாண்டுகளில் மேற்குலகில் புனைவு மற்றும் புனைவு அல்லாத எழுத்துகளின் எல்லையைக் கடந்த தாரிக் என்னைப் பாதித்த சிந்தனையாளராக இன்னும் இருக்கிறார். இவருடனான என் நேர்காணல் இரு ஆண்டுகளுக்கு முன்பு தமிழ்ப் பத்திரிகை ஒன்றில் வெளியானது. ஓர் அறிவுஜீவி மனித சமூகம், வாழ்க்கை இவற்றைக் குறித்த ஆழ்ந்த அவதானங்களை உடையவன் என்பதற்கு தாரிக் ஓர் அடையாளம். அவர் இந்த நூற்றாண்டின் உதாரண புருஷர்.

●

எண்ணெயும் போரும்

இருபதாம் நூற்றாண்டு உலகிற்கு அளித்த பெருங்கொடை பெட்ரோலியம். இதற்காகவே கடந்த நூற்றாண்டில் போர்கள் பல நடைபெற்றிருக்கின்றன. வியட்நாம் போரில் அமெரிக்கத் தோல்விக்கு எண்ணெயும் ஒரு காரணம் என்று பிந்தையக் கட்டத்தில் போரியல் வல்லுநர்கள் வெளிப்படுத்தினார்கள். இரண்டாம் உலகப்போர் காலகட்டத்தில்தான் பெட்ரோல் குறித்த முக்கியத்துவத்தைச் சர்வதேச சமூகம் உணர்ந்துகொண்டது. இரண்டாம் உலகப்போர் முடிந்த காலகட்டத்தில் பிரான்சு அதிபர் இவ்வாறு குறிப்பிட்டார். 'எமக்கு ஒரு துளி பெட்ரோல் என்பது ஒரு துளி இரத்தத்திற்குச் சமமானது.' இதனைத் தொடர்ந்து எல்லோரும் அதன் தீவிரத்தை உணரத் தொடங்கினார்கள். உலக வரலாற்றில் கனிம வளங்களை மனிதன் போராடித்தான் கண்டறிந்திருக்கிறான். இயற்கை அதன் வளத்தைச் சிலருக்கு மட்டுமே கையளிக்கிறது. இதற்காகவே வரலாற்றில் பல போர்கள் நடந்திருக்கின்றன. காலம் கடக்கும்போது கனிம வளங்களும் மனிதனின் மற்றொரு இருப்பாக மாறுகின்றன. இருப்பும் காலமும் (Being and Time) ஒன்றுக்கு ஒன்று சார்பானவை. இவை பெட்ரோல் விஷயத்தில் சரியாகவே பொருந்துகின்றன.

சராசரி மனிதனின் வாழ்க்கைத் தரம் உயரும்போது பெட்ரோலியப் பயன்பாடும் அதிகரிக்கிறது. இவை தனிமனித வருமான வரம்பிற்கு நேர் விகிதத்தில் இருக்கின்றன. தனிமனிதரின் வருமானம் அதிகரிக்கும்போது அதன் ஒத்திசைவாக பெட்ரோலிய செலவு அதிகரிக்கிறது. இங்கு பெட்ரோல் அளவு மாற்றத்திற்கு உட்படுகிறது. உலகின் தற்போதைய சராசரி பெட்ரோலிய நுகர்வு தனிமனிதருக்கு ஆண்டுக்கு 4.4 பீப்பாய்கள். இவற்றின் சராசரியை வளர்ந்த ஏகாதிபத்திய நாடுகள் அதிகப்படுத்துகின்றன. ஆனால் வளரும் நாடுகளான மூன்றாம் உலக நாடுகள் இன்னும் உலக சராசரிக்குக் கீழே இருக்கின்றன. இந்தியா, ஆப்பிரிக்கா, லத்தீன் அமெரிக்கா ஆகிய நாடுகளின் நுகர்வு விகிதங்கள் இவற்றை வெளிப்படுத்துகின்றன. அமெரிக்கா, கனடா, ஜப்பான், இங்கிலாந்து, பிரான்சு ஆகியவை அதிக அளவில் பெட்ரோலை உறிஞ்சிக் கொள்ளும் நாடுகள். அமெரிக்காவில் தனிமனிதப் பெட்ரோலிய நுகர்வு ஓர் ஆண்டுக்கு சராசரியாக 24 பீப்பாய்கள். இதில் அங்குள்ள பெரும் முதலாளிகளே

எல்லாவற்றையும் உறிஞ்சி சராசரியை அதிகரிக்கச் செய்கிறார்கள். பெட்ரோலின் இந்த முரண் ஓட்டம் நாடுகளுக்கிடையேயான உராய்வு களுக்கு வழிவகுக்கிறது. ஓர் அர்த்தத்தில் போருக்கான துணைக்கோளாகவும் பெட்ரோல் இருக்கிறது. இதனடிப்படையில் இருபதாம் நூற்றாண்டில் மத்தியக் கிழக்குப் பகுதியில் நான்கு போர்கள் நடைபெற்றிருக்கின்றன. இவற்றைப் பற்றி தாரிக் அலி தன் 'அடிப்படைவாத மோதல்கள்' *(The Clash of Fundementalism)* என்னும் நூலில் விரிவாக ஆராய்ந்தார். இரண்டாம் உலகப்போர் காலனியத் தகர்ப்பிற்கான புதிய செயல்முறையைத் தொடங்கி வைத்தது. பழைய பேரரசுகள் எல்லாம் அவற்றின் சொந்த முரண்பாடு காரணமாக பலவீனம் அடைந்தன. ஜெர்மானிய ஏகாதிபத்தியம் தோல்வி யடைந்தது. அமெரிக்கா பொருளாதாரத்திலும் இராணுவத்திலும் பெரும் வல்லரசாக, உலகளாவிய நிலையில் துளிர்விடத் தொடங்கியது.

இரண்டாம் உலகப்போர் முடிந்த கட்டத்தில் அமெரிக்கா, சோவியத் யூனியன் ஆகிய இரு வல்லரசுகளுக்கிடையேயான பனிப்போர் முன்னோக்கிச் சென்றது. அந்தக் கட்டத்தில் அமெரிக்கா, சோவியத், பிரிட்டன் ஆகிய மூன்று வல்லரசுகளும் ஐரோப்பாவைத் தங்கள் ஆதிக்கத்தின் கோளங்களாகக் கூறுபோட, எழுதப்படாத ஒப்பந்தங்களை இட்டுக் கொண்டன. ஸ்டாலின் கிழக்கு ஐரோப்பிய நாடுகளைத் தன் கட்டுப்பாட்டில் வைத்திருந்தபோது, இத்தாலி, பிரான்சு, கிரீஸ் போன்ற நாடுகள் ஆங்கிலோ அமெரிக்க ஏகாதிபத்தியத்தின் கீழ் வந்தன. இந்நிலையில் உலகின் பெரும் பெட்ரோல் மையமாக மத்தியக் கிழக்குப் பகுதி இருந்தது. அன்றைய கட்டத்தில் இது துண்டிக்கப்பட்டு ஏகாதிபத்தியங்களின் துணைக்கோளாக இருந்தது. 1948இல் இஸ்ரேல் உருவான பிறகு இப்பகுதியில் உணர்வு மற்றும் வாழ்நிலை ரீதியான பதற்றம் அதிகமானது. இஸ்ரேலின் உருவாக்கமும், அதன் மீதான மேற்கத்திய அக்கறையும், தாரிக் அலியைப் பொறுத்தவரை எண்ணெய்க்கான செயல் தந்திரமே.

இந்த இடத்தில் மேற்குலகம் இஸ்ரேலை 'எண்ணெய், எண்ணெய், எண்ணெய்' என்பதாகப் பதிலீடு செய்கிறது. இதனடிப்படையிலான முதல் போர் எகிப்துக்கும் இஸ்ரேலுக்கும் மேற்கத்திய வல்லாதிக்க அரசுகளுக்கு மிடையே ஏற்பட்டது. எகிப்து அப்போது நாசரின் கட்டுப்பாட்டில் இருந்தது. நாசர் தொடக்கத்தில் பிரிட்டன் ஆதரவாளராகவும், பின்னர் கம்யூனிச அனுதாபியாகவும், அதற்குப் பிறகு எகிப்து தேசியவாதியாகவும் தொடர்ந்து மாறினார். இரண்டாம் உலகப்போருக்குப் பிறகு எகிப்தின் உள்கட்டமைப்பு, சூழல் தகவமைப்பு, கனிம வளங்கள், புராதனச் சின்னங்கள் இவை குறித்த ஆர்வம் மேற்கத்திய அரசுகளுக்கு ஏற்பட்டது. நாசர் சோவியத் யூனியனின் அனுதாபியாக மாறியபோது பிரிட்டன் அவரைக் கொலை செய்ய குறி வைத்தது. ஆனால் அது நிறைவேற

வில்லை. நாசர் தொடர்ந்து எகிப்து நலன் சார்ந்த திட்டங்களைச் செயல்படுத்தினார்.

இந்நிலையில் இந்தியப் பிரதமர் நேரு எகிப்துக்குச் சென்று நாசரைச் சந்தித்தார். ஆப்பிரிக்க நாடு என்ற வகையில் எகிப்து தனித்து இயங்க வேண்டும் என்றும், அணிசேரா அமைப்பில் சேர வேண்டும் என்றும் நேரு வலியுறுத்தினார். 1955இல் நடந்த அதன் மாநாட்டில் நாசர் இந்தியா, சீனா ஆகியவற்றின் ஆதரவால் அதிகம் தாக்கமுற்றார். எகிப்து எப்பொழுதும் பனிப்போர் காலகட்டத்தில் இருந்து விலகியே இருக்க வேண்டும் என்று அவரிடம் நேரு வலியுறுத்தினார். பின்னர் யூகோஸ்லோவியா அதிபரான டிட்டோவை நாசர் சந்தித்தார். டிட்டோவும் நேருவின் வாதத்திற்கு வலு சேர்க்கும் வகையில் பனிப்போர் அணிகளிலிருந்து விலகி இருக்கும்படி நாசரை வலியுறுத்தினார். அதே நேரத்தில் எகிப்திலிருந்து நிரந்தரமாக விலகிக்கொள்ளும்படி பிரிட்டனை வலியுறுத்தலாம் என்றார். அதே காலகட்டத்தில் எகிப்தில் இஸ்லாத்திலும் அதற்கு வெளியிலும் கருத்தியல் அடிப்படையிலான ஏராளமான குழுக்கள் இருந்தன. அவர்கள் இஸ்லாமிய உலகம் பிளவுபட்டு இருப்பதைக் கண்டறிந்தார்கள். மேலும் சவூதி அரேபியா, ஈரான், துருக்கி, ஜோர்டான், ஈராக், பாகிஸ்தான் ஆகிய நாடுகள் வாஷிங்டனுக்கும் பிரிட்டனுக்கும் ஊதுகுழல்களாக இருந்தன. அதில் சிரியா சின்ன ஊதுகுழலாக இருந்தது. இரு வல்லாதிக்க அரசுகளும் தங்களின் நீண்டகால நகர்விற்காக மத்தியக் கிழக்குப் பகுதியைத் தங்களுக்குச் சார்பானவையாகத் திருப்பின. இதில் இந்தோனேசியா, எகிப்து ஆகியவை மட்டுமே சுதந்திரமாக இயங்கின. வல்லாதிக்கங்களின் கட்டுப்பாட்டுத் தந்திரங்கள் எவற்றுக்கும் இவை அடிபணியவில்லை. அதற்கான தண்டனை அவர்களுக்கு மிக அருகில் காத்துக்கொண்டிருந்தது.

எகிப்து நைல் நதியின் குறுக்கே அணை கட்டுவதற்காக அமெரிக்கா விடமும் சர்வதேச மறுகட்டமைப்பு மற்றும் வளர்ச்சி வங்கியிடமும் நிதி உதவி கோரியிருந்தது. இது ஏற்றுக்கொள்ளப்பட்டு அதற்கான ஒப்பந்தம் கையெழுத்தாக இருந்தது. ஆனால் திடீரென இது ரத்து செய்யப்பட்டது. எகிப்து உலக அரங்கில் தன்னை முன்னிலைப்படுத்திக் கொள்ள விரும்பு வதாக அமெரிக்கா குற்றஞ்சாட்டியது. இதன் பின்னரசியல் பாகிஸ்தான், துருக்கி, ஈரான் ஆகியவற்றின் இடையீடுதான் என்பது பின்னர் தெரிய வந்தது. அன்றைய அமெரிக்க வெளியுறவுத்துறை அமைச்சரான ஜான் போஸ்டர் டல்லஸ் நிதி உதவி மறுப்பைப் பற்றி 1956 ஜூலை 19இல் எகிப்துக்கு அதிகாரபூர்வமாகத் தெரியப்படுத்தினார். அதன் பின்னர் சில நாட்களில் அதிபர் நாசர் அலெக்சாண்டிரியாவில் பொதுக்கூட்டம் ஒன்றில் இதைப் பற்றி மக்களிடம் விரிவாக எடுத்துரைத்தார். அதில் ஏகாதிபத்தி யத்தின் கோபத்தை அடக்க வேண்டும் என்றும், அமெரிக்க, பிரிட்டனின்

மிரட்டல்களைப் பொருட்படுத்த வேண்டியதில்லை என்றும் குறிப்பிட்டார். மேலும் தனியாரிடம் இருக்கும் சூயஸ் கால்வாய் பகுதியைத் தேசியமய மாக்க வேண்டும். இதன் மூலம் அணை கட்ட வருமானம் வரும் என்றார். இதைக் கூட்டத்தில் திரண்டிருந்த பல்லாயிரக் கணக்கானவர்கள் மத்தியில் அறிவித்தார். இந்த அறிவிப்பு வல்லாதிக்கங்களைக் குறிப்பாக பிரிட்டனைக் கடும் அதிர்ச்சிக்குள்ளாக்கியது. காரணம் சூயஸ் கால்வாயின் நிழல் கட்டுப் பாட்டாளராக பிரிட்டன் இருந்து வந்ததுடன், கால்வாயின் வருமானத்தின் ஒருபகுதி அதற்குச் சென்றுகொண்டிருந்தது. சூயஸ் கால்வாய் என்பது உலகிலேயே அதிக அளவில் நீர்வழிப் போக்குவரத்து நடைபெறும் பகுதி யாகும். இது 101 மைல்கள் தூரம் கொண்டது. முக்கியமாக ஆசியா, ஆப்பிரிக்கா ஆகிய கண்டங்களைச் சரியாகப் பிரிக்கக் கூடியதாகவும், மத்தியத் தரைக்கடல், செங்கடல் ஆகியவற்றுக்கு இடையே அமைந்திருப் பதால் ஐரோப்பாவுடன் நீர்வழியாக இணைப்பளிக்கும் கால்வாயாகவும் இருக்கிறது. ஆகவே எகிப்தின் இந்த முடிவு பெரும்பாலும் எல்லா ஐரோப்பிய நாடுகளையும் அதிர்ச்சிக்குள்ளாக்கியது. இதற்குப் பழிவாங்கும் சந்தர்ப்பத்தை அவை எதிர்பார்த்துக் காத்துக்கொண்டிருந்தன.

இந்த அறிவிப்பைத் தொடர்ந்து நாசர் அரபுலகின் ஹீரோவாகவும், காலனிய எதிர்ப்பாளராகவும் மாறினார். இதனைத் தொடர்ந்து எகிப்திய அரசியல் தலைவர்களும், மேற்கத்திய சார்பானவர்களும் அடுத்து நிகழப்போகும் மோசமான நிகழ்வுகளைக் கண்டு பயந்தனர். பிரிட்டன் பிரதமரான அந்தோணி ஏடன் நாசரை 'நைல் பிரதேசத்தின் ஹிட்லர்' என வர்ணித்தார். நாசர் இதை அறிந்தே இருந்தார். பிரிட்டன் தன் துப்பாக்கி இராஜதந்திரத்தைச் செயல்படுத்தும் எனவும், அதற்காக இஸ்ரேலையும் பயன்படுத்தும் எனவும் அறிந்திருந்தார். இதற்காக அவர் இஸ்ரேலியப் பிரதமரான மோசே சாரத்திற்குக் கடிதம் எழுதினார். அதில் 'இந்த விவகாரத்திற்கு வெளியே இருக்கும்படியும், இரு நாடுகளுக்குமிடையே யான பிரச்சினைகளைப் பேசித் தீர்த்துக் கொள்ளலாம்' எனவும் குறிப்பிட்டிருந்தார்.

மோசே சாரத் கொஞ்சம் அனுதாப உணர்வு கொண்டவர்தான். ஆனால் அதிபரான பென்குரியன் இரத்த வாடையை உட்கொண்டவர். அதனால் நாசரின் இந்தக் கடிதத்தை இஸ்ரேல் பொருட்படுத்தவில்லை. இதன் தொடர்ச்சியில் அமெரிக்காவின் ஒப்புதல் இல்லாமல் பிரிட்டன், பிரான்சு, இஸ்ரேல் ஆகியவை எகிப்தின் மீது தாக்குதல் நடத்தத் தீர்மானித்தன. 1956 அக்டோபர் 29இல் இஸ்ரேலியப் படைகள் எகிப்தின் சினாய் தீபகற்பப் பகுதி மீது தாக்குதல் நடத்தின. அதற்கு இருநாட்கள் கழித்து ஆங்கில பிரெஞ்சுப் படைகளின் கூட்டமைப்பு சூயஸ் கால்வாய் மீது இறங்கியது. வல்லாதிக்க அரசுகளின் இந்த ஆக்கிரமிப்புச் செயல்பாட்டை பாகிஸ்தான்,

ஈரான், துருக்கி ஆகிய நாடுகள் ஆதரித்தன. இந்நிலையில் எகிப்தியப் படைகள் பலவீனப்பட்டன. எகிப்துக்கு உதவும் பொருட்டு சோவியத் யூனியன் எகிப்திலிருந்து படைகளைப் பின்வாங்கும்படி இறுதி எச்சரிக்கை விடுத்தது. அதற்கு அடுத்த நாள் இந்த நாடுகள் தங்களின் இராணுவ நடவடிக்கையை நிறுத்திக்கொண்டன. பின்னர் அமெரிக்க ஜனாதிபதியான ஐசன்ஹோவர் மூன்று நாடுகளின் செயல்பாட்டை வெளிப்படையாக விமர்சித்தார். நாங்கள் இராணுவ ஆக்கிரமிப்பை மன்னிக்கமாட்டோம் என்றார். இதன் பிறகு பிரிட்டனும் பிரான்சும் செய்த் துறைமுகத்திலிருந்து தங்களின் படைகளைத் திரும்பப் பெற்றன. இதுவே முதல் எண்ணெய்ப் போர் என வரலாற்றாசிரியர்களால் குறிப்பிடப்படுகிறது.

நாசரைப் பொறுத்தவரை அவர் சண்டையில் தோற்றிருக்கலாம். ஆனால், போரில் ஒரு வகையில் வெற்றிபெற்றுவிட்டார். காரணம் போர் முடிந்தபிறகு எகிப்தின் எல்லா வங்கிகளும் ஆயுள் காப்பீட்டு நிறுவனங்களும் தேசியமயமாயின. போலந்து பொருளியல் வல்லுநரான ஆஸ்கர் லேஞ் போர் நடக்கும் இரு ஆண்டுகளுக்கு முன்பு எகிப்துக்குப் பயணம் செய்து, திட்டமிடப்பட்ட பொருளாதாரத் திட்டங்கள் எகிப்தை விரைவில் வளப்படுத்தும் என்றார். இதனைச் சுவீகரித்துக்கொண்ட நாசர் அதனடிப் படையில் திட்டங்களைச் செயல்படுத்தத் தொடங்கினார். இதன் நகர்வில் எகிப்து மத்தியக் கிழக்குப் பகுதியில் சிறந்த ஒரு முன்னுதாரணத்தை ஏற்படுத்தியது. அதன் பிறகான எண்ணெய்ப் போர் குவைத் மீதான ஈராக்கின் ஆக்கிரமிப்பைத் தொடர்ந்து 1991இல் அமெரிக்கத் தலைமையிலான பன்னாட்டுப் படைகள் ஈராக்கைத் தாக்கியபோது ஏற்பட்டது.

உலகின் 25 சதவீத எண்ணெய் வளத்தைக் கொண்டிருக்கும் ஈராக் அமெரிக்காவின் தாக்குதல் காரணமாகத் தன் 42 மில்லியன் பேரல் எண்ணெய் வளத்தை இழந்தது. குவைத்திலும் ஈராக்கிலும் பல எண்ணெய் வயல்கள் குண்டு வீசி அழிக்கப்பட்டன. இது உலக அளவில் பெட்ரோலிய உற்பத்தியில் மிகக் கடுமையான பாதிப்பை ஏற்படுத்தியது. அதன் பிறகு அமெரிக்காவின் கொசாவா, கொலம்பியா, ஆப்கானிஸ்தான் போர்கள் இந்த எண்ணெய்க் காரணியை மீண்டும் உறுதிப்படுத்தின. ஆப்கான் மீதான சோவியத் போரின்போது அமெரிக்கா ஆப்கான் முஜாஹிதீன்களுக்கு ஆயுதப்பயிற்சியும், நிதி உதவியும் அளித்தது.

ஆக இரண்டாம் உலகப் போருக்குப் பிந்தைய வரலாற்றில் எண்ணெய் என்பது அமெரிக்காவின் மிகப்பெரும் புவி அரசியல் கூறாக இருந்தது என்கிறார் தாரிக் அலி. மேலும் 2003ஆம் ஆண்டைய அமெரிக்கா மற்றும் பிரிட்டனின் ஈராக் மீதான ஆக்கிரமிப்புப் போர் அமெரிக்காவின் நீண்ட காலத் திட்டத்தை மிகச்சரியாக நிறைவேற்றச் செய்தது. 1991 போரை அடுத்து

அமெரிக்காவும் ஐக்கிய நாடுகள் சபையும் ஈராக் மீது பொருளாதாரத் தடை விதித்தது. அதன்பிறகு பல நாடுகள் ஈராக்கிடமிருந்து எண்ணெயை வாங்கிக் கொண்டு அதற்குப் பதிலாக உணவுப்பொருட்களை அளித்தன. இது உணவுக்கு எண்ணெய் திட்டம் என்றழைக்கப்பட்டது. இதில் பல அரசுகள் பெருமளவில் மோசடி செய்தன. இது குறித்த விரிவான வரலாற்றுத் தகவல்களும், விமர்சனபூர்வமான அணுகுமுறையும் அடங்கிய நூலான The Bush in Babylon தாரிக் அலியிடமிருந்து வெளிவந்தது. வளைகுடா மீதும் பால்கன் பிரதேசம் மீதும் அமெரிக்காவின் கட்டற்றப் போரானது தார்மீகக் காசோலையின் வெற்று நகல் உதாரணம் என்றார் தாரிக் அலி. அவரின் மத்தியக் கிழக்கு ஆய்வுகள், மேற்குலக ஆய்வுமுறைகள் அனைத்திலும் ஏகாதிபத்தியம் மீதான விமர்சனம் நிறைந்திருக்கிறது.

எண்ணெயின் பரிமாற்றத்தைப் பதிலீடு செய்யும் ஒன்று போதைப் பொருள். ஆப்கானிஸ்தான், இந்தோ சீனா போன்ற பிரதேசங்களை இந்தப் பதிலீட்டு வளையத்திற்குள் அமெரிக்கா கொண்டு வருகிறது. இரண்டாம் உலகப்போருக்குப் பிந்தைய அமெரிக்க வரலாறு முழுவதும் தூர கிழக்கு நாடுகளுடனான மருந்துக் கடத்தலில் இருந்துதான் தொடங்கு கிறது. 1950இல் கொரியப் போர் இதன் பின்னணியில்தான் தொடங் கியது. மாவோ தலைமையிலான சீனப் புரட்சிக்குப் பின்னர் சீனாவின் மாபெரும் ஓபியக் கடத்தல் முடிவுக்கு வந்தது. இது உலக போதை மருந்துப் பரிவர்த்தனையில் 85 சதவீதமாகும். ஐம்பதுகளில் இந்தோ சீனா பகுதியிலிருந்து போதை மருந்துகள் ஈரான், லெபனான், சிரியா போன்ற பகுதிகளுக்குக் கடத்தப்பட்டன. ஆப்கான் மீதான சோவியத் போரும், அமெரிக்கப் போரும் எண்ணெய், போதை மருந்து ஆகியவற்றை நேரெதிர் திசையில் பதிலீடு செய்பவை. ஆப்கான் மீதான சோவியத் போரின்போது அமெரிக்க ஜனாதிபதியான ஜிம்மி கார்ட்டர் சொன்னார்: 'மத்தியக் கிழக்குப் பிரதேசத்தை சோவியத் யூனியன் தன் கட்டுப்பாட்டில் கொண்டுவந்தால் அமெரிக்காவின் பெட்ரோலியப் பொருளாதாரத்திற்கு அது பெரும் பாதிப்பை ஏற்படுத்தும். அரேபிய வளைகுடாவை நம் கட்டுப்பாட்டில் கொண்டு வருவதே இந்த இலக்கை அடையும் முயற்சி'.

1970க்கு முன்பு அமெரிக்க, பிரிட்டிஷ் ஏகாதிபத்தியத்திற்கெதிரான எண்ணெய்வள நாடுகளின் புரட்சி காரணமாகத் தெற்கு மற்றும் வடக்கு பூகோளப் பிரதேசங்களின் புதிய உலக ஒழுங்கு ஏற்பட்டது. அங்குத் தனிமனிதர் வருமான வீதம் அதிகரித்தது. புள்ளி விவரங்களின்படி 1960க்கும் 1980க்கும் இடைப்பட்ட காலத்தில் லத்தீன் அமெரிக்க நாடு களின் தனிமனிதர் வருமானம் 73 சதவீதம் அதிகரித்தது. ஆப்பிரிக்காவின் தனிமனிதர் வருமானம் 34 சதவீதம் அதிகரித்தது. எண்பதுகளுக்குப் பிறகு சவூதி அரேபியாவுக்கும் அமெரிக்காவுக்கும் இடையே எண்ணெய்வளப்

பகிர்தல் தொடர்பான இரகசிய உடன்பாட்டிற்குப் பிறகு அமெரிக்கா அந்நாடுகளில் தன் இராணுவ ஆதிக்கத்தை விரிவுபடுத்தியது. இதன் விளைவாக 1980க்கும் 2000க்கும் இடைப்பட்ட காலத்தில் லத்தீன் அமெரிக்காவில் வருமான வளர்ச்சி 6 சதவீதமாகக் குறைந்தது. அதே நேரத்தில் ஆப்பிரிக்காவில் 23 சதவீதமாகச் சரிவடைந்து, பெரும்பாலான நாடுகள் பட்டினி நிலைமைக்குத் தள்ளப்பட்டன. சவூதியுடனான ஒப்பந்தம் அதன் டாலர்களை அதன் இடத்திற்கே மீண்டும் திரும்பச் செய்தது. ஆக 1956 எகிப்து மீதான போர், 1967 அரபு-இஸ்ரேல் போர், 1991 ஈராக் போர், கொலம்பியா போர், வியட்நாம் போர், ஆப்கான் போர் எல்லாமே இனி உலகியல் இருப்பு பெட்ரோலை வைத்தே தீர்மானிக்கப்படும் என்பதை உலகுக்கு அறிவித்தது. இயற்கை வளங்கள் மீதான மனிதனின் போராட்டம் என்பது 16ஆம் நூற்றாண்டின் இறுதிப் பகுதியில் ஏற்பட்ட முதலாளித்துவ சமூகத்தின் தோற்றத்திற்குப் பிறகே ஏற்பட்டது. அன்று முதல் இன்றுவரை முடிவற்ற தொலைக்காட்சித் தொடர் மாதிரி எண்ணெய் மீதான இந்த முரண்பாடு நிகழ்ந்துகொண்டிருக்கிறது. இதைக் குறித்து ஆராய்ந்த கீழைச் சிந்தனையாளர்களில் தாரிக் அலி மிக முக்கிய மானவராக இருக்கிறார். இதைப் பற்றியே அவரின் எழுத்துகள் எண்ணெய் விவகாரம் சார்ந்து இன்றும் அடிக்கோடிடப்படுபவையாக இருக்கின்றன.

●

இஸ்லாத்தின் தோற்றம்*

யூதம், கிறிஸ்தவம், இஸ்லாம் ஆகிய அனைத்துமே, நாம் அரசியல் இயக்கங்கள் என்று சொல்பவற்றின் வடிவமாகவே தொடங்கின. அக்கால கட்டத்தில் அதன் அரசியல் பண்பாடு இருந்த நிலையில், ஒரு பொறுப் புள்ள நம்பிக்கை முறையை உருவாக்கி ஏகாதிபத்திய ஒடுக்குமுறைக்கு எதிராகவோ, சிதறிக் கிடந்த இனங்களை ஒன்றிணைக்கவோ, இந்த இரண்டையுமே சாதிப்பதோ அவசியமாக இருந்தது. இந்தத் தேவையைக் கருத்தில்கொண்டு தொடக்ககால வரலாற்றைப் பார்த்தால் அதில் மர்மங்கள் ஏதும் இல்லை. இதை உருவாக்கிய நபி எதிர்காலம் குறித்த தெளிவான திட்டம் உள்ள அரசியல் தலைவராகவும், வெற்றிகள் காரணமாக அவரது திட்டங்கள் சரியானவையாகவும் இருந்தன.

பெர்டிரான்ட் ரஸ்ஸல் ஒருமுறை தொடக்ககால இஸ்லாத்தைப் போல்ஷிவிசத்துடன் ஒப்பிட்டு இரண்டுமே சமூகவயமானவை, எதார்த்த மானவை, ஆன்மிகத்துடன் தொடர்பில்லாதவை, உலகப் பேரரசை நிறுவும் நோக்கம் கொண்டவை என்றார். மாறாக கிறிஸ்தவமானது தனிமனித வாழ்க்கை சார்ந்தது. உள்நோக்கும் ஆன்மிகம் சார்பானது என்றார். இது தொடக்ககாலக் கிறிஸ்தவத்திற்குப் பொருந்துமா என்பது விவாதத்துக்குரியது என்றாலும் காண்ஸ்டாண்டைனுக்குப் பொருந்தாது. கிறிஸ்தவம் ஒரு பேரரசின் மதமாக மாறி, படையெடுப்புப் பாதையில் பயணம் செய்யத் தொடங்கிய பின் அதன் வளர்ச்சி வழக்கமான பாதை யில் செல்லத் தொடங்கியது. எடுத்துக்காட்டாக கி.பி. 16ஆம் நூற்றாண்டில் ஸ்பெயினில் கத்தோலிக்க சர்ச் பல்லாயிரக்கணக்கான மக்களிடம், அவர்களின் மத நம்பிக்கையைத் தவற விட்டது குறித்து நடத்திய கொடிய விசாரணைகளில், பாதிக்கப்பட்டவர்கள் சொன்ன தகவல்கள் 1930இல் ஸ்டாலினிஸ்டுகளால் பாதிக்கப்பட்டவர்களின் அனுபவத்தை ஒத்திருந்தன.

மாறாக இஸ்லாத்தின் முதல் இருபதாண்டுகள் ஜாக்கோபிச தன்மை பொருந்தியதாக இருந்தது என்று ரஸ்ஸல் உள்ளுணர்வு பூர்வமாகப் புரிந்து கொள்கிறார். இது உண்மை என்றே நான் கருதுகிறேன். புதிய அரசியல் இயக்கம் வெளியிடும் தொடக்கப் பிரகடனத்தின் தீவிரத்தைக் குர்ஆனின்

* தாரிக் அலி எழுதிய *The Clash of Fundamentalism* என்னும் நூலிலிருந்து.

சில வரிகள் நினைவூட்டுகின்றன. சில நேரங்களில் யூத மற்றும் கிறிஸ்தவ எதிரிகள் பற்றிய தொனி சிறு மோதல் தன்மையுடன் வெளிப்படுகிறது. இஸ்லாத்தின் இந்த மோதல் தன்மையே அதன் விரைவான வளர்ச்சியின் வரலாற்றைச் சுவையாக ஆக்குகிறது.

எங்கு தொடங்குவது? நானாக இருந்தால் கி.பி. 629இல் இருந்து தொடங்குவேன். அப்போது இன்னமும் வழக்கத்திற்கு வந்திராத புதிய அமைப்பு முறை. முஸ்லிம் காலக் கணக்கில் எட்டாம் ஆண்டு அது. மக்காவில் மக்களிடையே புகழ்பெற்ற பெண் தெய்வமான மனாத்தின் கோவிலை நோக்கி 20 ஆயுதம் தாங்கிய குதிரைப்படை வீரர்கள் வந்து கொண்டிருந்தனர். இவர்களையும் இவர்களின் தலைவனையும் அதிர்ஷ்ட தேவதை என்றழைக்கப்படும் மனாத்தின் சிலையைத் தகர்ப்பதற்கு அனுப்பிவைத்தவர் முஹம்மது நபி. அரபுப் பழங்குடியினர் இறைவனின் மகள்களாகக் கருதி வழிபட்ட லாத், மனாத், உஸ்ஸா ஆகியவற்றின் வழிபாட்டு முறையை எட்டு ஆண்டுகள் நபி சகித்துக் கொண்டிருந்தார். அல்-உஸ்ஸாவே (அதிகாலை நட்சத்திரமாகக் கருதப்படும் வீனஸ்) முஹம்மது நபியின் இனமான குறைஷிப் பழங்குடியினரால் அதிகம் வழிபடப்பட்ட பெண் தெய்வம். இருந்தபோதிலும் மனாத் தான் அங்குப் பிரபலமாக இருந்த மூன்று இனத்தினரிடையே பரவலாக வணங்கப்பட்ட தெய்வம். இப்பிரிவினர்களைத் தம் புதிய மதத்திற்குள் கொண்டுவர முஹம்மது நபி முயன்றுகொண்டிருந்தார். இந்த எட்டாண்டுகளாகப் போர் நிறுத்தத்தை உறுதிசெய்தது அன்று நிலவிய உள்ளூர் அரசியலே.

ஆனால் எட்டாம் ஆண்டுவாக்கில் பழங்குடியினரிடையே அவரது எதிரிகளுக்கும் யூதர்களுக்கும் எதிராக மூன்று முக்கியமான வெற்றிகள் கிடைத்துவிட்டன. மக்காவின் குறைஷிகளுக்கு எதிரான பத்ருப் போரில் சிறிய எண்ணிக்கையிலான படையைக் கொண்டே முஹம்மது நபி வெற்றி பெற்றுவிட்டார். புதிய மதத்தின் தோள் வலிமையினால் அரபுப் பழங்குடியினர் மிகவும் கவரப்பட்டனர். அதற்குப் பின்னர் கொள்கை சமரசங்கள் தேவையற்றவை என்று முடிவு செய்யப்பட்டிருக்க வேண்டும். ஒரு மாலைப் பொழுதில் வெளிச்சம் மங்கத் தொடங்கி பாலைவனத்தை இருள் சூழத் தொடங்கியபோது புதிய ஏக இறைக்கொள்கையைச் செயல்படுத்தும் பொருட்டு இருபது குதிரை வீரர்களுடன் நபியின் பிரதிநிதி வந்து சேர்ந்தார்.

குதாய்தில் மனாத்தின் கோவில் மக்காவையும், மதீனாவையும் இணைக்கும் சாலையில் அமைந்திருந்தது. வீரர்கள் குதிரையிலிருந்து இறங்குவதைக் கண்டதும் கோவிலின் பொறுப்பாளர் மௌனமாகவே இருந்தார். இரு தரப்பிலும் முகமன் எதுவும் தெரிவிக்கப்படவில்லை.

மனாத்தைக் கவுரவிக்கவோ, அடையாளமாகக் காணிக்கை ஏதும் செலுத்தவோ அவர்கள் அங்கு வரவில்லை என்பதை அந்தச் செய்கை உணர்த்தியது. பொறுப்பாளர் அவர்கள் வழியில் குறுக்கிடவில்லை. இஸ்லாமிய மரபு சொல்வதன்படி: மிக நுட்பத்துடன் செதுக்கப்பட்டிருந்த மனாத்தின் சிலையை நோக்கி குதிரைவீரர் குழுவின் தலைவன் முன்னேறினான். அப்போது எங்கிருந்தோ ஒரு அம்மணமான கருநிறப் பெண் தோன்றினாள். பொறுப்பாளர் அவளிடம் உரத்த குரலில் சொன்னார்: 'வா மனாத்! உன் கோபத்தின் வலிமையைக் காட்டு' தன்னுடைய தலைமுடியை விரித்துப் போட்டுக்கொண்டு ஆற்றாமையின் காரணமாக மார்பில் அடித்துக்கொள்ளத் தொடங்கினாள் மனாத். அதே நேரத்தில் தனக்குக் கொடுமை இழைப்பவர்களைச் சபிக்கவும் செய்தாள். அவளை அடித்தே கொன்றான் சாத் (படைத்தலைவன்). அதன் பின்னர் மற்ற வீரர்கள் அவனுடன் சேர்ந்து கொண்டனர். அவர்கள் அனைவரும் இணைந்து மனாத் சிலையைத் தகர்த்து அதை முற்றிலும் தூளாக்கினர். அதே நாளில் லாத், உஸ்ஸா ஆகியவற்றுக்கும் இதே கதி ஏற்பட்டது. இச்சம்பவம் நடப்பதற்குச் சில மாதங்களுக்கு முன்னர்தான் முஹம்மது ஒரு குர்ஆன் வசனத்தைப் பெற்றிருந்தார்.

> அல்-லாத் மீதோ அல்லது உஸ்ஸா மீதோ நீங்கள் மனம் செலுத்தியதுண்டா?
> மேலும் மூன்றாம் மாற்றாளான மனாத் மீது?
> உயர்த்தப்பட்ட அன்னப்பறவைகள் அவர்கள்
> அவர்கள் இடையீடு எதிர்பார்க்கப்பட வேண்டியதே
> அவர்கள் விருப்பம் புறக்கணிக்கப்படாதது.

மூன்று சிலைகளும் அழிக்கப்பட்ட பின்னர் மேற்கண்ட வசனத்தின் கடைசி மூன்று வரிகளும் மாற்றப்பட்டன. புதிய வசனம் இவ்வாறாக இருந்தது:

> இனி நீங்கள் சற்றுச் சொல்லுங்கள். இந்த லாத், உஸ்ஸா, மூன்றாவது தேவதையான மனாத் ஆகியவற்றின் உண்மை நிலை பற்றி நீங்கள் எப்போதேனும் சிந்தித்ததுண்டா? ஆண் மக்கள் உங்களுக்கும் பெண்மக்கள் இறைவனுக்குமா? அப்படியென்றால் இது ஒரு மோசமான பங்கீடேயாகும். உண்மையில் இவையெல்லாம் நீங்களும் உங்கள் மூதாதையரும் வைத்துக் கொண்ட சில பெயர்களேயன்றி வேறு எதுவுமில்லை. இவற்றுக்கு இறைவன் எந்த ஆதாரத்தையும் இறக்கி வைக்கவில்லை. உண்மை யாதெனில், மக்கள் வெறும் ஊகத்தையே பின்பற்றிக்கொண்டு இருக்கிறார்கள். மனம் போன போக்கில் செல்கிறார்கள். இத்தனைக்கும் அவர்களின் இறைவனிடமிருந்து அவர்களுக்கு வழிகாட்டல் வந்துவிட்டிருக்கின்றது. (குர்ஆன் 53:19-23)

வெளியில் இந்த மாற்றத்திற்குக் காரணமாகச் சொல்லப்பட்டது ஷைத்தான் முந்தைய வரிகளைத் தந்திரமாக நுழைத்துவிட்டான் என்பது தான். பின்னர் அல்லாஹ் அவற்றை நீக்கிவிட்டதாகவும் சொல்லப்பட்டது.

அன்று இந்த விளக்கம் நம்பக்கூடியதாக இருந்திருக்காதுதான். ஷைத்தானின் வரிகள் பற்றிய நிகழ்ச்சி மத அறிஞர்களையும், இஸ்லாமிய வரலாற்றாசிரியர் களையும் ஒட்டுமொத்தமாக இந்தப் புனைவுகளை உருவாக்க வேண்டிய நிலைக்குத் தள்ளியது. யதார்த்தமோ மிகவும் நேராகவும், வெளிப்படை யாகவும் இருந்தது. மேலும் ஏழாம் நூற்றாண்டு கால நபி ஒருவர் அரசியல் தலைமையைக் கையிலெடுக்காமலோ, அந்தத் தீபகற்பப் பகுதியில் குதிரையேற்றம், வாள்வீச்சு போன்ற இராணுவச் செயல் நுட்பங்களில் லாவகம் காட்டாமலோ, ஒரு சமூகத்தினரின் உண்மையான ஆன்மிகத் தலைவராவது சாத்தியம் அல்ல. அரசியல் தலைவராக உருவான நபிதான் தாமும் தம் தோழர்களும் ஒதுக்கப்பட்ட நிலை அதிக அளவில் குறையும் வரை, இணைவைப்பாளர்கள் மீதான இறுதித்தாக்குதலைத் தாமதப்படுத்த வேண்டியதன் முக்கியத்துவத்தைப் புரிந்து வைத்திருந்தார். தற்காலிகப் போர் உத்திப்படி உரிய காலம் வரும்வரை இந்த மூன்று பெண் தெய்வங் களையும் வழிபடுபவர்களைப் பகைத்துக்கொள்ளாமல் இருப்பதுதான் அறிவுபூர்வமான செயலாக இருந்தது. இப்புது நம்பிக்கையின் முதல் பத்தாண்டுகளில் காணப்படும் குழப்பத்திற்கும் தயக்கத்திற்கும் இதுவே காரணம்.

ஏக இறைக்கொள்கையைக் கண்டிப்பாகச் செயல்படுத்த முடிவு செய்த பின்னர், எந்தச் சலுகையும் அனுமதிக்கப்படவில்லை. ஆறு நூற்றாண்டு களுக்கு முன்னர் கிறிஸ்தவத் திருச்சபையானது அதன் நாட்டாரிய முன்னோர் களுடன் சமரசம் செய்யும் நிலைக்குத் தள்ளப்பட்டதோடு, தன் பழங்கதை களையும் அதற்கேற்ப மாற்றிக்கொள்ள வேண்டியதாயிற்று. நாட்டார் வழிபடல் முறைகளில் உள்ள தொடர்புகளை முற்றிலும் துண்டித்துக் கொள்வதில் அடைந்த தோல்வி கவனிக்கப்பட்டு இருந்தது.

அன்று வணங்கப்பட்டு வந்த எல்லாத் தெய்வங்களையும் அல்லது ஏதாவது ஒரு தெய்வத்தையாவது, இந்தப் புதிய நடைமுறையின் ஒரு பகுதியாக முஹம்மது நபி தேர்ந்தெடுத்திருக்க முடியும். புதியவர்களைக் கவர்ந்திழுக்க இது உதவும் என்றாலும் குழுப் பிரச்சினைகள் இவ்வாறு செய்வதற்குத் தடையாக இருந்தன. தன்னைப் போலவே ஏக இறைக் கொள்கை கொண்ட ஒரு போட்டி நம்பிக்கையிடமிருந்து தன்னை முற்றிலும் வேறுபடுத்த வேண்டிய அதே கட்டத்தில் சமகால நாட்டாரியம் (Paganism) ஏற்படுத்தும் மனக்கிளர்வுகளையும் ஓரம் கட்டுவது அப்புதிய நம்பிக்கைக்கு அவசியமாயிற்று. கிறிஸ்தவத்தின் பலவீனத்தை வெளிப்படுத்துவதோடு இல்லாமல், தீபகற்ப அராபியர்களின் பெரும்பான்மைப் பண்பாட்டு வழக்கங்களிலிருந்து விடுவித்துக் கொள்வதற்கும், ஒரு பெண் பல ஆண் களைத் திருமணம் செய்யும் முறை, பெண் வழி மரபு போன்ற கடந்தகால பழக்கங்களை மாற்றித் தந்தை வழி சமூகத்தை முன்வைப்பதற்காகவும்,

ஓரிறைக் கொள்கை அவசியமாகவும், கவர்ச்சிகரமான பாதையாகவும் தென்பட்டது. முஹம்மது என்னவோ கதீஜாவின் மூன்றாவதும், இளமையானவருமான கணவர்தான். மணமுறிவு பரவலாக வழக்கத்தில் இருந்ததோடு கணவனைக் கைவிடும் உரிமையும் பெண்களுக்கு இருந்தது. கதீஜா தன்னுடைய கணவர் ஒருவரைக் கைவிட்டுவிட்டதாகவும், மற்றொருவரைத் தொலைத்துவிட்டதாகவும் கூறப்படுகிறது. இச்சம்பவங் களுக்கான ஆதாரம் மேம்போக்கானதாக இருப்பதோடு மட்டுமல்லாமல் முஹம்மதின் வெற்றிக்குப் பின்னர் இவற்றைப் பற்றி எல்லாம் அதிகம் பேசப்படவில்லை. இஸ்லாமிய நாட்காட்டி தொடங்குவதன் மூன்று ஆண்டுகளுக்கு முன்னால் கதீஜா இறந்துவிட்டார்.

இத்தகையப் பண்டைய பாரம்பரியங்களின் மதிப்பை நாம் குறைத்து மதிப்பிட முடியாது. முஹம்மது நபி காட்டிய வழியில் சென்று, பிற்கால இஸ்லாமிய வரலாற்றாசிரியர்களால் ஜாஹிலிய்யா (அறியாமை) கால கட்டம் என்றழைக்கப்பட்டதோ ஓரிறைக்கொள்கை முறை அளித்ததை விடக் கோலாகலமாக இருந்தது. இஸ்லாத்துக்கு முந்தையப் பழங்குடி யினரைப் பொறுத்தவரை கடந்த காலம் என்பது அவர்களுடைய கவிஞர் களின் காப்பில் விடப்பட்டிருந்தது. அக்கவிஞர்கள் பகுதிநேர வரலாற்றா சிரியர்களாக விளங்கியதோடு மட்டுமல்லாமல் தொன்மங்களையும், பழங் கால நிகழ்வுகளையும் கலந்து பாடல்கள் எழுதி பழங்குடிப் பெருமையை உயர்த்தி வந்தனர். எதிர்காலம் என்பது கருதப்பட்வேயில்லை. நிகழ்காலமே அனைத்திலும் முக்கியமானதாக விளங்கியது. பண்டைக்காலத்து எபிக்யூரியர்களின் ஒரு குழுவினரைப் போலவே, ஜாஹிலியா காலகட்ட அரேபியர்களுடைய கவிதைகள் காட்டுவது அவர்கள் வாழ்வை முற்றிலும் அனுபவித்து வாழ்ந்தனர் என்பதைத்தான்.

வறுத்த சதை வீரிய மது கூட்டும் ஒளி
வேகமாய் ஓடும் ஒட்டகக் கூட்டம் - நிச்சயம்
உன் ஆன்மா சாய்ந்தாடி விரைய வைக்கும் அவளை
வெற்றிடங்களின் நீள அகலங்களூடே
தங்கச் சரிகை கரையிட்ட விலை மிக்க அங்கிகளின்
பின் ஏகும் வெண் நிற சிலையொத்த பெண்கள்
யாழ் கம்பிகள் பாடும் சோக இசை
வாழ்வின் இன்பங்கள் இவையே மனிதன் அமைந்தான்
காலத்தின் இரையாக ஆனால் காலம் என்பது மாற்றமே

ஆனால் குர்ஆனோ பின்வரும் வசனம் ஒன்றால் இதை மறுக்கிறது:

மேலும் இந்த மக்கள் கூறுகிறார்கள். 'வாழ்க்கை என்பது நம்முடைய இந்த உலக வாழ்க்கைதான். இங்குதான் நாம் மரணிக்கவும் உயிர் வாழவும் செய்கின்றோம். கால ஓட்டமல்லாமல் வேறெதுவும் நம்மை அழிப்பதில்லை: உண்மையில் இது தொடர்பாக இவர்களிடம் எந்த ஞானமும் இல்லை. இவர்கள் வெறும் ஊகத்தின்

அடிப்படையில்தான் இப்படிக் கூறுகிறார்கள். மேலும் நம்முடைய தெளிவான வசனங்கள் இவர்களிடம் ஓதிக் காட்டப்படும்போது, 'நீங்கள் உண்மையாளர்கள் என்றால் எங்கள் முன்னோரை எழுப்பிக் கொண்டு வாருங்கள்' என்று கூறுவதைத் தவிர வேறு எந்த ஆதாரமும் இவர்களிடம் இருப்பதில்லை. (நபியே, இவர்களிடம்) கூறும்: அல்லாஹ்தான் உங்களை உயிர் வாழச் செய்கிறான். பின்னர் அவனே உங்களை மரணமடையச் செய்கிறான். பின்னர் அந்த மறுமை நாளின்போது அவனே உங்களை ஒன்று திரட்டுவான். அந்நாளின் வருகையில் எந்த ஐயமும் இல்லை. எனினும் பெரும்பாலோர் அறிவதில்லை.' (குர்ஆன் 45:24-26)

இஸ்லாத்துக்கு முற்பட்ட காலத்தினரின் மனிதநேயம் பல கவர்ச்சியான அம்சங்களைக் கொண்டிருந்தது. ஆனால் அது தன் செயல்முறைகளைத் தத்துவமாக்கவோ, அவற்றின் மூலம் பழங்குடிகளை ஒன்றுபடுத்தவோ முடியாததாக இருந்ததால் வாழ்வது பற்றிய உலகளாவிய தத்துவமாக உருவெடுப்பது பற்றி அது நினைத்துக்கூடப் பார்க்க முடியாததாக இருந்தது. ஆண் பெண் கடவுளர்களின் எண்ணிக்கைப் பெருக்கமும் அதற்கு ஒரு காரணம். இவை எல்லாம் மனித இயல்புகளுக்கு இயற்கையை மீறிய அற்புதத்தைக் கொடுத்த மறுபதிப்புகளே அன்றி வேறில்லை என்றாலும் அவற்றின் மீதான நம்பிக்கைகள் அவ்வப்போது பிளவுகளுக்கும் சர்ச்சைகளுக்கும் காரணமாயின. இப்பிளவுகள் வணிக ரீதியில் பழங்குடியினரிடையே ஏற்பட்ட போட்டியால்தான் எழுந்தன. அரேபியர்களின் அன்றைய உலகம் நாடோடி வணிகக் குழுக்களின் ஆதிக்கத்தில் இருந்தது. அன்றைய உரையாடல்கள் பெரும்பாலும் வணிகப் பேரங்களைப் பற்றியதாகவே இருந்தன. சமூக மோதல்கள் என்பது சாதாரணம்.

முஹம்மது நபி இந்த உலகைப் பற்றி நன்றாகப் புரிந்துவைத்திருந்தார். தம் பாரம்பரியத்தைப் பற்றிப் பெருமிதம் கொண்ட இறைத்தூதர் இஸ்மாயில் வழிவந்தவராகத் தம்மை கருதும் குறைஷ் என்ற அரபுக் கோத்திரத்தைச் சார்ந்தவர் அவர். திருமணத்திற்கு முன்னர் கதீஜாவின் நம்பிக்கைக்குரிய பணியாளராகப் பயணம்போகும் வணிகர்களில் ஒருவராக இருந்தார். அப்பகுதி முழுவதும் பயணம் செய்த அவருக்குப் போகும் வழியில் உள்ள யூதர்கள், கிறிஸ்தவர்கள், பல்வேறு துறைகளைச் சார்ந்த அறிஞர்கள், ஞானிகள் ஆகியோருடன் தொடர்பு ஏற்பட்டது. இந்தப் பயணங்கள் அவருக்குப் பல உள்ளொளிகள் கிடைப்பதற்குக் காரணமாக அமைந்ததுடன், அவரின் அறிவெல்லை விரிவடையவும் உதவியது என்றுதான் நாம் கருத வேண்டும். இந்தக் காலகட்டத்தில் மக்கா நகரம் வணிக மையமாக இருந்ததா என்பதைப் பற்றி ஆய்வாளர்களிடையே இன்றும் விவாதம் நடந்துகொண்டிருக்கிறது. அப்படி அது மையமாக இருந்திருக்காவிட்டாலும் மக்காவில் வணிகர்கள் இருந்திருக்கிறார்கள். அவர்கள் இரு பெரும் அண்டை நிலத்தாரைச் சமாளிக்க வேண்டியதிருந்தது.

பைஜாண்டியப் பேரரசின் கிறிஸ்தவர்கள், மற்றும் பாரசீகத்தில் நெருப்பை வழிபடும் மஜூஸிகள். இந்த இரு சூழல்களிலும் வெற்றி பெறக்கூடிய வணிகராக இருக்க வேண்டுமானால் இந்த இரண்டு பிரிவுகளிலும் எதையும் சார்ந்தவராக இருக்கக்கூடாது. இப்பிரதேசத்தில் பல யூத இனக்குழுக்கள் இருந்தது உண்மைதான். யூதத்தின் தன்னிலை வரையறுப்பில் அது ஏற்கனவே தேர்ந்தெடுக்கப்பட்டவர்களின் மதமானதால் அது வலுவான மாற்றாக ஆக முடியாமல் தள்ளப்பட்டது. யூதம் என்றுமே ஒரு மதம் மாற்றும் பாதையாக விளங்கியதில்லை. அதனின் மூடிய தன்மையே கிறிஸ்தவம் என்ற வடிவில் ஒரு சீர்திருத்த இயக்கம் உருவாகக் காரண மானது. ஒருவேளை, பிறரை இழுக்கும் வசதிகள் அதற்குள் இருந்தும் அரபுப் பழங்குடியினரைக் கவரும் ஈர்ப்பு அதற்குள் இல்லையோ?

முஹம்மதின் ஆன்மிகத் தேட்டத்தை ஓரளவு சமூகப் பொருளியல் காரணிகளும் தூண்டின. வணிகத்தில் அராபியர்களின் நிலையை வலுப் படுத்துவதற்கான விருப்பமும், பொதுவான விதிகளைச் சுமத்தும் தேவை யும் இவற்றில் அடங்கும். பொதுவான குறிக்கோள்களைக் கொண்டதும், ஓரிறைக் கொள்கையின் மீது உறுதியான நம்பிக்கைக் கொண்டதுமான அரபுக் கோத்திரத்தாரை ஒன்றிணைப்பதே அவரின் குறிக்கோளாக இருந்தது. அது புதியதாகவும் உலகிற்கே பொருந்தும் தன்மை கொண்டதாகவும் இருக்க வேண்டும். நபிக்கு இஸ்லாம் அரபுப் பழங்குடிகளை இணைக்கும் சிமென்ட் மாதிரி பயன்பட்டாலும், இஸ்லாம் தொடக்கத்திலிருந்தே வணிகத்தை மட்டுமே உயர்ந்த தொழிலாகக் கருதியது.

நாடோடி வாழ்வின் தன்மைகளையும் நகர வாழ்வின் தன்மைகளையும் ஒருங்கேகொண்ட மனப்பான்மையே இப்புதிய மதத்தின் அடையாளமாக விளங்கியது. நிலத்தில் வேலை செய்த விவசாயிகள் அடிமைத்தனம் கொண்டவர்களாகவும், தாழ்ந்தவர்களாகவும் கருதப்பட்டனர். ஒரு கலப்பையைப் பார்க்க நேர்ந்தபோது நபி சொன்ன வார்த்தைகளை ஹதீஸ் இவ்வாறு பதிவு செய்கிறது. 'நம்பிக்கையுள்ளவர்களின் வீட்டில் அது நுழைந்தால், தவறாமல் தரித்திரமும் சேர்ந்து நுழையாமல் இருந்ததில்லை' இந்த மரபு புதியதாக உருவாக்கப்பட்டது என்றாலும், அக்காலகட்டத்தின் நிஜத்தைத்தான் இது பிரதிபலிக்கிறது.

இப்புதிய விதிமுறைகளைப் பின்பற்றுவது கிராமப்புறங்களில் பெரும்பாலும் முடியாத காரியமாகவே இருந்தது. ஒரு நாளைக்கு ஐந்து முறை தொழுவது என்பது கட்டுப்பாட்டை விதைப்பதிலும், புதிய உறுப்பினர்களின் நாடோடிகளுக்குரிய உள்ளுணர்வுகளை அழிப்பதிலும் முக்கியப் பங்கு வகித்தது. அத்துடன் நகரங்களில் நம்பிக்கையுள்ளவர் களின் ஒரு சமூகத்தை உருவாக்கும் விதத்திலேயே இப்புதிய மதம் வடிவமைக்கப்பட்டது. இவர்கள் தொழுகைக்குப் பின்னர் சந்திக்கவும்,

ஒருவருக்கொருவர் நன்மை பயக்கக்கூடிய தகவல்களைப் பரிமாறிக் கொள்ளவும் இது வழி செய்தது. எந்த ஒரு நவீன அரசியல் இயக்கமோ, ஜாகோபின்களோ, போல்ஸ்விக்குகளோ எவருக்கும் தம் சார்பாளரை ஒரே நாளில் ஐந்து வேளைகள் சந்திக்க வைக்க முடியாது.

எனவே விவசாயிகளுக்கு இப்புதிய நம்பிக்கை முறையால் வலியுறுத்தப் பட்ட நியதிகளுக்கு ஏற்ப தம் வேலை முறைகளை மாற்றி அமைத்துக் கொள்வது முடியாத செயலாக இருந்ததில் வியப்பு இல்லை. இத்தகையப் பாமரர்களே சமூக அடுக்கத்தில் கடைசியாக இஸ்லாத்தை ஏற்றுக் கொண்டவர்கள். இஸ்லாத்தின் கறாரான நியதிகளில் ஏற்பட்ட விலகல் களில் பலவும் இஸ்லாமியக் கிராமப்புறங்களிலே தோன்றி வலுப்பெற்றன.

பின்குறிப்புகள்

1. இஸ்லாத்தின் தொடக்க காலம் குறித்த தகவல்களுக்கு உதவியாக இருந்த கேம்பிரிட்ஜ் பல்கலைக்கழகப் பேராசிரியர் தாரிக் காலித் மிகுந்த நன்றிக் குரியவர்.

2. ஜாக்கோபின் -1789 பிரஞ்சுப் புரட்சியின்போது சமத்துவ மக்களாட்சியை விரும்பி அதே நேரத்தில் பயங்கர நடவடிக்கைகளிலும் ஈடுபட்ட புரட்சிக் குழு.

3. சி.ஜே லயால் எழுதிய *பண்டைய அரபுக்கவிதைகளின் மொழி பெயர்ப்புகள்* (Translations of ancient arabian poetry) என்னும் புத்தகத்திலிருந்து மேற்கோள் காட்டப்பட்டது.

தாரிக் அலியுடன் ஒரு நேர்காணல்*

(மூன்று ஆண்டுகளுக்கு முன் அரபு நாட்டின் பல்கலைக்கழகம் ஒழுங்கு செய்திருந்த எட்வர்த் செய்த் நினைவுக் கருத்தரங்கிற்காக தாரிக் அலி வருகை தந்திருந்தார். பல்கலைக்கழகப் பேராசிரியரான முனீர் ஹசன் மஹ்மூத் வழியாக அவரை மிகுந்த சிரமத்திற்கிடையே சந்திக்க முடிந்தது. என்னை தாரிக் அலியிடம் அவர் அறிமுகப்படுத்தியபோது என் எதிர்பார்ப்புக்கு மாறாக நன்றாகவே உரையாடினார். ஹிந்தியிலும், ஆங்கிலத்திலும் நடந்த உரையாடல் எனக்குப் புதிய அனுபவத்தைக் கொடுத்தது.

உங்களுடன் விரிவாக உரையாட வேண்டும் என்று நான் சொன்னபோது தம் காலப் போதாமையைச் சொன்ன அவர் தம் மின்னஞ்சல் முகவரியைக் கொடுத்து அதில் உங்களுடைய கேள்விகளைக் கேளுங்கள். நான் பதிலளிக்கிறேன் என்றார். அதன் பிறகு பல நினைவூட்டல்களின் பலனாகத் தம் பணி நெருக்கடிக்கிடையிலும் பதில் அனுப்பினார். அரேபிய வளைகுடாவின் மணல்வெளியைத் தொடாத சிற்றலைகள் அதைத் தாண்டி பல்கலைக்கழகச் சுவர்களைத் தொட்ட மாதிரியான உணர்வில் லயித்தேன்.)

கேள்வி: ஒரு சூழலில் நாம் ஒரே நாட்டில் பிறந்திருக்கிறோம். நீங்கள் பாகிஸ்தானில் அன்றைய பிரிட்டிஷ் இந்தியாவில் பிறந்தீர்கள். இன்று வரையிலான பாகிஸ்தானின் வரலாற்றில் அது ஜனநாயகம், இராணுவ சர்வாதிகாரம் என்ற முரண்பாடுகளின் உருவமாக நகர்ந்து வந்திருக்கிறது. பாகிஸ்தானியாக லண்டனுக்குப் புலம்பெயர்ந்த நீங்கள் எவ்வாறு சுய-கரைத்தழித்தல் செய்ய முடிந்தது? உங்கள் இளமையின் பின்புலம்தான் என்ன?

தாரிக் அலி: நான் பிறந்தது பாகிஸ்தானின் லாகூரில். வளைகுடா நாடுகளைப் போன்றே Cosmopolitan கலாச்சாரத்திற்கு உட்பட்டது லாகூர். எங்கள் குடும்பம் வசதியான, நிலபிரபுத்துவப் பின்னணி கொண்டது. இதில் பிறந்தபோதும்கூட என் தந்தை இளமைக் காலம் முதலே இடதுசாரி சிந்தனையின் தாக்கத்தில் இருந்தார். அவர் என் தாயைச் சந்தித்தது ஒரு தற்செயலான நிகழ்வு. இருவரும் காதலித்துத் திருமணம் செய்து

* இந்நூலாசிரியர் தாரிக் அலியை நேரில் சந்தித்து எடுத்த பேட்டி.

கொண்டார்கள். என் பாட்டனார் அதற்கு எதிர்ப்புத் தெரிவித்தார். ஒரு கம்யூனிஸ்ட்டுக்கு என் மகளைத் திருமணம் செய்து கொடுக்க மாட்டேன் என்றார். சில தொடரல்களுக்குப் பிறகு அவர் ஒரு நிபந்தனை விதித்தார். நான் என் மகளைத் திருமணம் செய்து வைக்க வேண்டுமென்றால் நீங்கள் இராணுவத்தில் சேர வேண்டும். இராணுவம் என்பது அன்றைய பிரிட்டிஷ் இந்திய இராணுவம். பின்னர் ஒரு கனவொன்றின் தூண்டலுக்காக என் தந்தை அவரின் நிபந்தனையை ஏற்று இராணுவத்தில் சேர்ந்தார். அன்றைய நாட்களில் ஹிட்லரால் சோவியத் யூனியன் ஆக்கிரமிப்புக் குள்ளாகிவிடும் என்ற கவலை உலகம் முழுவதுமுள்ள எல்லா மார்க்சியர்களுக்கும் இருந்தது. இதுவும் என் தந்தையோடு ஒட்டிச் சேர்ந்து கொண்டது. அவருடைய திருமணப் புகைப்படமே இராணுவ உடையில் அவர் நிற்பது மாதிரி இருக்கும். சிறிதுகாலம் இராணுவத்தில் இருந்த அவர், தேசிய விடுதலைப் போராட்டத்திலும் பங்கேற்றார். அவரின் இந்த வளர் பின்னணி என் முன்னகர்வுக்கான அலைவரிசையாக இருந்தது. நான் வளர்ந்த சூழலில் கல்விக்கான வாய்ப்புகள் குறுகிய தேர்ந்தெடுப்புக் குள்ளாகவே இருந்தன. ஒரு வகையான உயர்தர வகுப்பினரின் பள்ளி ஒன்று இருந்தது. அதில் படிக்கிற எல்லோருமே பணக்கார, அதிகார மட்டத்தினரின் பிள்ளைகள். என்னை என் குடும்பத்தார் நீ அங்குச் செல்லவேண்டாம்; உன் அழிவின் தொடக்கம் அது என்றார்கள். பின்னர் அயர்லாந்து கத்தோலிக்க மிஷினரியால் நடத்தப்படும் பள்ளியில் சேர்ந்தேன். அது முன்னைவிட ஜனநாயக ரீதியிலானதும், சமூக நோக்கிலானதும் ஆகும். பல்வேறுபட்ட வகுப்பினர் அங்குப் படித்தார்கள். அதன் மூலம் எனக்குத் தரமான கல்வியும், கிறிஸ்தவம் பற்றிய அறிவும் கிடைத்தது. ஆனால் சூழல் முஸ்லிம் நாடாக இருந்தது.

நான் உயர்கல்விக்காக ஆக்ஸ்போர்டு செல்வதற்கு முன்பு பாகிஸ்தான் பல்கலைக்கழகம் ஒன்றில் சேர்ந்தேன். அது என் எதிர்பார்ப்புக்கு மாறாக வித்தியாசமாக இருந்தது. அதன் முதல்வர் சமூகச் சிந்தனையாளர். நான் கல்லூரியில் நுழைந்த தருணத்தில் என்னிடத்தில் சொன்னார், இக்கல்லூரி யின் நான்கு சுவர்களுக்குள் நீ எதைச் சிந்திக்க நினைக்கிறாயோ அதைச் சிந்திக்கலாம். நீ எதைச் செய்ய நினைக்கிறாயோ அதைச் செய்யலாம். நீ எதை வாசிக்க நினைக்கிறாயோ அதை வாசிக்கலாம். நான் இவற்றை ஒருங்கிணைப்பதற்காக உன்னோடு இருப்பேன். அவர் சொன்ன இந்த வார்த்தைகள் என் ஆழ்மனத் தூண்டலாக இருந்தன. இந்தத் தூண்டலின் தொடர்ச்சியாக நான் அரசியல், தத்துவார்த்த சிந்தனைக்கு உட்பட்டேன். அந்தக் கல்லூரிச் சூழலே நெகிழ்வூட்டக் கூடியதாக இருந்தது. நாங்கள் அங்கு மார்க்சியம், இஸ்லாமியம், பெண்ணியம் போன்ற பல விஷயங்கள் குறித்து விவாதிப்போம். இது ஒருவகையில் சிறந்த பயிற்சியாக இருந்தது. என் கல்லூரிப் படிப்பின் நிறைவில் நான் அரசியல் மனத்திற்குட்

பட்டிருந்தேன். என் பேச்சுகள் கல்லூரியில்கூட தடை செய்யப்பட்டன. இராணுவ ஆட்சியின் கொடுமை அது. இதைக் கண்டு கல்லூரி முதல்வர் கூட அதிர்ச்சிக்குள்ளானார். என் குடும்பத்தார் தொடர்ந்து என்னைப் பாகிஸ்தானில் இருக்க அனுமதிக்கவில்லை. ஆனாலும் எனக்குப் பாகிஸ்தானை விட்டு வெளியேற மனமில்லை.

தொடர்ந்த நெருக்கடியின் விளைவாக நான் பாகிஸ்தானிலிருந்து வெளியேறி லண்டன் சென்றேன். லண்டன் எனக்கு இன்னொரு உலகமாக இருந்தது. ஆக்ஸ்போர்டு பல்கலையில் மேலும் படிப்பதற்காகச் சேர்ந்தபோது இழந்தவற்றை அனைத்தையும் மீட்டேன். அங்கு வலுவான இடதுசாரி மாணவர் வட்டாரம் இருந்தது. அவர்களோடு கருத்தியல் ரீதியான பலவிஷயங்கள் குறித்து விவாதித்தேன். அது எனக்கு நல்ல நகர்வாக இருந்தது. தேர்வில் அன்று நான் அளித்த பதில்கள் இன்றும் எனக்கு வேடிக்கையாகத் தோன்றுகின்றன. ஒரு தடவை பொருளியல் பாடத்தில் ஒரு கேள்வி கேட்கப்பட்டிருந்தது.

உலகின் மானியப் போக்குவரத்தின் மிக மலிவான வடிவம் எது? அதற்கு நான் எழுதினேன் உலகின் மானியப் போக்குவரத்தின் மிக மலிவான வடிவம் என்பது ஹெலிகாப்டர். காரணம் இங்கிலாந்தின் சைகானிலிருந்து ஹெலிகாப்டர் பயணமாகப் புறப்பட்ட எவருமே திரும்பி வந்ததில்லை.

நான் ஆக்ஸ்போர்டு பல்கலையில் படித்த இறுதி நாட்கள் முழுவதும் வியட்நாம் போரின் எதிரொலிக்குட்பட்டிருந்தேன். என் சக நண்பர்கள் மத்தியில் அதைக் குறித்தே விவாதம் நடந்துவந்தது. எனக்கு அதன் மீதான சவால்கள் ஏற்பட்டன. அதை எதிர்கொள்வதற்கான மனோபாவமும் உருவானது. வியட்நாம் போரை ஒட்டி 1967இல் பெர்டிரான்ட் ரஸ்ஸல், ழான் பால் சார்த்தர் ஆகியோர் சர்வதேசப் போர்க்குற்றக் குழு ஒன்றை அமைத்தார்கள். அதன் பணி வியட்நாமுக்கு நேரில் சென்று நிலைமைகளை ஆராய்ந்து அறிக்கை அளிக்க வேண்டும். இதன் மூலம் அமெரிக்காவை போர்க் குற்றவாளியாகப் பிரகடனப்படுத்த வேண்டும். அக்குழுவில் நானும் ஒருவனாகத் தேர்ந்தெடுக்கப்பட்டேன். நான் அப்போதுதான் பல்கலையின் இறுதியாண்டை நிறைவு செய்திருந்தேன். அக்குழுவில் ஒருவனாக நான் வியட்நாமைச் சென்றடைந்தேன். அப்போது அமெரிக்கா வியட்நாம் மீது குண்டுகளை வீசிக்கொண்டிருக்கிறது. அதன் எல்லாவிதக் கொடூரங்களையும் நேரில் கண்டேன். பின்னர் திரும்பி வந்து நாங்கள் சார்த்தர் தலைமையிலான குழுவிடம் அறிக்கை அளித்தோம். இதன் பிறகு வியட்நாம் போருக்கு எதிராக உலகம் முழுவதும் அணிதிரளல் ஏற்பட்டது. இங்கிலாந்தின் தெருக்கள் இதற்காகவே ஆரவாரமாயின. இறுதியில் அமெரிக்கா கற்ற பாடம் நாங்கள் ஆக்ஸ்போர்டில் விவாதித்ததைப் பிரதிபலிப்பதாக இருந்தது.

1947 ஓர் அர்த்தத்தில் நம் இருவருக்குமே சோகமான தருணம். பிரிவினை தவிர்க்க முடியாத கட்டத்தில் நம்மை இருவேறு பாதையாக நகர்த்தி விட்டது. இந்தியாவின் இன்றைய இந்துத்துவ நிலைப்புக்கான துவக்கம் இது எனலாம். நிலவியல், பண்பாட்டுப் பின்னணி சார்ந்த காரணிகள் மதமாக உருவெடுத்ததன் விளைவாக நீங்கள் இதை எடுத்துக்கொள்கிறீர்களா? அல்லது இஸ்லாமியப் பேரியல் திரட்சி (macro mass)யாகக் காண்கிறீர்களா?

இரண்டையுமே நான் எடுத்துக்கொள்கிறேன். இந்திய-பாகிஸ்தான் பிரிவினையின்போது எனக்கு வயது நான்கு. என் அறிவுக்கெட்டாப் பருவம் அது. இருதரப்பிலுமே சுமார் இரண்டு மில்லியன் மக்கள் கொல்லப் பட்டனர். இப்போதும்கூட அது என் சிந்தனை ஓட்டத்தைக் கடந்து செல்வதுண்டு. அந்த நேரத்தில் நாங்கள் லாகூரின் தெருக்கள் வழியாகக் காரில் பயணம் செய்தோம். என் தந்தை காரை ஓட்டினார். நான் காரின் பின் இருக்கையில் உட்கார்ந்திருந்ததாக ஞாபகம். அப்போது ஒரு காட்சி. ஒருவர் கையில் வாளோடு கடும் கூக்குரல் எழுப்பிக்கொண்டு போனார். 'இங்கே முஸ்லிம்களைத் தவிர எவரும் இருக்கக்கூடாது.'

அவர் கண்ணில் படுவோரையெல்லாம் அடையாளம் காண முயன்று கொண்டிருந்தார். இந்துத்துவ சக்திகள் இதன் மூலம் மிகுதியான பலன் அடைந்தபோதிலும், ஓர் இடதுசாரியாக எனக்கு முஸ்லிம் லீக் மீதே குற்றம் என்று படுகிறது. அன்றைய சூழலில் ஜின்னா தலைமையிலான முஸ்லிம் லீக்கின் குணாதிசயங்கள் அனைத்துமே நிலப்பிரபுத்துவத் தன்மை கொண்டவை. ஜின்னா பாகிஸ்தானின் மிகப்பெரிய பண்ணைக் குடும்பத்தைச் சேர்ந்தவர். அதில் இருந்த பெரும்பாலான தலைவர்களின் மனவோட்டம் இஸ்லாமிய அடிப்படைவாத நவீன அரசு என்பதாகவே இருந்தது.

சமீர்கான், அபுல் கலாம் ஆசாத், கபார் கான் போன்றவர்கள் எதிர்நிலைப் பாட்டைக் கொண்டிருந்தபோதும் இவர்களே வெற்றிபெற முடிந்தது. அன்றைய காங்கிரசின் வகுப்புக் கண்ணோட்டம் கொண்ட தலைவர்கள் பாகிஸ்தான் உருவாவதையே அதிகம் விரும்பினர். நீங்கள் சொன்னது மாதிரி நிலவியல், பண்பாட்டுப் பின்னணி ஒருவகையில் இதன் நீட்சி எனலாம். பாகிஸ்தான் என்பது பஞ்சாப், ஆப்கான், காஷ்மீர், பலுசிஸ்தான் என்பதன் சுருக்கம்தான். இதுவும் முஸ்லிம் லீக்கின் நுண்ணிய மூளைகள் கண்டுபிடித்த சொல்தான். கலாச்சார நேர்கோட்டில் மொழி வகிக்கும் பங்கு குறித்து நான் நிறையவே விவாதித்திருக்கிறேன். இதன் தொடர்ச்சி யில் பிரிவினைக்கு உருதுமொழி முக்கியப் பங்கு வகித்தது என்பதை நான் இப்போதும் நம்புகிறேன்.

இன்னொரு திசையில் சம்ஸ்கிருதம் அதன் கிளையான ஹிந்தி ஆகியவற்றின் பாதிப்பும் அதிகம். இவை எல்லாம் நிலவியல் சார்ந்த

திரட்சிக்கு இருசாராரையும் உட்படுத்தின. உங்கள் இந்தியாவில்கூட உருது பேசும் முஸ்லிம்கள்தான் அதிகம் என்று நினைக்கிறேன். இதுதான் எழுபதுகளில் வங்கதேசப் புரட்சிக்குக் காரணம். அங்குள்ள முஸ்லிம்களில் பெரும்பான்மையினர் ஒடுக்கப்பட்ட சமூகத்திலிருந்து முஸ்லிமாக மாறியவர்கள்தான். இறுதியில் இந்திராவின் தலையீட்டாலே அதன் விடுதலை சாத்தியமானது. பிரிவினையின்போது குலாம் சர்வர் அங்கு செய்த கொடூரங்கள் இன்னும் மறுஎழுத்து (Rewriting) செய்யப்பட வேண்டியவை. என்னைப் போலவே இடதுசாரியாகப் பாகிஸ்தானை விட்டு வெளியேறியவர்கள், பாகிஸ்தானில் வாழ்பவர்கள் அனைவருமே பிரிவினையைத் துயரமாக நினைக்கிறார்கள். ஜவகர்லால் நேரு போன்ற தலைவர்கள் பாகிஸ்தான் அரசியலில் உருவாகாமல் போனது மிகப் பெரும் வெற்றிடம்.

உங்கள் நூல்களில் நான் படித்த ஒரு சிலவற்றில் என்னை அதிகம் பாதித்தது *Clash of Fundamentalism*. **அதில் நீங்கள் ஒரு முஸ்லிம் இளைஞனுக்குக் கடிதம் என்ற மாதிரியான பகுதியை எழுதியிருப்பீர்கள். மத்தியக் கிழக்கின் ஒரு மூலையிலிருந்து நான் அதை அணுகும் விதம், என் பார்வை சர்வதேசத்தன்மை வாய்ந்ததாக இருக்கமுடியுமா? அடிப்படைவாதம் வெறும் இஸ்லாமிய அடையாளக் குறிப்புக்கே பயன்படுத்தப்படுகிறது.**

அந்த நூல் நான் குறுகிய காலத்தில் எழுதி வெளியிட்டது. நடப்பு உலகில் அதிகம் உலவும் சொல்லாடல் அடிப்படைவாதம். 9/11க்குப் பிறகு என் சிந்தனை முழுவதும் இது தொடர்பாகவே இருந்தது. ஏன் இஸ்லாம் மற்ற செமிட்டிக் மதங்களைப் போன்று வளரவில்லை? ஐரோப்பிய வீதிகளில் நான் உலவும்போது இந்தக் கேள்வி என்னிடமிருந்து எழுந்து அப்படியே காற்றில் கலப்பது உண்டு. நான் இதற்கான வேர்களைக் காணும் முயற்சியாக ஐரோப்பாவில் ஐந்து நூற்றாண்டுகளாக இஸ்லாமிய ஆட்சி நடைபெற்ற ஸ்பெயினுக்குப் பயணம் செய்தேன். சில மாதங்கள் அங்குத் தங்கியிருந்து அதன் ஒவ்வொரு பகுதிக்கும் சென்றேன். அதன் பல்வேறு முனைகளில் வரலாற்றுச் சிதிலங்கள் தென்பட்டன. அந்த யுகம் இஸ்லாமிய வரலாற்றின் பவளம் என்று யூதர்களாலேயே அழைக்கப்பட்டது. இஸ்லாமிய வரலாற்றின் புகழ்பெற்ற தத்துவவாதிகள் இங்குதான் உருவானார்கள். கட்டடக் கலையை ஓர் அறிவியலாக வளர்த்தெடுத்த பெருமை பண்டைய ஸ்பெயின் யுக முஸ்லிம்களுக்கு உண்டு. ஆனால் இறுதிக் கட்டத்தில் அதன் ஆட்சியாளர்கள் இதை முன்னெடுக்கத் தவறி விட்டார்கள். விளைவு போர்ச்சுகீசியர்களாலும், டச்சுக்காரர்களாலும் அதிகாரப் பறிகொடுத்தலுக்கு ஆளானார்கள். சிறிது காலத்திற்குப் பிறகு முஸ்லிம்களும் யூதர்களும் அங்கிருந்து விரட்டப்பட்டனர். தேய்ந்துபோன வரலாற்று எச்சங்களை நான் ஸ்பெயினைச் சுற்றி வந்தபோது அறிய முடிந்தது.

இன்னொரு முக்கியக் காரணம் துருக்கிய உஸ்மானியப் பேரரசு. 13ஆம் நூற்றாண்டு முதல் இருபதாம் நூற்றாண்டு தொடக்கம் வரை மத்தியக் கிழக்கு முழுவதையும் ஆட்சி செய்த அவர்களால் அதை ஒரு நவீன அரசாக நகர்த்த முடியவில்லை. இதில் மத புரோகிதர்களின் பங்கு முக்கியமானது. ஐரோப்பாவில் அச்சு இயந்திரங்கள் அறிமுகமாகி அச்சகங்கள் உருவான சமயம். அப்போது துருக்கியில் ஒரு சீர்திருத்தவாத சுல்தான் ஆட்சிக்கு வந்தார். அவர் ஐரோப்பாவைப் போன்று இங்கும் அச்சு இயந்திரங்கள் மூலம் புத்தகங்கள் அச்சடிக்கப்பட வேண்டும் என்று சொன்னபோது அதை மத புரோகிதர்கள் கடுமையாக எதிர்த்தார்கள். 'உங்களுக்குத் தெரியுமா? இந்த இயந்திரத்தின் வழி புத்தகம் அச்சடித்துத் தான் ஐரோப்பாவில் மார்டின் லூதர் கிங் கிறிஸ்தவத்தை எதிர்த்தார். அது மாதிரி நீங்களும் ஆக வேண்டுமா?' உடனே சுல்தான் அதைத் திரும்பப் பெற்றார். இது மாதிரி பல நிகழ்வுகள் நடைபெற்றன. ஷவரில் குளிப்பது கூட ஹராம், மக்ரூஹ் போன்ற பல ஃபத்வாக்கள் வழங்கப்பட்டன. கடிகாரத்தைக்கூட அவர்களால் ஏற்றுக்கொள்ள முடியவில்லை. அண்மைக் காலங்கள் வரை உலகின் வளர்ச்சிப் போக்குகள் மீது இஸ்லாமிய உலகம் அவநம்பிக்கையே கொண்டிருந்தது. உயிரியல் இன்று அரபுலகின் பெரும் பாலான பல்கலைக்கழகங்களில் பாடமாக இல்லை. இவை எல்லாம் சின்ன எடுத்துக்காட்டுகள். நான் ஸ்பெயினிலிருந்து திரும்பி வந்து அந்த அனுபவப் பதிவுகளை நாவலாக எழுதினேன். எனக்கு வரலாற்று நூலைவிட கதைக்குள் கதை அனுபவமே மேலானதாகப்பட்டது. அதுதான் *Shadows of Pomegranate Tree* என்னும் நாவல்.

அடிப்படைவாதம் என்ற சொல்லாடல் மதத்தை மட்டும் குறிப்பதல்ல. அது உலகின் எல்லாவிதப் போக்குகளையும் குறிப்பது. ஒன்றின் அடிப்படைகளை உள்வாங்கி அதன் நுண்மங்கள் மீது தொங்கிக் கொண்டிருப்பது. இதன்வழி வரலாற்றின் வளர்ச்சிப் போக்குகள் மீது எவ்வித நம்பிக்கைகளும் அற்று இருப்பது. மார்க்சியர்களிலும் இத்தகைய சிந்தனாவாதிகள் உண்டு. கிறிஸ்தவத்தைப் பொறுத்தவரை குறிப்பிட்ட காலம்வரை அது, இத்தகைய அடிப்படைவாத நிலையிலேயே இருந்தது. தென்னாப்பிரிக்காவில் கருக்கலைப்பு மருத்துவமனைகள் மீது நடந்த தாக்குதல்கள், பார்த்தலோமிய தினப் படுகொலைகள், நீதியின் தோமியக் கோட்பாடு ஆகியவற்றைக் குறிப்பிடலாம். அமெரிக்காவில்கூட தற்காலத்தில் நீங்கள் குறிப்பிட்ட அளவு கிறிஸ்தவ அடிப்படைவாதிகளைப் பார்க்க முடியும். ஆனால் புராட்டஸ்டண்ட் இயக்கம் கிறிஸ்தவத்தை வெகுவாக மாற்றிவிட்டது. அது உலகின் இயல்பான வளர்ச்சிப் போக்குகள் மீது தன்னைக் கரைத்துக்கொண்டதாகவே நான் கருதுகிறேன். ஆனால் இஸ்லாமிய உலகம் இன்னும் வெகுதூரம் விலகி இருக்கிறது.

இதன் நீட்சியில் 19ஆம் நூற்றாண்டில் சவூதியில் அப்துல் வஹ்ஹாப் தலைமையில் உருவான இயக்கம் இன்னும் அடிப்படைவாதத்தை நிலைக்கச் செய்தது. அதுதான் இன்றைய எல்லாப் பயங்கரவாத இயக்கத் திற்கும் கருத்தியல் நேர்கோடு. மத்தியக் கிழக்கின் அனுபவத்திலிருந்து நான் இதைத்தான் உணர்கிறேன். அரசு-மதம் என்ற இரு நிறுவனங்கள் வேறாகும்போதே இதிலிருந்து விடுபட முடியும். அது வளைகுடாவைப் பொறுத்தவரை சாத்தியமாகுமா? கேள்வியும் பதிலும் எனக்குள் சுழன்று கொண்டே இருக்கின்றன. நான் ஸ்பெயின் பயணத்தை முடித்து *Pomegranate Tree* நாவல் வெளிவந்த சமயத்தில் எட்வர்த் செய்த் என்னிடத்தில் சொன்னார். 'அலி நீங்கள் ஸ்பெயினோடு நிறுத்த முடியாது. இன்னும் எல்லாவற்றிலும் தேடிக்கொள்ளுங்கள். அவற்றிலிருந்து கிடைப்பவையே உங்கள் அனுபவம்.' அவர் அன்று சொன்னது இன்றும் எனக்குச் சரியாகப்படுகிறது.'

மத்தியக் கிழக்கு குறித்து அதிகம் சிந்தித்தவர்களில் எட்வர்ட் செய்த் முக்கியமானவர். அவரின் நினைவுக் கருத்தரங்க அனுபவம் உங்களுக்கு எம்மாதிரியாக இருந்தது? அவரின் சிந்தனைப் போக்குகள் உங்கள் எழுத்துகள் சிலவற்றைக் கடந்து சென்றிருப்பதை நான் கவனித்திருக் கிறேன். தாரிக் அலி, சில தருணங்களில், எட்வர்ட் செய்தின் Alter ego.

நான் எட்வர்ட் செய்தை 1972இல், நியூயார்க்கில், ஒரு கருத்தரங்கில் முதன்முதலாகச் சந்தித்தேன். அவருடனான முதல் சந்திப்பு என் சிந்தனைப் போக்குகள் மீதான அனுபவப் பதிவாக இருந்தது. பாலஸ்தீனில் பிறந்த ஓர் அகதியாக எகிப்து சென்றவர் அவர். அதனாலேயே அவரின் சிந்தனை ஒருங்கிணைவு மத்தியக் கிழக்கு சார்ந்து இருந்தது. பின்காலனியக் கோட்பாட்டின் துவக்கப் புள்ளியும் அவரே. அவரின் *Orientalism* என்னை வலுவாகத் தாக்கிய நூல்களில் ஒன்று. நானும் கிழக்கின் சூழலோடு புலம் பெயர்ந்தவன் என்பதால் அது சாத்தியமானது. விமர்சகர்கள் மத்தியில் அந்த நூல் சலனத்தை ஏற்படுத்தியது. வரலாற்றாசிரியர் எர்னெஸ்ட் கெல்னர் 'ஓரியண்டலிசம் செய்தின் முரண்களில் ஒன்று. அதில் மேற்கு மத்தியக் கிழக்கை இரண்டாயிரம் ஆண்டுகளாக ஆதிக்கம் செலுத்தியது' என்கிறார். ஆனால் மத்தியக் கிழக்கின் உஸ்மானியப் பேரரசு பதினெட்டாம் நூற்றாண்டு வரை மேற்குலகிற்குப் பெரும் சவாலாகவே இருந்தது. அதன் பிறகே அது பிரிட்டனின் கட்டுப்பாட்டிற்குள் வந்தது. சிரியாவின் தத்துவ வாதியான சாதிக் ஜலால் அல் ஆஸம் 'இந்நூல் செய்தின் சறுக்கல்களில் ஒன்று' என்றார். வேறொரு அர்த்தத்தில் நான் இதைச் சாதகமாகவே எடுத்துக்கொள்கிறேன். பண்பாட்டுத் தளத்தில் மேற்கு, கிழக்கைக் குறிப்பாக மத்தியக் கிழக்கின் மீது எவ்வாறு தாக்குதல் நிகழ்த்தியது? அதன் மறுபிரதிபலிப்பு என்ன? தொடர்ச்சிகள் சார்ந்து இதை நம்மால் சிந்திக்க முடியும். உடை அரசியல் இதனோடு இயைந்திருக்கிறது.

நீங்கள் எகிப்திலிருந்து இதனைத் தொடங்க முடியும். செய்தின் மற்றொரு முக்கிய நூலாக நான் கருதுவது *Question of Palestine.* பெரும் துயரின் வெளிப்பாடாக அது ஓடிக்கொண்டிருக்கும். பாலஸ்தீன் தற்கால உலகின் அறவியல் காரணி. இது தொழில் சம்பந்தபட்டதோ, பண்ட மாற்றோ அல்ல. மாறாக பாலஸ்தீனர்கள் மீண்டும் தங்கள் நிலத்தை அடைந்து அதில் நிலைக்க வேண்டும் என்பதன் ஆன்மாவின் தொடர்ச்சி. அரேபியப் பண்பாட்டைப் பற்றிய மேற்கின் வறட்டுப் பார்வை குறித்து செய்த் விமர்சித்தார். அமெரிக்காவும், ஐரோப்பாவும் அரபுலகை எண்ணெய் விற்பனையாளர்களாக, நிலையான பயங்கரவாதிகளாகப் பார்க்கின்றன. அதற்கு மேல் அவற்றுக்கான சிந்தனாகளம் எதுவுமில்லை. ஆனால் செய்த் பாலஸ்தீன் போராளியாக விரும்பினார். பின்னர் அதை யூத-அரபு என்பதாக மாற்றிக்கொண்டார். பாலஸ்தீன் தேசியக் கவுன்சிலில் உறுப்பினராக இருந்த செய்த் குவைத் மீதான ஆக்கிரமிப்பில், பி.எல்.ஓ. சதாம் உசேனை ஆதரித்த காரணத்தால் அதிலிருந்து விலகினார். இருநாட்டுக் கொள்கைத் தீர்மானத்தை அடிப்படையாக வைத்து வாக்களித்திருக்கிறார்.

என் வாழ்நாளின் பெரும்பகுதியாகக் கடந்த முப்பத்தைந்து ஆண்டுகளாக என் உழைப்பு முழுவதும் பாலஸ்தீன்/இஸ்ரேல் சார்ந்தே இருக்கின்றது. அதே சமயத்தில் என் கவனம் யூதமக்களின் எதார்த்தத்தை, வாழ்நிலையை வெளிக்கொணர்வதிலும் இருந்தது. நான் யூத/அரபு மனித இலக்கை நோக்கிய செயல்பாட்டின் கணங்களைப் பற்றி சிந்தித்துக் கொண்டிருந்தேன். இந்த விஷயங்கள் குறித்து நான் அவரிடம் நிறையவே விவாதித்திருக்கிறேன். அரபுலகம் குறிப்பாக அடிப்படைவாத உலகம் அவரை அதிகம் புரிந்து கொள்ள முயலாதது குறித்து அவருக்கு மனவருத்தம் இருந்தது. செப்டம்பர் 25, 2003இல் அவரின் மரணச் செய்தி என்னை வந்து எட்டியபோது நான் லண்டனில் இருந்தேன். அக்கணத்தில் வெகுவாகவே அதிர்ந்துபோனேன். அப்போது கப்ரேல் மிர்சலின் கவிதை ஒன்றைப் படித்துக்கொண்டிருந்தேன். அதுவும் மரணத்தைப் பற்றியதுதான். அந்தச் சந்திப்பின் கணம் என்னை அப்படியே கலைத்துப்போட்டது. என்னுடைய எழுத்துகளில் எட்வர்ட் செய்த் சில சமயங்களில் அப்படியே நகர்வார். Alter ego என்பதை நீங்கள்தான் தீர்மானிக்க வேண்டும். எட்வர்ட் செய்த் குறித்த மேற்சொன்ன விஷயங்களை நான் பல்கலையில் ஆற்றிய உரையிலும் குறிப்பிட்டிருக் கிறேன். அதை நீங்கள் (பீர்முஹம்மது) கவனித்திருக்கலாம்.'

இஸ்லாம் பற்றிய விமர்சனங்களில் பெண்களின் நிலை முக்கியமானது. ஒருவேளை இஸ்லாமிய அடிப்படைவாதம் என்ற நிறுவலே இதன்மூலம் தான் உருவானதென்ற அவநம்பிக்கை என்னிடத்தில் இருக்கிறது. பெண்ணிய ஒடுக்குமுறை உலகம் முழுவதும் சமூக மட்டத்தில் பரவலான

நிலையில் இருப்பது பற்றி உங்களுக்கு எம்மாதிரியான உணர்வு இருக்கிறது?

உலகம் முழுவதும் பெண்ணிய ஒடுக்குமுறை பரவலான செயல்பாடாக மாறிவிட்டது. கருணைக் கொலை (Mercy killing) உலகம் முழுவதுமே ஒரு வாழ்க்கை முறையாக மாறிவிட்ட சூழலில், அது பெண்ணைப் பிரதி நிதித்துவப்படுத்துகிறது. மனிதம் என்ற நிலையில் சமூக, பொருளியல் வளர்ச்சிப்போக்கில் பெண் முன்னால் நகரக்கூடியவள்தான். மார்க்சிய வரலாற்றுப் போக்கில் அநாகரிகக் கட்டத்திலிருந்து நாகரிக நிலைக்குச் சமூகம் மாறக்கூடிய நிலையில் பண்பாட்டுத் தகவமைவுகளும் மாறுகின்றன. இதில் மனிதனின் முழு உருவமைப்புமே மாறுகிறது. பெண் இந்த இடத்தில் தான் இரண்டாம் நிலைக்குத் தள்ளப்படுகிறாள். நீங்கள் எகிப்தின் தொன்மக் கதைகளைப் படிக்கும்போது உங்களுக்குத் தெரியும். அதில் ஒரு பெண் கணவனின் உடல் மீது ஆதிக்கம் செய்வாள். அதிகாரமே அன்று சார்பியல் விஷயமாக இருந்தது. நாகரிகக் கட்டத்துக்குச் சமூகம் மாறியபோதுதான் பெண் இரண்டாம் இடத்திற்கு வருகிறாள்.

அன்றைய அரபுச் சூழல் முழுவதுமே இனக்குழு வாழ்க்கை நிலைக்கு உட்பட்டிருந்தது. இனக்குழு வாழ்நிலையில் சமூகமானது ஒத்தி வைத்தலுக்குட்படாதது. அதற்கு எல்லாமே உடனடிச் செயல்கள்தான். இஸ்லாத்தின் தொடக்ககால அரபுச் சூழலானது காட்டுமிராண்டித்தன, அநாகரிகக் கட்டத்திலிருந்து நாகரிகக் கட்டத்திற்கு மாறிய, மாறிக் கொண்டிருந்த கட்டம். அச்சமூகத்தில் தாராளப் பாலுறவு (Free sex) நிலவிக்கொண்டிருந்தது. அதே எச்சங்கள்தான் இன்று அரபுலகில் எதிரொலிக்கின்றன. இதன் தொடர்ச்சியில் இஸ்லாம் ஒரு மதமாக உருவெடுத்த நிலையில் சமூகக் கட்டமைப்பை மாற்றி அமைக்க வேண்டும் என்று விரும்பியது. ஆனால் நாகரிக சமூகத்தின் இயல்பான குணாதிசயங் களுக்குள் அது விழுந்துவிட்டபடியால், பெண் விஷயத்தில் மற்ற செமிடிக் ஆன்மாக்களைப் போன்றதாக மாறிவிட்டது. நான் இதில் எல்லாச் சமூகங்களையும் ஒரே அளவுகோலாகத்தான் பார்க்கிறேன். ஒரே வித்தியாசம் மற்றவை நிறுவனத் தன்மையை மீறிவிட்டன. இஸ்லாம் நிறுவனமாக இருக்கிறது. மனித இனத்தில் ஆண்-பெண் இருவருக்குமே உரிமை, மதிப்பு, வெகுகுணம், பாலியல் அதீதம் போன்றவை இருக் கின்றன. இன்றைய உலகில் இவை மீறப்படும்போது தான் மோதல்கள் உருவாகின்றன. பிரதிகளிலிருந்து அதற்கான நியாயப்பாட்டை உருவாக்கல் என்பது ஒரு விஷயம். மற்றது அது சமூக எதார்த்தமாதல். நான் பெண்ணுக்கு இஸ்லாம் உரிமை அளித்திருக்கிறது என்ற மதவாதிகளின் தர்க்கத்திற்குள் முழுமையாக நுழைய விரும்பவில்லை. ஆனால் அவர்கள் மதிப்பு, வெகுகுணம் என்பதை உரிமையாகப் புரிந்துகொள்கிறார்கள்.

கதீஜாவைப் போன்ற சுய-பொருளாதாரத் தளத்திற்குள் நின்ற பெண்ணை இஸ்லாமிய வரலாற்றில் இதுவரையிலும் பார்க்க முடியவில்லை. இஸ்லாமிய அடிப்படைகளின்படி நரகத்தில் நீங்கள் அதிகம் பெண்களையே பார்க்க முடியும். படுக்கை அறை அரசியல்கூட சார்பு நிலையிலேயே இருக்கிறது. ளர்ப் என்ற அரபிச் சொல் பற்றிய விவாதங்கள் பரவலாகத் தற்போது நடந்துவருகின்றன. அது 'அடித்தல்' என்பதாகவே இருக்கிறது. மத்தியக் கிழக்கு நாடுகளில் மனைவியை அடிக்கும் கணவர்கள் தங்களுக் கான போர்வையாக இதைத்தான் எடுத்துக்கொள்கிறார்கள். ஆப்கானில் தாலிபான் ஆட்சியின்போது அது ஒரு சட்ட நடைமுறையாகவே இருந்தது. அண்மையில் ஈரானின் நீதிமன்றத்தில் ஒரு முஸ்லிம் பெண் வழக்கு ஒன்றைத் தொடர்ந்தாள். அவள் நீதிபதியிடம் என் கணவரை வாரத்தில் ஒருமுறை என்னை அடிக்க உத்தரவிடுங்கள் என்றார். வளைகுடா நாடு களில் பெண்ணுக்கான வாக்குரிமை நீண்டகாலமாக மறுக்கப்பட்டு வந்தது. பின்னர்தான் ஒருசில நாடுகளில் அது அளிக்கப்பட்டது. குவைத்தில் பெண் களுக்கான வாக்குரிமை நீண்ட போராட்டத்திற்குப் பிறகே நடைமுறைக்கு வந்தது. ஆனால் அண்மையில் நடந்த தேர்தலில் ஒரு பெண் பிரதிநிதிகூடத் தேர்ந்தெடுக்கப்படவில்லை. இஸ்லாமிய அரசியல் உலகிலும் பெண் பங்களிப்பு குறைவாக இருக்கிறது. கலகங்களில் இனக்குழு மோதல்களில் பெண்கள் உடல்ரீதியான வன்செயலுக்கு ஆளாக்கப்பட்டுக் கொல்லப் படுவது அநாகரிகக் காலம்தொட்டே நடைமுறையில் இருந்துவருகிறது.

ஆப்கானிலும், சூடானிலும் நமக்கு நிறையப் படிப்பினைகள் இருக்கின்றன. கடந்த ஆண்டு அமெரிக்காவின் நியூயார்க்கில் பெண்ணிய வாதியான ஆமினா வதூத் தலைமையில் தொழுகை நடந்தபோது, அவர்கள் மீதான இஸ்லாமிஸ்ட்டுகளின் விமர்சனம் பாலியல் வன்செயலுக்கு ஒப்பானதாகும். அடையாளச் சடங்காக இது நடந்தாலும் நடப்பு உலகின் அனார்கிச நடவடிக்கையாகவே நான் இதைப் பார்க்கிறேன். Dress Code இஸ்லாமியப் பெண்ணிய உலகிற்கு இன்னொரு சவாலாக இருக்கிறது. அதன் மீதான மரபார்ந்த விமர்சனங்கள் மீது எனக்கு நம்பிக்கையில்லை. பின்காலனிய உலகில் உலகமயமாக்கலானது பெண்ணுக்கான ஆடையை தோற்றநிலை மதிப்பீட்டுக்குள்ளாக்குகிறது. நீங்கள் அதற்குள்ளாகவே நிற்க வேண்டுமென்ற நிர்ப்பந்தச் சூழலுக்கு ஆட்படுகிறீர்கள். மேற்கி லிருந்து வரும் இந்தத் தாக்குதல் மத்தியக் கிழக்குக்கு மாறுதலாகி, அது இஸ்லாமிய உலகம் முழுவதுக்குமானதாக மாறிவிட்டது. விளம்பரம் அச்சிட்ட பனியன்கள் மீதுதான் இன்று பர்தா. ஈரானில்கூட நான் இதையே காண்கிறேன். தாலிபான் ஆட்சியின்போது ஆப்கானில் பாலியல் புகாருக்கு ஆளான பெண் உடல் முழுவதும் பர்தாவால் போர்த்தப்பட்ட நிலையில் துப்பாக்கியால் சுட்டுக்கொல்லப்படுவதை ஒருவேளை நீங்கள்

கேள்விப்பட்டிருக்கலாம். இந்த இரண்டிற்குமான கூர்மையான வித்தியாசத்தை நீங்கள் பார்க்க வேண்டும். முந்தையது பின் காலனியம் தொடர்புடையது. மற்றது அடிப்படைவாத அதிசாரத்தனம்.

மத்தியக் கிழக்கில் இன்று இஸ்ரேல் - பாலஸ்தீன் எதிரிடை ஒரு பெரும் துன்பியல் நிகழ்வாகத் தொடர்ந்துகொண்டிருக்கிறது. இஸ்ரேலின் பேராதிக்க மனோபாவம் அப்பகுதியில் நேரும் பெரும் உயிர் பலிகளுக்குக் காரணமாவது ஒருவேளை இதன் தொடர்ச்சியாகலாம். சில பின்நவீனத்துவ அறிவுஜீவிகள்கூட இதில் இஸ்ரேல் சார்பு நிலைப்பாட்டையே மேற் கொண்டனர். ஓர் இடதுசாரியாக நீங்கள் மேற்கொள்ளும் நிலைப்பாடு.

இஸ்ரேல் இன்றைய உலகில் ஒரு பெரும் உருவாக முன்னிலைப்படுத்தப் படுகிறது. பாலஸ்தீனைப் பொறுத்தவரை அது பெரும் துயரம். நான் எழுபதுகளில் அரபு - இஸ்ரேல் போருக்குப் பிந்தையக் காலகட்டத்தில் பாலஸ்தீனுக்குப் பயணம் செய்திருக்கிறேன். அங்குள்ள நிலைமைகளை நேரில் கண்டிருக்கிறேன். உலகில் மிகுதியாக அகதி வாழ்க்கைக்கு உள்ளானவர்கள் பாலஸ்தீனர்கள். சுய - இருப்பிடமற்றுப்போதல் என்பது உலக வரலாற்றைப் பொறுத்தவரை கிரேக்க புராணிகக் காலம்தொட்டே நடைமுறை நிகழ்வு. யூத இனத்தின் தோற்றமே மத்தியக் கிழக்கு என்பதில் உலகச் சமூகம் எந்தச் சந்தேகமும் கொள்ள அவசியமில்லை. அவர்களின் தோற்றம் பற்றிய தொன்மங்கள் காகிதங்களில் நிறைந்திருக்கின்றன. அவர் களை ஆண்ட சிற்றரசுகள், அவர்களின் அரசமைப்பு முறை போன்றவற்றை அறிவுஜீவி சமூகம் இன்னமும் நோக்குகிறது. மேற்கு என்றைக்குமே ஒரு தனி அடுக்காக கால இயந்திரத்தில் அசைந்து வந்திருக்கிறது. பதினெட்டாம் நூற்றாண்டிலிருந்தே ஐரோப்பாவில் யூத - யூதரல்லாத இனங்களின் மோதல் துவங்கிவிட்டது. கரீபியன் பிரதேசத்திலிருந்து தொடங்கி ஸெகான்வரை இது பரவியது. யூதர்களுக்கே இயல்பாக உள்ள குணாதிசயங்கள், அதிலிருந்து வெளிப்பட்ட அவர்களின் சமூக உறவுமுறைகள், பண்பாட்டுத் தர்க்கவியல் போன்றவை மற்ற இனங்களுக்கு ஒரு சவாலாக விளங்கின. ஹிட்லரின் சகாப்தம் இதன் அரசியலை மேலும் முடக்கமாக்கியது. ஜெர்மனியில் குறுகிய காலத்தில் ஆட்சிக்கு வந்த ஹிட்லர் தன் கருத்தியல் மூளைக்கான தரவுகளை நீட்சேயிடமிருந்து எடுத்துக்கொண்டார். நீட்சேயின் அதிகாரத்துக் கான விருப்புறுதி, பேரியல் அறிவு, பேராண்மை ஒழுக்கம் ஆகியவை ஹிட்லரின் நாசி வடிவமைப்புக்குப் பெரிதும் உதவின. இனத்தூய்மை என்ற கோட்பாடு ஹிட்லருக்கு மேற்கண்ட விஷயத்திலிருந்துதான் துவக்கம் பெற்றது. அதன் பிறகு ஹிட்லர் ஜிப்சிகளையும் யூதர்களையும் இனச் சுத்திகரிப்பு என்ற பெயரில் அழித்தொழித்தது, உலகம் முழுவதுமே யூதர்கள் மீதான கரிசனப் பார்வைக்குக் காரணமாகிவிட்டது. ஹிட்லரின்

வதை முகாமுக்குப் பயந்து தப்பியோடிய யூதப் பெண்ணான ஆன் பிராங்கின் டைரிக் குறிப்பை நீங்கள் படித்தால் அறியலாம். சியோனிச எழுச்சிக்குப் பிறகு வரலாறு வெகுவாகவே மாறிவிட்டது. இன அரசியல், வரலாற்றில் சார்பியல் அளவையுடையதால் (Relative Quantity) இன்று பாலஸ்தீன் விடுதலைக்கான களமாகிறது. இன்று அதன் நிலப்பகுதியில் 70 சதவீதம் இஸ்ரேல் வசம் இருக்கிறது. இரு சுதந்திர அரசு என்ற தீர்வும் ஏற்றுக்கொள்ளப்படாமல் இரு தரப்புமே போரின் உச்சக்கட்டத்தில் இருக்கின்றன.

மேற்குலகம் தங்கள் வானவில் புரட்சிக்கான ஆர்வத்திற்குத் தடையேற் பட்ட பிறகு, அது அடைந்தது வானவில்லின் வெறும் பச்சை நிறத்தை மட்டுமே. பாலஸ்தீன் அதிகாரக் கவுன்சில் தேர்தலில் ஹமாஸ் இயக்கம் பெரும் வெற்றி பெற்றது, பாலஸ்தீனில் தவிர்க்க முடியாக் கட்டத்தில் எழுகிற அடிப்படைவாத எழுச்சி எனலாம். 9/11 நிகழ்வுக்குப் பிறகு அமெரிக்காவின் ரீமேப்பிங் கொள்கை இஸ்லாமிய உலகின் மறு கோட்பாட்டு உயிராக்கம். செப்டம்பர் நிகழ்வின் கதாநாயகர்களான ஜாராவும், முகமது அட்டாவும் லெபனானின் கல்லூரி மாணவர்கள், பொறியியல் பட்டதாரிகள். அவர்கள் மத்தியதரவர்க்கத்தின் எல்லாவித நடத்தைகளையும் அதன் இயல்புகளையும் கொண்டவர்கள். இஸ்லாத்தின் உயிரோட்டமுள்ள எந்தப் பிடிப்பும் அவர்களிடத்தில் இல்லை. இவர்களில் ஜாரா தன் காதலியுடன் நியூயார்க் கபேகளில் ஜமாய்த்தவர்தான். இவ்விதமான எல்லைகளுக்கு வெளியே அவர்களைத் தூண்டிய காரணி எது? விடை மிகச் சமீபத்திலேயே இருக்கிறது. அது மத்தியக் கிழக்கிற்கும், அமெரிக்காவுக்குமான நேரடி உறவைச் சார்ந்தது. சோவியத் யூனியனுக்கு எதிராக ஆப்கானில் முஜாஹிதீன்களை உற்பத்தி செய்த அமெரிக்கா அதற்கான பெட்ரோ - டாலரைக் கொடுத்துவிட்டது. இஸ்ரேல் அதன் ஓர் உபாயமே. லெபனான் மீதான தாக்குதல்கள் ரீமேப்பிங்கின் தொடர்ச்சி. ஐம்பதுகளின் காலகட்டத்தை நாம் நினைவுபடுத்தும்போது பாக்தாத், சிரிய, கெய்ரோ வானொலி நிலையங்கள் அரபுலகின் எழுச்சிக்கான பிரச்சார ஊடகங்களாக, அரபுலகின் ஒருங்கிணைவுக்கான தூண்டுகோல்களாக இருந்தன. ஆனால் அரபு - இஸ்ரேலியப் போருக்குப் பிறகு அரபுலகம் வளைகுடாவாக மாறிவிட்டது. அரபுலகின் இலக்கே அங்குள்ள அறிவு ஜீவிகளையும், ஜனநாயகவாதிகளையும் ஒழிப்பதுதான். சிரியாவின் ரபீக் ஹரிரி இதற்கு எடுத்துக்காட்டு. இராணுவ வீரர்கள் சிறை பிடிக்கப்பட்டதைத் தொடர்ந்து லெபனான் மீதான இஸ்ரேலின் தாக்குதல், இஸ்ரேலின் பாலஸ்தீன் அரசியல் கைதிகள் 9000 பேருக்குப் பதிலீடாக இல்லை. இது மாதிரியான தொடர்ச்சியான நடவடிக்கைகள் அதன் இராணுவ மேலாதிக்க மனோபாவத்தின் விழிப்பு நிலை.

பின்நவீனத்துவ அறிவுஜீவிகளான பூக்கோ, லியோதர்த், லக்கான், சார்த்தர் (இருத்தலியவாதி) போன்றவர்கள் இஸ்ரேல் சார்பு சிந்தனை கொண்டவர்கள். இவர்களில் லியோதர்த் பின்நவீனத்துவச் சிந்தனைப் போக்கைக் குறியிட்டுச் சென்றவர். அவரின் இறுதிக் காலத்திற்கு முன்பாக 1990இல் நானும் எட்வர்ட் செய்தும் கலிபோர்னியாவில் வைத்து அவரிடம் இதுபற்றி விரிவாகவே விவாதித்தோம். இனங்களின் அதிகாரம் நிலம் மீதான அதிகாரமாக மாறுதலடைவதையும், அதன் வழி அரசு உருவா வதையும் மையமாக வைத்து நாங்கள் விவாதித்தோம். ஹிட்லரின் பெரும் கொடூரங்களுக்குப் பலியான யூத ஆன்மாக்களைக் குறித்த அனுதாபம் உலகம் முழுவதும் எல்லா அறிவுஜீவிகளுக்கும் இருந்தது. ஆனால் அது இன்னொரு சூழலில் ஹிட்லரை மறுஉயிர்ப்பு செய்வது குறித்துத்தான் பிரச்சினையே. பூக்கோவைப் பொறுத்தவரை தன் இறுதி காலத்தில் மனப்பிறழ்வுக்கு ஆளானவர். அவருடைய சிந்தனைகள் என்னை மிகுதியாகப் பாதித்ததில்லை. ழீன் போதிலாரின் 'ஃபூக்கோவை மற' என்பதே தற்போதைய ஞாபகம். பிரடரிக்ஜேம்சன் இது பற்றி *New left Review*வில் விரிவாகவே எழுதியிருக்கிறார்.

இஸ்லாமிய உலகில் அல்லது மத்தியக் கிழக்கில் மதம் என்ற நிறுவனம் அரசு என்பதிலிருந்து பிரிவது அதன் சுதந்திரச் சூழலுக்கு வழிகோலுமா அல்லது அது மேற்குலகம் மீதான அனுசரணைத் தன்மைகொள்ள வேண்டுமா? இதுபற்றி நீங்கள் கேம்பிரிட்ஜ் பல்கலைக்கழகத்தில் ஆற்றிய உரையின் வீடியோ தொகுப்பை நான் இணையதளம் மூலம் கண்டிருக்கிறேன்.

இது இரண்டின் கலவையாக இருக்கலாம். மேற்கு, மத்தியக் கிழக்கு இரண்டுமே பேரரசுகள். விமர்சன அணுகுமுறையில் ஒன்று மற்றொன்றைச் சார்ந்திருக்க வேண்டிய அவசியமில்லை. அவர்கள் வேறுபட்ட வழிகளில், செயல்திட்டங்களை வகுக்கும்போது, இலக்கை அடையலாம். இது சமூக, புவி - பொருளாதார அரசியலைக் குறிக்கும். ஆனால் அதற்குச் சாத்தியமான சூழல் அருகிவிட்டது. ஐம்பதுகளின் பிற்பகுதியில் அரபுலகில் சிரியா, எகிப்து, ஈராக் ஆகியவை இணைந்த வானொலிக் கூட்டணி (Radio alliance) காணப்பட்டது. அரபு தேசிய உருவாக்கத்திற்குப் பெரிதும் காரணமான அவற்றால் அதை முன்னெடுத்துச் செல்ல முடியவில்லை. 1958இல் ஈராக் ஆட்சியாளரான அப்துல் கரீம் காசிம், அரபு தேசியப் புரட்சிக்கான கருத் துருவத்தை வளர்த்தார். ஆனால் அரபு இஸ்ரேலியப் போருக்குப் பிந்தையக் காலகட்டத்தில் அது சாத்தியமில்லாமல் போய்விட்டது. மத்தியக் கிழக்கைப் பொறுத்தவரை அடுத்த பத்து அல்லது இருபது ஆண்டுகளில் அதனுடைய தாண்டல் என்ன என்பதை நாம் கணக்கிட முடியாது. அதன்

உள்முரண்பாடுகள் அதற்குள்ளாகவே இருக்கின்றன. ஈராக் விஷயத்திலும் நாம் அதையே பார்க்க முடிந்தது. ஐரோப்பியர்கள் ஈராக் மீதான அமெரிக்கப் போரை எதிர்த்தார்கள். அதே நேரத்தில் அந்த எதிர்ப்புணர்வு சோவியத் யூனியனின் தகர்வு சமயத்தில் அமெரிக்கா மீது வெளிப்படவில்லை. வியட்நாம் போரை பிரான்ஸ் கடுமையாக எதிர்த்தது. அதே நேரத்தில் எந்த ஐரோப்பிய நாடும் வியட்நாம் போரில் பங்குகொள்ளவில்லை. ஐரோப்பாவைப் போன்ற ஒரு கூட்டமைவுக்குள் மத்தியக் கிழக்கு வரும் நிலையில் அதற்கான விலையை அது அடையும். அந்தோணிய கிராம்சி சொன்னது போன்று 'அறிவுஜீவியின் நம்பிக்கை வறட்சி மற்றும் விருப்பத்தின் நன்னம்பிக்கை' என்பதாகவே நான் நினைத்துக்கொள்கிறேன்.

●

இக்பால் அஹ்மத்: இடம்பெயர்தலின் அரசியல்

இந்திய அறிவுத்துறைச் சமூகம் மேற்கத்திய அறிவுத்துறை போன்றும் அரசியல் வட்டாரம் போன்றும் நிறைய ஆளுமை களை உருவாக்கம் செய்திருக்கிறது. அந்த ஆளுமைகளின் சிந்தனாமுறையும் இந்தியச் சமூக அமைப்பின் சாரம் குறித்தே முன்னிலையாக இருக்கிறது. காயத்ரி ஸ்பிவக், வந்தனா சிவா, இஜாஸ் அஹ்மத், ஹோமி பாபா, டி.டி.கோசாம்பி, ரணஜித் குஹா போன்றோர் வரிசையில்  இக்பால் அஹ்மத் முக்கியமானவர். இக்பாலின் பூர்வீகம் பீகார் மாநிலம். பீகாரின் இர்க்கி என்னும் கிராமத்தில் 1933ஆம் ஆண்டு பிறந்தார் இக்பால் அஹ்மத். சுதந்திரத்திற்கு முந்தையக் கட்டத்தில் பீகாரும் வங்காள மாகாணங்களும் மதரீதியான பதற்றப் பிரதேசங்களாக இருந்தன. பிரிட்டிஷ் அதிகார வர்க்கத்தின் காலனி விரிவாக்கச் செயல்தந்திரக் கூறுகளாக அந்தப் பதற்றமும், இனங்களுக்கிடையேயான கசப்புணர்வும் இருந்தன. இதன் தொடர்ச்சியில் 1947இல் இந்திய சுதந்திரக் காலகட்டப் பிரிவினையின்போது இக்பால் அஹ்மத் குடும்பம் தவிர்க்க முடியாமல் பாகிஸ்தானின் லாகூருக்கு இடம்பெயர நேர்ந்தது. இக்பால் அஹ்மதின் இளவயதில் அவரின் தந்தை நிலத்தகராறு காரணமாகக் கொல்லப்பட்டார். லாகூருக்கு இடம்பெயர்ந்த பிறகு அவரின் பள்ளிப்படிப்பும் கல்லூரிப் படிப்பும் அங்கு நிகழ்ந்தன. பொருளியலில் பட்டப்படிப்பு படித்த இக்பால் அஹ்மத் மேற்படிப்பிற்காக அமெரிக்காவின் கலிபோர்னியா சென்றார். அங்குள்ள பல்கலைக்கழகம் ஒன்றில் அரசியல் அறிவியலிலும் மத்தியக் கிழக்கு

விவகாரங்களிலும் பட்டமேற்படிப்பு பயின்றார். பின்னர் அதே பிரிவில் ஆய்வுப்பட்டமும் பெற்றார். அது அறுபதுகளின் காலகட்டமாக இருந்தது. இஸ்ரேலுக்கும் பாலஸ்தீனுக்கும் இடையேயான விவகாரம் மத்தியக் கிழக்குப் பகுதியின் உச்சகட்டமாக இருந்த தருணம் அது. இக்பால் அஹ்மத் வட ஆப்பிரிக்கா சென்று அங்கு அல்ஜீரிய விடுதலை இயக்கத்தில் இணைந்து தீவிரமாகச் செயல்பட்டார். அங்கு பிரான்ஸ் ஃபனானுடன் இணைந்து செயல்பட்டார். பின்னர் அல்ஜீரியாவின் விடுதலைக்குப் பிறகு அங்கு அமைந்த முதல் சுதந்திர அரசில் பணியாற்றுமாறு இவருக்கு அழைப்பு விடுக்கப்பட்டது. ஆனால் அதை மறுத்த இக்பால் அஹ்மத் தாம் ஒரு சுதந்திர அறிவுஜீவியாகவே இருக்க விரும்புவதாகக் கூறினார். அதன் பிறகு அமெரிக்கா சென்ற அவர் சிகாகோ பல்கலைக்கழகத்தில் பேராசிரியராக வேலைக்குச் சேர்ந்தார். அக்காலகட்டத்தில் அவர் அமெரிக்காவின் வியட்நாம் நிலைப்பாட்டுக்கும் கம்போடியா நிலைப் பாட்டுக்கும் எதிராகக் கடும் எதிர்வினையாற்றினார். மேற்கத்திய அறிவுத்துறை வட்டாரங்களில் இவர் மட்டுமே இந்த விவகாரத்தில் முன்னோடி. 1971இல் அமெரிக்காவின் வெளியுறவுத் துறைச் செயலரான ஹென்றி கிசிங்கரைக் கடத்த முயன்றதாக, இவர் உட்பட நான்கு பேர் மீது குற்றம்சாட்டப்பட்டது. பின்னர் நீதிமன்றத்தால் குற்றமற்றவர் என அறிவிக்கப்பட்டார். 1982இல் மசாசூசெட்டில் உள்ள கேம்ப்ஸ்பையர் கல்லூரியில் அரசியல் அறிவியல் துறை விரிவுரையாளராக இணைந்தார். அந்தக் காலகட்டத்தில் அரசியல் கோட்பாடு, பண்பாடு குறித்த இவரின் கட்டுரைகள் அமெரிக்காவின் பல்வேறு பத்திரிகைகளில் வெளிவந்தன. அவை அவரின் படிநிலையை மேலும் உயர்த்தின. அவரின் பல்கலை அனுபவம், அல்ஜீரியப் போராட்ட வாழ்க்கை, பாகிஸ்தான் போன்ற இராணுவச் சர்வாதிகார நாட்டின் நெருக்கடியிலிருந்து தப்பித்தல், அந்நிய மான உள்ளுணர்வு போன்றவை அவரைக் கிழக்கத்திய அறிவுஜீவி என்ற தகுதியை அடையச் செய்தன.

கீழைச்சமூகம், உலகப் பரப்பில் மேற்கத்திய ஆதிக்கம், ஏகாதிபத்தியம், மூன்றாம் உலக நாடுகள் ஆகியவை குறித்த இக்பால் அஹ்மதின் பார்வை யும், நுண்ணறிவும் ஆழமானவை. விரிவானவை. குறிப்பாக மேற்கத்தியச் சமூகம் எவ்வாறு சில நூற்றாண்டுக் காலத்தில் கீழை நாடுகளை அடிமைப் படுத்தியது என்பது குறித்து விரிவாக ஆராய்ந்தார். இக்பாலைப் பொறுத்தவரை இந்த ஆதிக்கச் செயல்பாடு கொலம்பஸின் அமெரிக்கக் கடல்வழிப் பயணக் கண்டுபிடிப்போடு தொடங்குகிறது. இதன் தொடர்ச்சி யில் புகழ்பெற்ற அஸ்டெக், இன்கா, மாயா போன்ற நாகரிகங்கள் அழிந்தன. அமெரிக்கப் பூர்வீகர்களான செவ்விந்தியர்கள் கடுமையாக ஒடுக்கப்பட்டனர். அவர்களின் நிலமும், உழைப்பும் பண்டமாக்கப்பட்டு முதலாளித்துவ

உலகம் என்னும் சொல்லாடலுக்குள் கொண்டுவரப்பட்டன. அங்குள்ள மக்கள் கடத்தப்பட்டு, வாங்கப்பட்டு, விலைக்கு விற்கப்பட்டு மற்ற பகுதி களுக்கு அனுப்பப்பட்டனர். கண்டங்களின் நிலங்கள் எல்லாம் வெள்ளை யினத்தவரைக் கொண்டு நிரப்பப்பட்டன. அங்கிருந்த கறுப்பினத்தவர் எல்லாம் பிற பிரதேசங்களுக்கு விரட்டியடிக்கப்பட்டனர். உலகின் சமனற்ற அரசியல், சமூக, பண்பாட்டு முறைமையானது புதிய தொழில் நுட்பத்தை உற்பத்தி செய்துகொண்டது. தொழில்புரட்சிக் காலகட்டத்தில் ஆசியா மற்றும் ஆப்பிரிக்காவின் பெரும்பகுதிகள் காலனியாதிக்கத்திற்கு உட்பட்டன. இருபதாம் நூற்றாண்டு வாக்கில் உலகின் பெரும்பாலான மேற்கைச் சாராத மக்கள் மேற்கத்திய ஆதிக்கத்திற்குள் கொண்டுவரப் பட்டனர். மேலும் பொருளியல் வரையறைக்குள் வராத சமத்துவமற்ற கட்டமைப்பிற்குள் அவர்களின் வாழ்க்கையமைப்பு தள்ளப்பட்டது. அவர்களின் வரலாறு, பாரம்பரிய மரபு போன்றவை இருண்மைக் குள்ளாக்கப்பட்டு ஒதுக்கப்பட்டன. இந்த இடங்களில் மேற்கத்திய வரலாறு, கலாச்சாரம் போன்றவை குவியமாக்கப்பட்டன.

மேற்கத்தியச் சமூகத்தால் வெற்றிகொள்ளப்பட்ட இப்பூமியில் பலதரப் பட்ட, வித்தியாசமான, சிக்கலான வாழ்க்கை முறைக்குள் இருப்பவர்கள், தங்களைவிடத் தட்டையான மூக்கைக்கொண்ட இனத்தினர் போன்றவர் களை, மிக அதிகமாக மேட்டுக்குடியினர் கூர்ந்து அவதானிக்கும்போது அவர்கள் அழகற்றவர்களாகத்தான் தோன்றுவர் என்றார் ஜோசப் கன்ராட். ஆனால் சமூகம் பண்பாட்டு விஷயத்தில் சார்பு நிலையானதாகவே இருக் கிறது. அழகு என்பது அருவப் புள்ளியே. மேற்கத்தியச் சமூகம் கிழக்கின் மீது அதன் ஆதிக்கத்தைச் செயல் தந்திரபூர்வமாகவே செய்தது. இதன் தந்திர வரலாறு தெளிவாகவே இருக்கிறது. கிழக்கின் சமூகங்களுக்கிடையே யான இணக்கம், இதன் எல்லை வரையறை காரணமாகத் தகர்வை நோக்கிச் சென்றது. மேற்கத்தியப் பேரரசுகளின் அறிவுஜீவிகள் கீழைச் சமூகங்கள் பற்றிய நுண்ணோக்கம், மக்கட்தொகுதி, வரலாறு, பண்பாட்டுத் தகவமைப்பு குறித்து அவதானித்தனர்.

இக்பால் அஹ்மத் மேற்கின் இந்தத் தகிடுதத்தங்கள் பற்றிக் கடுமையாக விமர்சித்தார். இதன் காரணமாக அவர் பல அறிவார்ந்த தருணங்களைத் தர்க்கபூர்வமாக எதிர்கொள்ள நேர்ந்தது. மேலும் ஆங்கிலேயர்கள் முஸ்லிம்கள், கிறிஸ்தவர்கள், யூதர்கள் ஆகியோர் இனரீதியாக வித்தியாச மாக இல்லாவிட்டாலும் சமூகரீதியாக ஒருங் கிணைந்திருப்பதை அறிந்து வியந்தனர். இதைக் குறித்துத் தம் பல ஆய்வு முறைகளில் இக்பால் அஹ்மத் வெளிப்படுத்தினார். மேலும் மூன்றாம் உலக நாடுகள் குறித்த இக்பால் அஹ்மதின் ஆய்வுமுறை முக்கியமானது. குறிப்பாக லத்தீன் அமெரிக்க நாடுகளில் அமெரிக்காவின் தலையீட்டைத் தம் எழுத்துகளில்

கடுமையாக விமர்சித்தார். பனாமா, பிரேசில், அர்ஜென்டினா, சிலி போன்ற நாடுகளில் அமெரிக்கா தன் ஒற்றர் படையை வைத்துத் தனக்குச் சாதகம் இல்லாத அந்நாடுகளின் ஜனநாயக அரசுகளைப் பல நேரங்களில் கவிழ்த்து இருக்கிறது. குறிப்பாக சிலியின் அதிபர் சல்வடோர் அலேண்டேயின் ஆட்சிக் கவிழ்ப்பு வரலாற்றில் குறிக்கத்தகுந்தது. அந்தத் தருணத்தில் அமெரிக்க வெளியுறவுச் செயலரான ஹென்ரி கிசிங்கர் சொன்னார். 'சிலி மக்களின் பொறுப்பற்ற தன்மையிலிருந்து அம்மக்களை நாம் காப்பாற்ற வேண்டும்'. அவர் இவ்வாறு சொன்ன சில ஆண்டுகளில் சல்வடோர் ஆட்சி கவிழ்க்கப்பட்டு அவர் படுகொலை செய்யப்பட்டார். இதை அமெரிக்க உளவுத்துறையே முன்னின்று நடத்தியது. இதை ஒரு நூற்றாண்டுக்கு முன்பே மார்க்ஸ் சொன்னார்: 'அவர்கள் அவர்களைப் பிரதிநிதித்துவம் செய்யமாட்டார்கள். மாறாக அவர்கள் பிரநிதித்துவம் செய்யப்படுவார்கள்.'

மூன்றாம் உலக சர்வாதிகாரிகள் பல நேரங்களில் தங்கள் சர்வாதி காரத்தை நியாயப்படுத்துவதற்காக இம்மேற்கோளை உள்ளிழுத்துக் கொண்டார்கள். தம் சிந்தனை முறையின் அடிப்படையில் மார்க்சிய சாய்வைக் கொண்டிருந்த இக்பால் அஹ்மத் சோவியத் ரஷ்யத் தகர்வை உலகின் பெரும் வலி என்று மதிப்பிட்டார். பெர்லின் சுவர் தகர்ந்த சமயத்திலேயே பனிப்போர் முடிந்து சோவியத் யூனியன் தகர்வை நோக்கி நகர்ந்து செல்வதைச் சரியாகவே இக்பால் அஹ்மத் கணித்தார். பனிப்போர் காலகட்டத்தில் இரு பேரரசுகளுக்கிடையே இருவிதமான துருவரீதியான முரண்பாடுகள் இருந்தன. அமெரிக்கத் தரப்பில் இராணுவத் தளவாடங்கள், இராணுவக்கூட்டு நடவடிக்கை, மூன்றாம் உலக நாடுகளில் தேவையற்ற தலையீடு, மற்ற நாடுகள் மீது போர்தொடுத்தல் போன்றவை இருந்தன. சோவியத்பக்கம் நாடுகளுக்கிடையே இணக்கம், உள்நாட்டு சமூக, வரலாற்று மற்றும் பண்பாட்டுப் பாதுகாப்பு, எல்லைகளை மதித்தல் ஆகிய குணாதிசயங்கள் இருந்தன. இதனடிப்படையில் பனிப்போரின் முடிவு என்பது உலகளாவிய நிலையில் பதற்றத்தைச் சிறிது தணித்திருக் கிறது. ஆனால் சர்வதேச உறவு முறையில் எவ்வித மாற்றத்தையும் ஏற்படுத்தவில்லை. அதே நேரத்தில் பனிப்போர் இருபதாம் நூற்றாண்டின் இறுதிப்பகுதியில் உலகின் ஆதிக்கம் என்ற கருத்தியலை ஒழுங்கமைப் பதற்கான சிறந்த கருவியாக இருந்தது.

ஏகாதிபத்தியத்தின் தற்போதைய காலநிலையானது பத்தொன்பதாம் நூற்றாண்டின் நெப்போலியச் சர்வாதிகாரத்தைப் பிரதிபலிக்கிறது. ஏகாதிபத்தியம் கீழைச் சமூகங்களை எவ்வாறு பாதிக்கிறது என்பதைக் குறித்தும் இக்பால் அஹ்மத் ஆராய்ந்தார். தெற்காசியா, ஆப்ரிக்கா, மத்தியக் கிழக்கு போன்ற பகுதிகள் இந்தக் கருத்தியலின் கொடூரத் தாக்கத்திற்கு

ஆட்பட்டிருக்கின்றன என்றார் இக்பால் அஹ்மத். எண்பதுகளின் இறுதிப் பகுதியில் இந்தியா, பாகிஸ்தான் ஆகிய நாடுகளின் அமெரிக்கச் சாய்வு நிலையை விமர்சித்த இக்பால் அஹ்மத் ஒரு நூற்றாண்டு கால இடைவெளி யில் இது இரு நாடுகளையும் மிகப்பெரும் அழிவுக்கு இட்டுச் செல்லும் என்றார்.

இக்பால் அஹ்மதின் எழுத்துகளும் நேர்காணல்களும் தொகுக்கப்பட்டு கொலம்பியா பல்கலைக்கழகத்தால் 'தேர்ந்தெடுக்கப்பட்ட படைப்புகள்' என்னும் தலைப்பில் நூலாக வெளியிடப்பட்டிருக்கிறது. இவரின் நேர்காணல்கள் அமெரிக்க எழுத்தாளரான டேவிட் பராஸ்மனால் தொகுக்கப்பட்டு நூலாக வெளிவந்திருக்கிறது. இக்பால் அஹ்மத் எட்வர்ட் செய்திற்கு நெருக்கமான நண்பராக இருந்தார். எட்வர்ட் செய்த் இவரை இரண்டாம் உலகப் போருக்குப் பிந்தைய முக்கியமான எதிர் ஏகாதிபத்திய மேற்கிற்கும், ஆசிய மற்றும் ஆப்பிரிக்கப் பின்காலனிய அரசுகளுக்கும் இடையே இயங்கும் இயக்கரீதியான சிந்தனையாளர் என்றார்.

தேர்ந்த சிந்தனையாளரான இக்பால் அஹ்மத் ஈரான், ஈராக், லெபனான், சிரியா, மொராக்கோ, இலங்கை மற்றும் ஐரோப்பாவின் பெரும்பகுதி களுக்குப் பயணம் செய்தார். இவரின் சிந்தனை மையம் என்பது அரசியலாக இருந்தபோதும், இலக்கியப் படைப்பாக்கங்கள் மீதும் அதிக ஆர்வம் செலுத்தினார். அவற்றை வாசிப்பதிலும், அவதானிப்பதிலும் அவருக்கு மிகுந்த ஈடுபாடு இருந்தது. குறிப்பாக பய்ஸ் அஹ்மத் பய்ஸ், ஆகா சாஹித் அலி, எலியாஸ் கவுரி, மஹ்மூத் தர்வீஷ், கிரேஸ் பலே போன்றவர்களை உள்ளார்வத்தோடு வாசித்தார். மேலும் புரட்சியும் எதிர்ப்புரட்சியும் பற்றிய அவரின் ஆய்வு முறை முக்கியமானது. இக்பாலைப் பொறுத்தவரை வரலாறு புரட்சிகரப் போராட்ட மனித காரணியின் இறைமையை உறுதி செய்கிறது. பிரிட்டனின் உதாரணத்தோடு தொடங்கும் இக்பால் அஹ்மத் பிரிட்டனின் இந்திய, மலேயா, இந்தோனேசியா ஆகிய நாடுகளின் காலனியாதிக்கத்தைப் பற்றி விவரிக் கிறார். அங்கு நடந்த விடுதலைப் போராட்டங்கள் புரட்சிகரத் தன்மை யின் வரலாற்றுப் பிரதிபலிப்பே. சமூக முரண்களின் சாத்தியப்பாடுகளே அதன் புரட்சிகரத் தன்மைக்கு வடிவம் கொடுக்கின்றன. இதன் அடிப்படை யில் இக்பால் அஹ்மத் மூன்றாம் உலக நாடுகள் குறித்து அதிகம் ஆராய்ந்தார். ஏகாதிபத்தியம் மூன்றாம் உலக நாடுகளைத் தன் கண்காணிப்பில் கொண்டு வருவது பற்றியும், அதன் நிகழ்தகவுகள் பற்றியும் விரிவாக ஆராய்ந்தார்.

தம் இறுதிக் காலத்தில் பாகிஸ்தான் வந்த இக்பால் அஹ்மத் அங்கிருந்து வெளிவரும் Dawn ஆங்கிலப் பத்திரிகையில் தொடர்ந்து எழுதிக் கொண்டிருந்தார். பெனாசிர் பூட்டோ ஆட்சிக்காலத்தில் லாகூரில் அரசியல் அறிவியல் பல்கலைக்கழகம் தொடங்குவதற்காக இவரிடம்

நிலம் ஒப்படைக்கப்பட்டது. பின்னர் அந்த முயற்சி நிறைவேறவில்லை. இக்பால் அஹ்மதின் அறிவுஜீவி நட்பு வட்டாரம் மிகப்பெரியது. எட்வர்ட் செய்த், இப்ராஹிம் அபுலுஹத், மாக்சிம் ரோடின்சன், பிரட் ஹாலிடே, நோம் சாம்ஸ்கி போன்றவர்களுடன் அவர் உரையாடல் நடத்தி இருக்கிறார். நோம் சாம்ஸ்கி இவரை 'இருபதாம் நூற்றாண்டு ஓரியண்டல் சிந்தனையாளர்களில் தவிர்க்க முடியாதவர்' என்றார். இந்திய ஆங்கில எழுத்தாளரான அருந்ததிராய் 'இக்பால் அஹ்மதின் பார்வை மிக ஆழமானது. உள்ளுட்டத் தன்மை கொண்டது. சம காலத்திற்குத் தேவையானது. மிகப்பெரும் குறையே தேவைப்படும் இந்தத் தருணத்தில் அவர் நம்மிடையே இல்லாததுதான்.'

உலகின் பெரும்பாலான அறிவுஜீவிகள் போலவே தம் இறுதிக் காலத்தில் புற்றுநோயால் அவதிப்பட்ட இக்பால் அஹ்மத் 1999இல் பாகிஸ்தானின் மருத்துவமனை ஒன்றில் மரணமடைந்தார். அடிப்படையில் இந்தியச் சமூகத்தைச் சார்ந்த இக்பால் அஹ்மத் முன்னாள் பிரதமர்களான மொரார்ஜி தேசாய், வி.பி. சிங், ஐ.கே. குஜ்ரால் ஆகியோரின் நண்பராக இருந்தார். கிழக்கத்தியச் சிந்தனை வரலாற்றில் இக்பால் அஹ்மத் தனித்த கோட்டை வரையக்கூடியவர். அவருக்கான வரலாற்று இடம் இன்றும் நிலையானது.

●

ஏகாதிபத்தியத்தின் கலாச்சாரம்

உலக முறைமையானது இணையற்ற அரசியல், பொருளியல், கலாச்சார பரிமாணங்களால் உருவாக்கப்பட்டிருக்கிறது. அது புதிய தொழில் நுட்பங்கள் மூலம் நிரப்பப்பட்டிருக்கிறது. தொழிற்புரட்சி காலகட்டத்தில் ஆசியாவிலும் ஆப்பிரிக்காவிலும் காலனிய விரிவாக்கத்தின் நகர்ச்சி அதிகம் இருந்தது. இருபதாம் நூற்றாண்டின் தொடக்கத்தில் உலகின் பெரும்பகுதி ஐரோப்பா சாராத மக்கள், ஐரோப்பாவின் ஆதிக்கத்தின் கீழ் கொண்டு வரப்பட்டனர். அவர்கள் இன்னும் சமத்துவமற்றக் கட்டமைப்பிற்குள் அகப்பட்டிருக்கிறார்கள். அது வெறும் பொருளியல் சார்ந்ததல்ல. அதையும் மீறியது.

'பூமியின் வெற்றியில் வெவ்வேறு நிறங்களை உடைய அல்லது நம்மை விடச் சிறிய அளவில் தட்டையான மூக்கைக்கொண்ட மனிதர்களை அதிகம் உற்றுநோக்கும்போது அழகற்றவர்களாகத்தான் தெரிவார்கள்' என்றார் ஜோசப் கன்ராட். இது இவரின் *Heart of darkness* என்னும் நாவலின் வரிகள். அது இருபதாம் நூற்றாண்டில் காங்கோ பெல்ஜியத்திடம் காலனியாக இருந்ததைப் பற்றி விவரிப்பதாகும். ஒரு அறிவொளி நாகரிகம் எவ்வாறு அழகற்ற பொருள் மீது ஆதிக்கம் செலுத்த முடியும்.

ஜோசப் கன்ராடின் பதிலானது மேற்கண்ட மேற்கோளைக் கொண்டிருக்கிறது. 'அதிகம் பொருட்படுத்தாதே'. இது அறிவுஜீவிகளின் தவறான செய்கைகளை வெளிப்படுத்துகிறது. சடத்தன்மையும், அறியாமையும் ஏகாதிபத்திய உலகில் உயிரூட்டமான நம்பிக்கையை ஏற்படுத்துகின்றன. மேற்கால் தொகுக்கப்படும் அறிவுஜீவிகள் மொத்தத்தில் இப்படியாக இருக்கின்றனர். பெரும் துருவக் கலாச்சாரங்களின் விதியானது மேன்மையானது. ஆனால் அவை குறைந்த அளவில் முறையற்ற வகையில் பதிவு செய்யப்பட்டிருக்கின்றன. இருபதாம் நூற்றாண்டு காங்கோ இனப் படுகொலைப் பற்றி நமக்கு மிகக் குறைந்த அளவே தெரியும். நாகரிகங்கள் அழிந்த, ஒரு போராட்டத்தில் 200 மில்லியன் மக்கள் இறந்த ஒரு நிகழ்வைப் பற்றி நாம் கேள்விப்பட்டிருக்க மாட்டோம். 'அதிகம் பொருட்படுத்தாதே' என்ற வழக்கம் நிலையாக இருந்துகொண்டிருக்கிறது. 1975 வியட்நாம் போரின் முடிவில் எந்தப் பெரும் வரலாற்றுப் பதிவோ, திரைப்படமோ,

அமெரிக்காவின் மீதான வியட்நாம் அனுபவத்தைப் பற்றி வெளிவந்ததில்லை. ஆனால், அதேநேரத்தில் வியட்நாம் மீதான அமெரிக்கத் தலையீட்டைப் பற்றிக் குறிப்பிடத்தக்க பதிவுகள் வெளிவந்தன. புதைக்கப்பட்ட உண்மை களைத் தோண்டி வெளிக்கொண்டு வருவது, இந்தத் தகவல் காலகட்டத்தில் மிகப்பெரும் அறிவுஜீவிகளின் பணியாக இருக்கிறது. இந்த வேலை மிகக் கடினமானதாகும். காரணம், அரசாங்கமும் ஊடகங்களும் ஜனநாயகமற்று இருக்கும் வேளையில் அவை வரலாற்று உண்மைகள் மீது ஏகபோகத்தை அனுபவிக்கின்றன. அவர்கள் அதை லாவகமாக அழிக்கிறார்கள். நான் கற்றுக்கொண்ட வரையில் சி.ஐ.ஏ மூன்றாம் உலக நாடுகளில் தான் தலையிட்டதையும், தான் செய்த படுகொலைகளையும் மறைத்து, அவை தொடர்பான ஆவணங்களை அழித்திருக்கிறது. எடுத்துக்காட்டாக 1953இல் ஈரானில் மக்களால் தேர்ந்தெடுக்கப்பட்ட முஹம்மது மொஸ்தாக் அரசைத் தூக்கி எறிந்ததோடு மட்டுமல்லாமல், அது தொடர்பான ஆவணங்களை யும் அழித்துவிட்டது.

நம் பொதுவான மனிதத் தன்மையை நிராகரிக்க எல்லைக்கோடுகள் வரையப்பட்டன. வேறுபட்ட கருத்தியல்கள் ஏகாதிபத்திய அறிவுஜீவி களாலும், ஆட்சியாளர்களாலும் உடைமையாக்கப்பட்டன. மக்களை வகைப்படுத்துவதிலும், வேறுபட்ட பிரிவாகப் பார்ப்பதிலும் ஏகாதிபத்திய வாதிகளுக்கு அலாதி விருப்பம் இருந்தது. மக்களின் எளிமையான இனங் களுக்கிடையேயான உள்கலப்பு இயல்பை மீறிய ஒன்றாகப் பார்க்கப் படுகிறது. பிரித்தாளும் கொள்கை இதன் நீட்சியிலிருந்து பரவியதாகும். இந்தியாவிலும் மத்தியக் கிழக்கு நாடுகளிலும் பிரிட்டிஷ் ஏகாதிபத்தியம் இந்த வழிமுறையைத்தான் கடைப்பிடித்தது. கலப்பினப் பெருக்க அச்சுறுத்தல் ஏகாதிபத்தியக் கலாச்சாரம் மற்றும் கொள்கையையும் நிறுத்திவைத்தது. சிக்கலான அணுகுமுறைகள் படையெடுப்பு மற்றும் ஆக்கிரமிப்பிற்கான எல்லையை உடைத்தன. அங்கே ஒரு பூடக உலகம் தென்பட்டது. அது கிழக்கு சார்ந்த பூடகம். அது கண்டுபிடிப்புகளுக்கு வழிதிறக்கிறது. இந்தக் கண்டுபிடிப்புகளுக்கு அறிவொளி கொண்ட மனிதன் தேவைப்படுகிறான். இருண்மையான கருத்துகளுக்கு, அல்லது இருண்ட கண்டத்திற்கு ஒளியூட்ட ஒரு மனிதன் தேவைப்படுகிறான். அல்லது வெற்று நிலங்களை இட்டு நிரப்புவதற்கு ஒன்று தேவைப்படுகிறது. இந்து மற்றும் அரபுக் கூட்டு மனங்களை உடைய உண்மையான அடையாள இலக்கியம் தேவைப் படுகிறது. எல்லாமே பொதுவான முன்முடிவுகளுக்கு வருகின்றன.

மேற்கண்ட எல்லாக் கருதுகோள்களும் ஏகாதிபத்தியம் பற்றியும் அதன் கலாச்சாரம் பற்றியும் இக்பால் அஹ்மதால் வரையப்பட்டவை. இருபதாம் நூற்றாண்டில் மூன்றாம் உலகில் ஆதிக்கம் செலுத்திய பிரிட்டன் பற்றியும், அமெரிக்க ஏகாதிபத்தியம் பற்றியும், அவற்றின் காலனியாதிக்கச் செயல்

பாடுகள் பற்றியும் விரிவாக ஆராய்ந்தார் இக்பால் அஹ்மத். மேலும் இஸ்லாம் குறித்த அவரின் விமர்சனப் பார்வை முக்கியமானது. பின்காலனிய உலகில் இஸ்லாம் ஓர் அரசியல் கோட்பாடாக நிலை பெறுவது ஆபத்தானது என்றார். குறிப்பாக இஸ்லாம் குறித்தும் அரசியல் குறித்தும் அவரின் பார்வை வித்தியாசமானது. இக்பாலைப் பொறுத்தவரை இஸ்லாம் பற்றியும் அரசியல் பற்றியும் எழுதுவது என்பது சில இடர்பாடுகளை எதிர்கொள்வதாகும். இஸ்லாமிய ஆய்வுகள் பண்டைய நுண் துளைகள் மீதும் தற்போதைய சுரங்கங்கள் மீதும் பரவி நிற்பதாகும். இவை வெளிப்படையாகவே வித்தியாசமானவையாக இருப்பதுடன் மரபார்ந்த உலமா பார்வைக்கும் நவீன ஓரியண்டலிஸ்ட் பார்வைக்கும் அதிக அளவிலான வித்தியாசத்தைக் கொண்டிருக்கின்றன. இவர்கள் இருவரின் முறைமையும் வேறுபட்டது. இன்னும் சில விதிவிலக்குகளைத் தவிர இருவரும் அரசியலையும், மதத்தையும் பிரிக்கும் விஷயத்தில் மௌனத்தையே கடைப்பிடிக்கிறார்கள். அவர்கள் இஸ்லாம் பற்றிய நிலையான பார்வையைக் கொண்டிருப்பதோடு மட்டுமல்லாமல் சமூகப் பொருளியல் சக்திகள் மூலம் ஏற்படும் மாற்றங்களையும் புதிய கண்டுபிடிப்புகளையும் பற்றிய விவரணைகளை மத களங்கமாகக் காண்கிறார்கள். இஸ்லாமிய வரலாற்றை, குறிப்பாக ஸ்பெயினின் உமய்யாக்கள், இந்தியாவின் முகலாயர், ஈரானின் சபாவித் ஆகிய வம்சங்களின் வரலாற்றை இஸ்லாமியக் கோட்பாடுகளின் விலகலாகப் பார்க்கிறார்கள். மேற்கத்திய வைதீகக் கல்வி, உலமாக்களின் இறையியல் வைதீகம் ஆகியவற்றின் உள் விளையாட்டு இஸ்லாமியச் சொல்லாடல்கள் பரவுவதற்கான கூறுகளாக இருக்கின்றன.

இரண்டாவது பிரச்சினை இஸ்லாம் பற்றிய கண்ணோட்டமும், துவேஷ உணர்வும். இஸ்லாமிய நாகரிகம் மட்டுமே கடந்த பதினான்கு நூற்றாண்டுகளாக மேற்குலகத்துடன் பிராந்திய, மத, பண்பாட்டு வேறுபாடுகளைக் கொண்டிருக்கிறது. மேற்கு உலகத்துடன் இஸ்லாத்தின் தொடர்பு என்பது தொடர்ந்த, நெருங்கிய ஒன்றாக இருக்கிறது. மேலும் நீண்ட, வன்செயலான எதிர்ப்பாடுகளின் வரலாறாகவும் இருக்கிறது. நம்முடைய பண்பாடு மரபார்ந்த, விவசாய, இடைநிலையாக இருக்கும்போது அவற்றுக்கிடையே அமைப்பு ரீதியான உறவு முறை இருக்கிறது. முஸ்லிம் உலகத்திற்கும் மேற்குலகிற்குமான எதிர்மறையான உறவுமுறை என்பது நெப்போலியனின் 1798ஆம் ஆண்டின் எகிப்து ஆக்கிரமிப்பு மற்றும் இந்திய முகலாயப் பேரரசை வெற்றிகொண்டு, அதன் மீது பிரிட்டன் தன் ஆதிக்கத்தை நிறுவுதல் ஆகியவை காரணமாகத் தொடக்கம் கொண்டது. மேலும் துருக்கிய உஸ்மானியப் பேரரசின் வீழ்ச்சி உலக அரங்கில் இஸ்லாமியப் பேரரசு என்ற அரசியல் கட்டமைப்பை முடிவுக்குக் கொண்டு வந்தது. இது கிழக்காசியா முதல் மேற்கு ஆப்பிரிக்கா வரையிலான

முஸ்லிம் உலகத்தைப் படிப்படியாகக் காலனியப்படுத்தியது. அவர்கள் காலனியாகவில்லை. காலனியாக்கப்பட்டார்கள். மேற்கிற்கும் இஸ்லாத்திற்குமான முரண்பாடு ஆழமான மனித அழிப்பிற்கும், அந்நியமாதலுக்கும் ஆட்படுத்தப்பட்டதே. நவீன ஏகாதிபத்தியம் தொழிற்புரட்சிக்கு முந்தைய, மேய்ச்சல் நாகரிகத்தை அழித்துக்கொண்டு அதன் சிக்கலான, ஒருங்கிணைந்த கூறுகளை உள்வாங்கிக் கொண்டு, தற்போதைய தொழில், வணிகச் சமூக நலன்களுக்கு ஏற்ற விதத்தில் உருவாகி இருக்கிறது. இதனுடைய சட்ட பூர்வ நலன் என்பது அங்குள்ள பூர்வ குடியினரை விளிம்பு நிலைக்குத் தள்ளுவதும், மனித குணாதிசயங்களை நிர்மூலமாக்குவதுமாகும். காலனிய நாகரிகத்தை மதிப்பிழக்கச் செய்வது, பண்பாட்டு மரபுரிமையின் அடிப்படையைத் தகர்ப்பது, எதார்த்தக் குடியியல்புகளை அழிப்பது ஆகியவை நவீன ஏகாதிபத்தியத்தின் அறிவுத் தோற்றவியலாக இருக்கின்றன.

இருபதாம் நூற்றாண்டின் இடைப்பகுதியில் காலனியத் தகர்ப்பு தொடங்கியபோது, மேற்கின் காலனிய நியாயப்பாடு குறைந்தது. பின்காலனிய சாதகமான உறவுச்சூழல், பனிப்போர், அரபு இஸ்ரேலிய முரண்பாடு ஆகியவை முஸ்லிம் சமூக அமைப்பில் மேற்கத்தியச் சொல்லாடல்களை உற்பத்தி செய்தன. இஸ்ரேலுக்குச் சாதகமான மத்தியக் கிழக்கு வல்லுநர்கள் பலர் தற்கால முஸ்லிம் பிரச்சினைகளை அணுக சிரமப்பட்டனர். இது விமர்சனம் என்ற எல்லைக்கு அப்பால் அழிப்பு, தவறான பிரதியாக்கம், அவதூறு, வசைகள், இனத்துவேஷம் போன்ற முரணிகளை உருவாக்கியது. மொராக்கோ முதல், சிரியா, ஈராக், பாகிஸ்தான், இந்தோனேஷியா வரையிலான முஸ்லிம் நாடுகள் ஆயுதம் தாங்கிய சிறு குழுக்களால் ஆளப்பட்டுவந்தன. சிலர் அவர்களாகவே சோசலிஸ்ட், ஜனநாயகம் என்று சுயமாக அழைத்துக்கொண்டனர். இன்னும் சிலர் தூய இஸ்லாமிய அரசு, இஸ்லாமிய ஜனநாயகம் என்று அழைத்தனர். கிட்டத்தட்ட எல்லா இஸ்லாமிய அரசுகளும் ஊழல், நிர்வாகச் சீர்கேடு ஆகியவற்றால் நிறைந்து மக்கள்திரளை அடக்கி ஆண்டன. பிராந்தியங்களின் இறையாண்மை, இயற்கை வளங்கள் ஆகியவற்றைப் பாதுகாப்பதற்குப் பதிலாகச் சுயமான அதிகாரத்திற்குள்ளும், அநீதிகளுக்குள்ளும் அகப்பட்டுக் கொண்டன. அவர்கள் உள்நாட்டுக் கவுரவப் பாதுகாப்பிற்குப் பதிலாக அந்நிய சக்திகளின் மேன்மையை உயர்வாகக் கருதினர். அடிப்படைவாத எழுச்சி, நவ ஏதேச்சதிகார முஸ்லிம் இயக்கங்கள் ஆகியவை இருபதாம் நூற்றாண்டு முஸ்லிம் வரலாற்றை மிகுந்த கறைப்பட்டதாக மாற்றியது என்கிறார் இக்பால் அஹ்மத்.

வரலாற்றுரீதியில் இஸ்லாமிய அரசியல் பண்பாடு என்பது குழப்பங்களாலும், கலகங்களாலும் நிறைந்திருக்கிறது. பாகிஸ்தானிலிருந்து மவுரிடானியா வரையிலான இஸ்லாமிய நாடுகள் இவற்றைப் பிரதிபலிக்

கின்றன. மேற்கு அரேபியாவிலும் கிழக்கு அரேபியாவிலும் உள்ள சில நாடுகள் இவற்றிற்கு விதிவிலக்காக இருக்கின்றன. அரசதிகாரம் என்ற நிலையில் இஸ்லாம் இந்தக் கலகத்திற்கு ஒரு குறிப்பிட்ட சட்டநியாயத்தை வழங்கியிருக்கிறது. உலமாக்கள் இதை முன்னெடுத்துச் சர்வாதிகார அரசுகளுக்கு எதிராகப் போராட வேண்டுமென்று அழைப்பு விடுத்தனர். நூற்றாண்டுகளாக முஸ்லிம் சமூகம் குறிப்பிட்ட இனம் மற்றும் பிரபஞ்சம் ஆகியவற்றின் இயங்கியலாக இருக்கிறது. அவர்களுக்கு இருவிதமான அடையாளங்கள் இருக்கின்றன. ஒன்று உடனடியான, சமூக மற்றும் விரிந்த பரப்பு, மற்றொன்று வரலாறு, கருத்தியல், பண்பாடு. இதனடிப்படையில் முஸ்லிம் சமூகம் சமூக நோக்கிலான வாழ்க்கையமைப்பைத்தான் தேர்ந்தெடுத்திருக்கிறது. இவை துண்டிக்கப்பட்ட, தனிமையான இயக்கத்தை அவர்களுக்கு அளித்திருக்கிறது. இன்னொரு நிலையில் உலக அரசமைப்புக் கட்டமைப்பில் அரசியல் முரண்நகையாக இது இருக்கிறது. இவ்வாறான முஸ்லிம் மற்றும் மேற்கின் அதிகார அமைப்பு முறையைப் பற்றி விரிவாக ஆராய்ந்த இக்பால் அஹ்மத், எட்வர்ட் செய்திற்கு அடுத்த நிலையில் மேற்கிலும் ஆசியப் பகுதியிலும் சிறந்த பின்காலனியச் சிந்தனையாளராக அறியப்படுகிறார்.

பேரரசை எதிர்கொள்ளல்
இக்பால் அஹ்மதுடன் டேவிட் பர்ஸமியன் நேர்காணல் *

கேள்வி: உங்களின் இளமைக் காலத்தில் இந்தியா, பாகிஸ்தான் ஆகிய இரு நாடுகளின் பதற்றச் சூழலைப் பார்த்திருப்பீர்கள். அது எப்படி உங்களைப் பாதித்தது?

இக்பால் அஹ்மத்: இந்தியப் பிரிவினையின் நிகழ்வானது எனக்கு நீண்டகாலத் தாக்கத்தை ஏற்படுத்தியிருக்கிறது. நான் பார்த்த வரையில் அந்த நிகழ்வானது ஒரு மனிதத் தன்மை, முழுமையடைந்த மனிதத் தன்மை காட்டுமிராண்டித்தனமாக மாறியதாகும். அதன் நீட்சியில் கருத்துகள், கருத்தியல்கள், அரசியல் பிணைப்புகள் ஆகியவையே மனித நடத்தையை மாற்றுகின்றன.

உங்கள் தந்தை படுகொலை செய்யப்பட்டதைப் பற்றி?

என் குழந்தைப் பருவத்தின் முக்கிய ரணமாக அந்த நிகழ்வு இருக்கிறது. நனவிலி நிலையில் வாழ்க்கையைப் பற்றி சில முடிவுகளை நான் எட்டுவதற்கு அது காரணமாக இருந்தது. அதாவது ஒருவனின் சொத்து என்பது, மக்களுக்கு நட்பையும் சுற்று வட்டத்தையும்விட மேலானதாக இருக்கிறது. என் தந்தையின் கொலையில் என்னுடைய உறவினர்கள் சிலரும் ஈடுபட்டிருந்தார்கள். அவர்களின் சொத்துக்கு என் தந்தையின் அரசியல் காரணமாக ஆபத்து வரும் என்று நினைத்தார்கள்.

அவர் காந்திய இயக்கத்தில் ஈடுபாடுள்ளவரா?

ஆம். அவர் இந்திய தேசியக் காங்கிரஸோடு தொடர்புடையவர். மேலும் ஏழை மக்களுக்காகத் தன்னுடைய நிலத்தின் ஒரு பகுதியைக் கையளித்தவர்.

அவர் கொல்லப்பட்டபோது நீங்கள் அவரோடு இருந்தீர்களா?

ஆம். நாங்கள் இருவரும் அப்போது ஒரே கட்டிலில் படுத்துறங்கினோம்.

* பேரரசை எதிர்கொள்ளல் என்ற நூலிலிருந்து.

அவர் என்னைக் காப்பாற்ற முயற்சி செய்து முன்னேறிச் சென்றார். நான் அப்படியே உட்கார்ந்திருந்தேன்.

நீங்கள் காந்திய இயக்கத்தையும் காலனிய ஆட்சியிலிருந்து விடுதலை பெற்ற நிகழ்வையும் திரும்பிப் பாருங்கள். இந்தியப் பிரிவினையையும், அதற்குப் பிந்தைய இரத்த ஆற்றையும் அவரால் தவிர்த்திருக்க முடியுமா?

நான் இப்படி நினைக்கிறேன். காரணம் இந்து, முஸ்லிம் ஆகிய இரு சமூகங்களும் கடந்த 700 ஆண்டுகளாகச் சேர்ந்து வாழ்ந்திருக்கின்றன. இதில் பிரிவினைக்கான வழியைக் கண்டுபிடிப்பது சாத்தியமற்றது. காந்தி உட்பட இந்திய தேசிய இயக்கத் தலைவர்கள் ஏன் இந்த இரு சமூகங்களும் இணக்கமாக இருப்பதற்கான வழிகளை ஏற்படுத்தவில்லை என்பது எனக்குப் புரியவில்லை. ஒரு சமூகமான இந்து சமூகம் மற்றொரு சமூகமான முஸ்லிம் சமூகத்துடன் இணக்கமாக வாழ முடியும். ஒரு கட்டத்தில் இந்த உறவில் பதற்றம் ஏற்பட்டது. மொத்தத்தில் இந்த இரு சமூக மக்களும் இணக்கமாக வாழ்ந்திருக்கிறார்கள். நாகரிகம் வளர்ந்தது. உருது என்னும் புதிய மொழி உருவானது. புதிய கலை, கட்டடவியல், இசை, கவிதை போன்றவை வளர்ந்தன.

பிரிவினை தவிர்க்கப்பட்டிருக்க முடியும். ஆனால் இந்தியக் காலனிய எதிர்ப்பியக்கதினர், தேசியக் கருத்தியலைத் தவிர்ப்பதற்கான புரிதலைக் கொண்டிருக்காத வரை அது சாத்தியமில்லாததாக இருந்தது. தேசியம் என்பது வித்தியாசமான கருத்தியலாக இருந்தது. குறைந்தபட்சம் காந்தி அந்தப் பிரிவினைக்குப் பங்களித்தவராக இருந்தார். அவர் அடிப்படையில் பாகிஸ்தான் தேசியவாதிகளுக்கெதிரான ஓர் இந்து வகுப்புவாதியாகத் தான் இருந்தார். நான் இதைப் பற்றி பகிர்ந்துகொள்ள விரும்பவில்லை. நான் சொல்வது அவர் ஏகாதிபத்தியத்திற்கெதிரான சந்தர்ப்பவாதியாக இருந்தார். அவரின் அந்தச் சந்தர்ப்பவாதம் இந்திய அரசியலை ஆன்மிக ரீதியாகவும், குழுரீதியாகவும் மாற்றியது. மேலும் காந்தி இந்துக் குறியீடு களைப் பயன்படுத்தினார். காரணம் அவை பெரும்பான்மை மக்களின் குறியீடு. அவர்கள் மிகுந்த சக்தியைப் பெற்றிருந்தார்கள். அவர்களிடம் அதிகாரம் இருந்தது. இந்நிலையில் முஸ்லிம் சமூகம் தங்களின் பண்பாடு இங்கு அதிர்வுக்குள்ளாகிறதோ என்று பயந்தது. காந்தி தம் அகிம்சைத் தத்துவத்தில் பெருவாரியான மக்களை உள்ளடக்கக்கூடிய வரைமுறை யைக் கொண்டிருக்கவில்லை.

இதில் பிரிட்டனின் பங்கு?

இரண்டாம் உலகப்போர் பிரிட்டனின் ஏகாதிபத்திய விருப்புறுதியை வெளிப்படுத்தியது. பிரிட்டன் அரை மனத்தோடு தான் வைத்திருந்த

தனது பிடிமானங்களைத் திடீரெனக் கைவிட்டது. பிரிட்டன் தன் பிடிமானங் களைக் கைவிடுவதில் மிகக் கவனமாக இருந்தது. முதல் மற்றும் இரண்டாம் உலகப்போர் காலகட்டங்களில் பிரிட்டன் உலகின் பல பகுதிகளில் ஆற்றல் வளங்களை, அது கடினமாக இருந்தபோதும், தன் கட்டுப்பாட்டில் வைத்திருந்தது. அது அதைவிட மிகுந்த ஆழமான, எதார்த்தமான உண்மை யான பெட்ரோலியத்தின் முக்கியத்துவத்தை உணரத் தொடங்கியது. அவர்கள் இந்தியாவுக்குக் குறைந்த முக்கியத்துவத்தையே கொடுத்தார்கள். அவர்கள் இரு விஷயங்களுக்கு முக்கியத்துவம் கொடுத்தார்கள். ஒன்று பெட்ரோலியம், இரண்டு ஆங்கில மக்கள். எங்கு பெரிய ஆங்கிலக் காலனி இருக்கிறதோ, எங்கு பெட்ரோலிய வளம் இருக்கிறதோ அங்கு அதிகம் தொங்கினார்கள். முழுமையாகப் பார்க்கும்போது அவர்கள் பொறுப்பற்ற வர்களாக இருந்தார்கள்.

நான் 12 வயதுச் சிறுவனாக அப்போது இருந்தேன். இதெல்லாம் என் நினைவில் விரிந்து நிற்கின்றன. என் சகோதரர்கள் 1947இன் துயரமான நிகழ்வுகளைப் பற்றிச் சொன்ன விஷயங்கள் இன்றும் நினைவில் உள்ளன. 1947, 1948 நிகழ்வுகள் அனைத்துமே சிந்தனையற்ற அவசரமான, முட்டாள் தனமானவையாகும்.

இதிலிருந்து தேசியவாதக் கருத்தியலுக்கு விரிந்த, உறுதியான அடையாளம் ஒன்று தேவைப்படுவதாகத் தெரிகிறது. நீங்கள் ஒரு தடவை கூட்டு அடையாளம் ஒன்றை உருவாக்குவது வரலாற்றை அழிப்பதாகும் என்று சொல்லியிருக்கிறீர்கள்.

கூட்டு அடையாளத்தை உருவாக்குவதல்ல; கூட்டு அடையாளத்தை உருவாக்கி மற்றவர்களை அவமதிப்பது. நாங்கள் குறிப்பிட்ட ஒருவர். மற்றவர்களல்லர். நாம் யார் என்றால் நாம் மேற்கத்திய சமூகத்திலிருந்து, முஸ்லிம்களிடமிருந்து, இந்துக்களிடமிருந்து, யூதர்களிடமிருந்து, கிறிஸ்தவர்களிடமிருந்து வேறுபட்டவர்கள் என்ற பிரக்ஞை வரலாற்று அழிவுக்கு இட்டுச் செல்கிறது. எடுத்துக்காட்டு கண் முன்னால் இருக்கிறது. இந்தியாவின் முகலாய ஆட்சியமைப்பை எடுத்துக்கொள்ளுங்கள். வரலாற்றாசிரியர்கள் குறிப்பிட்டிருக்கிறார்கள்.

முகலாய அரசில் பெரும்பாலான செல்வந்தர்கள், நிலப்பிரபுக்கள், உயரதிகாரிகள் எல்லோரும் இந்துக்களே. மேலும் 700 ஆண்டுகால முகலாய ஆட்சியில் பெரும்பாலான முஸ்லிம்கள் ஏழைகளே. இதில் ஒடுக்கப்பட்ட சமூகத்திலிருந்து இஸ்லாத்துக்கு மாறியவர்கள்தான் அதிகம். இங்கு விடுதலையும் சமத்துவமும் வேண்டி வருகிறார்கள். இஸ்லாம் அடிப்படை யில் சாதியமைப்பைக் கொண்டிருக்காததே இதற்குக் காரணம். ஆனால் காலப்போக்கில் இந்த மனோபாவம் சிதைந்து வருகிறது. இந்தியாவின்

புகழ்பெற்ற வரலாற்றாசிரியர்களிடையே இந்த விஷயத்தைப் பற்றி இன்றளவும் விவாதம் நடந்துவருகிறது.

மேற்கத்தியர்கள் இஸ்லாம் பற்றிச் சிந்திக்கும்போது அவர்கள் இயல்பாகவே சவூதி அரேபியா, ஈரான், ஈராக், சிரியா போன்றவை குறித்தே சிந்திக்கிறார்கள். அவர்கள் மிகப்பெரும் முஸ்லிம் மக்கள்தொகையைக் கொண்டிருக்கும் இந்தியாவைப் பற்றிச் சிந்திப்பதில்லை. இது சாத்தியமாகக்கூடிய விஷயமா? தற்போதைய தருணத்தில் இந்தியா, இந்தோனேஷியாவுக்கு அடுத்தபடியாக உலகிலேயே அதிக முஸ்லிம்களைக் கொண்ட நாடாக விளங்குகிறது. தற்போது இரு நாடுகளிடையே முஸ்லிம் மக்கள்தொகை விஷயத்தில் போட்டி நடக்கிறது. முதலில் மேற்கத்தியர்கள் முஸ்லிம்கள் என்றால் ஈரான், ஈராக், சவூதி அரேபியா போன்ற நாட்டினரைக் குறித்துச் சிந்திக்கிறார்கள். இரண்டாவது அடிப்படைவாதம் என்றால் முஸ்லிம்களைக் குறித்துச் சிந்திக்கிறார்கள். அவர்கள் இந்தியாவை அச்சுறுத்தும் இந்து அடிப்படை வாதம் பற்றியோ, செர்பியாவின் கிறிஸ்தவ அடிப்படைவாதம் பற்றியோ சிந்திப்பதில்லை. ஆக இஸ்லாம் பற்றிய சிந்தனை ஒன்றுக்கும் மேற்பட்ட நிலைகுலைந்த வழியில் இருக்கிறது.

வியட்நாம் போர் எதிர்ப்பு நாட்கள் முதல் எனக்கு உங்கள் பெயர் அறிமுகமானதுதான். நீங்கள் அமெரிக்காவிற்கு 1958இல் வந்தீர்கள். அந்தப் பத்தாண்டுகளில் நீங்கள் அமெரிக்காவில் இருந்தீர்கள். மக்களின் இடையீடு அதிகரித்திருப்பதாக நீங்கள் காண்கிறீர்களா? அங்கு ஜனநாயகம் அதிகமிருக்கிறதா?

இது ஏற்ற இறக்கங்களோடு இருக்கிறது. அது பொருளியல் சுழற்சி போன்றது. அங்கு மந்தநிலையும் உண்டு. ஏற்ற நிலையும் உண்டு. சிவில் உரிமை இயக்கக் காலகட்டத்தின்போது அங்கு மக்களின் இடையீடும், வாழ்வும் மிகப் பெரியதாக இருந்தன. மார்டின் லூதர் கிங் கறுப்பர்களுக்கும் வெள்ளையர்களுக்குமிடையே சம நிற உரிமையும் சம வாழ்வுரிமையும் கிடைப்பதற்காகப் போராடினார். வாழ்க்கைமுறை சார்ந்த எழுத்தறிவு மேலானதாக இருக்கிறது. முக்கியமாகவும், குறிப்பிடத்தக்க வகையிலும் அரசியல், கலாச்சாரம் இங்கு மேலோங்கி இருக்கின்றன. இது வியட்நாம் போருக்கெதிரான அமைதி இயக்கத்தால் முன்னெடுக்கப்படுகிறது. 1960 இந்நாட்டை முக்கியமான, சரியான வழியில் மாற்றியிருக்கிறது.

எப்படி இது மாறியது?
கலாச்சாரம் வித்தியாசமானது. இந்தக் கலாச்சாரமே அமெரிக்காவை மாற்றியது. 1960இல் பெண்கள் இயக்கம் வெளிவந்தது.

கீழைச் சிந்தனையாளர்கள்: ஓர் அறிமுகம் 109

நோம் சாம்ஸ்கியின் கருத்துப்படி அமெரிக்காவில் நிறுவன மாற்றத்தை விடக் கலாச்சார மாற்றமே முன்னிற்கிறது.

அது சரியே. இந்நாட்டின் அரசியல் அதிக அளவு மாற்றத்திற்கு உள்ளாகி இருக்கிறது என்பதாக நான் நினைக்கவில்லை. ஆனால் கலாச்சாரம் மிக முக்கியமான விஷயம். இந்த விஷயத்தில் கலாச்சார மாற்றம் மிகத் தேவை மான ஒன்று. அதுவே எதிர்வினைகளை ஏற்படுத்துகிறது. அந்த எதிர்வினை ரீகனின் ஆட்சியில் ஏற்பட்டது. அமெரிக்கப் பொருளாதாரம் சிதைவடைந்தது. அந்தச் சிதைவை எதிர்கொள்வதற்காக அவர்கள் 1950க்கும் 1960க்கும் இடைப்பட்ட காலத்திற்குத் திரும்பினார்கள். அதில் ஓரளவு வெற்றியும் கண்டார்கள். இன்று பனிப்போர் முடிவுக்கு வந்திருக்கிறது. ஐரோப்பாவில் பன்முகக் கலாச்சார, பல இனங்களைக் கொண்ட, மதச்சார்பற்ற, பிரிவினை யற்ற சமூகங்கள் நம் கண் முன்னால் அழிவுக்குள்ளாகி வருகின்றன. இந்தச் சமூகத் துயரங்களை முடிவுக்குக் கொண்டுவர வேண்டுமென்று யாருமே வலுவான போராட்டங்களை முன்னெடுக்கவில்லை. ஆனால் அமெரிக்காவும் ஐரோப்பாவும் இந்தத் துயரங்களைத் தடுப்பதற்கான சக்தி பெற்றிருந்தும் அதனை நிறைவேற்ற இயலாமல் ஆக்கிரமிப்பாளர்களுக்கு உதவியளித்து வருகின்றன.

நான் இப்போது தெற்காசிய விவகாரத்திற்குத் திரும்புகிறேன். காஷ்மீர் விவகாரம் பற்றியும், அங்குள்ள நிலைமை பற்றியும் விவாதிப்போம். அங்கு ஏராளமான மனித உரிமை மீறல்கள் நடப்பதாக நிறைய மனித உரிமை அமைப்புகளின் அறிக்கை தெரிவிக்கிறது.

இங்குக் கிளர்ச்சி 1989இல் ஏற்பட்டது. இதில் இந்தியப் படைகள் தலையிட்டன. இந்தியப் படைகளின் அத்துமீறல்கள் எல்லை கடந்து கற்பனைக்கு எட்ட முடியாத அளவில் இருந்தன. ஆனால் இது அதிகம் பேசப்படவில்லை. நான் மிகச் சுருக்கமாகச் சொன்னால் காஷ்மீர் என்பது பிரச்சினைக்குரிய பூமி. ஐக்கிய நாடுகள் சபை தொடங்கப்பட்ட உடன் அதன் முன் கொண்டுவரப்பட்ட முதல் பிரச்சினை இதுவே. அன்றைய இந்தியாவும், பாகிஸ்தானும் இணைந்து காஷ்மீர் பகுதியில் அவர்களின் எதிர்காலத்தை அவர்களே தீர்மானிப்பதற்கு ஒரு பொது வாக்கெடுப்பு நடத்த இந்தியப் பிரதமரான ஜவகர்லால் நேரு ஐ.நா. சபையிடம் உறுதியளித்தார். பின்னர் காஷ்மீரிகளுக்கு அளிக்கப்பட்ட இந்த வாக்குறுதி மீறப்பட்டது. அந்த மக்கள் இன்றுவரை அனுபவித்துவரும் மிகுந்த துயரங் களுக்கு இதுவே காரணம். இந்தியா, பாகிஸ்தான் ஆகிய நாடுகளிடையே இதுவரையிலான இரண்டு போர்களுக்கு இது வழிவகுத்துவிட்டது. பாகிஸ்தான் காஷ்மீரின் மூன்றில் ஒரு பகுதியையும், இந்தியா மூன்றில் இரண்டு பகுதியையும் ஆக்கிரமித்துக்கொண்டது. பாகிஸ்தானைப்

பொறுத்தவரை குறைந்தபட்சம் வாக்கெடுப்புக்கு நாங்கள் தயார் என்கிறது. ஆனால் இந்தியாதான் தொடர்ந்து அதை நிராகரித்து வருகிறது. இங்குக் கலகமே இந்தியக் கட்டுப்பாட்டில் உள்ள காஷ்மீரில்தான் நடக்கிறது.

அங்கு வகுப்புக் காரணிகள் வேலை செய்கின்றனவா? இது இந்து-முஸ்லிம் விவகாரமா?

ஒரு குறிப்பிட்ட எல்லை வரை இது இந்து-முஸ்லிம் விவகாரம் என்றாலும், இது மிகைப்படுத்தப்படக்கூடாது. அங்குள்ள பெரும்பான்மையினர் முஸ்லிம்கள். சுமார் 65 சதவீதம் முஸ்லிம்கள். 35 சதவீதம் இந்துக்கள். இதைப் பரிணாமமடையச் செய்யக்கூடாது. காரணம் இந்தியா ஐ.நாவுக்குக் கொடுத்த வாக்குறுதி 1949இல் பொது வாக்கெடுப்பு நடத்துவதாகும். 1955இல்கூட சந்தர்ப்பம் இருந்தது. 1964இல்கூட. இரு பெரும் போர்கள் வரும் சூழலைத் தவிர்த்திருக்கலாம். அப்படி நடந்திருந்தால் பெருவாரியான காஷ்மீரிகள் இந்தியாவுக்கு ஆதரவான நிலைப்பாட்டை எடுத்திருப்பார்கள். நீங்கள் தொடக்கத்தில் சொன்ன காரணங்களுக்காக காஷ்மீரிகள் இந்தியா விடமிருந்து அந்நியப்பட்டுக்கொண்டிருக்கிறார்கள். இங்கு முஸ்லிம்கள், சீக்கியர்கள், கிறிஸ்தவர்கள் ஆகியோர் படுகொலை செய்யப்படுகிறார்கள். இந்து அடிப்படைவாதிகள் எழுச்சி கொள்ளும் நிலையில் அவர்களின் தேவைகள் சிறுபான்மைச் சமூகத்தை வெளியேற்றுகின்றன. குறிப்பாகக் காஷ்மீரில் முஸ்லிம் மக்கள்தொகை அதிகமாக இருந்தும் அவர்கள் மிரட்டலுக்குட்படுவதாக நினைக்கிறார்கள். அவர்கள் பாகிஸ்தான் பக்கம் இணையாமல் சுதந்திரமாகச் செயல்பட வேண்டும் என்று நான் நினைக்கிறேன்.

ஹிசாம் சரபி: நிராதரவின் எல்லைக்கு அப்பால்

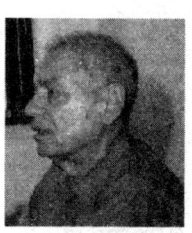

உலக வரலாற்றில் ஒடுக்கப்படும் சமூகங்கள் அவற்றின் நிலையில் அறிவார்ந்த சமூகங்களாகச் சில தருணங்களில் இருக்கின்றன. தாங்கள் பலவீனமாக இருக்கிறோம் என்னும் உணர்விலிருந்து அதன் தாக்கம் எதிரொலிக் கிறது. ஒடுக்கப்படும் சமூகம் விழிப்படைந்த நிலைக்கு மாறும்போது அங்கிருந்து மாமனிதர்கள் சிலர் உருவா கிறார்கள். இதன் வரலாற்று உதாரணமாக அயர்லாந்தைக் குறிப்பிடலாம். ஜேம்ஸ் ஜாய்ஸ், ஆஸ்கர் ஒயில்ட், பெர்னார்ட் ஷா, ஜோனதான்,வில்லியம் பட்லர் போன்றவர்கள் அயர்லாந்தின் இந்த ஒடுக்கப்படும் பின்னணியில் வந்தவர்கள். இதன் தொடர்ச்சியில்தான் நாம் பாலஸ்தீன் பிரதேசத்தையும் அணுக வேண்டியதிருக்கிறது. 1917ஆம் ஆண்டின் பால்பர் பிரகடனத்திற்குப் பிறகு, 1948இல் இஸ்ரேலிய உருவாக்கத்திற்குப் பிறகு, பாலஸ்தீன் ஏராளமான அறிவார்ந்த மனிதர் களை உற்பத்தி செய்திருக்கிறது. எட்வர்ட் செய்த், ஹனான் அஸ்ரவி, இப்ராஹிம் அபுலுகுத், ரோஸ்மேரி செஹலான், மஹ்மூத் தர்வீஷ், அதோனிஸ், ஹிசாம் சரபி போன்றவர்கள் குறிப்பிடத்தகுந்தவர்கள். இவர்களில் எட்வர்ட் செய்தைப் போலவே ஹிசாம் சரபி மத்தியக் கிழக்கு வரலாற்றில் முக்கியமானவர். தவிர்க்க முடியாதவர். இவரின் பிறப்பு 1927இல் பாலஸ்தீன் பகுதியான ஜபாவில் நிகழ்ந்தது. இவரின் குடும்பம் பரம்பரையான பாலஸ்தீன் பின்னணியைக் கொண்டது. பாலஸ்தீனின் ரமல்லாவில் பள்ளிப் படிப்பை முடித்த ஹிசாம், கல்லூரிப் படிப்பை லெபனானின் பெய்ரூத் நகரில் உள்ள அமெரிக்கப் பல்கலைக்கழகத்தில்

முடித்தார். பின்னர் 1949இல் அமெரிக்காவிற்கு இடம் பெயர்ந்த ஹிசாம் சிகாகோ பல்கலைக்கழகத்தில் வரலாற்றில் பட்டமேற்படிப்பை முடித்தார். இதனைத் தொடர்ந்து அதே பல்கலைக்கழகத்தில் பண்பாட்டின் வரலாறு என்ற தலைப்பில் ஆய்வு மேற்கொண்டு முனைவர் பட்டம் பெற்றார். அமெரிக்கப் புலப்பெயர்வும், தான் படித்த படிப்பும், அறிவார்ந்த உள்வாங்கலும் சரபிக்கு அரசியல் ரீதியான செயல்பாட்டின் மீது ஆர்வத்தை ஏற்படுத்தின. அத்தருணத்தில் சிரிய சோசலிச தேசியக் கட்சியில் (SSNP) இணைந்த ஹிசாம் சரபி அதன் தீவிர ஊழியராக மாறினார். அக்கட்சியின் நிறுவனரான அந்தன் சாதாவின் ஆளுமைப் பண்புகள் சரபியின் சிந்தனையில் மிகுந்த தாக்கத்தை ஏற்படுத்தின. அவரின் உறுதிப்பாடு, திடமான மனநிலை, சமரசமற்ற பார்வை இவை எல்லாம் சரபியை ஈர்த்தன. அந்தன் சாதா, சரபியைத் தன் கட்சியின் தூணாகக் கருதினார். ஒரு வலுவான அறிவுஜீவியாக வருவதற்கான எல்லா வாய்ப்புகளும் சரபியிடம் இருப்பதாக சாதா நம்பினார்.

ஹிசாம் சரபி அமெரிக்காவில் படித்துக்கொண்டிருந்த காலத்திலேயே பாலஸ்தீனிற்கு எதிரான இஸ்ரேலின் முதல் ஆக்கிரமிப்பு நிகழ்ந்தது. அந்தத் துயர நிகழ்வு சரபியின் ஆழ்மன உணர்வில் தாக்கத்தை அதிகப்படுத்தியது. அமெரிக்காவிலிருந்து திரும்பிய பின்னர் சிரிய சோசலிச தேசியக் கட்சியின் அதிகாரபூர்வ இதழான அல்-ஜில் அல் ஜதீதின் ஆசிரியராகச் சிறிதுகாலம் பணியாற்றினார். சிரிய சோசலிச தேசியக் கட்சி அக்காலத்தில் சிரியாவின் தேசிய மற்றும் ஒடுக்கப்பட்ட மக்கள் சார்ந்த நலன்களை முன்வைத்துப் போராடியது. இதைச் சிரிய எதேச்சதிகார அரசாங்கம் கடுமையாக ஒடுக்கியது. பிந்தைய ஆண்டுகளில் அக்கட்சியைத் தடை செய்தது. அதன் உறுப்பினர்கள் பலர் சிறைபிடிக்கப்பட்டுக் கொல்லப்பட்டனர். இறுதியாக அந்தன் சாதாவும் கொல்லப்பட்டார். இத்தருணத்தில் ஜோர்டானுக்குச் சென்ற ஹிசாம் சரபி அங்கிருந்து அமெரிக்காவிற்குச் சென்றார். 1953இல் ஜார்ஜ் டவுன் பல்கலைக்கழகத்தில் தத்துவவியல் துறையில் ஹிசாம் வேலையில் இணைந்தார். குறிப்பிட்ட சில ஆண்டுகளிலேயே அவருக்குப் பேராசிரியர் பதவி கிடைத்தது. இதன் பிறகு சரபியின் தத்துவார்த்த மற்றும் அரசியல் வாசிப்பு தொடங்கியது. இது சார்ந்து ஆங்கிலத்தில் நிறைய எழுதினார். சரபி இந்தப் புலப்பெயர் வாழ்வை மௌன நாடுகடத்தல் (Silence Exile) என்றார். 1967ஆம் ஆண்டின் அரபு-இஸ்ரேல் போரும், 1968ஆம் ஆண்டின் மாணவர் இயக்கமும் சரபியை அறிவார்ந்தும், அரசியல்ரீதியாகவும் அதிகம் சிந்திக்க வைத்தன. அதே காலகட்டத்தில் அதுவரையிலான தன் தாராளவாத சிந்தனைப் போக்கைக் கைவிட்டு மார்க்சியத்தின் மீது ஈர்ப்புகொள்ளத் தொடங்கினார். மார்க்ஸ், பிராய்ட், லக்கான் ஆகியோர் குறித்து அதிகம் வாசிக்கத் தொடங்கினார்.

இந்த ஆளுமைகள் மீதான ஹிசாமின் வாசிப்பு அவரின் பார்வையை வெகுவாகக் கலைத்துப் போட்டது. அதுவரை அரபுச் சமூகம் குறித்து அவர் நம்பியிருந்த, கொண்டிருந்த பார்வை மாறியது. சமூகம் பற்றிய புரிதல் அவரின் தத்துவார்த்த வாசிப்பின் வடிவத்தில் வெளிப்பட்டது. வாசிப்பும் சிந்தனையும் சார்ந்த அகவுணர்வு ஹிசாமின் போக்கில் பெரும் மாறுதலை ஏற்படுத்தியது. இந்த மாறுதல் பாலஸ்தீன் விவகாரங்கள் நோக்கி அவரைத் திருப்பியது. இது குறித்துப் பல்கலைக்கழக வட்டாரத்திலும், பிற அறிவுஜீவிகளுடனும் உரையாடல் நடத்திய ஹிசாம் சரபி 1970இல் லெபனான் திரும்பினார். அங்குள்ள பாலஸ்தீன் திட்டமிடல் மையத்தில் இணைந்து விடுதலைப் போராட்டம் குறித்த செயல்திட்டங்களை வகுத்தார். அதே நேரத்தில் பெய்ரூத் அமெரிக்கப் பல்கலைக்கழகத்தில் வருகைப் பேராசிரியராகப் பணிபுரிந்தார். அந்தக் கட்டத்தில் அவரின் பல ஆங்கில ஆக்கங்கள் அரபு மொழியில் மொழிபெயர்க்கப்பட்டன. குறிப்பாக அவருடைய *Arab intellectuals and West* அரபு மொழியில் வெளிவந்து அரபுலகில் மிகுந்த அதிர்வை ஏற்படுத்தியது. மேலும் பாலஸ்தீன் சுய நிர்ணய உரிமை குறித்து பாலஸ்தீன் பகுதியிலும், அரபுலகிலும் மிகுந்த விழிப்பையும், முன்னோக்குத் திட்டங்களையும் உருவாக்கியதில் சரபியின் பங்களிப்பு அதிகம். அதே காலகட்டத்தில் பாலஸ்தீன் பற்றிய ஆய்விதழ் ஒன்றை சரபி தொடர்ச்சியாக வெளிக்கொண்டு வந்தார். அதன் ஆசிரியராக இருந்து ஆய்விதழைக் கூர்மையாக முழுமைப்படுத்தினார். ஜார்ஜ் டவுன் பல்கலைக்கழகத்தில் ‘தற்கால அரபு சமூக ஆய்வு மையத்தை’ சரபி தொடங்கினார். இது அமெரிக்கப் பல்கலைக்கழகங்களிலேயே முதல் ஆய்வு மையமாகும்.

ஹிசாம் சரபியின் ஆய்வு நூல்களில் *Neopatriarchy: A theory of distorted change in Arab society* குறிப்பிடத்தகுந்தது. வெளிவந்த தருணத்தில் இந்த நூல் மத்தியக் கிழக்கு அரபுலகிலும், மேற்கத்திய அறிவுத்துறை வட்டாரங் களிலும் மிகுந்த தாக்கத்தை ஏற்படுத்தியது. அதில் புரட்சிக்குப் பிந்தைய சமூகத்தில் சமூக மாற்றம் என்பது உடனடியான புரட்சியின் மூலமோ, வேறு நடவடிக்கைகள் மூலமோ சாத்தியமில்லை. அது மிகுந்த சிக்கலானதும், நுட்பமானதுமான நடவடிக்கை. ஆக சமூக மாற்றத்தை நீண்டகால, கவனமாகத் தேர்ந்தெடுக்கப்பட்ட, அறிவார்ந்த வழிகளில் நாம் அடைவது அவசியம் என்றார். நவ தந்தைவழிச் சமூகத்தில் ஆண் முதன்மை பெறும்போது குடும்பத்தில் ஆணாதிக்கம் என்பது தர்க்கபூர்வமாக நீட்சியடைந்து சமூக மேலாண்மையாக மாறுகிறது என்றார் சரபி. இது அரபுலகில் ஏற்படுத்திய தாக்கம் குறித்த சரபியின் பார்வை ஆழமானது. வேறொரு அர்த்தத்தில் சொன்னால் அரபு சமூகத்தையே தந்தை வழிச் சமூகமாக சரபி பார்த்தார். மேற்கில் நவீனத்துவம் பரிணாமம் அடைந்த

போது மத்தியக் கிழக்கில் அதன் எவ்விதத் தாக்கமும் ஏற்படாததற்குக் காரணம் அரபுலகின் கெட்டியான தந்தைவழிச் சமூக அமைப்பே என்றார் சரபி. மேலும், இது குறித்து அரபுலகின் அறிவுஜீவிகளுக்கு சரபியின் எச்சரிக்கை முக்கியமானது. அரபுலக அறிவுஜீவிகள் தங்களின் அறிவார்ந்த கோட்டைக் கவனமாகத் தேர்வு செய்ய வேண்டும். அது சுதந்திரமாக இருப்பதுடன், கருத்துருவங்களையும், மற்ற கருவிகளையும் உள்ளடக்கியதாக, நவீனத்துவத்திலிருந்து பின்நவீனத்துவத்திற்கு மாறுவதைப் பற்றியதாக இருக்க வேண்டும் என்றார் சரபி. புதிய விமர்சனச் சொல்லாடல் தானே நேரடியாகச் சமூக அரசியல் மாற்றத்திற்கு உட்படாது. அது தொடர்ச்சியான முரண்களுடன் பயணம் செய்து மாற்றத்தை அடையலாம் என்றார். அறிவுஜீவிகள் இந்தச் சமூக அரசியல் போராட்டத்தின் மீது அதிகம் தாக்கம் செலுத்த வேண்டும் என்றார் ஹிசாம் சரபி.

தந்தைவழிச் சமூகம் என்பது வெறுமனே சடங்குகளாலும், சம்பிரதாயங்களாலும் நிரம்பியது. அங்கு உரையாடல்களுக்கோ, விவாதத்திற்கோ இடமில்லை. ஆகவே அறிவுஜீவிகள் தங்களின் வாசிப்பு, சிந்தனை, எழுத்து ஆகியவற்றின் மூலம் மாற்றுச் சமூகத்திற்காகப் போராட வேண்டும் என்றார். சமூகம் குறித்த பிரக்ஞை உடனடியாக வருவதில்லை. அது இயற்கையை அவதானித்தல் மூலமும், பண்பாட்டு ரீதியான பல்வேறு மனிதர்களின் மனவோட்டங்களை வாசிப்பதன் மூலமும் உருவாகிறது. சமூகம் பற்றிய அக, புற பிரக்ஞையே ஓர் அறிவார்ந்த மனிதரின் ஆளுமை உருவாக்கத்தின் காரணி. இதைத் தெளிவாக வெளிப்படுத்திய ஹிசாம், அரபு அறிவுஜீவிகள் இதைப் பிரதிபலிக்க வேண்டும் என்றார். மேலும் அந்நிய மொழி ஒன்றை அறிதல் அவசியம். அதன் மூலம் மட்டுமே பிரபஞ்சத்தைப் பற்றிய நம் அனுபவ எல்லையை விரிவாக்கிக்கொள்ள முடியும் என்றார் சரபி. தந்தைவழிச் சமூகம் பற்றிய சரபியின் கோட்பாட்டு ஆய்வு முறையில் பெண்ணியம் முக்கிய இடத்தை வகித்தது. பெண்கள் மீதான ஒடுக்கு முறையை சரபி தந்தைவழிச் சமூகத்தின் மைல்கல்லாகப் பார்த்தார். அந்தச் சமூகத்தின் இதயத்தில் பெண் என்பவள் ஒரு கால வெடிகுண்டாக இருக்கிறாள் என்றார் சரபி. ஆக, தந்தைவழிச் சமூகத்தின் மேலாண்மையைத் தகர்ப்பதற்குப் பெண் விடுதலை சாத்தியப்பட வேண்டும் என்றார். இதைப் பற்றிய எல்லா அறிவுஜீவிகளின் செயல்பாடுகளும் சிந்தனைகளும் வெறும் உதட்டளவிலேயே இருக்கின்றன. இவை உடைபட வேண்டும் என்பது சரபியின் முக்கியக் கருதுகோளாக இருந்தது.

ஹிசாமின் மற்ற நூல்களில் குறிப்பிடத் தகுந்தது Embers and Ashes: Memoirs of an Arab Intellectual என்னும் தன்வரலாறாகும். இந்நூலில் ஹிசாம் தன் பள்ளிப் படிப்பு முதல் அமெரிக்காவின் உயர்கல்வி அனுபவம் வரை வெகுநுட்பமாக விவரிக்கிறார். அவரின் பள்ளிப்படிப்பு கவலைக்குரிய,

துயர நிகழ்வுகளால் நிரம்பியது. பாலஸ்தீன் மீதான இஸ்ரேலின் ஆக்கிர மிப்புத் தருணத்தில் இவரின் அமெரிக்க உயர்படிப்பு நிகழ்ந்தது. கல்லூரிப் படிப்பிற்கு வெளியே இஸ்லாம், கிறிஸ்தவம், யூதம் ஆகியவை குறித்த ஆழ்ந்த வாசிப்புடனும் செமிடிக் நாகரிகம் குறித்த உள்வாங்கலுடனும் ஹிசாம் நகர்ந்தார். அதன் பிறகான தத்துவவியல் சார்ந்த தீவிர அறிவுத் துறை நண்பர்களின் தொடர்பு காரணமாக அவரின் வாசிப்பு மறுமலர்ச்சிக் காலத் தத்துவம், அறிவுவாதம், நவீனத்துவம், மார்க்சியம், பெண்ணியம் பக்கம் திரும்பியது. காண்ட், தெகார்தே, ஹெகல், கேகார்ட், மார்க்ஸ், பிராய்ட் போன்றவர்களை அதிக உள்ளார்வத்தோடு வாசித்தார். தெகார்தே யின் அறிவுவாதம், ஹெகலின் கருத்துமுதல்வாதம், கேகார்ட்டின் உள்நோக்கிய எதார்த்தத் தன்னிலை போன்றவை அவரின் சிந்தனைப் பொறியைத் தூண்டின. மார்க்சின் கோட்பாடான 'வரலாற்றை விஞ்ஞான பூர்வமாக அறிதல் மற்றும் வர்க்கப் போராட்டம்' அவரின் நேர்க்கோட்டில் மிகுந்த இடையீட்டை ஏற்படுத்தியது. அந்தத் தத்துவார்த்த அனுபவம் தனக்கு உயிரோட்டமாக இருந்ததாக ஹிசாம் இதில் குறிப்பிடுகிறார். இதன் தொடர்ச்சியில் பல தத்துவார்த்த நண்பர்கள் அவருக்கு உருவாயினர். அவர்களுடன் ஹிசாம் பலவிஷயங்கள் குறித்து விரிவாக விவாதித்தார்.

மனித சமூகம் ஒரு நிரந்தரப் போராட்டத்தின் பகுதியே. அதனை அவதானித்து எதிர்கொள்வதன் மூலமே நிரந்தர விடுதலை சாத்தியம் என்பது ஹிசாமின் சிந்தனையில் ஆழ்ந்து உறைந்துபோனது. இதனைத் தொடர்ந்து ஹிசாமின் ஈடுபாடு மேற்கத்திய இலக்கியப் படைப்புகள் மீது திரும்பியது. ஆல்டஸ் ஹக்லி, எர்னஸ்ட் ஹெமிங்வே, கிரஹாம் கிரீன், எவ்லின் வா, சோமர்ஸெட் மாஹம் போன்றவர்களை அதிகம் விரும்பி படிக்கத் தொடங்கினார். ஹக்ஸ்லியின் Point counter point அவரை அதிகம் பாதித்த நூலாகும். சாக்ரடீஸின் புகழ்பெற்ற வாக்கியமான 'அறிவின் தொடக்கம் என்பதே ஒருவரின் அறிவாகும்' என்பதன் மீது ஹிசாம் நம்பிக்கை கொண்டு தன் அறிவார்ந்த தேடலை விரிவுபடுத்திக் கொண்டார். பாலஸ்தீன் சுயநிர்ணய உரிமைப் போராட்டத்திற்கான ஹிசாம் சரபியின் பங்களிப்பு மிகப்பெரியது. மிகச் சரியானது. எட்வர்ட் செய்த், இப்ராஹிம் அபுலுகத் போன்றவர்களுடன் ஹிசாம் இணைந்து செயல்பட்டார். தொண்ணூறுகளில் யாசர் அரஃபாத் தலைமையிலான அரசாங்கம் சில அறிவுஜீவிகளை எதிரிகள் என்று கைது செய்தபோது, அதைக் கடுமை யாகக் கண்டித்ததுடன், மற்றவர்களுடன் இணைந்து அவர்களை விடுதலை செய்ய வேண்டுகோள் விடுத்தார். அரபு மற்றும் மேற்குலகிற்கு அறிவுரீதி யாகவும், செயல்பாட்டு ரீதியாகவும் பல பங்களிப்புகளைச் செய்த சரபியின் இறுதிக்காலம் பெய்ரூத்தில் கழிந்தது. அங்குள்ள அமெரிக்கப் பல்கலைக்கழக மருத்துவமனையில் 2005ஆம் ஆண்டு புற்றுநோய்

காரணமாக மரணமடைந்தார். இவரின் நூல்கள் உலகின் பல்வேறு மொழிகளில் மொழிபெயர்க்கப்பட்டுள்ளன.

ஹிசாம் எழுதிய நூல்கள்

1. Theory, Politics, and the Arab World: Critical Responses
2. Governments and Politics of the Middle East in the Twentieth Century
3. The Next Arab Decade: Alternative Futures
4. Nationalism and Revolution in the Arab World (the Middle East and North Africa)
5. Palestine and Israel: The Lethal Dilemma
6. Arab Intellectuals and the West
7. Palestine Guerillas: Their Credibility and Effectiveness
8. Embers and Ashes
9. Images of the Past: An Autobiography
10. Neopatriarchy: A Theory of Distorted Change in Arab Society

தந்தைவழியிலான புதிய சமூகமும் அரபுலகமும்

'வரலாறு ஒரே நேரத்தில் விடுதலையாகவும், தேவையாகவும் இருக்கிறது' என்றார் கிராம்சி. தொன்மையான சமூகம் அதன் கூட்டுத்தன்மையிலிருந்து தனித்த அமைப்பாக மாறி, மாபெரும் உழைப்புப் பிரிவினையில் சிதில மடைந்தது. குடும்பம் என்ற அமைப்புத் திடமான பிறகு அங்கு ஆண் முதன்மையானவனாக மாறினான். இதன் தர்க்கரீதியான தொடர்ச்சியே தந்தைவழிச் சமூகத்தின் உருவாக்கம். பெண் இரண்டாம் வகைக்கு உட்பட்டாள். ஆணாதிக்க அடக்குமுறை அவள் மீது திணிக்கப்பட்டது. இது பேரியல் மற்றும் நுண்தளங்களின் இயங்கியல் ரீதியான உறவாக இருக்கிறது. பேரியல் தளம் என்பது சமூகம், அரசு, பொருளியல் ஆகிய வற்றைக் குறிக்கிறது. நுண்தளம் என்பது தனிமனிதனையும் குடும்பத்தை யும் குறிக்கிறது. வரலாற்றின் தொடர்ச்சியில் இந்த அமைப்பு முறை பரிணாமமடைந்து பிரபஞ்சம் முழுமைக்குமாக விரவி பரந்தது. ஒவ்வொரு பிராந்தியத்திலும் வித்தியாசமான குண இயல்புகளை அடைந்தது. இது அரபு சமூகத்தில் அடைந்த மாற்றமே. பின்னர் அது இஸ்லாமியச் சமூக அமைப்பில் பிரதிபலித்தது. அடிப்படையில் ஓரிறைக் கொள்கை (Monotheism) என்பது தந்தைவழிச் சமூகத்தின் பிரதியாக்கமே. இதனைக் குறித்து அரபுச் சிந்தனையாளர் ஹிசாம் சரபி விரிவாக ஆராய்ந்தார். அவரின் *Neopatriarchy: A theory of Distorted Arab society* இதனைக் குறித்து விரிவாக ஆராய்ந்தது. தந்தைவழிச் சமூகம் என்பது பரிணாமமடைந்து அரபு சமூகத்தில் புதிய தந்தைவழிச் சமூகமாக உருமாற்றம் அடைந்தது. சரபி இதை ஐரோப்பிய நவீனத்துவத்தின் தாக்கம் என்கிறார்.

நவீனத்துவம் 19ஆம் நூற்றாண்டின் இறுதியில் அரபு சமூகத்தின் மீது பெரும் தாக்கத்தை ஏற்படுத்தியது. அரபியில் இது நஹ்தா என்றழைக்கப் பட்டது. இது அன்றைய அரபுச் சமூகத்தில் உள்ளக மற்றும் தந்தைவழிச் சமூகத்தின் வடிவங்களில் மாறுதலை ஏற்படுத்தியதுடன் நவீன சமூகப் பண்பாட்டு வடிவத்துக்கும் வழி ஏற்படுத்தியது என்கிறார் ஹிசாம் சரபி. பொருளாதய நவீனமயமாக்கல் புதிய பண்பாட்டு ஒழுங்கிற்கு வடிவ மளித்தது. அது பண்பாட்டு அரங்கில் மட்டுமின்றி சமூக, பொருளாதார அரங்கிலும் பிரதிபலித்தது. இதன் பரிணாம நீட்சியே தந்தைவழியிலான புதிய சமூகம். இது அகம், புறம் ஆகிய இரு வடிவங்களில் வெளிப்படுகிறது.

இங்கு அடிப்படைக் கேள்வியே நவீனத்துவத்தின் பிரச்சினையை ஐரோப்பிய ஆதிக்க உலகில் எவ்வாறு எதிர்கொள்வது என்பதே. அது முதலாளித் துவத்துடன் இணைந்தே இருக்கிறது. மார்க்ஸ் முதலாளித்துவத்தின் எதிர்ச் செயல்பாடாகப் புரட்சியை முன்னிறுத்தினார். மாக்ஸ் வெபர் இதனை அறிவுவாதத்தோடு தொடர்புபடுத்தினார். ஐரோப்பா அல்லாத சமூகங்களில் முதலாளித்துவம் பற்றிய நம்பிக்கை, மேற்கண்ட இரு அம்சங்களும் இணைந்த ஒன்றாக இருந்தது. அரபுலகில் முதலாளித்துவம் பத்தொன்பதாம் நூற்றாண்டின் இடைப்பகுதியில் அறிமுகமானது. அக்காலத்தில் அது ஒரு சுதந்திர முதலாளித்துவத்தின் வளர்ச்சியை நோக்கியதாக இல்லாமல் சிதில மடைந்த, சார்புநிலை முதலாளித்துவ சமூகத்தின் அரசியல் பொருளாதார நிலைமைகளை உற்பத்தி செய்வதாக அமைந்தது.

அரபுச் சமூகத்தில் ஐரோப்பிய அறிவொளி காலகட்டத்தின் எதிரொலி பத்தொன்பதாம் நூற்றாண்டின் இறுதிப் பகுதியில் ஏற்பட்டது. அரபு அரசியல், சமூக வாழ்க்கை முறைமையில் மேற்கத்தியத் தாக்கம் முக்கிய மானது. இது தந்தைவழியிலான புதிய சமூகத்திற்குச் சரியான முன்தொடரலை ஏற்படுத்தியது. இந்தத் தொடரல் மூன்று கட்டங்களைச் சார்ந்து இருந்தது. ஒன்று துருக்கிய உஸ்மானிய ஆட்சிக் காலம். (இது முதல் உலகப்போருடன் முடிவுக்கு வந்தது) இரண்டு, ஐரோப்பிய அரசியல் ஆதிக்கம் (இரு உலகப் போர் காலகட்டங்களுக்கு இடைப்பட்டது) மூன்று, இரண்டாம் உலகப் போருக்குப் பிந்தைய கட்டம் முதல் தற்போது வரை. தந்தைவழியிலான புதிய சமூகத்தைப் பொறுத்தவரை அரபுலகில் சார்புநிலையான, நவீன மல்லாத சமூக, பொருளாதார அமைப்பைக் கொண்ட வளர்ச்சியடையாத சமூகமாகவே இன்னும் இருக்கிறது என்கிறார் ஹிசாம் சரபி. இதன் மைய சமூக உளவியல் என்பது குடும்பம் மற்றும் தேசத்தின் மைய உறுப்பின ராகத் தந்தையே (ஆண்) செயல்படுகிறார்.

இதனடிப்படையில் ஆட்சியாளர் ஆளப்படுபவர், தந்தை குழந்தை ஆகியோர் செங்குத்தான உறவுநிலையின்கீழ் வருகின்றனர். இங்குச் சமூகத் திற்குள்ளும், குடும்பத்திற்குள்ளும் தந்தையின் விருப்பமே ஒருமையான தாகத் திணிக்கப்படுகிறது. தந்தையின் விருப்பமே அரசு என்ற புறநிலைச் சமூகத்திற்குள்ளும் நீள்கிறது. இரு அரசு முறையானது எல்லா தந்தைவழி யிலான புதிய சமூகத்திலும் வழக்கிலிருக்கிறது. இராணுவ எதேச்சதிகார அரசுகள் அன்றாட வாழ்க்கையில் ஆதிக்கம் செலுத்துவதோடு அதைக் கண்காணிக்கவும் செய்கின்றன. சிவில் மற்றும் அரசியல் இருத்தலில் இவை முக்கியப் பங்கு வகிக்கின்றன. இங்குச் சாதாரண குடிமகன் அரசின் கண்காணிப்புக்குள்ளாகி விர்ச்சுவல் கைதியாக மாறுகிறான். ஆக தந்தைவழியிலான புதிய சமூகத்தின் வெளிப்படையான வடிவம் என்பது பொருளாதய, சட்ட, பண்பாட்டுத் தளங்களில் வலுவாக இருப்பதுடன்

அதன் உள்கட்டுமானமானது தந்தைவழி மதிப்பீடுகளை, மத, இனக்குழு நலன்களைப் பிரதிநிதித்துவம் செய்வதாகவும் அமைகிறது.

குட்டி பூர்ஷ்வா வர்க்கமானது தந்தைவழியிலான புதிய சமூகத்தையும் அதன் பண்பாட்டையும் வெளிப்படுத்துகிறது. இது அந்தச் சமூகத்தில் முரண்பாடான மதிப்பீடுகளையும், மனோபாவங்களையும் நனவான தீர்மானங்கள் ஏதும் இல்லாமல் செயல்படுத்த முயல்கிறது. வேறொரு வகையில் சொன்னால் குட்டி பூர்ஷ்வா வர்க்கமே நவ தந்தைவழிச் சமூகத்தின் சரியான பிரதிநிதி. எகிப்திய நாவலாசிரியரான நகுப் மஹ்பூஸ் தன் நாவல்களில் இந்தக் குணாம்சங்களைப் பற்றி விவரிக்கிறார். 'அவன் வாழ்க்கையின் நடப்புத்தன்மையோடு தன்னைத் தகவமைக்கிறான். அவன் சமூகத்தின் சிவில் சட்டங்களையும் குற்றவியல் சட்டங்களையும் ஏற்றுக் கொண்டு, சமூகப் பொருளாதார நடவடிக்கைகளுக்கான சட்டகத்தில் செல்கிறான். ஒரு நாள் குர்ஆனைப் படித்து இறைபக்தியை அடைகிறான். அவனின் நம்பிக்கைகள், தொழுகை, நோன்பு போன்றவை அவனைப் புனித செயல்பாடுகள் நோக்கி மாற்றுகின்றன. அவனின் மற்றொரு பகுதி கேளிக்கைகளிலும், தெருக்களிலும், நீதிமன்றங்களிலும் செலவாகின்றது.' இவ்வாறான சுழற்சியே குட்டி பூர்ஷ்வா வர்க்கத்தின் இருப்பாக மஹ்பூஸ் காண்கிறார்.

அரபுச் சமூகத்தில் குட்டி பூர்ஷ்வா எழுச்சியானது இரு பின் மாற்றங்களை ஏற்படுத்தியது. 1940க்கும் 1950க்கும் இடைப்பட்ட காலத்தில் இங்கு மக்கள் தொகை வெடிப்பு நிகழ்ந்தது. அதனால் மக்கள்தொகை கணிசமாக உயர்ந்தது. இது நகர்ப்புறக் குட்டி பூர்ஷ்வா வர்க்கத்தின் தரத்தை இன்னும் உயர்த்தியது. இவர்கள் அதே காலகட்டத்தில் அல்ஜீரியா, ஈராக், சிரியா, எகிப்து ஆகிய நாடுகளில் அதிகாரத்தைக் கைப்பற்றினர். ஆனால் அவை வலுவற்றதாக, அதிகாரம் மங்கியதாக, உள் முரண்பாடுகள் அதிகம் கொண்டதாக இருந்தன. மேலும் இவை பூர்ஷ்வா வர்க்கமாகவோ, புரட்சிகரப் பாட்டாளி வர்க்க மாகவோ மாற முடியாமல் முடங்கின. ஏகாதிபத்தியத்திற்குள்ளும் சார்பு நிலைப் பொருளாதார அமைப்பிலும் இவை அகப்பட்டுக்கொண்டதால் அவற்றிலிருந்து மீள முடியாமல் தவித்தன. இதனால் குட்டி பூர்ஷ்வாக் களின் சமூக மேலாண்மை அரபு சமூகக் கட்டமைப்பில் புரட்சியையும் ஒருங்கிணைவையும் ஏற்படுத்துவதில் தோல்வி அடைந்தது. இவை அரபு சமூகத்தின் அரசியல் வாழ்க்கையைச் சீர்குலைத்து எதிர்மறையான, ஒன்றுக் கொன்று முரண்பாடான அரசுகளை ஏற்படுத்தின. சமூக மாற்றத்திற்கோ, கட்டமைப்பின் வளர்ச்சிக்கோ செல்ல இயலாமல் முடங்கின. அவற்றின் இடத்தில் அரச முதலாளித்துவமும், நுகர்வியமும் ஆக்கிரமித்துக்கொண்டன. இந்தப் பிளவு அரபு சமூகத்தில் ஒரு கட்டத்தில் அதிகார மற்றும் அரசியல் மயப்படுத்தப்பட்ட அடிப்படைவாதத்தின் எழுச்சிக்கு வழிவகுத்தது.

தந்தைவழியிலான புதிய சமூகத்தைப் பற்றிக் கூறும்போது இஸ்லாமிய அடிப்படைவாதம், மதநீக்க நவீனத்துவம் ஆகிய இரு அம்சங்களைப் பற்றி ஹிசாம் சரபி குறிப்பிடுகிறார். அடிப்படையில் நவீனத்துவத்தின் மாறும் பரிணாமக் கட்டம் என்பது, அறிவின் ஒரு கட்டத்திலிருந்து மற்றொரு வேறுபட்ட கட்டத்திற்குப் பயணிக்கும் செயல்பாடாகும். மரபான சிந்தனைகள் மீது சிறிய கீறலை ஏற்படுத்திப் புதிய அறிவியல்பூர்வ சிந்தனைகளை ஏற்படுத்துவதாகும். அனுபவரீதியாகப் பார்த்தால், அரபுச் சமூகத்தில் மூன்றுவிதமான நடைமுறைப் பிரச்சினைகள் இருப்பதை அறிந்துகொள்ளலாம். அடையாளம் சார்ந்த பிரச்சினை, வரலாற்றுப்பூர்வ பிரச்சினை, மேற்குலகம் சார்ந்த பிரச்சினை. அரபுச் சமூகத்தின் எழுச்சிக்கு இதனடிப்படையில் பின்தொடரும் இரு விஷயங்கள் இருக்கின்றன. ஒன்று மேற்கத்திய நாகரிகத்தின் உள் மற்றும் வெளி சார்ந்த மாதிரியை ஏற்றுக் கொள்வது பற்றியது. இரண்டாவது இஸ்லாமிய அடிப்படைவாதத்தின் கூறுகளை முழுமையாக உள்வாங்குவது. இந்த இடத்தில் மதச்சார்பற்ற கோட்பாடு என்பது தாராளவாதம், தேசியவாதம், சோசலிசம் போன்ற உள் கருதுகோள்களை உள்ளடக்கி இருக்கிறது. அடிப்படைவாதத்தைப் பொறுத்தவரை மதச் சீர்திருத்தம், தூய்மைவாதம், இராணுவ இஸ்லாம் ஆகியவற்றை உள்ளடக்கி இருக்கிறது. இவை இரண்டும் அரபுச் சமூகத்தில் தந்தைவழிப் புதிய சமூகப் பிந்தைய காலகட்டத்தைப் பிரதிபலிக்கின்றன.

ஒரு வகையில் இவை உண்மையின் சமூக ஒழுங்காக (Regime of truth) இருக்கின்றன. அரபு இஸ்லாமியச் சமூகப் போக்கில் அதாவது தூய்மை வாதம், இராணுவ இஸ்லாம் ஆகியவற்றின் போக்கில் வரலாறும் மேற்குலகமும் கருத்தியல் ரீதியாக இஸ்லாத்தின் உண்மை என்ற அளவு கோலை அடிப்படையாகக் கொண்டே பார்க்கப்படுகின்றன. இந்நிலையில் கடந்த காலம் பற்றிய வாசிப்பு என்பது சாத்தியமற்றது. 1980களில் மேற்கண்ட இரு சொல்லாடல்களும் உச்சகட்ட நிலையை அடைந்தன. இஸ்லாமியம் துணைநிலையான அறிவுக்குழுக்களைக் கொண்டிருக்கவில்லை. ஆனால் மிகப்பெரும் வெகுமக்கள் இயக்கத்தைக் கொண்டிருந்தது. மதச்சார்பற்றக் கோட்பாடு விமர்சனபூர்வ அறிவுஜீவிகள், எழுத்தாளர்கள், தொழில் விற்பன்னர்கள், கல்வியாளர்கள், மாணவர்கள் ஆகியோரை உள்ளடக்கி இருந்தது. இருபதாம் நூற்றாண்டின் இடைப்பகுதி வரை இதன் அறிவு ஜீவிகள் நகர்ப்புறம் சார்ந்த கல்வி வட்டத்திற்குள்ளேயே சுழன்றுவந்தனர். இறுதியில் அதுவே சமூக விதியாகவும் மாறிப்போனது.

இஸ்லாமிய அடிப்படைவாதத்தைப் பொறுத்தவரை, அது தந்தைவழி யிலான புதிய சமூகத்தின் நிலையற்ற தன்மைக்கான கூறுகளைக் கொண்டி ருந்த போதும், அந்தச் சமூகத்தின் கட்டமைப்பைக் குலைப்பதற்கான நடவடிக்கைகளை உள்கொண்டிருக்கவில்லை என்கிறார் ஹிசாம் சரபி.

இந்தச் சூழலில் மதச்சார்பற்றக் கோட்பாடு என்பது அரசியல், பண்பாட்டு நிலையில் அடிப்படைவாதத்திற்கு எதிரான ஒன்றாக இருக்கிறது. மதச் சார்பற்றக் கோட்பாட்டின் தலைவிதி என்னவென்றால், அடிப்படை வாதத்தைப் போலல்லாமல் வெகுமக்கள் தொடர்பை விட்டு அது வெகுதூரம் விலகி இருக்கிறது. இந்தக் கோட்பாட்டின் பெரும் பலவீனமே இதுதான். இந்தக் கோட்பாடு அரசியல் எல்லைக்குள் குறைந்த செல்வாக்கே செலுத்துகிறது. மேலும் அரசின் தணிக்கை விதிமுறை, கட்டுப்பாடு ஆகிய வற்றுக்கு உட்பட்டதாக இருக்கிறது. மேலும் மதரீதியான கருத்துக்கு நேர் எதிர்நிலையில் இருப்பதால் வெகுமக்கள் செல்வாக்கு இதற்கில்லை. பெரும்பாலும் கருவிலே திருவுடைய புத்திலக்கியவாதிகளைக் (avant garde) கொண்டிருப்பதும் இதன் மற்றொரு பலவீனம். மாறாக அடிப்படைவாதம் என்பது மதக் கருத்தாக்கத்தின் பிரதிபலிப்பாக இருப்பதுடன் வெகுமக்களை இயங்க வைப்பதிலும் முக்கியப் பங்களிப்பைச் செலுத்துகிறது. இந்த இடத்தில் மதநீக்கக் கோட்பாட்டாளர்களின் பின்னடைவு என்பது அடிப் படைவாதிகளுடன் அறிவுபூர்வ விவாதத்திற்கோ, உரையாடல்களுக்கோ சாத்தியமற்ற சூழல் நிலவுவதாகும். இவர்களின் உரையாடல், கருத்தியல் என்பது சட்டபூர்வமாகவும், அரசியல் ரீதியாகவும் பின்னுக்குத் தள்ளப் படுகிறது. ஆக அரபு வம்சத்தில் மதச்சார்பற்ற விமர்சகர்கள் ஒடுக்கப்பட்டு, அவர்களின் கருத்துகள் சிறைப்படுத்தப்பட்டுத் தீண்டத்தகாதவையாக மாற்றப்படுகின்றன. அடிப்படைவாத ஆதரவாளர்கள் இங்குத் தங்கள் கருத்தைச் சுதந்திரமாகவும், வெளிப்படையாகவும் சொன்னதுடன் அரச அதிகார இயந்திரங்கள் மற்றும் ஊடகங்களின் நிலையான ஆதரவோடு தங்களின் காரியத்தை நிகழ்த்தினார்கள். இவ்வாறான நிலையில் அரபுச் சமூகத்தில் அடிப்படைவாதம் என்பது ஒடுக்குமுறை அரசுகளின் அதிகப் படியான பலத்தை உள்வாங்கியே வளர்ந்தது.

தந்தைவழிச் சமூகம் என்பது ஹிசாம் சரபியை பொறுத்தவரை தனிப்பட்ட பொருளாதார நிறுவனங்களை அடிப்படையாகக் கொண்ட, குறிப்பிட்ட வகையான சமூக அரசியல் கட்டமைப்பு, குறிப்பிட்ட ஒழுங்கு முறை, குறிப்பிட்ட சொல்லாடல் மற்றும் நடைமுறை வடிவமாகும். தந்தைவழிச் சமூகம் ஐரோப்பாவிலும் ஆசியாவிலும் முதலாளித்துவத்திற்கு முந்தைய சமூகத்தில் நிலவிய வரலாற்றடிப்படையிலான மைய சமூக உறவு முறையாகும். அரபுச் சமூகத்தைப் பொறுத்தவரை தந்தைவழிச் சமூகம் குறிப்பிட்ட மற்றும் சிறப்புத் தன்மைகளைக் கொண்டிருக்கிறது. அரபுப் பண்பாட்டைக் குறித்து பிரெஞ்சு வரலாற்றாசிரியர் பெர்னான்ட் பிராடல் இவ்வாறு குறிப்பிடுகிறார். ‘அரபு நாகரிகம் அல்லது இஸ்லாமிய நாகரிகம் என்பது வெற்று வெளியின் விளிம்பிலும், பாலைவன ஓரத்திலும், ஆறுகள் மற்றும் கடல்கள் வழி வளர்ச்சி பெற்றது. அரபுலகின் சில பகுதிகள் தவிர

மற்ற பகுதிகளைப் பாலைவனம் ஆக்கிரமிக்கிறது. மேற்கு அரேபியாவின் மலைத்தொடர்கள், சிரியாவின் அடுக்கு மலைத்தொடர், ஓமன் மற்றும் யமனின் டெல்டா பகுதிகள், நைல், யூப்ரடீஸ் நதிக்கரையோரங்கள் ஆகியவற்றால் அரபுலகம் சூழப்பட்டிருக்கிறது. வரலாற்று ரீதியாகவே அரபுலகில் நகரத்தார்களும், பதூயீன் நாடோடிகளும் அதன் சமூக, பண்பாட்டு அரங்கை (அரசியல் மற்றும் வர்த்தகம்) ஆக்கிரமித்துக்கொண்டனர். இவை விவசாய உற்பத்தியாளர்களைக் கீழ்மட்டத்திற்கு மாற்றின. இந்த உருவாக்கம் பிராந்தியத்தின் புவி அரசியல் நிலைமையைத் தலைகீழாக்கிய துடன் மனித இனத்தை ஐரோப்பாவிலிருந்து வடக்கு மற்றும் மேற்கிற்கும், ஆப்ரோ ஆசியா தெற்கு மற்றும் கிழக்கிற்கும் பிரிவினை செய்தது. அரபுலகின் இவ்வாறான நீண்டதூர வர்த்தகமும் அந்நியப் படையெடுப்பும் காரணமாக அதன் அரசியல் பொருளாதாரம் இன்னொரு கட்டத்திற்கு நகர்ந்தது. ஆக தந்தை வழிச் சமூகத்திற்கும், மரபார்ந்த சமூகத்திற்கும் வேறுபாடு இருக்கிறது. தந்தைவழிச் சமூகம் குறிப்பிட்ட நிலையில் சமூகப் பொருளாதாரக் கட்டமைப்பாக இருக்கிறது. மரபார்ந்த சமூகம் இதற்கு வெளியே புராதன இனக்குழுக் கூட்டமைப்பாக இருக்கிறது. மார்க்ஸ் இதனைத் தொழில் சமூகத்தின் வளர்ச்சிக்கு முந்தைய சமூக உருவாக்கம் என்கிறார். மேலும் நவீனத்துவக் கருத்தாக்கம் வளர்ந்த நிலையில் அதற்கும் தந்தைவழிச் சமூகத்திற்குமான உறவு முறையை ஹிசாம் சரபி விவரிக்கிறார்:

வகை	நவீனத்துவம்	தந்தைவழிச் சமூகம்
1. அறிவு	சிந்தனை/ காரியவாதம்	தொன்மம்/நம்பிக்கை
2. எதார்த்தம்	விஞ்ஞானம்	மதம்
3. மொழி	பகுப்பாய்வு	வாய்மொழிக் கூறு
4. அரசாங்கம்	ஜனநாயகம்/ சோசலிசம்	தந்தைவழியிலான புதிய சுல்தானியம்
5. சமூக உறவு	கிடைமட்ட நிலை	செங்குத்தான நிலை
6. சமூக தராதரம்	வர்க்கம்	குடும்பம்/கோத்திரம்

ஆக நவீனத்துவத்தை ஐரோப்பாவின் மூலக்கூறாகக் காணும் சரபி தந்தைவழிச் சமூகத்தை அரபுலகின் வார்ப்பாகக் காண்கிறார். மேற்குலகம் நாகரிகத்தைச் சமூகங்களுக்கிடையேயான உறவுமுறை, பலதரப்பட்ட கலாச்சாரங்களின் ஊடலாகப் பார்த்து வந்திருக்கிறது. இந்நிலையில் நவீன ஐரோப்பா, தந்தைவழி அரபுச் சமூகத்தின் மீது காலனியாக்கம் செய்ததன் மறு விளைவே தந்தைவழியிலான புதிய சமூக உருவாக்கம் என்கிறார் சரபி. அது ஏகாதிபத்தியம், தந்தைவழிச் சமூகம் ஆகிய இரண்டும் இயைந்த ஒன்றாகும். ஆண் முன்னிலை பெறும் தற்போதைய அரபுச் சமூகத்தில் அவனே சமூக அதிகார மையமாகவும் இருக்கிறான். இதனைக் குறித்து ஆராய்ந்த சரபி அரபுலகின் மானுடவியலாளராக இருக்கிறார்.

●

ஹிசாம் சரபியுடன் ராஷித் அலி நேர்காணல் *

கேள்வி: பேராசிரியர் சரபி, நீங்கள் ஜபாவிற்கு வந்திருக்கிறீர்கள். எங்கே பிறந்தீர்கள். 46 ஆண்டுகளுக்குப் பிறகு இப்போது திரும்பியிருக்கிறீர்கள். எப்படிக் கண்டுபிடித்தீர்கள்?

நான் 1947இல் ஜபாவை விட்டு நகர்ந்தேன். அது போர் தொடங்குவதற்குச் சற்று முன்னதாக இருந்தது. பின்னர் 1993இல் பிபிசி தயாரித்த ஆவணப் படத்திற்காக ஜபா வந்தேன். அந்தப் படத்திற்காக இஸ்ரேலிய எழுத்தாளர் அமஸ் ஓஸுடன் இணைந்து பணியாற்றினேன். எங்களுடைய வீடு திலத் பகுதியில் இன்னும் இருக்கிறது. ஆனால் தற்போது அந்த வீட்டில் யூதக் குடும்பம் ஒன்று வசிக்கிறது. ஆகவேதான் அங்கு நுழைய நான் மறுத்தேன். அந்த நகரம் முன்பு மாதிரியே இருக்கிறது. அங்கு அரபு மொழி பேசப்பட வில்லை. அவர்கள் நான் அறிந்த ஜபன்களாக இல்லை. நான் என்ன சொல்ல முடியும்? ஜபாவின் கடந்த காலங்களை நினைவுகூர்கிறேன். அங்கு தற்போதைய நிலவரம் தீக்கனவாக இருக்கிறது.

ஒஸ்லோ ஒப்பந்தம் முடிவடைந்து தற்போது ஆறு ஆண்டுகள் நிறை வடைந்துவிட்டன. இதுவும் கெட்ட கனவாக முடிவடைந்ததா?

நாங்கள் வாஷிங்டனில் இருந்தபோது ஹைதர் அப்துல் ஷபி, ஹனன் அஸ்ரவி மற்றும் பிறர் வழியாக ஒஸ்லோ ஒப்பந்தம் பற்றி அறிந்தோம். அதன் முழு விவரங்களைப் படித்து மிக்க அதிர்ச்சிக்குள்ளானோம். ஒவ்வொருவரும் அதிர்ச்சிக்குள்ளாகி, மிகுந்த சோகத்துக்குள்ளானார்கள். அதே நேரத்தில் எங்களுக்குத் தீர்வுக்கான நம்பிக்கை உணர்வு இருந்தது. என்னுடைய வாசிப்பானது மிதவாத சியோனிசத் தொழிலாளர் கட்சியினர் வரலாற்று ரீதியான முடிவை எட்டுவார்கள் என்றிருந்தது. பின்னர் அது தவறானது என்று நிரூபிக்கப்பட்டது. இஸ்ரேல் இந்த மண்ணில் இருக்க வேண்டுமென்றால் பாலஸ்தீனர்களுடன் அது தீர்வை எட்ட வேண்டும் என்று நான் நம்பினேன். தீர்வாக நான் கருதியது அவர்கள் எங்களைச் சம பூர்வீகக் குடிமக்களாகக் கருத வேண்டும். மாறாக ஒப்பந்தத்தை அடைவதல்ல.

* நன்றி: பாலஸ்தீன் கலைக்களஞ்சியம்

இஸ்ரேலிய எழுத்தாளர் அமஸ் ஒஸ் என்னை இஸ்ரேலிய அதிபர் சைமன் பைரஸை சந்திக்க வைத்தார். நான் அவரை அவருடைய சிறிய வீட்டில் சந்தித்தேன். அவரின் மனைவி எங்களை உபசரித்தார். நான் நெருங்கி விட்டேன். நாங்கள் சுமார் நான்கு மணிநேரம் பேசிக்கொண்டிருந்தோம். மேலும் பெரஸ் பற்றிய என் வாசிப்பு தவறு என்பதை நான் உணர்ந்தேன். அவர் தேன் வார்த்தைகளைப் பொழிந்தார். ஆனால் அது அவரின் அரசிய லுடன் தொடர்பற்றது என்பதைப் பின்னர்தான் உணர்ந்துகொண்டேன்.

நம்பகமற்ற கட்டத்தின் தொடக்கத்தில் இஸ்ரேலிகள், பிரச்சினைக்கான தீர்வு குறித்து ஆர்வமாக இல்லை என்பது மிகத் தெளிவாக வெளிப்பட்டது. இன்னும் நம் தரப்பில் ஒஸ்லோ ஒப்பந்தம் என்பது சரணாகதியின் விளிம்பாகவும், நம்பிக்கை துரோகம் சார்ந்ததாகவும் இருந்தது. நான் தேசத்துரோகச் சூழலில் நின்று பேசுவதால் இதனை விட்டு வெகுதூரம் விலகிச் செல்கிறேன் என்று நினைக்கவில்லை. ஒஸ்லோவிலிருந்து வெளிப்படும் எந்த ஒப்பந்தமும் சமாதானத்திற்கானதல்ல. அது இறுதி ஒப்பந்தம் என்பது பொருட்டல்ல. மாறாக நாம் புதிய கட்டத்தை எதிர்நோக்குகிறோம். நான் முரண்பாட்டைக் குறித்துக் கணிக்கிறேன். அது சிரியா அல்லது லெபனானுடனான போராக இருக்கலாம்.

ஒஸ்லோ ஒப்பந்தம் சரணாகதி என்ற முடிவுக்கு எப்படி நீங்கள் வந்தீர்கள்?

நான் அதன் பின்விளைவுகளை வைத்துக் கணித்தேன். இந்தக் கட்டத்தில் நாம் அடிப்படை உண்மைகளைப் பற்றிப் பேசுகிறோம். மதிப்பீடுகளை அல்ல. இரு அரசுகள் என்ற தீர்வு முடிவடைந்தாலும் அரபிகள் மீதான அவர்களின் நடத்தைகள் மட்டும் மாறவில்லை. இது ஒடுக்குமுறையின், இராணுவ வலிமையின் மொழியாக இருக்கிறது. இஸ்ரேல் முழு முதலான மேட்டிமைத்தனத்திற்கு முயல்கிறது. அதற்குப் பாலஸ்தீன் அரசோ சுய நிர்ணய உரிமையோ ஒரு விஷயமே அல்ல. யார் உண்மையான பாலஸ்தீன் அரசுக்கு உரிமை கோருகிறார்களோ அவர் குருடராக அறியப்படுகிறார்.

பாலஸ்தீன் அரசமைப்பின் விதி என்னவாக இருக்கும்?

நாம் பாலஸ்தீன் அரசை உடனடியாக மாற்ற வேண்டும். அல்லது அதன் புதிர்பாதை நமக்குத் தெரிய வேண்டும். அரசமைப்பின் பிரச்சினை முக்கியமாக இருக்கும் பட்சத்தில் தற்போதைய சூழல் அதைவிடச் சிக்கலாக இருக்கிறது. சில நாட்களுக்கு முன்பு வாஷிங்டனில் பாலஸ்தீன் அதிகாரக் கவுன்சிலின் உறுப்பினர்கள் சிலரை நான் சந்தித்தேன். எல்லோருமே இருபதாம் அறிக்கையில் கையெழுத்திட்டவர்கள். அவர்கள் என்னிடத்தில் சொன்னார்கள். 'அவர்களுக்கு எந்தச் செல்வாக்கும் இல்லை'. மேலும் அரசியல் கட்சிகள் மீது அவர்கள் நம்பிக்கையிழந்து இருந்தார்கள்.

மேலும் எல்லா முயற்சிகளுமே கவுன்சிலின் சுயேச்சை உறுப்பினர்களிட மிருந்துதான் வந்ததாகக் குறிப்பிட்டார்கள். அரஃபாத்தைச் சுற்றி செயலற்ற நிலையும், ஊழலும், சட்டத்தின் ஆட்சி மாயமும் நிலவுகின்றன.

நீங்கள் பாலஸ்தீனுக்குத் திரும்புதல் குறித்த போஸ்டன் நகர மாநாட்டின் புகார் மனுதாரராக இருந்தீர்கள். அந்த மனு ஒஸ்லோ ஒப்பந்தம் பற்றியும், இறுதி ஒப்பந்தம் குறித்த இஸ்ரேலின் முன்மொழிதல் பற்றியும் குறிப்பிடவில்லை. அது அகதிகளை முற்றிலும் புறக்கணித்தது.

இன்றைய முன்னுரிமை என்பது அரசமைப்பிற்கு எதிராகத்தான் இருக்க வேண்டும். நம்முன் உள்ள முக்கிய வேலையே பாலஸ்தீன் மக்கள் எல்லோரையும் (வெளிநாட்டில் இருப்பவர்கள் உட்பட) ஒருங்கிணைத்து அவர்களுக்கான இயக்கத்தைத் தொடங்க வேண்டும். போஸ்டன் மாநாட்டில் நான் ஒஸ்லோ ஒப்பந்தத்தின் மோசமான விளைவுகள் குறித்து எச்சரித்தேன். இங்கு நாம் கருத்தொற்றுமைக்கு வந்துவிட்டதாகவே கருதுகிறேன். இன்றைய தேவை என்பது இந்தக் கருத்தொற்றுமையைப் பயன்படுத்திப் பாலஸ்தீன் மக்களுக்கான அமைப்பு ஒன்றை ஏற்படுத்த வேண்டும். பாலஸ்தீனுக்குத் திரும்பும் உரிமையும், சுயநிர்ணய உரிமையும் நமக்கு வேண்டும். கடந்த சில ஆண்டுகளாக நான் இதற்காக என்னை அர்ப்பணித்திருக்கிறேன். நான் இங்கும், ஐரோப்பா, ஜோர்டான், லெபனான் ஆகிய நாடுகளிலும் பாலஸ்தீனர்களைச் சந்தித்திருக்கிறேன். அவர்களிடத்தில் இதுபற்றி உரையாடி இருக்கிறேன். நிலையான முயற்சி இல்லாவிட்டால் நாம் இலக்கை அடைய முடியாது. ஆக நாம் இன்னும் வெற்றி அடைய வில்லை. இதனை அடைவதற்கான நுட்பத்தை நாம் இன்னும் ஏற்றுக் கொள்ளாதவர்களாகவே இருக்கிறோம். இன்னும் காலம் தேவைப்படுகிறது.

நீங்கள் புதிய பாலஸ்தீன் விடுதலை அமைப்பை (பீஎல்ஓ) தோற்றுவிக்கும் முயற்சியில் ஈடுபட்டிருக்கிறீர்களா?

மாற்று பீஎல்ஓ என்பது சாத்தியமில்லை. நமக்கு பீஎல்ஓவை மறுகட்டமைப்பு செய்ய வேண்டும். அதை மக்களின் குரலைப் பிரதிபலிக்கும் அமைப்பாக மாற்ற வேண்டும். மேலும் மக்களைத் திரட்டி அவர்களின் வாழ்நிலைக்குப் போராடக்கூடிய அமைப்பாகவும் அது இருக்க வேண்டும்.

●

இஹாப் ஹசன்: இலக்கியம் என்பது சொற்கள் அல்ல; மௌனமே

மேற்குலகம் சில சமயங்களில் மொழியின் சாத்தியப் பாட்டின் மீது பயணம் செய்கிறது. அதன் எல்லாவித நெளிவு சுழிவுகளையும் உள்வாங்கியத் தடமாக அதன் பாதை இருக்கிறது. மௌனத்தின் சலனத்திற்கும் உரை யாடல் வெளிக்குமான உறவு மிகவும் திடமானது. ஊடு பாவக்கூடியது. இதன் நீட்சியில் இலக்கியப் படைப்பின் உருவாக்கத்திற்கும் மொழிக்குமான உறவைப் பற்றி அதிகம் ஆராய்ந்தவர் இஹாப் ஹசன். இருபதாம் நூற்றாண்டின் இரண்டாம் அரைப்பகுதிக் காலகட்டத்தில் மேற்குலகிலும், சமீப ஆண்டுகள் வரை தமிழ் அறிவுத்துறை வட்டாரத்திலும் அதிகம் பேசப்பட்ட பின்நவீனத்துவ மோஸ்தரின் தூண்டுகோல் இவரே. இவரைப் பின்தொடர்ந்துதான் லியோதர்த் தன் பின்நவீனக் கோட்பாட்டை வடிவமைத்தார். பின்நவீனக் கோட்பாட்டின் வழியாதாரங்கள் இஹாபிடம் இருந்துதான் வெளிவந்தன. பின்நவீனத்துவத்தின் பிறப்பிடம் மேற்காக இருந்தாலும் இஹாப் காரண மாகக் கிழக்கிலிருந்து புலம்பெயர்ந்த ஒன்றின் சாயலாகவே இருக்கிறது. எகிப்தின் கெய்ரோ நகரில் ஓர் அமைதியான சூழலில் 1925ஆம் ஆண்டு ஓர் அரசு ஊழியரின் மகனாகப் பிறந்தார் இஹாப் ஹசன். இவரின் குடும்பம் பாரம்பரிய மத மரபுகளை மீறி கல்விப்பின்னணியையும், முன்னோக்கிய பார்வையையும் கொண்டிருந்தது. பள்ளிக்கல்வியையும் கெய்ரோவில் முடித்து 1946இல் கெய்ரோ பல்கலைக்கழகத்தில் மின்னியல் துறையில் பொறியியல் பட்டம் பெற்றார். இவரின் நுண்ணறிவு காரணமாக, எகிப்து

பல்கலைக்கழகம் கல்விசார்ந்த விருதை இவருக்கு வழங்கியது. பின்னர் மேற்படிப்புக்காக அமெரிக்கா சென்ற இஹாப் அமெரிக்கப் பென்சில் வேனியா பல்கலைக்கழகத்தில் அறிவியலில் உயர்பட்டம் பெற்றார். பின்னர் இலக்கியக்கோட்பாடு சார்ந்த அக்கறை காரணமாகத் தம் பொறியியல் வழித்தடத்தை விட்டு இஹாப் விலகினார். அவரின் ஈடுபாடு இலக்கியத்தின் தத்துவ வாசிப்புகள் மீதும் திரும்பியது. குறிப்பாக நவீன மற்றும் செவ்வியல் இலக்கியம் சார்ந்த தேடலாக மாறியது. 1950களில் ஆங்கில இலக்கியத்தில் இரு முதுநிலைப் பட்டங்களை இஹாப் பெற்றார். பின்னர் இது சார்பான இஹாபின் தொடர்ச்சியான தேடல் ஒரு தேர்ந்த அறிவுஜீவியாக அவரை உருமாற்றம் அடையச் செய்தது.

பென்சில் வேனியாவின் அறிவுத்துறை வட்டாரங்களில் தீவிரமான செயல்பாடுகளில் இறங்கினார். அதன் தொடக்க காலங்களில் அவரிடம் இருந்து Radical innocence: Studies in the contemporary american novel, The literature of silence: Henry miller and samuel beckett போன்ற இலக்கிய விமர்சன நூல்கள் வெளிவந்தன. இந்நூலில் ஹசன் உலகப்போருக்குப் பிந்தைய இலக்கியப் படைப்புகளின் குணாதிசயங்கள் குறித்து வெளிப்படுத்தினார். அதில் படைப்பின் வடிவம் நவீனத்துவத்திலிருந்து அடுத்தக் கட்டத்திற்கு நகர்வதைக் குறித்து அதிகமும் விவரித்தார். 1970இல் விஸ்கோன்சின் பல்கலைக்கழகத்தில் ஆங்கிலத்திலும் ஒப்பிலக்கியத்திலும் ஆய்வுத்துறைப் பேராசிரியராகப் பொறுப்பேற்ற ஹசன், ஜப்பான், சுவீடன், பிரான்ஸ், ஜெர்மனி போன்ற நாடுகளின் பல்கலைக்கழகங்களில் சிறப்புப் பேராசிரியராகப் பணியாற்றினார். இந்தக் கல்வித்துறை அனுபவம் இஹாபின் அனுபவ வெளியை விரிவடையச் செய்தது. அதனின் தொடர்ச்சியான நகர்வே இஹாபை உலகளாவிய அறிவுஜீவிகள் பட்டியலில் இணைத்தது. அவரின் பிந்தையக் காலகட்டம் விதியொன்றின் வெளிப்பாடாகவே மாறியது.

மேற்கத்திய இலக்கியப் படைப்புகளை விமர்சனபூர்வ நிலைப்பாட்டிற்கு உட்படுத்தியதில் இஹாபின் பங்கு கணிசமானது. படைப்பின் மொழி, மௌனம் இவற்றிற்கிடையேயான உறவுமுறை குறித்து அதிகம் இஹாப் ஆராய்ந்தார். இஹாபைப் பொறுத்தவரை எதார்த்தம் என்பது மனிதனின் பிரக்ஞை பூர்வமான கட்டமைப்பு. அதை இலக்கிய வரலாறு உருவாக்கு கிறது. நவீனப் படைப்பு சார்ந்த விவகாரங்களின் பிறப்பிடம் சிம்பாலிச இயக்கமே. சிம்பாலிசமும், ரொமாண்டிசமும் பத்தொன்பதாம் நூற்றாண்டின் இறுதியில் இயல்புவாதத்துடன் முரண்பட்டு படைப்பாக்க முறையில் புதிய உத்திகளை அறிமுகப்படுத்தின. அதன் நீட்சியே இருபதாம் நூற்றாண்டு நவீனத்துவ மற்றும் பின்நவீனத்துவப் படைப்பின் உத்தி. இஹாபின் விமர்சனக் கோட்பாட்டில் குவியப்படுத்தப்படும் ஒன்று

மௌனம். இஹாப் மௌனம் என்பதை மனிதனின் அகவுணர்வில் உள்ளார்ந்து இருக்கிற எதிர்மறையான மொழியாகப் பார்த்தார். மௌனத்தின் குணாதிசயங்கள் பல வகைப்பாடுகளில் இருக்கின்றன. சாதே முதல் சாமுவேல் பெக்கட் வரையிலான மரபார்ந்த இலக்கியப் படைப்புகள் எல்லாமே மௌனத்தின் வெளிப்பாடுதான். இந்த மரபை இஹாப் எதிர்மறை இலக்கியம் என்றார். மேலும் மௌனம் காரணம், சமூகம், வரலாறு போன்றவற்றில் இருந்து விலகி நின்று, உலகின் அனைத்துவிதமான புறச்செயல்பாடுகளையும் குறைக்க முயல்கிறது. மௌனம் இயற்கையிலிருந்து விலகி நிற்கிறது. கலையின் சுயமறுப்பை யும் உள்ளடக்கி இருக்கிறது. மேலும் வடிவத்தின் குறிப்பிட்ட கால அளவிலான மாறுதலையும் கோருகிறது. அந்த மாறுதல்கள் எதிர்மொழியை உற்பத்தி செய்கின்றன.

இங்கு இஹாப் மௌனத்தின் எதிர் குணாதிசயமாகப் பேச்சைக் கொண்டுவந்தார். மௌனம் நிரந்தரமானது, பேச்சு காலம் சார்ந்தது. நம் உள கட்டமைப்பில் மௌனமும் அதன் நிரந்தரத்தன்மையும் வெளிக்கு (Space) உரித்தானதாய் மாறுகின்றன. பத்தொன்பதாம் நூற்றாண்டில் பேச்சின் வினை வடிவமானது மனிதக் குரலின் தற்காலிகத் தன்மையை மறுத்து வந்திருக்கிறது. குரல் என்பது வடிவ மாறுதலுக்குட்பட்டது. மேலும் நாம் காலத்தைப் பரவலாக்கம் செய்வது மாதிரியே குரலைப் பரவலாக்கம் செய்வதற்கு உள்ளாகி இருக்கிறோம். நாம் எங்கிருக்கிறோம் என்பதிலிருந்து இயல்பாக வார்த்தை புறப்பட்டுப் புதிய வடிவமாக வெளிக்குள் பரவு கிறது. நாக்கில் சுழலும் வார்த்தையானது இஹாபைப் பொறுத்தவரை அது எதிர்க் கலை, எதிர்மொழி, எதிர் உணர்வு ஆகியவற்றை உள்ளடக்கி இருக்கிறது. மாறாக மௌனமே இலக்கியப் படைப்பாக்க வடிவத்திற்குத் தூண்டுகோலாக இருக்கிறது.

இஹாபின் சிந்தனைகள் பின்நவீனத்துவப் படைப்பாக்க முறைகளில் புதிய மாறுதல்களை ஏற்படுத்தின. நவீனத்துவம்/பின்நவீனத்துவம் இடையேயான நுணுக்க வேறுபாடுகளை இவர் அட்டவணைப்படுத்தியது மேற்கத்தியத் தத்துவ உலகில் குவியப்படுத்தும் ஒன்றாக மாறியது. மேற்கத்திய விமர்சகர்கள் இதையே தங்கள் விமர்சனக் கோட்பாட்டிற்கான அடிப்படையாக எடுத்துக்கொண்டனர். மேலும் இஹாப் தம் விமர்சன கோட்பாடுகளுக்காக சாதே, மல்லார்மே, எர்னஸ்ட் வேக்ஸ், ஜோசப் கன்ராட், ஆன்ட்ரூ பிரிட்டன், காப்கா, ஹெமிங்வே, சாமுவேல் பெக்கட் போன்றவர்களின் படைப்புகளை எடுத்துக்கொண்டார். அவர்களின் படைப்பாக்க முறைகளும், உத்திகளும் இஹாபின் சிந்தனையில் அதிகம் பாதிப்பைச் செலுத்தின. ஹெமிங்வே வாழ்க்கையைக் கலையாகப் பார்த்தார். அவரின் *The sun also rises, A farewell to arms* ஆகிய இரு நாவல்கள்

இஹாபை அதிகம் பாதித்தன. *sun also rises* நாவலானது வாழ்வின் இயக்கத்தில் தீவிர இழப்பிற்குள்ளாகும் ஒருவனின் வாழ்க்கைத் தடத்தைப் பற்றியது. ஆறு மாதங்கள் மின்விளக்கு வெளிச்சத்தில் உறங்கும் அவனின் வாழ்க்கை சூரிய உதயமும், மறைவும் ஒருங்கிணைந்ததாக இருக்கிறது. மேலும் அதன் ஊடாட்டத்தைக் குறித்ததான கதை வெளியையும் கொண்டது. *Farewell to arms* வாழ்க்கைப் போராட்டத்தைப் பற்றியது. போர்கள் என்பவை மனிதப் போராட்டத்தின் பிரதிபலிப்பு அல்ல. மாறாக இரு அதிகார மையங்களுக்கு இடையே நடைபெறுபவை. ஒன்றை ஒன்று அழித்தலில் அதிகக் கவனமும், ஈடுபாடும் கொண்டவை. இஹாப் நவீனத்துவ மற்றும் அறிவொளிகாலப் படைப்பாளிகள் அனைவரின் படைப்புகள் குறித்தும் ஆராய்ந்தார். மேலும் சார்த்தர் குறித்தும் அவரின் இருத்தலியல் கோட்பாடு குறித்தும் விமர்சனத்திற்கு உட்படுத்தினார். சார்த்தரின் 'வார்த்தைகள்' என்ற அவரின் சுய குறிப்பில் இருக்கும் ஒரு வாக்கியம் இஹாப் ஹசனால் மேற்கோள்காட்டப்பட்டது.

'பொய்யர்கள் தங்களுடைய உண்மையை அவர்களின் விரிந்த பொய்ப் பரப்பின் மீது கண்டடைகிறார்கள்.' இது எதார்த்தம் பற்றிய இஹாபின் நிலைப்பாட்டிற்கு முன் தரவான ஒன்றாக மாறியது. மேலும் post modernism என்னும் சொல்லை இஹாப்தான் முதன்முதலாக உருவாக்கினார் என்பதை மேற்கத்தியச் சிந்தனாவாதிகள் வெளிப்படுத்துகிறார்கள். நேர்காணல் ஒன்றில் இதை மறுத்த இஹாப் பத்தொன்பதாம் நூற்றாண்டின் பிரிட்டிஷ் ஓவியரான ஜான் வாட்கின்ஸ் 1870இல் முதன்முதலாக அச்சொல்லைப் பயன்படுத்தினார் என்றார். அதன் பின் பெர்னார்ட் ஸ்மித், சார்லஸ் ஒஸ்லன், இர்வின் ஹோவே போன்றோர் பல்வேறு காலகட்டங்களில் அதைப் பின்தொடர்ந்தனர்.

மேலும் பின்நவீனத்துவக் கோட்பாட்டு முறைமையாக அவர் புனைந்த சொல்லான நிச்சயமற்றத்தன்மை சமூக, பண்பாட்டு இயக்கத்தில் நிச்சய மற்ற சூழலைப் பிரதிபலித்தது. ஆனால் வேறொரு கட்டத்தில் இஹாப் இச்சொல்லை மேற்கத்தியக் கலாச்சாரத்தின் புவிஅரசியல் தன்மைக்குப் போதாமையாகக் கருதினார். இது மேற்கத்தியக் கலாச்சாரத்தோடு மட்டுமே தொடர்புடையதாக இருக்கவில்லை. மாறாக மையம்-விளிம்பு, விளிம்பு-விளிம்பு, மையம்- மையம் ஆகியவற்றுடன் உறவுடையதாக இருக்கிறது. இதன் நீட்சியான, திரிந்த வடிவமே வட்டாரமயமாக்கல்- உலகமயமாக்கல் (localization/globalization) என்றார் ஹசன். மேற்கத்திய இலக்கியப் படைப்புகள் மீதான ஹசனின் மதிப்பீடுகள் மேற்குலகம் மற்றும் மத்தியக் கிழக்கின் அறிவுலகில் முக்கியத்துவம் வாய்ந்தவையாக இருந்தன. இதற் காகவே *Dismemberment of Orpheus: Toward a postmodern literature* என்னும் நூல் அவரிடமிருந்து வெளிவந்தது. இஹாப் ஹசனின் எழுத்துகள் உலகின்

பல்வேறு மொழிகளில் மொழிபெயர்க்கப்பட்டுள்ளன. இதுவரை இருப துக்கும் மேற்பட்ட நூல்களும் பல்வேறு பத்திரிகைகளில் இருநூறுக்கும் மேற்பட்ட கட்டுரைகளும் வெளியாகி இருக்கின்றன. இஹாபின் சிந்தனை களுக்காகவும் எழுத்துகளுக்காகவும் அவருக்கு மேற்கின் பல்வேறு விருதுகள் அளிக்கப்பட்டன. கிழக்கிலிருந்து நகர்ந்து மேற்குலகம் சென்று தன் சிந்தனை ஆளுமையை உலகளாவிய நிலையில் விரிவுபடுத்திய இஹாப் தற்போது அமெரிக்கப் பல்கலைக்கழகம் ஒன்றில் ஆங்கிலத்துறை சிறப்புப் பேராசிரியராக இருக்கிறார்.

இஹாப் எழுதிய நூல்கள்

1. *Radical innocence: The Contemporary american novel* (1961)
2. *The literature of silence: Henry miller and samuel beckett* (1967)
3. *The dismemberment of orpheus: Toward a postmodern literature* (1971)
4. *Paracriticisms: Seven speculations of time* (1975)
5. *The Right Promethean Fire: Imagination, Science,andCulturalChange* (1980)
6. *The Postmodern Turn: Essays in Postmodern Theory and Culture* (1987)
7. *Selves at Risk: Patterns of Quest in Contemporary American Letters* (1990),
8. *Rumors of Change: Essays of Five Decades* (1995)
9. *Out of Egypt: Scenes and Arguments of an Autobiography* (1985)
10. *Between the Eagle and the Sun: Traces of Japan* (1996)

பின்நவீனத்துவத்திற்கு அப்பால்

பின்நவீனத்துவம் ஐரோப்பாவில் ஒரு கருத்தியலாக வடிவம் கொள்ளத் தொடங்கியதில் இஹாப் ஹசன் முன்னிலை பெறுகிறார். லியோதர்த் பின்நவீனத்துவக் கோட்பாடுகளுக்கு உயிர் கொடுக்க இஹாபை சில இடங்களில் பயன்படுத்தினார். பின்நவீனத்துவத்தின் சாத்தியப்பாடுகளை மீறி இஹாப் சில தருணங்களில் சிந்தித்தார். அவரின் சிந்தனைக் கோடு தருணங்களைச் சமன்செய்து இருத்தலியம், பின்காலனியம் ஆகியவற்றின் சாய்வாகவும் இருந்தது. பின்நவீனத்துவத்தைப் பொறுத்தவரை இஹாப் அதனை ஐரோப்பியச் சூழலில் விளக்க முயன்றார். அது எவ்வாறு நவீனத் துவத்தை உள்வாங்குகிறது? அதிலிருந்து விலகுகிறது அதற்கப்பால் என்ன என்பதைப் பற்றி விரிவாக ஆராய்ந்தார். இதற்கான பதில் இரு விஷயங்களில் அடங்கியிருக்கிறது. ஒன்று பின்நவீனக் கட்டமாக மாறும் தருணத்தில் அதன் புவி அரசியல் கூறு. இன்னொன்று அதன் பண்பாட்டு சங்கேதம்.

பின்நவீனத்துவத்தைப் பொறுத்தவரை அதன் முதல் கட்டத்தில் நிச்சயமற்றதாக உள்ளது. இங்குப் பின்நவீனத்துவம் மாறுகிறது. உலகம் மாறுகிறது. வரலாறு மாறுகிறது. மனிதன் மாறுகிறான். இஹாபைப் பொறுத்தவரை பின்நவீனத்துவம் இன்னும் விவாதப் பொருளாகவே இருக்கிறது. அது அதற்குச் சார்பான பத்துக் கருதுகோள்களை அறையில் பூட்டி வைத்து வேடிக்கை பார்த்துக் கொண்டிருக்கிறது. அதனைப் பொறுத்த வரை அது சார்பியல்வாத மதிப்பீடுகளையும், நம்பிக்கைகளையும் மறுதலிக்கிறது. அறிவின் மீது ஐயம் கொள்கிறது. எதார்த்தங்களின்-மனிதப் புனிதங்களின் சாத்தியப்பாட்டை மறுக்கிறது. மிகச் சுருக்கமான வடிவத்தில் சொன்னால் பின்நவீனத்துவம் சூன்யவாதத்தின் தொடக்கமே (incipient of nihilism). பண்பாட்டு ஆய்வைப் பொறுத்தவரை, உயர் அரசியல் தளத்தில் அது பின்காலனியத்தோடு சரணடைகிறது. இங்குப் பின்காலனியம் தீவிர கருத்தாக்கமாகவும், பின்நவீனத்துவம் எளிதான ஒன்றாகவும் அறியப் படுகிறது என்கிறார் இஹாப் ஹசன்.

பாப்புலர் கலாச்சாரத் தளத்தில் பின்நவீனத்துவம் நகர்ப்புற மேட்டுக்குடி வர்க்கத்தால் போமோ என்றழைக்கப்படுகிறது. மேற்கத்திய நகர்ப்புறத்தின்

ஒவ்வொரு மூலையும் அதன் வெளிப்பாட்டைப் பிரதிபலிக்கின்றது. நகர்ப்புற விளம்பரங்கள் ஒவ்வொன்றும் விரிவான பின்நவீன பிரதியாக்கமாக இருக்கின்றது. இவற்றின் கூறுகள் யாவை? இஹாப் இதற்கு விடை காண முயன்றார். துண்டுகள், கலப்பினம், சார்பியல், விளையாட்டு, நகல்போலி, போலச்செய்தல் போன்றவையாக இவற்றின் மொத்த அமைப்பு இருக்கிறது. பின்நவீனத்துவம் இரு முக்கியப் புள்ளிகளில் மையம் கொண்டு நகர்ந்து செல்கிறது. ஒன்று வளர்ச்சியடைந்த சமூகத்தில் அதன் கவர்ச்சி பற்றிய விளக்கீடு. இரண்டாவது போருக்குப் பிந்தைய சகாப்தத்தில் அடையாள அரசியல் பற்றியது.

ஆக இஹாபைப் பொறுத்தவரை பின்நவீனத்துவம் என்பது நம் கால கட்டத்தின் போக்குப் பற்றிய கூட்டு விளக்கீடாக இருக்கிறது. கலைப் போக்கைவிட, வரலாற்றுப் போக்கைவிட, தனிப்பட்ட உணர்வுகளைவிட பின்நவீனத்துவம் காலம் பற்றிய விளக்கீடாக இருக்கிறது. சுருக்கமாகச் சொன்னால் நாம் இவ்வுலகத்தைப் பின்நவீனத்துவ நுண் கண்ணாடிகளால் காண்கிறோம். அதன் ஒளிக்கதிருக்குள் பிரதிபலிப்பது அதன் எல்லாக் கூறுகளும்தான். நாம் வரலாற்றைத் தற்போதைய இடத்தில் இருக்கும் நிலையில் நோக்கும் போது நிச்சயமாக நாம் அதனைக் கதையாடல்களாக, மறுஎழுத்தாக எழுதத் தொடங்குவோம். பின்நவீனத்துவமும் இந்தத் தளத்தில் இருந்துதான் தொடங்குகிறது. வரலாற்றைப் பொறுத்தவரை நடைமுறை உண்மையாக, செயல்பாட்டுத் தளத்தில் அதன் சாதுர்யத்தை வெளிப்படுத்துகிறது. இதன் நீட்சியாகத்தான் பின்நவீனத்துவம் வளர்ச்சியடைந்த சமூகங்களில் தனக்கு உருவமளிக்க முயல்கிறது.

அடுத்த புள்ளியாக இஹாப் அடையாள அரசியல் பற்றி விளக்குகிறார். இதற்காக மத்தியக் கிழக்குச் சிந்தனையாளரான அமீன் மாலூபின் புத்தகத்தை மேற்கோள் காட்டுகிறார். அவரின் In the name of identity முக்கியமான ஒன்றாகும். அமீன் மாலூப் பிரபஞ்சம் தழுவிய பன்முக மற்றும் இயங்கியல் ரீதியான அடையாளம் வேண்டும் என்கிறார். அதற்காக அவர் தனியான, நிலையான, சுயத்தின் சாரம் சார்ந்த அடையாளத்தை நிராகரிக்கிறார். மேலும் மாலூப் ஒவ்வொருவரும் அவர்களின் சொந்த அடையாளத்தின் மொழியைக் கண்டுபிடிக்க வேண்டும் என்றும், அதன் குறியீடுகள் சிலவற்றை அறிய வேண்டும் என்றும் கூறுகிறார். இதன்மூலம் அவனைப் பற்றி வெளியாகும் உலகை அவன் அறிய முடியும் என்கிறார். மாலூபைப் பின்தொடர்ந்த இஹாப் இதனைப் பின்நவீனத்துவத்திற்கும் பொருத்திக் காண்கிறார். இவை நீட்சியடைந்து பின்நவீனத்தன்மையாக (post modernity) மாறுவது பற்றி இஹாப் விளக்கினார். அதற்காகத் தீர்மானமின்மை, கடப்புத் தன்மை ஆகிய இரு சொல்லாடல்களை அவர் பயன்படுத்தினார். இங்கு உள்ளூர் மயமாக்கலும், உலகமயமாக்கலும் (localization and Globalization) பலவீனமான

நிலைக்குச் செல்கின்றன. இந்தப் பலவீனங்கள் அதை வேறொரு நிலைக்கு எடுத்துச் செல்கின்றன. இந்த இடத்தில் பண்பாட்டுப் பின்நவீனத்துவம் முக்கியம் பெறுகிறது. பண்பாட்டுப் பின்நவீனத்துவம் உலகின் மனித இயக்கம் பற்றிய விளக்கீடாகவும் இருக்கிறது. இது ஒரு கட்டத்தில் சிதைந்து இன அழிப்பின் பின்நவீனமாக்கமாக மாறுகிறது. பாலஸ்தீன், கொசாவா, போஸ்னியா, உல்ஸ்டர், ருவாண்டா, செசன்யா, குர்திஸ்தான், சூடான், ஆப்கானிஸ்தான், திபெத், இலங்கை போன்றவை இதற்கான எடுத்துக் காட்டுகள். இஹாபின் கருத்துப்படி இந்தப் பண்பாட்டுப் பின்நவீனத் துவம் அதன் நிலையில் வேடிக்கையானதாக, பயனற்றதாக, துயரமானதாக உருமாறுகிறது. இந்த மாற்றங்கள் எல்லாம் உலக அளவில் அதன் சொந்த நிலையில் நிகழ்ந்தேறுகின்றன. இதையே இஹாப் பின்நவீனத் தன்மை (Post modernity) என்கிறார். இந்தப் பின்நவீனத் தன்மையின் சோகமான உண்மை இது நம் அன்றாட வாழ்வைத் தொடர்ந்து ஆக்கிரமித்துக் கொள் கிறது. டயஸ்போரா, இடப்பெயர்வு, அகதித்தன்மை, குடிப்பெயர்வு, வாழ்வியல் மதிப்புகள் பெயர்ந்து போதல் போன்றவற்றின் தொடர்ச்சியாக அந்த ஆக்கிரமிப்பு இருக்கிறது.

பின்நவீனத்துவத்திற்கு அப்பால் அல்லது பின்காலனியச் செயல்முறை களுக்கு அப்பால் சில அம்சங்களுக்கான புதிய உறவு முறையைக் கண்டு பிடிக்க வேண்டும் என்றார் இஹாப். தன்னிலைக்கும் பிறருக்கும், விளிம்பிற்கும் மையத்திற்கும், துண்டிற்கும் முழுமைக்கும் இவற்றின் தொடர்ச்சியில் மையத்திற்கும் மையத்திற்கும், விளிம்பிற்கும் விளிம்பிற்கும், தன்னிலைக்கும் தன்னிலைக்கும் இவை உலகம் தழுவிய, நடைமுறை சார்ந்த நாகரிகத் தன்மையை உற்பத்தி செய்ய வேண்டும் என்றார்.

வெவ்வேறு இனங்களுக்கிடையேயான இணக்கம், உறவுமுறை, தேசிய இனங்களின் சுயநிர்ணய உரிமை போன்றவை இந்த வரன்முறைக்குள் வருகின்றன. இதற்காக இஹாப் உண்மை, நம்பிக்கை, உணர்வாற்றல் போன்ற சொற்களைப் பயன்படுத்தினார். இங்கு உண்மை இறந்து அதன் இடத்தில் எல்லாம் அனுமதிக்கப்படுகிறது. உண்மை என்பதைப் பொறுத்த வரை நாம் முழுமுதல், கடப்பியல், நிறுவப்பட்ட உண்மை என்பதாகப் பகிர முடியாது. ஆனால் அன்றாட வாழ்க்கையில் உண்மைக்கும் பொய்க்கு மான வேறுபாட்டை உணர்கிறோம். உண்மை என்பது தனித்தக் கூறாக இருக்கும்பட்சத்தில் அது பரந்துபட்ட அர்த்தத்தளங்களைக் கொண்டிருக் கிறது. மரபார்ந்த உண்மை: தொன்மங்கள் சார்ந்து இது வெளிப்படுகிறது. வெளிப்பாடான உண்மை: புனித, தெய்வீக, இயற்கையை மீறிய அதிகாரம் சார்ந்த தளத்தில் இது பயன்படுத்தப்படுகிறது. அதிகார உண்மை: பேரரசு தன்னளவில் பிரகடனம் செய்யும் நிலை. இது நம்பு அல்லது விட்டுவிடு என்ற தளத்தில் பயன்படுத்தப்படுகிறது. பெரும்பாலும் அரசியல் தளத்திலும்

சமூகத் தளத்திலும் பயன்படுத்தப்படுகிறது. தொடர்புறும் உண்மை: இது இயற்கை அறிவியலிலும் அனுபவ வாதத்திலும் பயன்படுத்தப் படுகிறது. அறிவியல் கோட்பாடுகளின் உண்மை என்ற நிலையில் அந்தக் கோட்பாடு தவறானதாக நிரூபிக்கப்படும் வரையில் இது உண்மையானதாக நிலைநாட்டப்படுகிறது. தர்க்கரீதியான உண்மை: கலையிலும் தத்துவத் திலும் இது பயன்படுத்தப்படுகிறது. கவிதையில் அதன் உள்ளுணர்வு சார்ந்ததாகவும், தத்துவத்தில் அதன் அறிதல் சார்ந்ததாகவும் இந்த உண்மை வெளிப்படுகிறது. இறுதியாக இஹாப் குறிப்பிடுவது தன்னிலையான உண்மை: இது நம் பிரக்ஞை, ஆசைகள், அனுபவங்கள் இவற்றின் மூலம் அறியப்படுவது. மேலும் பல உண்மையின் மேலடுக்குகள் குறிப்பிட்ட கருதுகோள் அல்லது நம்பிக்கை சார்ந்து வலம் வருகின்றன. மேலும் தெரிதாவுக்கும் ரோர்டிக்கும் முன்பே அமெரிக்கத் தத்துவவியலாளரான வில்லியம் ஜேம்ஸ் பயன்பாட்டுவாதத்தின் அடிப்படையில் உண்மைக்கு விளக்கம் கூறினார். அவரைப் பொறுத்தவரை உண்மை என்பது அனுபவத்தின் தொடர்ச்சியில் ஆரோக்கியமான, வளமான, வலிமையான ஒன்றால் உருவாக்கப்படுகிறது. வேறொரு வகையில் சொன்னால் ஜேம்ஸ் உண்மையை நம்பிக்கை அடிப்படையில் பார்த்தார். உண்மை என்பது கடப்பியலில் நிலைகொள்ளவில்லை. மாறாக நம்பிக்கையில் நிலை கொண்டிருக்கிறது. ஆக உண்மை என்பது நம்பிக்கைக்கான விருப்புறுதி (Will to believe) என்றார் ஜேம்ஸ் வில்லியம். இஹாப் உண்மை விஷயத்தில் இவரின் கோட்பாடுகளுடன் அதிகம் ஒருமை கொண்டார்.

இஹாபின் அடுத்தக்கட்ட பார்வை எதார்த்தவாதம் சார்ந்ததாக இருந்தது.

இஹாபைப் பொறுத்தவரை எதார்த்தவாதம் என்பது சின்ன விஷய மல்ல. இது புற உலகோடு மனத்திற்குள்ள தொடர்பை வெளிக்கொணர் கிறது. ஒரு வகையில் பிரதிநிதித்துவமாகவும், மொழியின் பயணமாகவும், உணர்வின் வெளிப்பாடாகவும் இருக்கிறது. அதாவது ‘உலகம் முழுவதும் இந்தப் படத்தை மாதிரி இருக்க முடியாது. இந்தப் படம் உலகம் மாதிரி இருக்க முடியும்.’

பின்நவீனத்துவத்தைப் பொறுத்தவரை நவீனத்துவத்தின் சூட்சுமங் களை உள்வாங்கி இருக்கிறது. பிரோஸ்ட், மான், ஜாய்ஸ், யேட்ஸ், ரில்கே, எலியட், ஸ்ரின்பர்க் ஆகியோரின் எச்சங்கள் பின்நவீனத்துவக் கோட்பாட்டாளர்கள் மத்தியில் இருக்கின்றன. இஹாப் இதற்காகத் தீர்மானமின்மை (Indeterminacy) என்னும் சொல்லைப் பயன்படுத்தினார். அது பின்நவீனச் சூழலில் பண்பாட்டுத் தீர்மானமின்மை, தொழில்நுட்பத் தீர்மானமின்மை என்ற இரு வகைகளில் இருக்கிறது. இந்தத் தீர்மான மின்மை என்பது வெளிப்படைத் தன்மை, துண்டாக்கம், தொடர்ச்சியின்மை, மையமிழப்பு, பன்மைவாதம், உருவமழிப்பு போன்ற கருத்தம்சங்களுடன்

இணைந்திருக்கிறது. மேலும் இஹாபைப் பொறுத்தவரை பின்நவீனத்துவம் என்பதுஒரு குறிப்பிட்ட காலகட்ட வரையறை சார்ந்த, காலவரிசை, தற்காலிகமான, வரலாற்று வளர்ச்சியான கருத்தாக்கமாக மட்டும் செயல்பட முடியாது. மாறாகக் கோட்பாடு சார்ந்த, நிகழ்வுகள் சார்ந்த ஒன்றாகவும் அது இயங்க முடியும். ஆக 1960க்கு முன்பு உள்ள எல்லாமே நவீனத்துவம் சார்ந்தது. அதற்குப் பின்னால் உள்ளவை எல்லாம் பின்நவீனத்துவம் சார்ந்தது என்பதை இஹாப் மறுக்கிறார். அவரைப் பொறுத்தவரை சாமுவேல் பெக்கட்டின் Murphy, ஜேம்ஸ் ஜாய்ஸின் Finnegans ஆகிய இரண்டும் பின்நவீனத்துவம் சார்ந்தவைதான். ஆக பின்நவீனத்துவம் அதற்கான குறிப்பிட்ட நடை, அம்சங்கள், மனோபாவம் ஆகியவற்றைக் கொண்டு குறிப்பிட்ட வரலாற்றுச் சூழலில் இயங்க வேண்டும் என்கிறார் இஹாப். பின்நவீனத்துவத்திற்கும், நவீனத்துவத்திற்கும் இடையே உள்ள கருத்தம்ச வேறுபாட்டை முதன்முதலாக அட்டவணைப்படுத்தியவரும் அவரே. அதனைப் பின்வருமாறு குறிப்பிட்டார்:

நவீனத்துவம்	பின்நவீனத்துவம்
நோக்கம்	விளையாட்டு
வடிவமைப்பு	வாய்ப்பு
வரிசைமுறை	சீர்குலைவு
புறப்பொருள், முடிந்துவிட்ட வார்த்தை	செயல்முறை, செயல்திறன்
தூரம்	பங்களிப்பு
முழுமையாக்கல்	தகர்ப்பமைப்பு
தேர்ந்தெடுத்தல்	சேர்ப்பு
ஆழம்	மேற்பரப்பு
விளக்கீடு	எதிர் விளக்கீடு
வாசிப்பு	கோணலான வாசிப்பு
கதையாடல்	எதிர்க் கதையாடல்
பெரும் வரலாறு	சிறு வரலாறு
பாரநோயா	சீசபெரனியா
முடிவு	முடிவின்மை
மூலம் காரணம்	வித்தியாசப்படுத்தல், ஒத்திவைத்தல்

பின்நவீனத்துவத்திற்கு அப்பால் என்ன இருக்கிறது? இதை யாரும் அறிய முடியாது என்கிறார் இஹாப். வரலாறு நமக்கு எதைக் கற்றுக் கொடுக்க முடியும் அல்லது முடியாது என்பதை நாம் அறிய வேண்டும் என்கிறார் இஹாப். அநீதிகளும், சமத்துவமின்மையும் நிலவும் இவ்வுலகில் இதை அறிவது அவசியம் என்கிறார் இஹாப். உயிரியல் அடிப்படையிலான உலகில் வேறுபட்ட இனக்கூறுகள் (interspecies), ஒரே இனக்கூறுகள் (Intraspecies) ஆகியவற்றின் தாக்கமானது சுய உடல், ஆக்கிரமிப்பு உடல் ஆகிய இரு பெரும் பிளவை ஏற்படுத்துகின்றது. தற்போது உலகில் நடைபெற்று வரும் தேசிய இனப் போராட்டங்கள் எல்லாமே இதன்

அடிப்படையிலானவைதான். இந்நிலையில் பின்நவீனத்துவம் அதற்கு அப்பால் எப்படி நகரப்போகிறது என்பதை இருபத்தொன்றாம் நூற்றாண்டு உலகப்போக்கு நமக்குத் தெரியப்படுத்தும்.

சுய உடல், ஆக்கிரமிப்பு உடல் ஆகிய இரு கூறுகள் நம்மை ஆதிக்கம் செலுத்துகின்றன. உடலின் மீதான இந்த ஆக்கிரமிப்பே உலகில் வேறுபட்ட இனங்களுக்கும் இனக்குழுக்களுக்கும் இடையே முரண்பாடு களைத் தோற்றுவிக்கின்றன. பின்நவீனத்துவத்துவம் பின்நவீனத்தன்மை யாக மாறும் கட்டத்தில் உள்ள விளைவு என்கிறார் இஹாப். இது குறித்த மேலதிக ஆய்வுகளைச் செய்ததில் இஹாப் மேற்கத்திய உலகில் முன்னிலை பெறுகிறார்.

இஹாப் ஹசனுடன் பிராங்சியோபி நேர்காணல் *

கேள்வி: உங்களின் தன்வரலாறான *Out of Egypt* நீங்கள் அமெரிக்கா விற்கு வருகை தந்த ஆண்டுகளைப் பற்றிக் குறிப்பிடுகிறது. எகிப்தில் உங்களுடைய குழந்தைப்பருவமும் வாலிபக் காலமும் மிகச் சுவையாக இருக்கின்றன. குடிபெயர்ந்த ஒருவரின் தன்வரலாறு படிக்கும் வாசகனுக்கு மகிழ்வூட்டும். நீங்கள் அமெரிக்காவில் குடிபுகுந்து பல்கலை மாணவராக, பின்னர் ஆசிரியராக, அமெரிக்க இலக்கியத்தை எவ்வாறு கண்டடைந்தீர்கள் என்பதை அறிய வாசகர்கள் ஆர்வமாக இருப்பார்கள். 60 மற்றும் 70 காலகட்டங்களில் உங்களின் அறிவுசார்ந்த வரலாறும் இலக்கிய விமர்சனமும் எப்படி இருந்தன?

இஹாப் ஹசன்: நல்ல கேள்வி. *Out of Egypt*இன் துணைத் தலைப்பு *Scenes and arguments of an Autobiography*. இதை இன்னும் *Fragments of memoir* என்று நாம் அழைக்க முடியும். தன்வரலாறுக்கும், நினைவுத் தடத்திற்கும் வேறுபாடு உண்டு. தன்வரலாறு மொத்த வாழ்க்கையையும் வெற்றிபெறாத வகையில் சொல்லப்படுவது. பிந்தையது வெற்றிபெற்ற ஆனால் வாழ்வின் நினைவில் துண்டாக்கப்பட்ட ஒன்றை வெளிப்படுத்துவது. நான் நினைவு களைப் பற்றி எழுதும் வேலையில் அதிக ஆர்வமாக இருப்பேன். என் பிந்தைய ஆக்கமான *Between the Eagle and the sun: Traces of Japan* புதிய அனுபவத்தைக் குவியப்படுத்துகிறது. தனித்த நிகழ்வுகளின் தொடராக இருக்கிறது.

உங்கள் கேள்வி நிற்கும் நிலையில் நான் இரு காரணங்களுக்காக முழு தன்வரலாற்றை எதிர்க்கிறேன். ஒன்று ஒருவனின் வாழ்க்கையின் தனிப் பட்ட கூறுகள் நேர்க்கோடற்ற வடிவில் வெளிப்பட வேண்டும். அது கலையாகவோ, கல்வித்துறை சார்ந்தோ, ஒருவனின் வாழ்க்கைத் தரம் சார்ந்தோ வெளிப்படலாம். இரண்டாவது என்னைப் போன்ற கல்வித் துறை சார்ந்தவர்கள் தன்வரலாறு விஷயத்தில் குறைந்த அளவே ஆர்வம் கொண்டிருப்பார்கள்.

* நன்றி: www.ihabhassan.com

ஈவா கோப்மென் தன் குடிபெயர்ந்த தன்வரலாற்றில் Lost in Translation என்று குறிப்பிடுகிறார். தன்வரலாறு ஆசிரியர்கள் எல்லாம் தாங்கள் வெற்றி பெற்றதாகக் குறிப்பிடமாட்டார்கள். Story of ambivalence அவர் இட்ட நல்ல தலைப்பாகும். இது பின்நவீனத்துவப் பத்தாண்டுகளில் நிலவி இருந்ததாகும். இதை நீங்கள் ஏற்றுக்கொள்கிறீர்களா? உங்களின் சொந்த வாழ்க்கையை 'வெற்றியின் கதை'யாக நினைக்கிறீர்களா? உங்களின் பெரிய வெற்றியாக நீங்கள் கருதுவது எழுத்து, ஆசிரியப்பணி, விமர்சனம் இவற்றில் எதை?

நான் வெளிப்படையாக இருக்க வேண்டும். யார் தங்கள் வாழ்க்கையை வெற்றிபெற்றதாக நினைக்கிறார்களோ அவர்கள் முட்டாளாக இருக் கிறார்கள். அதனால்தான் நமக்கு மதங்கள், அறிவியல், தொழில்நுட்பம், கலை போன்றவை இருக்கின்றன. உண்மையான வெற்றி என்பது மரணத்தைக் கடந்துவிட வேண்டும். பண்டைய புராணங்களும், இதிகாசங் களும் இவற்றிற்கு எடுத்துக்காட்டுகள். ஆக கலையை உருவாக்கும் மற்றும் அதை வெளிப்படுத்தும் மனித இனமானது சாவைக் கடக்க வேண்டும்.

என்னைப் பொறுத்தவரை என் பெரும் வெற்றியாக நான் சொல்லிக் கொள்வது நான் ஆசிரியராக இருப்பதில்தான் மகிழ்ச்சிகொள்கிறேன். அதனால் வெறும் பின்நவீனத்துவ எழுத்தாளர் என்று என்னைப் பாவித்துக் கொள்வதில்லை.

உங்களுக்கு எதிராக முன்வைக்கப்படும் குற்றச்சாட்டுகளுக்கு நீங்கள் எப்படிப் பதிலளிக்கிறீர்கள். குறிப்பாக இஹாப் ஹசன் புத்திலக்கியத்தை (avant garde) உயர்த்திப் பிடித்தவர், புதிய மோஸ்தர்களுக்கு வழி வகுத்தவர், கன்சர்வேடிவ் என்றெல்லாம் உங்கள் மீது குற்றச்சாட்டுகள் வைக்கப்படுகின்றன. நீங்கள் அவற்றைப் பொருட்படுத்தாவிட்டால் அவர்களைப் பற்றி என்ன நினைக்கிறீர்கள்?

நான் குற்றச்சாட்டுகளுக்கு எப்போதுமே பதில் சொல்வதில்லை. மேலும் நான் கன்சர்வேடிசம் சட்டப்படியானது, அறவியல் ரீதியானது மற்றும் அறிவார்ந்தக் குற்றம் என்று உணரவில்லை. ஆனால் அறிக்கைகளின் மீதான முட்டாள்தனமான கருதுகோள்கள் மீது நான் கருத்துச் சொல்வதுண்டு. நான் தாராளவாத இடதுசாரி மரபில் இருந்து வெளிவந்தவன். என்னுடைய சமீபத்தியக் கட்டுரைகளில் நான் நட்பு ரீதியில் பல எழுத்தாளர்கள், கல்வியாளர்கள், அறிவுஜீவிகள் ஆகியோரைப் பற்றி எழுதியிருக்கிறேன். கடந்த இருபதாண்டுகளாக இடதுசாரி என்றும் வலதுசாரி என்றும் அழைக்கப்படுபவர்கள் நடப்பு உலகின் மாறுதலைக் கையாள்வதற்கான தகுதியை இழந்துவிட்டார்கள். முற்போக்கு, இடதுசாரிகளின் ஏகபோக மல்ல. அதுமாதிரி தார்மீகத்தன்மை வலதுசாரிகளின் ஏகபோகமல்ல.

ஆகவேதான் அமெரிக்காவிலும், மேற்கு ஐரோப்பாவிலும் பெரும் பான்மையினோர் இடது வலது எனத் திசை மாறிக்கொள்கிறார்கள்.

சுருக்கமாகச் சொன்னால் என்னை இடைநிலைச் சிந்தனையாளராகவே நான் கருதிக்கொள்கிறேன். மாற்றத்தின் விரும்பியாக, புத்தர், ஹெராளிக்டஸ், ஓவிட், ஷேக்ஸ்பியர் ஆகியோரை போல் பிரபஞ்சத்தை நேசிக்கக்கூடிய வனாக என்னை நானே நினைக்கிறேன். பின்நவீனத்துவம் வீணான ஒன்றாக மாறிக்கொள்ளும் போதோ, பண்பாட்டு ஆய்வுகள் திருப்பப்படும் போதோ அல்ல. புதிய விஷயம் என்றால் அது சிறந்ததாகத்தான் இருக்கும் என்று ஏற்றுக்கொள்ள வேண்டிய கட்டாயம் நமக்கு இல்லை. எதுவாக இருந் தாலும் சரியானதையே ஏற்றுக்கொள்வோம். மனித இனம் இன்னும் துயரத் திற்குள்ளாகிக் கொண்டே வருகிறது. பிரபஞ்சம் இன்னும் அதுவாகவே இருக்கிறது.

நீங்கள் பார்த்த அளவில் தற்போதைய எந்தக் கலாச்சாரப் போர்களிலும் பங்கெடுப்பது மாதிரி தெரியவில்லை. உங்களின் சமீபத்தியக் கட்டுரைகள் சில இதை வெளிப்படுத்துகின்றன. உங்களின் புத்தகங்களில் நீங்கள் தற்போதைய அரசியல் விவாதங்களைத் தவிர்த்திருக்கிறீர்கள். அதற்குப் பதிலாகப் பயண இலக்கியம் பற்றி எழுதுகிறீர்கள். இந்த மனப்பாங்கினால் நீங்கள் மைய அறிவுஜீவிகளின் விவாதத் தளத்தில் இருந்து வெளியேறக் கூடியவராக இருக்கிறீர்கள். உங்களை நிலைப்படுத்திக்கொள்ள எந்த அடையாளம் பொருத்தமானது என்று கருதுகிறீர்கள்?

நான் என்னுடைய ஆய்வுகளை மறைக்கவில்லை. நான் எல்லாத் தளங்களுக்கும் விரிவாகச் செல்கிறேன். முந்தையக் கேள்விக்கான என் பதிலோடு இக்கேள்வி பொருந்தும் என நினைக்கிறேன். மேலும் நீங்கள் சரியாக இருக்கிறீர்கள்.

நான் உணர்வுபூர்வமாகப் பிரதேச ரீதியாகவும் அறிவுநிலை ரீதியாகவும் விளிம்புநிலையாக இருக்கிறேன். மேலும் வெளிப்படையான, ஆழமான, நிச்சயமற்ற விவாத முறைகளிலிருந்து நகர்ந்து வருகிறேன்.

அவர்கள் குணாதிசயத்தை விதி என்கிறார்கள். ஒருவேளை நாம் குணாதிசயத்தைச் சுய படைப்பு, சுய புதுமை என்பதாக உள்ளடக்கினால் நான் விளிம்பு என்பதை ஏற்றுக்கொள்கிறேன். ஆனால் எனக்கு மைய மில்லை. மேலும் நான் அரசியலழித்தலிலும் அவநம்பிக்கையாளனாக இருக்கிறேன். எட்வர்ட் செய்தைப் போலல்லாமல் முரண்பாடான சொல்லாடல்களின் மீது நான் மௌனத்தின் மொழியையே அதிகம் விரும்புகிறேன். அது செய்துடையது; இது என்னுடையது என்பதில் நான் பெருமைகொள்கிறேன். அரசியல் ஒருவேளை தேவையானதாக

இருக்கலாம். பாலியல், மரணம், வார்த்தைகள், போர்கள், உணவு, தகுதிப்பாடு போன்ற மென்மையான லௌகீக விஷயங்கள் தவிர்க்க முடியாமல் இருக்கின்றன. ஆனால் அரசியல் என்பது சுய வெளிப்படுத்தலின் வடிவம். என் சுயத்தைப் பொறுத்தவரை என் உரிமை, என் பங்கு, என் இனம் என்பதாகக் கருதிக்கொள்கிறேன்.

பின்நவீனத்துவம் பற்றி வெளிப்படுத்தும் உங்களின் பெரும் ஆக்கங்களான The dismemberment of Orpheus, Paracriticisms, The post modernturn போன்றவை இலக்கியக் கோட்பாட்டிலும் பண்பாட்டிலும் பெரும் பாதிப்பை ஏற்படுத்தியதா? நீங்கள் அதை எவ்வாறு மதிப்பிடுகிறீர்கள்?

அவற்றுக்குப் பெரும் பாதிப்பு என்று ஒன்று இருக்கிறதா? நான் அவற்றைத் துண்டான ஒன்றாகக் கருதுகிறேன். சார்லஸ் ஜென்க்ஸ், லிண்டா ஹச்சன் போன்றவர்கள் அதைப் பற்றிக் குறிப்பிட்டார்கள். புதிய மார்க்சியவாதிகள் அதன் மீது வித்தியாசமான மனோபாவத்தைக் கொண்டிருந்தார்கள். அது மாந்திரீக மனோபாவம். அவர்கள் அதைத் துர்நாற்றம் என்று ஒதுக்கினார்கள் அல்லது ஆழ்ந்த மௌனத்துடன் புறக்கணித்தார்கள் எனலாம். இவர்களில் விதிவிலக்கானவர்களும் சிலர் இருக்கிறார்கள். பெர்னார்ட் ஸ்மித் அவர்களில் ஒருவர். அவரின் சமீபத்தியக் கட்டுரை ஒன்று தீர்ப்பு ஒன்றின் பக்குவத் தன்மையைப் பற்றி வெளிப்படுத்துகிறது. இது வரலாறு முழுவதிலும் எல்லா எழுத்தாளர்களுக்கும் பொதுவானது.

நீங்கள் குறிப்பிட்ட இலக்கிய வகைமையைக் குறிக்க முதன் முதலாக Postmodern ***என்னும் சொல்லை உருவாக்கினீர்கள். இது இலக்கிய இயக்கத்தை உருவாக்க உதவியது. இதன் பலன் உங்களைத்தான் சேருமா?***

இல்லை. நான் அந்தச் சொல்லை உருவாக்கவில்லை. சிலர் பிரிட்டன் ஓவியர் ஜான் வாட்கின்ஸ் 1870இல் சில சந்தர்ப்பங்களில் அந்தச் சொல்லைப் பயன்படுத்தியதாகச் சொல்கிறார்கள். அதன் பிறகு பிரடரிக் ஓனிஸ், பெர்னார்ட் ஸ்மித், டட்லி பிட்ஸ், அர்னால்ட் டாயன்பீ, சார்லஸ் ஓல்ஸன், இர்வின் ஹோ போன்றவர்கள் பல காலகட்டங்களில், பல சந்தர்ப்பங்களில் வெவ்வேறு அர்த்தங்களில் அதைப் பயன்படுத்தி இருக்கிறார்கள். என்னைப் பொறுத்தவரை அந்தச் சொல்லைத் திடப்படுத்தினேன். அது ஓர் இயக்கமாக உருவாக முயன்றேன் எனலாம்.

உங்களின் புத்தகங்கள் இலக்கிய எல்லைக்கோட்டைத் தாண்டிச் சென்றாலும் அதாவது தத்துவம், மதம், பண்பாடு குறித்து நீங்கள் எழுதினாலும் அடிப்படையில் நீங்கள் இலக்கிய விமர்சகராகவே இருக்கிறீர்கள். இலக்கிய விமர்சகர் என்ற முறையில் நீங்கள் 60, 70, 80 ஆகிய காலகட்டங்களில்

நிறைய எழுத்தாளர்களை உயரச் செய்திருக்கிறீர்கள். 1990 காலகட்டத்தில் யாரை அதிகம் அறிமுகப்படுத்தி இருக்கிறீர்கள்?

பரிந்துரைகளும், புகழ்ச்சிகளும் என்னைப் பொறுத்தவரை பின்னோக்கிச் செல்பவை. ஒரு விஷயம் என்னவென்றால் ஒருவனுடைய வாழ்க்கையில் அறிவுரையை நிறுத்தவேண்டும். மாறாகப் படிப்பதை அதிகப்படுத்த வேண்டும். படிப்பதை அவன் மட்டும் தனிமையில் செய்ய வேண்டும்.

இன்னும் இலக்கியப் பரிந்துரையைப் பொறுத்தவரை ஒரு விதத்தில் நல்ல விமர்சனமாகவும் இருக்கிறது. அமெரிக்காவில் நான் டோன் டின் டில்லோ, டோனி மோரிசன், பால் ஆஸ்டர் போன்றவர்களின் புனைவாக்கங் களையும், ஏ.ஆர் அம்மான், ஜான் ஆஸ்பிரே, எலிசபத் பிஷப்,ஏமி கிளாம்பிட், ஜேம்ஸ் மெரில், மெர்வின், சார்லஸ் ரைட் போன்றோரின் கவிதைகள் பற்றியும் குறிப்பிட்டிருக்கிறேன். வெவ்வேறு எழுத்தாளர்கள் பற்றி வெவ்வேறு தருணங்களில் வெளிப்படுத்தி இருக்கிறேன். இவை எல்லாம் உங்கள் கேள்வி பற்றிய கருத்துக்கு வருகிறது. இன்றியமையாத எழுத்தாளர்கள் அல்லது புத்தகங்கள் என்று எதுவும் இருக்கிறதா? நாம் ஒருவேளை இப்படிக் கேட்கலாம். இன்றியமையாத வாசகர்கள் என்று யாராவது இருக்கிறார்களா? குறிப்பிட்ட இலக்கிய வகைமைக்கான வாசகர்கள் என்பவர்கள் முக்கியமானவர்கள். அப்படியான வாசகர்கள் நம்மில் இருப்பதாகவே நான் நினைக்கிறேன்.

கடந்த ஐம்பதாண்டுகளின் இலக்கிய விமர்சனங்களையும் கோட்பாடு களையும் நீங்கள் எப்படி மதிப்பிடுகிறீர்கள்?

இது சிறுகதைகள், கவிதைகள் ஆகியவற்றோடு அதிகம் தொடர்புடையது. சிறுகதைகள் ஆழ் நனவிலி ரீதியாக உள்ளன. 'ஒரு காலத்தில், இருள்மய காலம்' போன்ற கதை வரிகளால் கொண்டாடப்படும் மரபான எழுத்தாள இனம் ஒன்று அமெரிக்காவில் இருந்தது. அவர்கள் இலக்கிய வேலைகளுக்கு அதிகக் கவனம் கொடுத்தார்கள். குறிப்பாக இரட்டுறமொழிதல், பகடி போன்றவையாக அவர்களின் படைப்புகள் இருந்தன. அறுபதுகளின் இறுதியில் புதிய விமர்சகர்கள் வெளியானார்கள். இவர்கள் எதார்த்தம் மற்றும் அரசியலை வெளிக்கொண்டு வந்தார்கள். நிகழ்வுமயவாதம், இருத்தலியம் போன்றவை ஐரோப்பாவில் ஆதிக்கம் செலுத்தின. இதன் தொடர்ச்சியில் அமைப்பியல் வந்தது. அதன் பிறகு விமர்சகர்கள் பின் அமைப்பியலின் வருகைக்காகக் காத்திருந்தார்கள். பின்அமைப்பியல் கலைப் படைப்பின் கட்டவிழ்ப்பை முழுச் சாத்தியமாக்கியது. அதன்பிறகு பெண்ணியம், பின்காலனியம் போன்ற பிற கலாச்சாரக் கோட்பாடுகள் இலக்கியப் படைப்பாக்கங்களில் ஆதிக்கம் செலுத்தின. இவை அறிவியல், கலை ஆகிய இரு துறைகளைச் சார்ந்து வெளிவந்தன.

அண்மைக் காலத்தில் இலக்கிய விமர்சனம் என்பது சாதாரண வாசகர்களுக்குப் புரிந்துகொள்ள மிகவும் சிரமமாக இருக்கின்றது. அதன் சொற்பட்டியல், புரியாத சொற்கள், தொடர்கள் எல்லாமே எரிச்சலூட்டுபவையாகவும், புரிதலில் ஒரு கட்டாயத்தை ஏற்படுத்துபவையாகவும் உள்ளன. இன்னும் நிறைய விமர்சகர்கள் இப்படியான சிக்கலான, சிரமமான சொற்களை எதிர்கொள்கிறார்கள். இம்மாதிரியான எழுத்துகள் எல்லாமே மிக மேட்டிமையான கல்விச்சூழலைக் கருத்தில்கொண்டு எழுதப்படுபவை.

நீங்கள் தற்காலத்தில் பொருட்படுத்தத்தக்க விமர்சகராக யாரைக் கருதுகிறீர்கள்?

நான் பெரிதும் படித்து மகிழும் விமரிசன உரைநடையாளர்களாக சீமஸ் ஹீனி, ஆனி டிலார்ட், பிக்நியூ ஹெர்பர்ட், ஆக்டேவியோ பாஸ், இதாலோ கால்வினோ, டெனிஸ் டோனோ கியூ, சூசன் சொண்டாக், ஃப்ராங்க் கெர்மோட், வில்லியம் காஸ் போன்ற பலரைக் குறிப்பிடுவேன். நான் பன்மைவாதி, இறுக்கமற்ற வழுக்கும் தன்மை கொண்டவன். ஹெரால்ட் ப்ளூம் அசலான பெரிய விமர்சகர். அவரை நான் பெரிதும் மதிக்கிறேன்.

சமீர் அமீன்: மூன்றாம் உலகமும் மாற்றுக்கோட்பாடும்

இருபதாம் நூற்றாண்டு உலகம் இரு பெரும் பிரிவாகப் பிரிந்து கிடந்தது. ஒன்று அமெரிக்கத் தலைமையிலான மேற்கு ஐரோப்பிய ஏகாதிபத்திய, காலனிய சார்பான உலகம். மற்றொன்று சோவியத் யூனியன் தலைமையில் கிழக்கு ஐரோப்பிய சோசலிச பெயர் கொண்ட உலகம். இவை ஒன்றுடன் ஒன்று மறைமுகமாக உராய்ந்து கொண்ட காலகட்டம் பனிப்போராகக் கோட்பாட்டாளர்களால் வரையறுக்கப்பட்டது. இந்த இரண்டிற்குள் எந்த உறவும் கொள்ளாத அல்லது உறவுகொண்ட ஆசிய, ஆப்பிரிக்க, இலத்தீன் அமெரிக்க நாடுகள் மூன்றாம் உலகம் என்னும் வகைப் பாட்டிற்குள் கொண்டுவரப்பட்டன. இதில் சோவியத் யூனியனின் வீழ்ச்சிக்குப் பிறகு கிழக்கு ஐரோப்பிய நாடுகளும் மூன்றாம் உலகத்திற்குள் சேர்க்கப்பட்டன. ஒரு கோட்பாட்டிற்கும் அதன் நடைமுறை செயல் பாட்டிற்குமான இடைவெளியைப் பதிலீடு செய்ய இயலாததன் பின் விளைவாக இருந்தது அந்நாடுகளின் வீழ்ச்சி. மூன்றாம் உலகம் என்னும் கருத்துருவத்தைப் பிரதிபலிக்கும் இந்நாடுகள் இன்றையச் சூழலில் தங்கள் இருப்பிற்காகவும் அதன் உறுதிப்பாட்டிற்காகவும் கடுமையாகப் போராடிக் கொண்டிருக்கின்றன. இரண்டாம் உலக வீழ்ச்சிக்குப் பிறகு பன்னாட்டு ஊடகங்களால் வளரும் நாடுகள் என்பதாக வர்ணிக்கப்படும் இவை இன்னும் மூன்றாம் உலக நாடுகள் என்றே கோட்பாட்டாளர்களால்

அழைக்கப்படுகின்றன. ஆப்பிரிக்காவின் தொடர்ச்சியான வறுமை, மேற்கத்தியக் காலனி நாடுகளின் ஆதிக்கத்திலிருந்து விடுபட்டதன் பின்பு, ஆசிய நாடுகள் தங்களுக்கான சமூக, பொருளியல், அரசியல் சார்ந்த தனித்த பாதை ஒன்றைத் தேர்ந்தெடுப்பதற்கான தீவிரப் போராட்டங்களில் ஈடுபட்டுக் கொண்டிருக்கின்றன. பெரு, சிலி, அர்ஜென்டினா, பிரேசில் போன்ற இலத்தீன் அமெரிக்க நாடுகள் அங்கு ஏற்கனவே நிலவிவரும் வறுமையோடு கடுமையான போராட்டத்தை நடத்திவருகின்றன. மூன்றாம் உலகின் இத்தகைய உள்முரண்பாடுகள், பொருளாதார விகசனங்கள் அரசியல், பொருளாதார, கலாச்சாரக் கோட்பாட்டாளர்கள் மத்தியில் தீவிர அவதானிப்பையும், கோட்பாடு சார்ந்த உணர்வூட்டத்தை யும் ஏற்படுத்துகின்றன. தனிமனித வாழ்க்கையின் பிரக்ஞையிலிருந்து சமூகப் பிரக்ஞையை நோக்கி இந்த முரண்பாடுகள் அந்தக் கோட்பாட்டாளர் களை நகர்த்துகின்றன. மூன்றாம் உலகம் பற்றிய இந்தச் சிந்தனை மரபின் தொடர்ச்சியில் அரசியல், சமூகப் பொருளியல் குறித்த கோட்பாடுகளை முன்னெடுத்தவர்களில் அரபுலகச் சிந்தனையாளரான சமீர் அமீன் முக்கியமானவர். இவரின் அடிப்படைச் சிந்தனை மரபு மார்க்ஸிலிருந்து தொடங்கினாலும் அதன் காலப்பொருத்தப்பாடு, இயக்கமுறை, தர்க்கத் தொடர்ச்சி இவற்றைக் குறித்து சமீர் அமீன் அதிகம் சிந்தித்தார். சமீரின் இந்த மாற்றுச் சிந்தனை முறைதான் மற்ற மரபான மார்க்சியச் சிந்தனை யாளர்கள் மத்தியில் இருந்து அவரை வேறுபடுத்தியது.

இருபதாம் நூற்றாண்டின் இடைப்பகுதி வரை அரபுலகம் ஆங்கில, பிரெஞ்சு காலனியாதிக்கத்தின் கட்டுப்பாட்டில் இருந்தது. இதில் எகிப்து பிரெஞ்சு மற்றும் பிரிட்டனின் ஆளுகையின் கீழ் இருந்தது. இந்த ஆதிக்கக் கட்டத்தில் 1936இல் சமீர் அமீன் எகிப்தின் தலைநகரான கெய்ரோவில் பிறந்தார். அவரின் குடும்பப் பின்னணி விசாலமானதாக இருந்தது. அறிவியல், தொழில்நுட்ப, சமூகம் பற்றிய அறியாமைமிக்க அன்றையச் சூழலுக்கு மாறாக சமீரின் குடும்பம் பாரம்பரியமான உலக அறிவைக் கொண்டிருந்தது. 19ஆம் நூற்றாண்டு உஸ்மானியப் பேரரசின் காலகட்டத்தில் சமீரின் உறவு முறையினர் சிறந்த வரலாற்றாய்வாளர்களாக, அறிவுஜீவிகளாக இருந்திருக் கின்றனர். அவர்களில் ஒருவர்தான் மிகேல் அப்துல் சயித் என்னும் அரபு வரலாற்றாசிரியர். மேலும் இவரின் குடும்பப் பரம்பரையினர் அரபு மொழியைத் தவிர, பிரெஞ்சு, ஆங்கிலம் ஆகியவற்றை அறிந்திருந்தனர். இந்த மொழி விரிவாக்கமே அவர்களை அறிவுஜீவிப் பரம்பரையாக மாற்றியது.

பள்ளிக் கல்வியை எகிப்தில் கற்ற சமீர் உயர்கல்வியை பிரான்சில் முடித்தார். பிரான்சு இவருக்கான அறிவுலக வாழ்க்கையின் தொடக்கத்தைக் குறித்தது. பிரபஞ்சம் பற்றிய விரிவான கவனமும், படிப்பும் இங்கிருந்து

தான் அவருக்குக் கிடைத்தன. இதன் தொடர்ச்சியில் 1957இல் பாரிஸ் பல்கலைக்கழகத்தில் அரசியல் பொருளாதாரத்தில் ஆய்வுப் படிப்பை நிறைவு செய்தார். பின்னர் அந்த ஆய்வேடு accumulation on a world scale என்னும் பெயரில் பிந்தைய ஆண்டுகளில் புத்தகமாக வெளிவந்தது. உலக முதலாளித்துவ சமூகத்தின் மூலதனக் குவியல் எவ்வாறு மூன்றாம் உலக நாடுகள் மீது ஆதிக்கம் செலுத்துகிறது என்பதை மையமாகக் கொண்டதாக அது இருந்தது. பின்னர் எகிப்துக்குத் திரும்பி நாசரின் அரசாங்கத்தில் அதிகார மட்டத்தில் சிலகாலம் பணிபுரிந்தார். அதன் பின்னர் புதிதாகச் சுதந்திரமடைந்த மாலி அரசில் திட்டமிடல் துறையில் சிலகாலம் இருந்தார். பின்னர் பிரான்சுக்குத் திரும்பிச் சென்று பாரிஸ் பல்கலைக் கழகத்தில் சமூகவியல் துறைப் பேராசிரியர் பணியில் சேர்ந்தார். அங்குதான் அவருக்கு மூான் பால் சார்த்தரும், மிஷல் பூக்கோவும் அறிமுகமானார்கள். அவர்களோடு உலக சமூகம், அறிவு, அதிகாரம், தனிமனித இருப்பு, விடுதலைக் கோட்பாடுகள் போன்ற பல விஷயங்களில் உரையாடல்களை நடத்தினார். அவர்களுடனான தர்க்க ஈடுபாடு சமீர் அமீனுக்கு மூன்றாம் உலக நாடுகள் மீதான கரிசனத்தை ஏற்படுத்தியது.

சமீரின் கோட்பாட்டு தரிசனத்தை அவரின் பார்வை அடிப்படையில் நான்கு வித வகைப்பாட்டிற்குள் கொண்டுவர முடியும்:

1. மூன்றாம் உலக நாடுகளின் அல்லது அரபு நாடுகளின் வளர்ச்சி அதன் அனுபவம் பற்றிய கோட்பாட்டு விமர்சனம்.
2. எதார்த்தத்தில் நிலவுகின்ற உலக முதலாளித் துவத்தைப் பற்றிய மாற்று முன்மொழிவும், அதன் பகுப்பாய்வும்.
3. சமூக உருவாக்கங்கள் பற்றிய வரலாற்றை மறு வாசிப்பு செய்தல்.
4. முதலாளித்துவத்திற்குப் பிந்தைய சமூகம் பற்றிய மறுபார்வை.

மேற்கண்ட அம்சங்களின் அடிப்படையில் சமீர் நவீன உலகம் பற்றிய மாற்றுக் கருத்தியலை விரித்துச் செல்கிறார். அவருடைய *ஏகாதிபத்தியம் மற்றும் சமனற்ற வளர்ச்சி (Imperialism and unequal development)*, *மதிப்பு விதியும் வரலாற்றுப் பொருள் முதல்வாதமும் (The law of value and historical materialism)* என்னும் இரு நூல்கள் இதனைக் குறித்து விவரிக்கின்றன. இதில் இருவிதப் பார்வைகள் அழுத்தம் பெறுகின்றன. முதலாவது உச்சபட்ச அருவமான முதலாளித்துவ உற்பத்தி முறையில் பூர்ஷ்வாக்களுக்கும் பாட்டாளி வர்க்கத்துக்கும் இடையேயான அடிப்படையான வர்க்கப் போராட்டம். இரண்டாவது முதலாளித்துவ எதார்த்தத்தின் மற்றொரு பரிமாணமும் அதன் உலகளாவிய சமனற்ற வளர்ச்சியும் பற்றியது. இந்தச் சமனற்ற வளர்ச்சியின் பின்விளைவுகள் அரசியல் மட்டத்திலும் சமூக மட்டத்திலும் வலியோர், எளியோர், ஒடுக்குபவர், ஒடுக்கப்பட்டோர் என்ற

துருவங்களை ஏற்படுத்துகின்றன. இந்தத் துருவங்களை சமீர், நிலவுகின்ற எதார்த்த முதலாளித்துவத்தில் ஒட்டிக்கொண்டிருக்கும் விளைபொருள் என்கிறார். இதில் வளர்ச்சியடைந்த மேற்கு ஐரோப்பிய நாடுகள், வளர்ச்சி குன்றிய ஆப்பிரிக்க நாடுகள் இவற்றிற்கிடையேயான பாரதூர முரண்பாடுகள் இவற்றின் பிரதிபலிப்பே. சோமாலியா, நைஜீரியா, அல்ஜீரியா, மாலி, துனீசியா, தென்னாப்பிரிக்கா, எகிப்து போன்ற நாடுகளின் பொருளாதாரப் பார்வையோடு சமீர் இதனை ஆராய்கிறார். எதார்த்த உலக முதலாளித்துவ சமூகத்தில் மதிப்பு, கோட்பாடு, கூலி உழைப்பைப் புறந்தள்ளிய, துண்டிக்கப்பட்ட சந்தையின் அடிப்படையில் விளைபொருட்களின் வர்த்தகம், மூலதன இயக்கம் ஆகியவற்றோடு ஒருங்கிணைந்ததாக இருக்கிறது. மதிப்பின் இந்த உலகளாவிய விதிக்கு அப்பால் இயற்கை வளங்களை அடைவதில் சமனற்ற நிலை, தொழில்நுட்ப ஏகபோகம், அரசியல் மற்றும் இராணுவ ஆதிக்கத்தின் கூடுதல் பொருளாதார நுட்பங்கள், இதன் விளைவாக வாழ்க்கை முறையில் ஏற்பட்ட ஆதிக்கம், நுகர்வு ஆகியவை மேற்கண்ட துருவங்களை (வளர்ச்சியான-வளர்ச்சியற்ற, ஒடுக்கும்-ஒடுக்கப்படுகிற) மேலும் பாரதூரமாகக் கூர்மைப்படுத்துகின்றன.

சமீர் சமனற்ற வளர்ச்சிக் கோட்பாட்டை வரலாற்றின் அடிப்படையில் விளக்குகிறார். இதில் அவரின் பார்வை கிழக்கத்தியத் தளம் சார்ந்து இருக்கிறது. இதன் மூலத்தை சமீர் முதலாளித்துவத்துக்கு முந்தைய சமூகத்தின் எதார்த்தத்திலிருந்து தொடங்குகிறார். முதலாளித்துவத்திலிருந்து அதன் முந்தைய சமூகத்தில் உற்பத்தி சக்திகளின் வளர்ச்சிப் போக்கின் வேறுபாடு என்பது அளவினுடையதன்று. மாறாகத் தரம் சார்ந்த வேறுபாடும்கூட. இதில்தான் சமீர் மரபான மார்க்சியப் பார்வையிலிருந்து விடுபடுகிறார். முதலாளித்துவ சமூகத்தில் உபரி மதிப்பானது, மதிப்பு விதியின் பொருளாதார நுட்பத்தோடு பெறப்படுகிறது. ஆனால் முந்தைய சமூகத்தில் உபரியானது பொருளாதார நுட்பமற்ற வழியில் உருவாக்கப்பட்டு இனக்குழு சமூக வடிவத்தை எடுக்கிறது. இந்த இரு சமூகங்களிடையேயான ஊடுபாவல் முரண்பாடு அதிகாரப் படிநிலையை ஏற்படுத்துவதில் கொண்டுபோய்ச் சேர்க்கிறது.

மார்க்ஸ் இந்த முரண்பாட்டுக்கு முக்கியத்துவம் கொடுத்து அதை அடிப்படைக்கும் மேற்கட்டுமானத்திற்குமான உறவாகப் பார்த்தார். அதனடிப்படையில் முதலாளித்துவத்துக்கு முந்தைய சமூகங்கள் எல்லாவற்றுக்குமான இன்றியமையாக் குணாதிசயங்களை ஆராய்ந்தார். மார்க்சின் இந்தச் சிந்தனைத் தொடர்ச்சியை இன்று தங்களுக்குள் கொண்டிருக்கிற மரபான மார்க்சியர்கள் மேற்கட்டுமானத்தின் இயக்கத்தை மறுக்கிறார்கள் என்கிறார் சமீர். மேலும் முதலாளித்துவத்திற்கு முந்தைய சமூகங்கள் கொண்டிருந்த பன்முக உறவுமுறைகளான அரசியல்,

பண்பாடு, மதம் இவற்றின் அமைப்பு முறையை மரபான மார்க்சியம் சரியாக ஆராயவில்லை என்கிறார். இதன் மூலம் சமீர் ஓரளவு அல்தூசரின் சிந்தனையோடு ஒன்று சேர்கிறார். மேற்கட்டுமானம் பற்றிய மேற்கண்ட அம்சங்களைக் கணக்கில் எடுக்காமல் முதலாளித்துவத்தின் மாறுதல் கட்டத்தைக் குறித்துச் செய்யப்படும் ஆய்வானது தவறான திசையை நோக்கியே செல்லும் என்கிறார் சமீர். மார்க்ஸின் இந்தப் பகுப்பாய்வானது தப்பிக்க முடியாத தொன்மையான இரு சாலைகள் கொண்ட முரண்பாடு களை உருவாக்கியது. ஒன்று திறந்த மேற்கத்திய வழி (அடிமை முறை சமூகம்-நிலப்பிரபுத்துவ சமூகம்-முதலாளித்துவ சமூகம்) இரண்டாவது முடிவுறுகிற வழியான ஆசிய உற்பத்தி முறை. சமீர் இந்த இரு ஆய்வு முறைகளையும் நிராகரித்து அவற்றின் யுரோ மையவாத குணத்தை (Eurocentric Character) வெளிப்படுத்த முயன்றார். இவரைப் பொறுத்தவரை முதலாளித்துவத்திற்கு முந்தைய சமூகமானது இரு வித அதிகாரப் புள்ளி களோடு வேறுபட்டுள்ளது. அதாவது மையம் மற்றும் துணைக்கருவிகள். இதில் அரசு அதிகாரம் என்பதை மையமாகவும், அரசியல், பண்பாடு ஆகியவற்றைத் துணைக் கருவிகளாகவும் சமீர் காண்கிறார்.

உலக முதலாளித்துவ உருவாக்கத்தில் இந்த மையம், துணைக்கருவிகள் என்பவை குறிப்பிட்ட பொருளாதாரப் பகுதியில் வெளிப்படுகின்றன. இதன் நீட்சியில் சமீரைப் பொறுத்தவரை நிலப்பிரபுத்துவம் என்பது குறிப்பிட்ட உற்பத்தி முறை அல்ல. மாறாக இனக்குழுச் சமூகத்தின் துணைக்கருவி சார்ந்த வடிவமே. இந்தத் துணைக்கருவி வடிவத்தை சமீர் காட்டுமிராண்டிகள் காலத்திலிருந்து மத்திய கால ஐரோப்பிய நிலப்பிரபுத் துவ சமூக உருவாக்கம் வரை விரித்துச் செல்கிறார். அரசு அதிகாரம் என்னும் மையமும், அதனிலிருந்து வெளிப்படுகிற பண்பாடு, மதம் போன்ற துணைக்கருவிகளும் உலக சமூகத்தின் இன்னொரு வெளிப்பாட்டிற்குத் துணைபுரிகின்றன. இவை நாடுகளிடையே செல்வமும் அதிகாரமும் (Wealth and power) என்ற இருவிதத் துருவங்களைத் தோற்றுவிக்கின்றன. இந்த இரு துருவங்களுமே முன்னேறிய முதலாளித்துவ நாடுகளில் சோசலிச சமூக மாற்றத்திற்குத் தடையாக இருக்கின்றன. இந்தத் துருவங்கள் உலக வரலாற்றில் கடந்த மூன்று நூற்றாண்டுகளாகக் கடந்து சென்றிருக்கின்றன.

17, 18ஆம் நூற்றாண்டுகளில், அட்லாண்டிக் ஐரோப்பா வணிக நடவடிக்கையாக கிழக்கத்திய சமூகங்களை ஆதிக்கத்திற்குட்படுத்தியது. 19ஆம் நூற்றாண்டில் தொழில் புரட்சியாகவும் ஏகாதிபத்தியமாகவும் பரிணாமமடைந்த துருவங்கள் தொழில் வள நாடுகள் மற்றும் தொழில் வளமற்ற நாடுகள் என்பவற்றிற்கிடையே ஆழமான முரண்பாட்டைத் தோற்றுவித்தன. சமீர் தம் ஆய்வு முறையைச் சமகால சமூகத்தின் அமைப்பு சார்ந்த நெருக்கடியோடு இணைத்துப் பார்க்கிறார். எழுபதுகளில் உலக

அளவில் ஏற்பட்ட மாறுதல்களோடு இதனைத் துவங்குகிறார். புதிய தொழில்நுட்பங்களின் வருகை, நிதி மூலதனம் ஆகியவை இந்தத் துருவங்களை மேலும் மோசமடையச் செய்திருக்கின்றன. சமீர் இவற்றை மூன்றாம் உலகக் கண்ணோட்டத்தோடு ஆராய்கிறார். இந்தோனேஷியாவின் பந்தங் பகுதியில் அறுபதுகளில் நடைபெற்ற ஆசிய-ஆப்பிரிக்கத் தலைவர் களின் மாநாட்டில் தங்கள் நாடுகளுக்கான அரசியல் பொருளாதார உள்கட்டமைப்பு வளர்ச்சி குறித்த வரைவுத் திட்டங்கள் உருவாக்கப் பட்டன. சமீர் தற்காலச் சூழலில் இதன் மறுமதிப்பீடு தேவை என்கிறார். அதாவது உற்பத்தி சக்திகள் பற்றிய பார்வை, சர்வதேச உழைப்புப் பிரிவினை, தேசிய வளக் கட்டுப்பாடு, உள்நாட்டுச் சந்தையின் மீது கட்டுப்பாடு, இதன் மூலம் உலகளாவியப் போட்டியைச் சமன் செய்தல், உபரியை மையப்படுத்தல் மற்றும் அவற்றை உற்பத்தி நோக்கங்களுக்குத் திருப்புதல், தொழில்நுட்பங்களின் பயன்பாட்டில் கட்டுப்பாடு ஆகியவை குறித்த மறுமதிப்பீட்டை மூன்றாம் உலக நாடுகள் செய்துகொள்வது அவசியம். அண்மையில் வந்த அவரின் நூலான *The world we wish to see revoultions in the 21th century* இதைக் குறித்து அதிகம் விளக்குகிறது.

நடப்பு உலகம் பற்றிய சமீரின் சிந்தனைமுறையில் சந்தை முக்கியக் கவனம் பெறுகிறது. சமீர் சந்தைமுறையை முதலாளித்துவ சமூகத்தின் நிர்வாக வடிவமாகப் பார்க்கிறார். மேலும் அதை அவர் அடிப்படை வாதத்தோடு ஒப்பிடுகிறார். அடிப்படைவாதத்திற்குக் கடவுள் உலகத்தின் பொறுப்பாளி. அவருக்கே அடிபணிதல் வேண்டும். அவரின் முடிவிற்கே எல்லாவற்றையும் விட்டுவிட வேண்டும். அதே மாதிரியே சந்தையும் உலகிற்கு அதன் விதிகளைப் பின்பற்றக் கட்டளையிடுகிறது என்கிறார் சமீர். உலகச் சந்தையின் இந்த விநோத அறிவு சமூக வாழ்க்கையைத் தீர்மானிப்பதில் முக்கியப் பங்கை வகிக்கிறது. இதில் தனிமனிதனும் சமூகமும் தன்னிலைகளாக்கப்பட்டு, சந்தைக்கு இயற்கையை மீறிய அற்புத சக்தியைக் கொடுக்கின்றன. அவை சந்தையை மட்டுமே நம்புகின்றன. மற்றவர்களையும் நம்பச் செய்கின்றன.

மேலும் சரியான மதிப்பு என்ற முறையில் ரொட்டியும், வாகனமும், பெருநகர மனையின் சதுர மீட்டர் பரப்பும், நெல் வயலில் ஹெக்டேர் பரப்பும், பீப்பாய் பெட்ரோலும், டாலரின் பரியாற்ற மதிப்பும், ஆசிய நாடுகளில் தொழிற்சாலைப் பணியாளரின் வேலை நேரமும், அமெரிக்கப் பங்குச்சந்தைத் தரகரின் வேலை நேரமும் உலக சந்தை மட்டத்தில் வெளிப் படுகின்றன. சமீர் சந்தையை அடிப்படைவாதத்தோடு ஒப்பிடும் நிலை யில் ஏக இறைக் கோட்பாட்டை ஏக பணக் கோட்பாட்டோடு ஒப்பிடு கிறார். (monotheism vs moneytheism) ஓர் இறைநம்பிக்கையாளன் தன் வரலாற்றைத் தானே உருவாக்குவதற்கு இறைவன் அனுமதித்திருப்பதாக

நம்புகிறான். அதே நேரத்தில் ஒருவர் சந்தையை ஒழுங்குபடுத்துவது குறித்து யூகிக்க முடியும். எதார்த்தத்தில் சந்தையானது ஒழுங்குபடுத்தப் பட்டிருக்கிறது. ஆனால் எதார்த்தத் தேர்வு என்பது ஒழுங்குபடுத்தலா அல்லது நிலைகுலைவா என்பதல்ல. மாறாக எம்மாதிரியான ஒழுங்கு முறை, யாருடைய நலன்களுக்காக என்பதுதான். இவ்வாறாக சமீர் சந்தைப் பொருளாதாரத்தை அரசியல் பொருளாதாரக் கோட்பாட்டு அணுகுமுறை யில் காண்கிறார்.

சந்தையின் இன்னொரு நீட்சியில் உலகமயமாக்கல் குறித்த மரபான பார்வையிலிருந்து சமீர் வேறுபடுகிறார். உலகம் எவ்வளவு பழைமை யானதோ, அவ்வளவு உலகமயமும் பழையது என்கிறார். கி.மு. 500க்கும் கி.பி. 1500க்கும் இடைப்பட்ட யுரேசியா மற்றும் ஆப்பிரிக்காவின் வரலாற்றை எடுத்துக்கொண்டால் இது தெரியும். பட்டு வணிகம், தொழில் நுட்பப் பரிமாற்றம், மதங்களின் பரவல் ஆகியவை பண்டைய உலகமயத் திற்குச் சாட்சியாக விளங்குகின்றன. மேலும் வாஸ்கோடகாமா 1498இல் கேரளாவின் கோழிக்கோடு துறைமுகத்தில் வந்திறங்கியபோது அங்கு கிறிஸ்தவர்கள் இருப்பதைக் காண்கிறார். அவருக்கு அந்தக் கட்டத்தில் ஆச்சரியமானதாக அது இருந்தது. மேலும் ஐரோப்பிய வணிகர்கள் இஸ்லாத்திற்கு மாறும் முன்பு நெஸ்டோரிய கிறிஸ்தவர்களாக இருந் திருக்கிறார்கள். மேலும் இஸ்லாம் சீனா, இந்தியா, இந்தோனேஷியா ஆகிய இடங்களுக்கும், பௌத்தம் சீனா, ஜப்பான், இலங்கை மற்றும் தென்கிழக்காசிய நாடுகளுக்கும் பரவி இருக்கிறது. இதன் தொடர்ச்சியில் சமீரின் பார்வையில் நடப்பு உலகமயமாக்கல் என்பது பழையவற்றின் தர்க்கரீதியான தொடர்ச்சியே. இந்தப் பழைய உலகமயமுறையில் கொலம்பசின் அமெரிக்கா உட்படவில்லை. அது பிந்தைய கட்டத்தில்தான் முதலாளித்துவ சமூக அமைப்பிற்கு உட்படுகிறது.

பழைய உலகில் சீனா, இந்தியத் துணை கண்டம், மத்தியக் கிழக்கு ஆகிய மூன்று மையங்களே முதன்மையாக இருந்தன. இவை இன்றைய உலக மக்கள் தொகையில் 80 சதவீதமாக இருக்கின்றன. இவை அந்தக் காலகட்டத்தில் நாகரிகங்களிடையே துருவங்களில் எவ்விதப் பெரிய வேறுபாடுகளையும் ஏற்படுத்தவில்லை. அவை வளர்ச்சி அடிப்படையில் 2-1 என்ற விகிதத்தில் இருந்தன. கி.பி. 10ஆம் நூற்றாண்டு வரை ஐரோப்பாவின் பெரும்பகுதி உலகின் துணைக்கருவியாகவே இருந்தது. மிகக் குறுகிய காலத்தில் அதாவது 18ஆம் நூற்றாண்டின் இறுதிப் பகுதி யிலும், 19ஆம் நூற்றாண்டின் தொடக்கப் பகுதியிலும் அது மற்ற மையங் களைக் (இந்தியா, சீனா, மத்தியக் கிழக்கு) கைப்பற்றி அவற்றை முந்தி விட்டது. தொழில்புரட்சி தொடங்கி இருபதாம் நூற்றாண்டின் இறுதிப் பகுதிவரை அதன் வளர்ச்சி நிலபிரபுத்துவத்திற்கும் முதலாளித்துவத்திற்கு

மான போராட்டத்தின் தொடர்ச்சியில் புதிய உலகமயமாக உருவாகி விட்டது. அமெரிக்கா, ஐரோப்பா, கனடா ஆகிய மும்முனைகளாக அவை மற்ற மையங்கள் மீது அதிகாரம் செலுத்துகின்றன. உலக மக்கள்தொகை யில் 20 சதவீதம் மட்டுமே கொண்டிருக்கும் அவை உலகின் மற்ற மையங் களை 60-1 என்ற விகிதத்தில் வைத்திருக்கின்றன. இந்த விகிதாச்சாரம் உலகின் பெரும் பகுதி நாடுகளை அவற்றின் செயற்கைக்கோள்களாக மாற்றியிருக்கின்றன. இந்த நவீன உலகமயத்தை சமீர் மனிதகுல வரலாற்றின் முன்முடிவுகளற்ற நிகழ்வுமயமாகக் காண்கிறார். வளர்ச்சி, வளர்ச்சி குன்றிய நிலை ஆகிய துருவங்களிடையேயான இந்த இடைவெளி உலக முதலாளித்துவத்தின் உடனடி விளைவாக இருக்கிறது. மற்றொரு நிலையில் உலக மூலதனத்தின் உடனடி விளைவான உலகச் சந்தையை இது பிரதிபலிக்கிறது. சமீபத்திய பெட்ரோல் விலையும், உலகளாவிய அத்தியாவசியப் பொருட்களின் விலை உயர்வும் இதற்குச் சிறந்த எடுத்துக்காட்டுகள்.

சமீர் அமீன் கருத்தியல் அடிப்படையில் மூன்றாம் உலக நாடுகள் மீது தம் கவனத்தைக் குவிக்கிறார். மாற்று உலகச் சிந்தனைகளை முன்னெடுப் பதற்காக லண்டனில் தொடங்கப்பட்ட உலக சமூக மாமன்றத்தின் (World Social Forum) ஆலோசகராகவும், செயற்பாட்டாளராகவும் சமீர் இருக்கிறார். கடந்த ஆண்டு அரபுப் பல்கலைக்கழகத்தில் அரபுலகமும், ஐரோப்பாவும் என்னும் தலைப்பிலான கருத்தரங்கிற்கு சமீர் வந்திருந்தபோது அவருடன் நான் நடத்திய நேர்காணல் உயிர்மை இதழில் வெளிவந்தது. பிரான்சில் இருந்தபோது அறிவுஜீவிகளின் கோட்பாட்டு வறட்சியும், போலித்தனமும் சமீரை மாற்றுச் சிந்தனை நோக்கி நகர்த்தின. இவரின் அரபு சமூகங்கள் மற்றும் அரபு தேசியவாதம் குறித்த சிந்தனைகள் முக்கியமானவை. மூன்றாம் உலகம் குறித்தும் மத்தியக் கிழக்கு குறித்தும் சிறந்த சிந்தனையாளராக இருக்கும் சமீர் அமீன் தற்போது ஆப்பிரிக்க நாடான செனகலில் ஆப்ரிக்க வளர்ச்சி மையத்தின் இயக்குநராகவும், பொருளாதார ஆலோசகராகவும் இருக்கிறார்.

●

தேசியவாதமும் வர்க்கப்போராட்டமும்:
அரபுச் சமூகம், பண்பாடு பற்றிய குறிப்புகள்

அரபு மொழி பேசும் மத்தியக் கிழக்கு சமூகம் மிகவும் பரந்து விரிந்தது. அட்லாண்டிக் கரையோரம் தொடங்கி பாரசீக வளைகுடா வரைக்கும், மத்தியத் தரைக்கடல் தொடங்கி எகிப்து வரைக்கும் அது நீண்டிருந்தது. இந்தப் பிரதேசங்கள் வேறுபட்ட புவி அரசியல் கூறுகளைக் கொண்டிருந்த போதும் அரபு என்ற பொதுவான மொழியின் பயன்பாட்டைக் கொண்டிருக்கின்றன. இந்தப் பகுதிகளைச் சார்ந்தவர்கள் தாங்கள் அரபு மொழி பேசுபவர்கள் என்று சொல்வதைவிட எகிப்தியர்கள், சவூதிகள், ஈராக்கியர்கள் என்று தங்களின் பிரதேச அடையாளங்களை முதன்மைப்படுத்துவதை வழக்கமாகக் கொண்டிருக்கிறார்கள். இந்த அடையாளங்களே அவர்களை இன்றும் உயிர்ப்பாக வைத்திருக்கின்றன. உலகில் ஒரே மொழியைப் பேசும் இரு கண்டங்களாகப் பிரதேசங்கள் நீண்டிருப்பது மத்தியக் கிழக்குப் பகுதி மட்டுமே. ஈரான் முதல் பாலஸ்தீன் வரை மேற்காசியப் பகுதியாகவும், எகிப்து முதல் மொராக்கோ வரை ஆப்ரிக்கப் பகுதியாகவும் பூகோள ரீதியாக அறியப்படுகிறது. உலகின் பெரும் நாகரிகங்களின் உற்பத்திக் கூடமும் இதுதான். மெசபடோமியா, எகிப்து ஆகியவை நாகரிகங்களின் வரலாற்றுக்குப் பெரும் பங்கை அளித்தன. இதில் மெசபடோமியா நாகரிகம் கிராமப்புற விவசாயச் செயல்பாட்டை அடிப்படையாகக் கொண்டது. அதற்குக் காரணம் யூப்ரடீஸ், டைகிரீஸ் ஆகிய இரு வளமிக்க நதிகளின் தடையற்ற நீர்ப் பெருக்குதான். இதிலிருந்து அறிவும் ஆற்றலும் மிக்க தலைமுறை ஒன்று உருவானது.

தேசியம் (nation) என்னும் சொல்லாடல் 18ஆம் நூற்றாண்டுப் பிரெஞ்சுப் புரட்சிக் காலகட்டத்தில் ஐரோப்பாவில் உருவான ஒன்றாகும். ஐரோப்பா உலகின் மற்ற பகுதிகளைக் கைப்பற்றத் தொடங்கியபோது இந்தச் சொல்லாடலை அவர்களுக்கும் நீட்டியளித்தது. இது தேசியம், தேசியவாதம், தேசிய அரசு (Nation, Nationalism, Nation-state) என்பதாக விரிவடைந்தது. அரபுலகின் இந்தத் தேசியம் சார்ந்து உருவாகும் சமூக, பண்பாட்டு, வர்க்க முரண்பாடுகளை சமீர் அமீன் விரிவாக ஆராய்ந்தார். அவரின் Arab nation:

Nationalism and Class struggles என்னும் நூல் அரபு தேசியவாதம் மற்றும் வர்க்கப்போராட்டம் குறித்த ஆய்வுக்கு முக்கியமான தரவாகும். அதன் பிந்தையக் கட்டங்களில் ஜெர்மன் வாழ் சிரிய சிந்தனையாளரான பாசம் தபி இந்த அரபு தேசியவாதம் குறித்து விரிவாக ஆராய்ந்தார். தேசியவாதம் மற்றும் தேசிய அரசு குறித்த பிரக்ஞை அரபுலகிற்கு ஐரோப்பிய மறுமலர்ச்சி இயக்க காலகட்டம் வரை இருக்கவில்லை. காரணம் அரபுப் பகுதி முழுவதையும் பல நூற்றாண்டுகளாகக் கட்டுப்பாட்டில் வைத்திருந்த உஸ்மானியப் பேரரசு இங்குத் தன் இருப்பை வலுவாக வைத்திருந்ததுதான். ஐரோப்பிய மறுமலர்ச்சிக் காலகட்ட அறிவுஜீவிகள் இங்குள்ள சமூக, பண்பாட்டு நிலைகள் மீது பத்தொன்பதாம் நூற்றாண்டில் மிகுந்த தாக்கத்தை ஏற்படுத்தினார்கள். அரபுலகைப் புரிந்துகொள்ள பழைய உலகின் பெரும் நாகரிகங்கள் பற்றி அறிந்துகொள்வது அவசியம். அரை வறட்சியான மண்டலங்களாக அவை இருந்தன. ஐரோப்பா, கருப்பு ஆப்பிரிக்கா, தீபகற்ப ஆசியா போன்றவை இந்தப் பெரு நாகரிகங்களைப் பிரதிபலிப்பவை. அரபு மண்டலம் விவசாயச் செயல்பாட்டோடு வணிகச் செயல்பாட்டையும் ஒருங்கிணைத்தது. இந்தச் செயல்பாட்டின் பிரதிபலனும் உபரி வருமானமும் அரபுலகின் விவசாய வர்க்கத்துக்கும் வணிகர்களுக்கும் இடையே நிலையான சமூக இருப்பை உருவாக்கியது. இன்னொரு நிலையில் அரபு வணிகச் செழுமை அரபு விவசாய வர்க்கத்தை வளப்படுத்தியது. இந்த வணிக மாதிரி அமைப்பு முதல் உலகப்போர் காலகட்டம் வரைக்கும் மேற்கு அரேபியாவில் மிக வலுவாக இருந்தது. இதில் ஈராக், சிரியா, பாலஸ்தீன் ஆகியவை மிகுந்த தாக்கத்தைச் செலுத்தின.

மத்தியக் கிழக்குப் பகுதி பூகோள ரீதியாக மேற்கு அரேபியா (மஹ்ரப்), கிழக்கு அரேபியா (மஸ்ரக்), மைய அரேபியா என மூன்றாக அறியப் படுகிறது. கிழக்கு அரேபியாவில் பாரசீக வளைகுடா நாடுகள், சிரியா, பாலஸ்தீன், ஜோர்டான், ஈராக், லெபனான் போன்றவை உள்ளடங்கு கின்றன. கிழக்கு அரேபியாவில் மொராக்கோ, லிபியா, துனீசியா, அல்ஜீரியா, மொரிடானா போன்ற நாடுகள் உள்ளடங்குகின்றன. மைய அரேபியாவில் நைல் பிரதேசங்களான எகிப்து, சூடான் போன்ற நாடுகள் உள்ளடங்கு கின்றன. இஸ்லாம் கிழக்கு அரேபியப் பகுதியில்தான் உருவானது. அது முழுவதும் நாடோடிகளைக் கொண்டிருந்தது. அந்தக் காலத்தில் நாடோடி இனத்தவர் ரோம், பாரசீகம், எத்தியோப்பியா, சிரியா ஆகிய நாடுகளுடன் வர்த்தக நடவடிக்கைகளில் ஈடுபட்டிருந்தனர். இதில் மக்கா பகுதியை உள்ளடக்கிய ஹிஜாஸ் பிரதேசத்தில் நகர்ப்புற வணிகர்கள் உருவானார்கள். இந்த ஹஜாஸ் பகுதிதான் இஸ்லாம் உருவான பிற்காலத்தில் அதிகாரப் போட்டியில் இறங்கியது. இஸ்லாமிய ஆட்சியாளர்களின் அரச விரிவாக்கமும் இதனடிப்படையில்தான் இருந்தது. சிரியா, லெபனான்,

ஈராக் போன்ற விவசாய வளப் பகுதிகள் இஸ்லாமிய அரசுகளால் கைப்பற்றப்பட்டன. இதில் அவர்களின் வணிக நலன்களும் இணைந் திருந்தன. பெரும்பாலானோர்களுக்கு இங்குச் சொந்த வீடுகள் இருந்தன. இன்னொரு நிலையில் முதல் உலகப்போர் வரை இந்தப் பிறை வளப் பகுதிகள் (சிரியா, லெபனான், ஈராக், ஜோர்டான்) சிதிலமடையவில்லை. இவற்றுக்கிடையே வேறுபாடுகள் இருந்தபோதும் ஒருவித ஒருங்கிணைவு இருந்தது. அவை பிராந்தியப் பொதுமையாக்கப்பட்ட விவசாய நலனுக்கும் வணிக நலனுக்கும் உகந்தவையாக இருந்தன. மேற்கு அரேபியா முற்றிலும் வித்தியாசமான நாடோடிகளையும், விவசாயிகளையும் உள்ளடக்கியது. இந்தப் பிரதேசம் அரபுகளின் வருகைக்கு முன்னர் இங்குள்ள பேரரசுகளால் நாடோடிகள் பெருகக் காரணமானது. இதன் உள் வணிக நடவடிக்கைகள் முக்கியத்துவம் வாய்ந்தவை. காரணம் இங்கு மேற்குலகுடன் நடைபெற்ற தங்க வணிகம். இவை பாலைவனத்தைக் கடந்துசென்றபோது மேற்கு அரபுப் பகுதி அதற்கான வணிக உள்கட்டமைப்பு வடிவத்தை அடைந்தது. நாடோடி நகர விவசாய வர்க்கக் கூட்டிணைவு மேற்கு அரேபியப் பகுதியை முழு வளப்பகுதியாக மாற்ற முயன்றது. மைய அரேபியா பகுதிகளான எகிப்து, சூடான் ஆகியவை அரபுலகில் தனித்த அடையாளங்களோடு விளங்குகின்றன. இதில் எகிப்து உலக நாகரிகத்தின் பிறப்பிடம். எல்லா நாகரிகங்களின் தோற்றுவாய் இதுதான். உலகின் மிகத் தொன்மையான நாகரிகத்தையும், விவசாயப் பழங்குடியினரையும் கொண்டிருக்கும் எகிப்து மிகப் பசுமையான இயற்கையமைப்பையும், புவியமைப்பையும் கொண்டிருக்கிறது. மேலும் நாடோடி இனத்தவர்கள் இங்கு நிறைந்து காணப்படுகின்றார்கள்.

எகிப்தின் அடிப்படைச் சமூகக் கட்டமைப்பே விவசாயப் பழங்குடியினர், குறுநில மன்னர்கள் என்னும் பாகுபாட்டிற்குள் வருகிறது. இந்தக் குறுநில மன்னர்கள் என்ற வர்க்கம் பிந்தையக் கட்டத்தில் நிலவுடைமைச் சமூகமாக மாறியது. இது ஐரோப்பிய நிலவுடைமைச் சமூகத்தைவிட வேறுபட்ட பண்பைக் கொண்டிருந்தது. எகிப்தில் மகா அலெக்சாண்டரின் படை யெடுப்பிற்குப் பிறகு பெரும் வணிகச் செயல்பாட்டின் அடிப்படையில் ஏராளமான அரசுகள் தோன்றின. ஹெலன் மற்றும் பைசாண்டிக் அரசுகள் இந்த வணிகச் செயல்பாட்டை விரிவுபடச் செய்தன. 12ஆம் நூற்றாண்டின் எகிப்தின் வரலாறு என்பது அரபு வெற்றிக்கும், போனோபார்டின் இருத்தலுக்குமான ஓர் ஒருங்கிணைவு. எகிப்திய வரலாற்றின் தொடக்க நூற்றாண்டுகளில் பண்பாடு, அறிவியல், இலக்கியம் போன்ற துறைகளில் அதன் வளர்ச்சி உலகின் மற்ற பிரதேசங்களைவிடப் பின்தங்கியதாகவே இருந்தது. அரபு வெற்றிக்குப் பிந்தைய துல்னித், பாத்திமத், அய்யூபித் மற்றும் மம்லூக்கிய் அரசுகளின் காலத்தில் அதன் சமூக வளர்ச்சி

குறிப்பிடத்தக்க அளவு உயர்ந்தது. மங்கோலியப் படையெடுப்பு இந்தப் பகுதியைப் பலவீனப்படுத்தியபோதும் எகிப்து அதன் எல்லைகளைக் கடந்து தனக்கான புதிய வணிகப் பாதையை வரைந்துகொண்டது. மேலும் எகிப்து அரபுலகைக் கடந்து கிழக்காசியாவுடனும் தெற்காசியாவுடனும் கடல்வழி வணிகத் தொடர்பை ஏற்படுத்திக்கொண்டது. இவ்வாறான வணிகத் தொடர்பில் எகிப்திய ஆளும் வர்க்கம் தனக்கான நலனைப் பிரதிபலித்த அதே தருணத்தில் அதன் மிகையான உபரி மூலம் விவசாய வர்க்கத்தைச் சுரண்டவும் செய்தது. எகிப்தியத் துணை நிலமாக அதன் தென்பகுதியில் உள்ள சூடான் அறியப்படுகிறது. இது கருப்பு ஆப்பிரிக்காவும் அரபுலகமும் இணைந்த கலவையின் திரளாக இருக்கிறது. இதன் மக்கள் அரபு நாடோடி களும் எகிப்திய விவசாய வர்க்கத்தினரும் இணைந்த கலவையாக வெளிப் படுகிறார்கள். இந்த நாடோடிகள் இஸ்லாம் என்ற வகையில் இல்லாமல் மொழியியல் ரீதியான அரபிகள் என்ற நிலையில் தங்களை அடையாளப் படுத்திக்கொள்கிறார்கள். இவர்கள் அரபு மொழியை நாடோடிகளான வடபகுதியினரின் பிரதேச ஆதிக்கம் மூலம் ஏற்றுக்கொள்ள நேர்ந்தது.

1798ஆம் ஆண்டு எகிப்து மற்றும் மத்தியக் கிழக்கு வரலாற்றில் மிக முக்கியக் காலகட்டமாகும். அந்த ஆண்டுதான் பிரெஞ்சுப் பேரரசன் நெப்போலியன் எகிப்தைக் கைப்பற்றினான். இதிலிருந்துதான் நவீன எகிப்து மற்றும் மத்தியக் கிழக்கின் வரலாறு தொடங்குகிறது. நெப்போலியன் எகிப்தை அதுவரையிலும் ஆண்டுகொண்டிருந்த மம்லூக் மற்றும் உஸ்மானியப் பேரரசுகளுக்குப் பெரும் சவாலாக விளங்கினான். நெப்போலியனிடத்தில் பிரெஞ்சுப் புரட்சிக்கான தாக்கம் அதிகம் இருந்தது. அந்த உணர் பாவங்களைத்தான் எகிப்திலும் அறிமுகப்படுத்தினான். சமத்துவம், சகோதரத்துவம் என்ற பிரெஞ்சுப் புரட்சியின் முழக்கங்கள் எகிப்து விவசாயப் பழங்குடி வர்க்கத்தினரிடம் உள்ளூடத் தொடங்கின.

நெப்போலியன் இஸ்லாத்தின் சில கருத்தியல்களை உள்வாங்கி கொண்டான். அந்தக் காலகட்டத்தில் எகிப்திய சமூகத்தினருக்குத் துண்டுப் பிரசுரங்கள் மூலம் தன் ஆளுகைச் செய்தியை அறிவித்தான். அது பின்வருமாறு இருந்தது. 'எல்லாம் வல்ல இறைவனின் திருப்பெயரால். சகல எகிப்திய சமூகத்திற்கும் பிரெஞ்சுக் குடிமகனான நெப்போலியன் தெரிவித்துக்கொள்வது. உங்களை இதுகாறும் வாட்டி வந்த சர்வாதிகார மம்லூக் அரசுகளிடம் இருந்து உங்களைக் காப்பாற்றவே நான் அவதாரம் எடுத்திருக்கிறேன். நீங்கள் அவர்களிடமிருந்து விடுவிக்கப்பட்டிருக்கிறீர்கள். நீங்கள் எங்கள் புரட்சிகர முழக்கங்களான சமத்துவத்தையும் சகோதரத் துவத்தையும் பேண வேண்டும்.' இறைவனின் பெயரோடு இதன் வாசகங்கள் தொடங்கியதால் இது இஸ்லாத்தின் தாக்கமாகும். மேலும் நெப்போலியன் பிரான்சிலிருந்து விஞ்ஞானிகள், கல்வியாளர்கள், படைப்பாளிகள்

ஆகியோரைக் கொண்டு வந்தான். மேலும் அச்சுக்கூடங்கள் தொடங்கப் பட்டன. மத்தியக் கிழக்கு வரலாற்றில் முதல் அச்சுக்கூடம் நெப்போலியன் ஆட்சிக்காலத்தில்தான் தொடங்கப்பட்டது. ஆக எகிப்திலிருந்து தொடங்கிய இதன் பரவல் பாரசீக வளைகுடா நாடுகளுக்கும் தொடர்ந்தது. வரலாற்றாசிரியரான ஹெல்னெஸ் 'நெப்போலியன் ஆயிரம் ஆண்டு களாகத் தூங்கிக்கொண்டிருந்த ஓரியண்டல் தேவதையை எழுப்பி விட்டிருக்கிறார்' என்றார். நெப்போலியனின் ஆளுகையின் கீழ் எகிப்தின் போக்கு பிரெஞ்சுப் புரட்சியின் கூறுகளை உள்வாங்கக்கூடியதாக இருந்தது. பிற மத்தியக் கிழக்குப் பகுதிகளிலும் இதன் தாக்கம் எதிரொலித்தது. அரபு சமூகத் திரட்சிக்கு நெப்போலிய வருகை என்பது முக்கியக் காரணியாக இருந்தது.

அரபுலகைப் பொறுத்தவரை அதன் அனைத்துப் பகுதிகளும், நாடோடி களைச் சார்ந்த வணிக உள்ளடக்கத்தையே தன் வாழ்வியக்கத்தின் அடிப்படையாகக் கொண்டிருக்கின்றது. ஏந்த விவசாய நாட்டில் அது நுழைந்ததோ (எகிப்து தவிர) அங்கெல்லாம் தன் அடையாளத்தை வரைந்துகொள்ள இயலாத நிலையில்தான் அது இருந்தது. இதுதான் ஸ்பெயினில் அரபுகளின் தோல்விக்கான விளக்கமாகும். அரபு வணிக வர்க்கம் நகர்ப்புறம் சார்ந்த நிலையில், கிராமப்புற வர்க்கம் கிறிஸ்தவத்தை உட்கொண்டிருந்தது. அரபுகள் ஸ்பெயினிலிருந்து விரட்டப்பட்டபோது அவர்களால் அங்கு நினைவுச்சின்னங்களை மட்டுமே மீதமாக வைத்து விட்டு வர நேர்ந்தது. அதேமாதிரி துருக்கியர்களும் பால்கன் பிரதேசத்தை இழக்க நேர்ந்தது. குறிப்பிட்ட நூற்றாண்டுகளில் அரபுகளின் இந்த இழப்பு ஐரோப்பாவை 19ஆம் நூற்றாண்டில் மிகுதியாக எழுச்சிகொள்ளச் செய்தது. இதுவே உலகில் நாடுகள் மீதான காலனியக் கொள்கைக்கும், அதன் மாறுபாட்டு அலகான தேசியவாதத்திற்கும் தொடக்கம் இட்டது.

அரபுகளிடமிருந்து வெளிப்பட்ட இஸ்லாமியக் கருத்தியலானது தன் அடிப்படைகள் மீது வணிக உறவு முறைகளை அதிகமும் மொழிமாற்றம் செய்யத் தொடங்கியது. இதனால் இஸ்லாமியச் சட்டம் விவசாய வழிமுறை களை விட அதிகமும் வணிகம் சார்ந்த விதிமுறைகளையே கொண்டிருக் கிறது. பிந்தையக் கட்டத்தில் இஸ்லாமிய அரசுகள் எல்லாம் தங்களின் பிரதேசங்கள் மீது வணிக ரீதியான நலன்களையே பிரதிபலித்தன. அரபு களின் இந்த வணிக உறவு முறை தேசியம் குறித்த கேள்வியை எழுப்பியது. குறிப்பாக அரபுகள் தங்களின் ஒருங்கிணைவிற்கான அவசியம் குறித்து உணரத்தொடங்கினர். தங்களின் மூலம், அதன் பரிணாமம் இவற்றைக் குறித்த தேடல் அரபு சமூகத்தின் எல்லா உறுப்பினர்களுக்கும் ஏற்படத் தொடங்கியது. புறநிலையான அடிப்படைகளை நோக்கி அரபுகளின் பிரதேச ஒருங்கிணைவு நகரத்தொடங்கியது. பிரதேசங்கள் தேசியப் பிரக்ஞை

சார்ந்து நகர்ந்து வரும்போது அது அடையாளங்களைத் தேடத்தொடங்கும். இந்த அடையாளமே பிற்கால அரபு சமூக எழுச்சி.

அரபுகளின் போராட்ட வரலாற்றை எடுத்துக்கொண்டால் அது தோல்விகளின் அடுக்கங்களாகவே இருக்கிறது. 1840க்கும் 1882க்கும் இடைப்பட்ட கட்டத்தில் எகிப்தின் தோல்வி. 1830க்கும் 1870க்கும் இடைப்பட்ட கட்டத்தில் அல்ஜீரியாவின் தோல்வி. 1882இல் துனீசியாவின் தோல்வி, 1911இல் மொராக்கோ தோல்வி. இவ்வாறான தொடர்ச்சியான தோல்விகள் அரபுலகை அடுத்த கட்டத்திற்கு நகர்த்தின. ஐரோப்பிய மறுமலர்ச்சிக் கால மதிப்பீடுகளை உள்வாங்கல், ஏகாதிபத்தியம் மற்றும் காலனியாதிக்கத் திற்கான போராட்டம் போன்றவற்றால் அதன் புரட்சிகரத் தன்மை வெளிப்படத் தொடங்கியது என்கிறார் சமீர் அமீன். தேசியம் எவ்வாறு வர்க்கப்போராட்டத்துடன் இணைகிறது என்பதை சமீர் அமீன் விரிவாக விளக்கினார். தேசியம் என்ற கருத்தியலுக்கு நேர் எதிரான நிலையில் ஏகாதிபத்தியமும் காலனியமும் இருக்கின்றன. தேசியங்கள் தன்னைப் பிரக்ஞைப்படுத்தக் கூடாது என்பதில் ஏகாதிபத்தியம் மிகக் கவனமாக இருக்கிறது. ஏகாதிபத்தியம் குறித்து லெனின் பின்வருமாறு குறிப்பிட்டார்:

'ஏகாதிபத்தியம் உழைக்கும் நாடுகளையும், மற்ற நாடுகளையும் தன்னை விரிவுபடுத்திக்கொள்வதற்காகவும், பலப்படுத்திக்கொள்வதற் காகவும் கடுமையாக ஒடுக்குகிறது. இதனால்தான் சுயநிர்ணய உரிமை (Self determination) என்னும் கேள்வி எழுகிறது. அது மாதிரியே சோசலிச நாடு களும். 'சோசலிஸ்ட் ஒருவர் ஒடுக்கப்படுபவர்களின் போராட்டத்தை அங்கீகரிக்காவிட்டால் அல்லது ஒடுக்கப்படும் தேசத்திற்கான சுயநிர்ணய உரிமைக்காகப் போராடாவிட்டால், எதார்த்தத்தில் அவர் சோசலிஸ்டே அல்ல. மாறாக வெறியாளர்.' லெனினைப் பொறுத்தவரை காலனிய நாடுகள் மற்றும் ஒடுக்கப்படும் நாடுகள் அனைத்துமே தங்களுக்கான சொந்த நாட்டைக் கட்டியெழுப்பத் தகுதியானவை. ஆக அவற்றின் விதி அவற்றால் மட்டுமே தீர்மானிக்கப்பட வேண்டும் என்றார். அரபுலகில் சமூகப் புரட்சி அதன் தேசியம் குறித்த பிரக்ஞையில்தான் அடங்கி இருக்கிறது என்றார் சமீர் அமீன். நெப்போலியத் தாக்கத்தைத் தொடர்ந்து 19ஆம் நூற்றாண்டின் இறுதிப் பகுதியில் எகிப்து, சிரியா ஆகிய இடங்களில் மறுமலர்ச்சிச் சிந்தனைகள் உயிரூட்டம் பெற்றன. எகிப்தின் அலிபே மாகாணம் முதலாவதாக நவீனத்துவத்தை உள்வாங்கிக் கொண்டது. முதல் நாற்பது ஆண்டு களில் பொருளாதார வளர்ச்சி ஏற்பட்டது. எகிப்து நவீன தொழில்நுட்பங் களை உள்வாங்கிப் புதிய உற்பத்திக்கூடங்களைக் கட்டத் தொடங்கியது. ஆயிரக்கணக்கான எகிப்திய இளைஞர்கள் இணைந்து பருத்தி சார்ந்த பொருட்களை உற்பத்தி செய்தனர். இது ஐரோப்பிய நாடுகளைவிட மெச்சத்தகுந்ததாக இருந்தது. மேலும் இரும்பு சார்ந்த தொழில்களும்

வளர்ச்சி பெற்றன. எகிப்திய இளைஞர்கள் பிரான்சுக்குச் சென்று அறிவியல் தொழில் நுட்பத்தின் பல்வேறு நுணுக்கங்களைக் கூர்மையாக உள்வாங்கிக்கொண்டனர். இதன் தொடர்ச்சியில் எகிப்து மத்தியக் கிழக்குப் பிரதேசத்தில் நவீனத்துவத்தை உள்வாங்கிய வலுவான பிரதேசமாக மாறியது.

இஸ்லாத்திற்குப் பிந்தைய மத்தியக் கிழக்கு அரபுலகமானது பலவிதமான சமூகப் பொருளாதார, கலாச்சார ஏற்ற இறக்கங்களுடன் பயணித்து வந்திருக்கிறது. தொடர்ச்சியான பெரும் வரலாற்று நிகழ்வுகள் இந்த நாடுகளைப் பின்னடையச் செய்திருக்கின்றன. மாபெரும் சிலுவைப் போர்கள் அரபுகளின் வணிகச் செயல்பாட்டின் ஈர்ப்பை அரபுப் பகுதியிலிருந்து இத்தாலிய நகரங்களுக்குத் திருப்பின. மேலும் அறிவியல் தொழில் நுட்பத்தில் மிக நுண்மயமாக வளர்ந்து வந்த ஈராக் 13ஆம் நூற்றாண்டின் மங்கோலியப் படையெடுப்பின் மூலம் சிதைந்தது. 16ஆம் நூற்றாண்டில் உஸ்மானியர்களின் கைப்பற்றல் வழி அதன் வணிகச் செயல்பாடுகள் அனைத்தும் அட்லாண்டிக் கரையோரம் நகர்ந்தன. இதனைத் தொடர்ந்து அரபுலகின் மற்ற பகுதிகள் ஒவ்வொன்றும் தனித்தனியான நிகழ் வெளிகளோடு தனக்கான அழிவைத் தேடிக்கொண்டன. இவ்வாறு காணாமல்போன ஒவ்வொரு அரபு நாடும் புதிய நாடுகளுக்கான வாழ்வைக் கொடுத்தது. இங்குள்ள சமூக வர்க்கம் தங்களுக்கான புதிய இயங்கியல் வடிவத்தைத் தேர்ந்தெடுத்துக்கொண்டது. அந்த வடிவம் தேசியம் மற்றும் வர்க்கப் போராட்டமாக இருபதாம் நூற்றாண்டில் எகிப்திலும் அதைச் சுற்றியுள்ள பிரதேசங்களிலும் வெளிப்பட்டது. எண்ணெயும், விவசாயச் செயல்பாடுகளுமாக இதன் இருப்பு லௌகீக அமைப்பின் பகுதியாக இருந்து கொண்டிருக்கின்றது. இதைக் குறித்துச் சமீர் அமீன் இன்றும் தொடர்ந்து ஆராய்ந்து வருகிறார்.

உலகக் கண்ணோட்டத்தில் மத்தியக் கிழக்கு முரண்பாடு

மத்தியக் கிழக்கு முரண்பாடு என்பது உடைக்கப்பட முடியாத விவகாரமாகக் கடந்த 30 ஆண்டுகளுக்கும் மேலாக இருந்துவருகிறது. அது இஸ்ரேலிய அரசுக்கு எதிராக அரபு அரசுகளை நிர்ணயிப்பதிலும், பாலஸ்தீன் மக்களின் பின்னும் இருக்கிறது. அரபு அரசுகளின் நோக்கம் என்பது போதுமான அளவில் தனக்கான அரசியல், பொருளாதார வலிமையைப் பெற்று, உலக முதலாளித்துவத்தின் சிறந்த பங்காளிகளாக மாறுவதுதான். இப்படிச் செய்தால் மட்டுமே, பிராந்தியத்தில் தான் அபாயகரமாக, சவாலாகக் கருதும் இஸ்ரேலை எதிர்கொள்ள முடியும் என்று கருதுகிறது. இந்த உடனடியானக் கதாபாத்திரத்தின் பின்னுள்ள அரபு மக்களின் நலன்களும், உத்திகளும் இரண்டாம் இடத்துக்குத் தள்ளப்படுகின்றன. இதனடிப்படை யில் இந்த விவகாரம் கீழ்க்காணும் அம்சங்களில் இருக்கிறது:

1. இந்த வரையறையில் அரபு அரசுகள் உண்மையில் இந்த விளை யாட்டின் எஜமானர்கள். இதனடிப்படையில் அவர்களுக்கிடையிலும், மற்ற பிரபல சக்திகளுக்கிடையிலுமான முரண்பாடு தீர்வில்லாமல் இருக்கிறது.
2. இந்த வரையறையில் இஸ்ரேலும், சியோனிசமும் அதற்கான சொந்த உத்திகளையும், நோக்கங்களையும் கொண்ட வலிமையான சக்தியாக இருக்கின்றன.
3. இந்த வரையறையில் அமெரிக்க, ஐரோப்பிய ஏகாதிபத்தியங்கள் அரபு பிராந்திய விஷயத்தில் பொதுவான உத்திகளைச் செயல்படுத்த நினைக்கின்றன.

அரபு மக்களிடையேயான இந்த மோதலும் மேற்கத்திய முதலாளித்துவ விரிவாக்கமும் 1947இல் இருந்து துவங்கியதல்ல. மாறாக இதன் வேர் உலக முதலாளித்துவத்தின் தோற்றத்தோடு இணைந்தது. இந்த மோதல்களின் நீண்ட வரலாறு 16ஆம் நூற்றாண்டு முதல் 1950 வரையிலான அரபுலகின் தோல்விகளைச் சார்ந்ததாகும். உஸ்மானியப் பேரரசு அதிகாரமேற்றதைத் தொடர்ந்த சமனற்ற அணுகுமுறைகள், 1840இல் எகிப்திய பாஷா முஹம்மது அலியின் தோல்வி, 1830இல் அல்ஜீரியா கைப்பற்றப்படுதல்,

1882இல் எகிப்து மற்றும் துனீசியா மீதான ஆக்கிரமிப்புகள், 1911இல் மொராக்கோ மீது அதே மாதிரியான ஆக்கிரமிப்பு, 1919இல் மத்தியக் கிழக்கின் பகுதிகள் பிரெஞ்சு மற்றும் பிரிட்டிஷ் காலனியாதிக்கத்திற்காகப் பங்கிடப்படல்; இவ்வாறாகத் தோல்விகளின் பட்டியல் நீளுகிறது. அரபு மக்களைப் பொறுத்த வரை 1948இல் நடந்த இஸ்ரேல்- பாலஸ்தீன் பிரிவினையும் அதனைத் தொடர்ந்து இஸ்ரேலின் விரிவாக்கச் செயல் பாடுகளும்; இவை அனைத்துமே ஐரோப்பியக் காலனியமுறையின் விரிவாக்கத்தோடு இணைந்தது. இது சிறந்த எடுத்துக்காட்டும்கூட.

ஆசியாவிலும் ஆப்பிரிக்காவிலும் ஐரோப்பியக் காலனிய விரிவாக்கம் இறுதியில் அடக்க முடியாத விடுதலைப் போராட்ட இயக்கங்களின் வளர்ச்சிக்கு வழி வகுத்தது. பத்தாண்டுகளின் நீட்சியில் இரண்டாம் உலகப்போருக்குப் பிறகு பெருவாரியான அரபு நாடுகள் அனைத்தும் அவற்றின் அரசியல் விடுதலையைப் பெறத்தொடங்கின. அதே கால கட்டத்தில் சியோனிச காலனியாதிக்கம், அதிகாரத்துக்கு வரத்தொடங்கி பூர்வீகர்களான பாலஸ்தீனர்களை அங்கிருந்து விரட்டத் தொடங்கியது. அரபுப் பகுதியில் அந்தக் காலகட்டத்தில் காலனியாதிக்கத்தின் முரண் நகையான வெற்றி என்பது ஆசிய மற்றும் ஆப்பிரிக்காவின் தேவைகளைச் சார்ந்தும் இருந்தது.

எந்த முயற்சியுமே இங்கு அரபு தேசிய விடுதலை இயக்கத்தின் பரிசோதனையைப் பொறுத்து இருக்கிறது. எகிப்திலும் பிறை வள நாடு களிலும் (சிரியா, ஈராக், பாலஸ்தீன்) பிரிட்டனின் ஏகாதிபத்தியம் அங்குள்ள பெரிய நிலப்பிரபுக்களின் துணையோடு அந்தப் பிரதேசங்கள் மீது ஆதிக்கம் செலுத்தியது. அந்த நிலப்பிரபுக்கள் 19ஆம் நூற்றாண்டின் ஒருங்கிணைந்த உலகப் பொருளாதாரத்தின் பலனை அடைந்தவர்கள். இந்தப் பகுதியில் அப்போது தோன்றிய அரபு தேசிய இயக்கம் ஏகாதிபத்திய எதிர்ப்பியக்கமாக உருவெடுத்தது. அவர்கள் அங்குள்ள விவசாயிகள், சாதாரண மனிதர்கள், சமூக ஜனநாயகவாதிகள் ஆகியோரை அணி திரட்டினார்கள். நீண்ட திருப்பங்களுக்கும், திருத்தல்களுக்கும் பிறகு இந்தத் தேசிய இயக்கம் 1950வாக்கில் எதிர்வினையாளர்களைத் தூக்கி எறிந்தது. முதலில் எகிப்திலும், பின்னர் சிரியாவிலும் ஈராக்கிலும் நடந்தது. 1950களிலும் 1960களிலும் எகிப்தில் ஆதிக்கம் செலுத்திய கருத்தாக்கமான நாசரியம் இந்த நிகழ்வின் உச்சமாக இருந்தது. இது தேசியத்தின் பொருட்டு எல்லா அரபு நாடுகளையும் இந்த விவகாரத்தைக் கையாள்வதற்காகப் பயன்படுத்திக் கொண்டது. சிரியாவிலும் ஈராக்கிலும் எழுச்சிபெற்ற பாத் கட்சி, அல்ஜீரியா போர் (1954-1962) ஆகியவை இந்தத் தருணத்தில் ஒன்றோ டொன்று சந்தித்துக்கொண்டன. இதிலிருந்து உருவான தேசிய அரசுகள், தங்களுக்கிடையே பொதுவான பண்புகளைப் பங்கிட்டுக்கொண்டன.

ஏகாதிபத்திய எதிர்ப்பு, நிலச் சீர்திருத்தம், தேசியமயமாக்கல், தொழில்மய மாக்கல் போன்றவை இந்தப் பகுதியில் தேசிய அரசை நிறுவின. இந்தச் சக்திகள் வலுவாக இருந்த காரணத்தால் பழைய பிரிட்டிஷ், பிரெஞ்சு ஏகாதிபத்தியங்களுக்கு பகரமாக மாற்று வழிமுறை ஒன்றைத் தேட முனைந்தன. இதன் தொடர்ச்சி மொராக்கோ முதல் வளைகுடா வரை அந்நாடுகளின் சுதந்திரத்தை ஏகாதிபத்திய வல்லரசுகள் ஏற்றுக்கொள்வதற் கான சூழலை ஏற்படுத்தின. இதன் பின்னர் இதில் மிதவாத அரசுகளின் அணியானது மற்றவர்களிடம் இருந்து அந்நியப்பட்டுப் போனது. நாசரின் தலைமையின்போது இது நடந்தேறியது.

நாசரியத்தின் எழுச்சி அரபுலகம் முழுவதும் சமூக எதார்த்தத்தை முன்னெடுத்தது. பல்வேறு படி நிலைகளில் தேசிய அமைப்புகள் பூர்ஷ்வா மேலாண்மைக் கூட்டணிகளை ஏற்படுத்தின. அவை தொழில்துறை, குலாகுகள் மற்றும் குட்டி பூர்ஷ்வாக்களை உள்ளடக்கி இருந்தன. இந்த அகலப் பிரிகையில் இருவிதமான போக்குகள் இருந்தன. ஒன்று தீவிர பூர்ஷ்வாக்கள்; மற்றொன்று மிதவாதப் பூர்ஷ்வாக்கள். தீவிர பூர்ஷ்வாக் களைப் பொறுத்தவரை அவர்களின் நோக்கமானது நவீன மற்றும் தொழில் துறை ரீதியான அரசை ஏற்படுத்தி அதன் மூலம் உலக அரசமைப்பில் சமநிலையான பங்காளியாக மாறுவதாக இருந்தது. அதே நேரத்தில் மிதவாதிகளின் நோக்கமானது சர்வதேச உழைப்பு பிரிவினையில் கீழ்நிலைப் பங்காளியாக மாறுவதாக இருந்தது.

அமெரிக்காவின் யுக்தியானது அரபுலகில் எழுந்த தீவிர பூர்ஷ்வாப் போக்கை நிலைகுலையச் செய்வதில் இருந்தது. அதற்காக இஸ்ரேலின் மற்ற அரபு நாடுகளுடனான இராணுவத் தலையீட்டைத் தனக்குச் சாதகமாகப் பயன்படுத்திக் கொண்டது. 1967ஆம் ஆண்டின் அரபு-இஸ்ரேல் போர் இதற்கான எடுத்துக்காட்டு. இந்தப் போரில் எகிப்து மற்றும் பிற அரபு நாடுகளின் தோல்வியானது தீவிர பூர்ஷ்வாப் போக்கின் வரலாற்று மட்டுப் படுத்தலாக இருந்தது. மிதவாதப் பூர்ஷ்வாக்கள் இந்தப் போக்கிற்கு எதிராக வெகுமக்கள் கூட்டணியைக் கட்டமைக்காமல் தங்களுக்குள்ளே சுயமாக மோதிக்கொண்டார்கள். ஏகாதிபத்தியத்திற்கு எதிரான அரபு மக்களின் போராட்டமானது அரபு ஒற்றுமை விவகாரத்திற்குள் அகப்பட்டுக் கொண்டது.

தீவிர பூர்ஷ்வாக்களின் அரபு விடுதலை இயக்கம் அரபு ஒற்றுமைக் கான தளத்தில் அதிகம் இயங்கவில்லை. இதனால் வெகுமக்கள் அரசியல் மேலாண்மைக்கான தளத்தை ஏற்படுத்த முடியாமல்போனது. எதிலுமே சந்தேக மனோபாவம் கொண்ட தீவிர பூர்ஷ்வாக்கள், பாலஸ்தீன் விவகாரத்திலும் ஐயத்திற்கு உள்ளானார்கள். இது சோவியத் யூனியனுடனான விஷயத்திலும் தொடர்ந்தது. மேலும் இவர்கள் அமெரிக்கா இப்பகுதியில்

சியோனிசத்தின் எழுச்சியைத் தடுத்து, இவர்களின் முக்கியக் கூட்டாளியாக மாறும் என நம்பினார்கள். ஆனால் அமெரிக்கா இந்த வழியில் செல்ல வில்லை. மாறாக அது இவர்களின் பலவீனத்தை அடிப்படையாக வைத்து ஆதாயம் அடையத் தீர்மானித்தது. அமெரிக்காவின் இந்தத் தரகுத்தனம் 1967 போருக்குப் பிறகு சரியான வடிவத்தை அடைந்தது. ஏகாதிபத்தியத்தின் இந்தச் செயல்பாடானது மூன்று விதக் கட்டங்களின் தோற்றத்திற்கு வழிவகுத்தது. முதல் கட்டம் 1967க்குப் பிறகு நாசரியத்தின் தோல்வியும், அரபு ஒற்றுமைப் போக்கின் தொடக்கமும், இரண்டாம் கட்டம் இன்திபாதா அல்லது திறந்தவெளிக் கொள்கையின் தோற்றம், மூன்றாம் கட்டம் புதிய தரகு பூர்ஷ்வா வர்க்கத்தின் தோற்றம். இவை எகிப்து, சிரியா, ஈராக், அல்ஜீரியா ஆகிய நாடுகளில் ஏக காலத்தில் நடந்தேறின.

இவ்வாறான நிலையில் அரபு தேசியவாதத்தின் தீவிரப் பிரிவானது சாதகமற்ற சமநிலையை மறு உருவாக்கம் செய்யமுயன்றது. சோவியத் யூனியன் உதவியுடன் 1973 அக்டோபரில் நடந்த போரின் விளைவாக எகிப்து சூயஸ் கால்வாய் பகுதியைக் கடந்து சென்றது. அதை மீட்டெடுத்த நிலையில், அரபு பூர்ஷ்வா வர்க்கத்தின் உருவாக்கத்திற்கும் இது வழி வகுத்தது. அரபு ஒற்றுமை வெளிப்பட்ட இந்தத் தருணத்தில் எண்ணெய் உற்பத்தி நாடுகளுடனான (OPEC) புரிந்துணர்வின் அடிப்படையில் எண்ணெய் விலையை உயர்த்தவும், செல்வ வளமிக்க வளைகுடா நாடு களுடனான நம்பகத்தன்மைக்கும், நகர்வுக்கும் முன்னோக்கமிட்டது.

ஆனால் இது வெகுகாலம் நீடிக்கவில்லை. மாறாக 1973ஆம் ஆண்டு மீண்டும் ஒரு தரகு முதலாளித்துவத்தின் தோற்றத்திற்கு வழிவகுத்தது. சந்தேகமின்றி இந்தப் போர் பல அர்த்தப்படுத்தலைக் கொண்டது. எகிப்து அதிபர் அன்வர் சாதாத்தின் சோவியத் யூனியனுடனான உராய்வுக்குப் பிறகு மிதவாத அரபுகள் எல்லாம் ஒரே நேர்க்கோட்டில் இணைந்து அமெரிக்காவுக் கான விளையாட்டு வீரர்களாக மாறினார்கள். இந்நிலையில் அரபு வெளிக்குள் இருந்த வளைகுடாப் பகுதியானது தனக்குள் ஒன்றிணைந்து உலக முதலாளித்துவத்தின் மேலும் ஒரு பிரிவாக மாறியது. தங்களுக்குள் சுழற்சி முறையிலான நிதி முறைமை மூலம் அரபு பூர்ஷ்வாக்களின் தன்னாட்சியைக் கேள்விக்குள்ளாக்கியது. சவூதி அரேபியா எகிப்துக்கு மாற்று நிதித் தீர்வை வழங்க மறுத்தது. மாறாகச் சர்வதேச நிதி நிறுவனம் எகிப்து மீது விதித்த நிபந்தனையை ஏற்கச் சொன்னது. அதன் பிறகேதான் நிதி உதவி அளிக்க இயலும் என்றது. மேலும் அன்றைய தருணத்தில் எகிப்துக்கு சினாய் மலைப்பகுதியை மீட்டெடுப்பது அவசியமாக இருந்தது. 1982இல் இஸ்ரேல் லெபனானின் பெய்ரூத் பகுதியைக் கைப்பற்றி பாலஸ்தீன் விடுதலை இயக்கத்தவர்களை அங்கிருந்து வெளியேற்றியது. இதற்கான அரபுலகின் எதிர்வினை ஒன்றுமில்லை. அரபு பூர்ஷ்வாக்களின்

தீவிரப் பிரிவினர் இந்த விஷயத்தில் சிதைந்தும், நிலைகுலைந்தும் போயிருந்தனர். அவர்கள் ஏகாதிபத்தியத்தின் விதியை ஏற்றுக்கொண்டு அதன் தரகுப் பங்காளியாக இருந்தனர். ஆக அரபுலகின் 30 ஆண்டு அரசியல் வாழ்க்கையானது சிக்கலான தருணங்களை அளித்திருக்கிறது. சியோனிச இஸ்ரேல் அரசின் தலையீடு அதை நிலைகுலையச் செய்தது. இஸ்ரேல் என்பது அதற்கான சொந்த நோக்கங்களையும், வழிகளையும் கொண்ட தன்னிச்சையான சக்தியா?

சியோனிசம் என்பது யூத சமூகத்தின் துயரத்தின் எதிர்வினையாகும். ஐரோப்பிய வரலாற்றில் பல நூற்றாண்டுகளாக அவர்கள் அனுபவித்து வந்த காயங்களுக்கு மருந்தாக இதைக் கண்டுபிடித்தனர். குறிப்பாக அது நவீன கிழக்கிலும் மத்திய ஐரோப்பாவிலும் நடந்தேறியது. இந்நிலையில் இந்தக் கதையானது ஐரோப்பிய சோக வரலாற்றின் பகுதியோடு தொடர்புடையது. கிழக்கத்திய சமூகத்தோடு அல்ல. ஐரோப்பாவுக்கும், மத்தியக் கிழக்கிற்குமான உரையாடல் என்பது நிலத்திற்குத் திரும்புதல் என்ற பாலஸ்தீன் விவகாரத்திலிருந்துதான் தோற்றம் பெறுகிறது. இது 14 நூற்றாண்டுகளாகப் பாலஸ்தீனை இருப்பிடமாகக்கொண்டு வாழ்ந்து வரும் மக்களை வெளியேற்றவும், விரட்டியடிக்கவும் செய்யும் மரணயுத்தமாகும். 19, 20ஆம் நூற்றாண்டு ஐரோப்பாவிற்கு இந்த வாய்ப்பு மிக லாவகமாகப் பயன்பட்டது. நிலமற்ற மக்கள் நிலத்திற்குத் திரும்புதல் என்பதன் வழி ஆயிரக்கணக்கான யூதர்களை அங்கிருந்து வெளியேற்றவும் அவர்களை அரபுகளின் நிலத்தில் குடியேற்றம் செய்யவும் இது மிக வசதியானதாக இருந்தது.

சியோனிசத் தலைவர்கள் இந்த வாய்ப்பை ஐரோப்பியக் காலனிய விரிவாக்கம் போன்று பயன்படுத்திக்கொள்ளத் தீர்மானித்தனர். அன்றைய பாலஸ்தீன் பிரிட்டிஷ் அரசின் கட்டுப்பாட்டில் இல்லாமல் இருந்திருந்தால் இஸ்ரேல் என்பதே சாத்தியப்பட்டிருக்காது. இஸ்ரேலின் ஆக்கிரமிப்புத் திறன் ஏற்றுக்கொள்ளக்கூடியதல்ல. 1920இல் அறுபதாயிரமாக இருந்த யூதர்களின் எண்ணிக்கை 1948இல் ஆறு இலட்சமாக உயர்ந்தது அதன் தூய ஆக்கிரமிப்புத் திறனை வெளிப்படுத்துகிறது. இஸ்ரேலிய அரசானது 1947இல் வரையப்பட்ட எல்லைக்கோட்டை ஒருபோதும் ஏற்றுக்கொள்ளவில்லை. மேலும் பாலஸ்தீன் மக்களுக்கான இருப்பையும் அது ஏற்றுக் கொள்ளவில்லை. அது தன் எதிர்காலத்தை முடிவற்றக் காலனிய விரிவாக்கமாக மாற்றிக்கொள்ள முனைகிறது. இந்த விரிவாக்கத்தினால் அது சாதிக்கக்கூடியது ஒன்றுமில்லை. தெற்கு லெபனானையும் சினாய் பகுதிகளையும் தன்னோடு இணைத்துக் கொள்ளலாம் என்று கனவு காண்கிறது. இஸ்ரேலின் இந்த யுக்தியும், கருத்தியலும் மிக எளிமையானவை. 19ஆம் நூற்றாண்டு ஐரோப்பாவின் இனவாதக் கண்ணோட்டமே அது.

சியோனிஸ்ட்கள் அரபுகளையும், அரபு தேசங்களையும் பார்க்கத் தவறியது மட்டுமல்ல, பாலஸ்தீன் மற்றும் லெபனானின் தேசிய உரிமையையும் மறுக்கிறார்கள்.

அமெரிக்க அரசானது இப்போதும், எதிர்காலத்திலும் இஸ்ரேலுக்கு வழங்கிவரும் நிபந்தனையற்ற ஆதரவை நிறுத்தாது. மேலும், இஸ்ரேல் அமெரிக்க உலக யுக்தியின் முக்கியத்தலமாக இருக்கிறது. இஸ்ரேல் பயங்கரமான பேரழிவு ஆயுதங்களையும் போர்த் தளவாடங்களையும் வைத்திருப்பதன் மூலம் தன்னை அப்பகுதியின் பலசாலியாகக் கருதிக் கொள்கிறது. அதே நேரத்தில் அரபுப் படைகள் தமக்கான சுயபாதுகாப்புத் தகுதியுடன் விளங்கவில்லை. இஸ்ரேல் பாட்டாளி வர்க்க சர்வதேசியத்தையும், ஏகாதிபத்தியத்திற்கு எதிரான வெகுமக்களின் அணிதிரட்டலையும் நன்றாக அறிந்தே இருக்கிறது. இது உலகளாவிய இடதுசாரிகளின் முழக்கம் என்றும் அதற்குத் தெரியும். மேலும் ஆசிய, ஆப்பிரிக்க மக்களுக்கு எதிரான ஐரோப்பிய அணிதிரட்டலுக்கான அதன் விண்ணப்பமும் இன்னமும் உயிருடன் இருக்கிறது. அரபு ஆளும் வர்க்கமும் அரசியல் தலைமையும் தன்னையோ, தன் குடிமக்களையோ இன்னமும் நம்பத் தயாரில்லை. அது மற்றவர்களின் தலையீட்டை எதிர்நோக்குகிறது.

இரண்டாம் உலகப்போருக்குப் பிறகு ஐரோப்பிய நாடுகள் (அல்பேனியா, யுகோஸ்லேவியா தவிர) அமெரிக்கத் தலைமையிலான ஏகாதிபத்திய வரம்பை ஏற்றுக்கொண்டன. அதன் பிறகு அவை ஐரோப்பியக் கவுன்சிலாக ஒன்றிணைந்து நகர் தேசியவாதமாக மாறின. அரபு அரசுகளைப் பொறுத்த வரை அவை தங்களைப் பூர்ஷ்வா தேசிய அரசுகளாக மறுகட்டமைப்பு செய்துகொண்டு, எவ்வித வெற்றிகரமான செயல்பாடுகளும் அற்ற அரசுகளாக மாறிவிட்டன. சியோனிசத்திற்கு எதிரான இவற்றின் எதிர்வினைத் திட்டங்கள் இன்னும் கடக்க முடியாத தூரத்தில் இருக்கின்றன.

நைல் நதியின் சலனத்தில்

சமீர் அமீனுடன் ஒரு நேர்காணல்*

(வளைகுடா நாட்டில் உள்ள அரபுப் பல்கலைக்கழகத்திற்கு, அரபுலகமும் ஐரோப்பாவும் என்ற தலைப்பிலான கருத்தரங்கிற்கு சமீர் அமீன் வந்திருந்தார். தாரிக் அலி போன்றே இவரை நேர்காணத் தீர்மானித்தேன். என்னுடைய புலம்பெயர் வாழ்க்கையின் எழுத்துச் செயல்பாடுகளுக்குத் துணையாக இருக்கும் பல்கலைக்கழக ஆங்கிலத் துறைப் பேராசிரியர் முனீர் ஹசன் மஹ்மூத் இதற்கு உதவியாக இருந்தார். நேர்காணலில் அவரும் உடனிருந்தார். அரைமணி நேரத்திற்கும் மேலாக நீண்ட இந்த நேர்காணல் பல்கலைக்கழகத்தில் வைத்து எடுக்கப்பட்டது. அறிவு ஜீவி களைப் புத்தகத்திலிருந்து மட்டுமின்றி, நேரடியாகவும் ஆகர்சிக்கும் நிலை உணர்வுபூர்வமானது. புலம்பெயர் வாழ்க்கையின் வெளிப்பாடாக இது உருவாவது திருப்திகரமான மனநிலையை அளிக்கிறது. ஆங்கிலத்தில் அமைந்த என் கேள்விகளுக்கான அவரின் பதில்கள் பிரெஞ்சு கலந்த ஆங்கிலத்தில் அமைந்திருந்தன. அரபு மொழியின் கலப்பும் உண்டு.)

கேள்வி: சமீர், பத்து ஆண்டுகளுக்கு முன்பு இணையதளத்தோடு என்னை இணைத்துக்கொண்டபோது *Monthly Review* இதழ் வழியாக உங்களை அறிந்துகொண்டேன். மனித நாகரிகப் பிறப்பிடமாக அறியப்படும் எகிப்து தான் நீங்கள் பிறந்த இடம். நைல் நதியின் முன்னோட்டத்தில் ஒரு புலம்பெயர் மார்க்சிய அறிவுஜீவியாக எவ்வாறு உருவாக முடிந்தது? சமீர் அமீன் மிஸ்ரி என்று சொல்ல வேண்டியதிருக்கிறது.

சமீர் அமீன்: நீங்கள் சொன்னது போன்று நான் மிஸ்ரிதான். கெய்ரோவில் 1931இல் பிறந்தேன். எகிப்துக்கே உரிய சில பாரம்பரிய மரபுகளின் தாக்கம் என் குடும்பத்தாரிடம் உண்டு. என் தாயார் பிரான்சைச் சேர்ந்தவர். இருவருமே மருத்துவர்கள்தான். கெய்ரோவில் உள்ள பிரெஞ்சுப் பள்ளி ஒன்றில் படிப்பதற்காகச் சேர்ந்தேன். அது முதல் உலகப்போர் முடிந்த கட்டம். எகிப்து அப்போது உஸ்மானியப் பேரரசின் பிடியிலிருந்து பிரிட்டனின் கட்டுப்பாட்டில் வந்தது. பிரிட்டிஷ் கலாச்சாரத்தின் எச்சங்கள் எகிப்தைப் பின்தொடர்ந்தன. பள்ளிப் படிப்புக்குப் பின் மேற்படிப்புக்காக

* இந்நூலாசிரியர் சமீர் அமீனை நேரில் சந்தித்து எடுத்த பேட்டி.

பாரிஸ் சென்றடைந்தேன். அது முறைப்படியான தத்துவார்த்த வாழ்க்கையின் துவக்கம் எனலாம். பிரெஞ்சுக் கம்யூனிஸ்ட் கட்சியோடு தொடர்பு ஏற்பட்டது. அந்தக் காலகட்டத்தில் பிரெஞ்சுக் கம்யூனிஸ்ட் கட்சியின் நிலைப்பாடு இத்தாலியக் கம்யூனிஸ்ட் கட்சியின் நிலைப்பாட்டை ஒத்திருந்தது. ஒரு விதத்தில் எனக்கு அது சாதகமானதும்கூட. நான் அன்றையக் கட்டத்தில் சோவியத் பாணியிலிருந்து விலகியே இருந்தேன். மாவோயிஸ்டுகள் எனக்கு அறிமுகமாயினர். அப்போது சோவியத்துக்கும் மாவோவுக்கும் உராய்வு இருந்துகொண்டிருந்தது. பிந்தைய நாட்களில் அது பிளவை நோக்கிச் சென்றது. பாரிஸ் பல்கலைக்கழகத்தில் அரசியல் அறிவியல் பாடம் எனக்கு ஒரு தூண்டலாக இருந்தது. மார்க்சியக் கோட்பாடுகளை அதிலிருந்து உள்வாங்கிக் கொண்டேன். அதனைத் தொடர்ந்து கம்யூனிஸ்ட் கட்சியின் நண்பர்கள் பலர் அறிமுகமாயினர். பொருளாதாரத்தைக் குறித்து அதிகம் படிக்கத் தொடங்கினேன். ஆதம்ஸ்மித், ரிக்கார்டோ போன்ற மரபான பொருளியலாளர்களின் கோட்பாடுகள் எனக்கு ஒரு நிரப்ப முடியாத வெறுமையை ஏற்படுத்தின. பல்கலைக்கழகத்தில் என் ஆய்வுரையைச் சமர்ப்பிக்க வேண்டிய கட்டம், அரசியல் பொருளாதாரக் கோட்பாடுகளை நோக்கி என் சிந்தனை ஓட்டத்தைச் செலுத்தியது. எர்னஸ்ட் மண்டேல், அல்தூஸர் ஆகியோர் என்னை அதிகம் பாதித்தனர்.

1957இல் பல்கலைக் கழக ஆய்வேட்டிற்காக நான் சமர்ப்பித்த ஆய்வுரை யானது பின்னாளில் *Origins of under development: Capitalist accumulation on a world scale* என்னும் புத்தகமாக வெளிவந்தது. ஐரோப்பிய வட்டாரங்களின் கவனத்திற்கு அந்நூல் சென்றது. அது ஏற்படுத்திய சலனத்துக்கான இடைவெளியில் எகிப்துக்கு வந்துவிட்டேன். மாலியில் திட்ட அமலாக்க அமைச்சரவையில் சிறிதுகாலம் பணிபுரிந்தேன். 1970இல் மீண்டும் பாரிஸிற்கு வந்தேன். பாரிஸ் பல்கலைக்கழகத்தில் அரசியல் அறிவியல் துறையில் பணிபுரிந்தேன். அப்போதுதான் நிறைய அறிவுஜீவிகள் எனக்கு அறிமுக மானார்கள். அவரில் சார்த்தரும் ஒருவர். அவரிடம் முதலாளித்துவம் அடைந்து வரும் மாற்றங்களைப் பற்றி விவாதித்தேன். சோவியத்தி லிருந்து துண்டிக்கப்பட்ட உலகம் எவ்வாறாக இருக்கும் என்றெல்லாம் விவாதித்தோம். தொண்ணூறுகளில் ஒரு கட்டத்தில் அது பற்றிய சிந்தனை களைப் பின்னோக்கி நினைவுகூர்ந்தேன். சார்த்தருடன் சரியாகவே இருந்திருக்கிறோம் என்பது மாதிரி இருந்தது.

உங்கள் நூல்களில் *Eurocentrism* மற்றும் *Europe and the Arab world* ஆகியவை நான் ஆர்வமாகப் படித்த நூல்கள். அரபுலகம் மீதான ஐரோப்பாவின் தலையீடு சிலுவைப் போர்கள் முதல் துவங்குகிறது எனலாம். அரபுலகை யும் ஐரோப்பாவையும் அரசியல் இஸ்லாம்-லௌகீக கிறிஸ்தவம்

என்னும் வகைகளுக்குள் உட்படுத்த முடியுமா? புதிய ஏகாதிபத்தியத்தி லிருந்து நாம் இதைத் தொடங்கலாம்.

சிலுவைப் போர்கள் அரபுலகின் மீது குறிக்கத் தகுந்த மாறுதலை ஏற்படுத்தின. ரோம் அதன் வழிதான் அரபு காலனியத்திற்கான கல்லை நிறுவியது. காலனியம் வேர்கொண்ட நிலையில் அரபுலகில் அரசமைப்பு சர்வாதிகாரமாக மாறியது. ஜனநாயகத்தன்மை அறவே அற்ற ஆணாதிக்கம் நிறைந்த ஒன்றாக அது இருந்தது. மேற்குலகம் அந்தக் காலகட்டத்தில்தான் மறுமலர்ச்சிக்குள் புகுந்தது. அது நவீனத்திற்கு முந்திய கட்டம். மதச் சார்பின்மை கோட்பாடு அதனோடு இணைந்துகொண்டது. மேற்கின் வரலாற்றில் மதச்சார்பின்மை அரசு, மதம் ஆகிய இரண்டின் பிரிவினை யாகத்தான் அர்த்தம்கொண்டது. அரபுலகம் அதை மேற்கின் தனிப்பட்ட குணமாகக் கருதியது. நவீன சமூகம் என்பது அதன் மூலம் மட்டுமே சாத்தியப்படும் என்பதைப் புரிந்துகொள்ளத் தவறியது. பிந்தையக் கட்டத்தில் அரபுலகில் அரசியல், பண்பாடு அடிப்படையில் இரு பிரிவினர் இருந்தார்கள். மம்லூக் என்ற இராணுவவாத இஸ்லாமியர்கள். இவர்கள் இஸ்லாத்தின் குறிப்பிட்ட சட்டப்பிரிவுகளைத் தங்களுக்குச் சாதகமாக எடுத்துக்கொண்டனர். மற்றொரு பிரிவினர் இவர்களைவிட்ச் சற்று தீவிரம் குறைந்தவர்கள். தாருல் இஸ்லாம் என்றறியப்பட்டனர்.

பதினெட்டாம் நூற்றாண்டைய அரபுலகின் அரசுகள் இராணுவப் பிரபுத்துவத் தன்மை கொண்டவையாக இருந்தன. அதே நேரத்தில் ஐரோப்பா நிலப்பிரபுத்துவத்தை ஒழித்துவிட்டு நவீன சமூகப் படைப்பில் இறங்கியது. அது முதலாளித்துவம் வேர்கொள்ளும் தருணமாக இருந்தது. அவர்களின் நோக்கம் வெற்றியடையக் கூடிய ஐரோப்பாவாக இருந்தது. இங்குப் பலமான-பலம் குன்றிய அரசுகள் என்னும் கருத்துருவம் இருந்தது. சில தருணங்களில் பலவீனமானவர்கள் வெற்றிபெற்றார்கள். ரோமப் பேரரசை ஜெர்மானியர்கள் வெற்றிகொண்டது இதனடிப்படையில்தான். மம்லூக்களின் அரசுகள் முந்தைய நாகரிகத்தை அழித்துவிட்டு இஸ்லாத் துக்கு ஒருமை விளக்கத்தை அளித்தன. சாதாரண விவசாயிகளின் நலன்கள் புறக்கணிக்கப்பட்டன. பொருளாதார வாழ்க்கை அவர்களின் இராணுவ அரசியலுக்குள் வந்தது. தாங்கள் எம்மாதிரியான ஏமாற்றத்துக்குள் இருக்கிறோம் என்பதை அரசின் கீழிருந்தவர்கள் அறிய முடியாதவர்களாக இருந்தார்கள். பதின்மூன்றாம் நூற்றாண்டு வரை ஆங்கிலம், லத்தீன் மொழிகள் கிறிஸ்தவத்தோடு ஒன்றியதாக இருந்தன. அரபு-ஆங்கிலம், லத்தீன் மொழிகளுக்கான மோதல்கள் சிலுவைப் போர்களுக்குப் பிந்தைய ஏழு நூற்றாண்டுகள் வரை நீடித்தன. மம்லூக்கள் அரசை மதத்திலிருந்து பிரிப்பதை விரும்பவில்லை. அந்தலூசியர்களின் பரிதாபமான முடிவுக்கும் இதுதான் காரணம். உஸ்மானியப் பேரரசு இந்த விவகாரத்தைப் பற்றிச்

சரியாகப் புரிந்துகொள்ளவில்லை. எகிப்தைப் பொறுத்தவரை மதச் சார்பின்மை அதன் மீது எவ்வித பாதிப்பையும் ஏற்படுத்தவில்லை. அரசியல் இஸ்லாம் தரகு முதலாளித்துவத்தின் சில கூறுகளை உள்வாங்கியிருந்தது. இப்னு தைமிய்யா வரலாற்று அடிப்படையான பரிணாம இஸ்லாம் என்பதை மறுத்தார். இவரை மம்லூக்கள் பின்தொடர்ந்தனர். இரு நூற்றாண்டுகளின் தேய்மானத்திற்கான தொடக்கம் அதில் இருந்தது. எகிப்தில் கமால் அப்துல் நாசர் தேசியவாத அரசியல் நிலைப்பாட்டை எடுத்தார். கல்வி முறை நவீனமயமாகியது. அல்-அஸ்கர் பல்கலைக்கழகம் கூட அந்த முறைக்கு உள்ளானது. விவசாய முறைகள் தாராளவாதத்திற்கு உட்பட்டன. ஒரு வகையில் ஐரோப்பியப் பிரதிபலிப்பாக இருந்தது. 1967இல் இஸ்ரேலுடனான ஆறு நாட்கள் போரின்போது எகிப்து சிலவற்றை இழந்தது. அந்த இழப்பின் தொடர்ச்சியே அரபு-ஐரோப்பா இடையேயான முரண்பாடாக இருந்துகொண்டிருக்கிறது. நடப்புக் காலத்தில் அரபுலகம் கீழ்க்காணும் சவால்களை எதிர்கொள்ள முயல்கிறது:

1. அமெரிக்காவின் உலகளாவிய செயல்தந்திரமும், அதன் பரிணாமமும்.
2. சோவியத் தகர்விற்குப் பிந்தைய உலகின் எதிர்காலம்.
3. புதிய உலகமயமாக்கல் சூழலில் வளர்ச்சி பற்றிய கேள்வி
4. பாலஸ்தீன் பிரச்சினையும், மேற்கத்திய அரசியல், சமூகச் சக்திகள் மீதான சியோனிசத் தாக்கமும்.
5. அரபுலக அரசுகளின் புற மற்றும் உள் சலனங்கள்.

அரபுப் பகுதியின் நிலையற்றத் தன்மைக்கு பாலஸ்தீன் விவகாரம் காரணமாகிறது. ஓர் இனப்படுகொலை மற்றொரு கொலைக்கான பதிலீடாக முடியுமா? லெபனான் இப்போதுதான் அமைதியாகி இருக்கிறது. மேற்குலகின் யூத அறிவுஜீவிகள் பாலஸ்தீன் விஷயத்தில் ஏன் மாற்று நிலைப்பாட்டை எடுக்கிறார்கள்? கலாச்சார சார்புவாதம் என்று இதை எடுத்துக்கொள்ளலாம்.

அரபுப் பகுதி நெகிழ்வற்றத் தன்மையில் நகர்ந்து கொண்டிருக்க, இஸ்ரேல் வாகனம் தெளிவாகச் செல்கிறது. நூற்றாண்டுகளாக ஒரு விவகாரம் அதன் திசையில் போய்க்கொண்டிருப்பது கவலையளிக்கக் கூடியது. இஸ்ரேல் என்னும் சொல்லாடலின் அர்த்தவிரிவு என்ன? யூதப் பிரதிகளிலிருந்து அது எடுக்கப்பட்டது. இஸ்லாமிய மூல நூல்களிலும் உண்டு. கானான்களிலிருந்தே இவர்கள் உருவாயினர். தீர்க்கதரிசிகள் இவர்களைப் பங்கிட்டுக் கொண்டார்கள். இஸ்ரேல் பகுதி என்பது வரையறுக்கப் பட்டதல்ல. எகிப்திலிருந்தே இதை நாம் தொடங்க முடியும். சாலமன், டேவிட் ஆகியோரின் ஆட்சியில்தான் பல கட்டடங்கள் எழுப்பப்பட்டன. ஜெருசலம் அன்று மிகப்பெரிய நகரமாக இருந்திருக்கிறது. இவர்களின்

டயஸ்போராவிற்கான காரணம் என்பது தன்னிலையானதே. இனக்குழுக் களிடையேயான மோதல் இயல்பான ஒன்றாக இருந்தது. அதிகாரத்திற்கான போட்டியில் இவர்கள் பின்னடைவுக்குள்ளானார்கள். பல்வேறு கட்ட அதிகாரத் தொடரல்களுக்குப் பிறகு பதினாறாம் நூற்றாண்டில் உஸ்மானியப் பேரரசின் கீழ் இஸ்ரேல் பகுதி வந்தது. உஸ்மானியப் பேரரசில் நிலப் பகுதி விவசாயத்திற்குத் தகுந்ததாக மாற்றப்பட்டது. மக்களில் அறுபது சதவீதம் பேர் விவசாயிகள். நகர மற்றும் நாடோடி வர்க்கமாக மக்கள் பிரிந்துகிடந்தனர். 1882க்குப் பிறகுதான் யூதர்களின் வருகை அதிகமானது. அது திடீரென அதிகரித்ததல்ல. அவர்கள் எல்லோரும் ஒரே ஆண்டாகக் குடியேறினர் என்ற புனைவை நாம் கடக்க வேண்டும். 19ஆம் நூற்றாண்டு வரை அந்தப் பகுதியில் வாழ்ந்த யூதர்களின் வாழ்வனுபவம் மதமாக இருந்தது. 1882க்குப் பிறகே அரசியல் அனுபவமாக மாறியது.

சியோனிசத் தலைவரான அஹத் ஹாம் எழுதினார்: 'அரபுகளுக்கு நாம் இப்போது எதைச் செய்கிறோம் அல்லது எதை நோக்கமாகக் கொண்டிருக் கிறோம் என்பது தெளிவாகப் புரிந்திருக்கும். பத்தொன்பதாம் நூற்றாண்டின் இறுதிப் பகுதியில் சில அரபுகளிடமிருந்து நிலத்தை விலைக்கு வாங்கிய மேற்கத்திய யூதர்கள் மலைப்பகுதிகளிலும் பள்ளத்தாக்குகளிலும் தங்கி யிருந்த அரபுக் குடியானவர்களை அங்கிருந்து வெளியேறக் கேட்டுக் கொண்டனர். அவர்கள் மறுத்தனர். மேலும் ஏற்கனவே குடியிருந்த யூதர்கள் அரபுகளுடன் எந்த முரண்பாட்டு உருவாக்கத்திற்கும் தயாராகவில்லை. அவர்களுக்குத் தனி அரசு தேவையில்லாததாக இருந்தது. நிலங்கள் குடியானவர்களால் விவசாயத்துக்குட்பட்டிருந்தன. மத்தியக் காலகட்டத்தில் வட ஆப்ரிக்காவும் மத்தியக் கிழக்கும் ஸ்பெயின் மற்றும் ஐரோப்பாவின் மற்ற பகுதிகளிலிருந்து விரட்டப்பட்ட யூதர்களுக்குப் புகலிடமாகவும், பாதுகாப்பானதாகவும் இருந்தது என்பதை நீங்கள் கவனிக்க வேண்டும். இறுதிக் காலகட்டத்தில் சியோனிசத் தலைவர்கள் ரஷ்ய யூதர்களைப் பாலஸ்தீன் செல்லக் கேட்டுக்கொண்டபோது, அவர்கள் அதை மறுத்ததை யும் நினைவில் வைக்க வேண்டும். விவசாய நிலங்கள் பெரும் முதலை களால் ஆக்கிரமிக்கப்பட்டன. இதனோடுதான் 'மக்களற்ற நிலம், நிலமற்ற மக்களுக்காக' என்ற பாரதூர வாக்கியம் உருவாக்கப்பட்டது. இதனின் தொடர்ச்சி உலகின் அதிக எண்ணிக்கையிலான அகதிகளாக அம்மக்களை உருவாக்கியிருக்கிறது.

ஹிட்லரின் யூத அழிப்பின் எச்சங்கள் இன்னும் சில அறிவுஜீவிகளிடத்தில் தொற்றி இருக்கின்றன. ஒரு பத்தாண்டுகளில் பெரும் தொகையிலான மக்கள் அழிக்கப்பட்டது சார்பு நிலைக்கான நியாயப்பாட்டை உருவாக்கும் காரணிதான். ஆனால் இன்னொரு சூழலில் மறுபிரதிபலிப்பாக மாறுவது நிராகரிக்கப்பட வேண்டிய ஒன்று. 19ஆம் நூற்றாண்டில் இருந்து தொடங்கிய

யூத எதிர்ப்புணர்வு இருபதாம் நூற்றாண்டின் மையப்பகுதியில் கொண்டு போய் முடிந்தது. வியன்னா இதழாளரான தியோடர் ஹெர்ஸ் தேசிய இருப்பிடம் என்ற கருத்தாக்கத்தை முன்வைத்தார். ஐரோப்பிய யூதர்களை இந்த வளையத்திற்குள் நுழைய வைப்பதற்கான அனைத்து நடவடிக்கை களையும் மேற்கொண்டார். அதன் பின்னர்தான் இதற்கான தேவை அதிகரித்தது. பத்தொன்பதாம் நூற்றாண்டின் பெரும்பான்மையான அறிவுஜீவிகளிடத்தில் இதற்கான எந்தத் தாக்கமும் இல்லை. மார்க்சிய மூலவர்களான மார்க்ஸ், ஏங்கல்ஸ், லெனின் போன்றவர்கள் இதற்கு வெளியில்தான் இருந்தார்கள் என்பதை நினைவில் வைக்க வேண்டும். யூத எதிர்ப்பு தீவிரப்பட்டு, ஹிட்லரின் கையில் சென்றதுதான் இருபதாம் நூற்றாண்டு மார்க்சிய/பின்நவீனத்துவ அறிவுஜீவிகளை இஸ்ரேல் சார்பு நிலைப்பாட்டை எடுக்கவைத்தது. இஸ்ரேல்-பாலஸ்தீன் முரண்பாடு களின் நீட்சி அறிவுஜீவிகள் தங்கள் நண்பர்களைக்கூட எதிரிகளாகக் கருத வேண்டிய நிலையில் போய் முடிந்தது. ஃபூக்கோ, தெலூஸ், சார்த்தர், ரஸ்ஸல், எரிக்ஹாப்ஸ்வாம், டெரி ஈகிள்டன் போன்றவர்கள் இந்த வகைப் பாட்டிற்குள் வரக்கூடியவர்கள். நான் சார்த்தரிடத்தில் வெளிப்படையாக இந்த விஷயங்களை விவாதித்திருக்கிறேன். அவரிடம் அனுதாப உணர்வு களை மீறிய அற்புதங்களைக் காண முடிந்தது. பூக்கோ தன் ஈரான் பயணத் திற்குப் பிறகு இதைப் பற்றிய சில சமரசங்களுக்கு வந்தார். எல்லாவித சமரசங்களையும் மீறி இந்த மோதல் அதன் போக்கில் நகர்ந்து கொண்டிருக்கிறது.

ஈராக் அமெரிக்காவின் புதிய காலனியமாக உருவாகி உள்ள சூழலில், புதிய ஏகாதிபத்தியத்தின் வேர்கொள்ளும் தன்மை எத்தகையது? ஷியா-சன்னி பிரிவினரிடையேயான முரண்பாடாக மட்டும் நாம் இதை எடுத்துக்கொள்ள முடியுமா? இம்மோதல் பிரதேசம் தாண்டி எதிரிகளை வேறுபடுத்துகிறது. சதாமின் மரணத்திலிருந்து அது நீள்கிறது.

ஈராக்கின் பாரம்பரியம், சில அனுபவங்களை நமக்கு அளிக்கக் கூடியது. யூப்ரடீஸ், டைக்ரீஸ் நதிகள் இன்னமும் அதைக் கொண்டு செல்கின்றன. சலாஹுத்தீன் ஆட்சிக் காலம் வரை ஈராக்-சிரியா- எகிப்து ஆகிய மூன்றும் தான் இணைந்திருந்தன. அமெரிக்க ஏகாதிபத்தியம் இந்த மூன்றையுமே தனித்தனியாகப் பிரித்து அதற்குரிய சொந்த முரண்பாடுகளை உருவாக்கி விட்டிருக்கிறது. பாத்திசம் இந்த மூன்று பகுதிகளிலும் சோசலிச உணர்வை ஏற்படுத்தியது. சாதிக் ஏ ஆஸம் சிரியாவில் இதை முன்னெடுத்தவரில் முக்கியமானவர். என்னிடத்தில் ஒருமுறை சொன்னார்: 'சோவியத் கூட்டமைப்பு மாதிரி அரபுலகத்தை வடிவமைப்பது அதற்கான சுய பாதுகாப்பான விஷயம். நாம் இன்னமும் சிந்திக்க, செயல்பட வேண்டிய திருக்கிறது'. அவர் சொன்னதைத் திரும்ப நினைத்துப் பார்க்கிறேன்.

ஈரானுடனான போர் ஈராக்கின் முதல் தோல்வி. சதாம் தன் நண்பரால் பழிவாங்கப்படுவோம் என்பதை எதிர்பார்த்திருக்க மாட்டார். சதாமுக்கு ஆயுதங்கள் வழங்கியதன் மூலம் ஈரானைப் பலவீனப்படுத்த முடியும் என்று அமெரிக்கா கருதியது. ஈரான் புரட்சி அதற்கு நடுக்கமாக இருந்திருக்கக் கூடும். சதாம் எவ்விதமான சிக்கலில் விழுந்தார் என்பது அமெரிக்காவிற்குப் புரிந்திருக்கும். குவைத்துடனான சதாமின் மோதல் போரில் போய் முடிந்தது. இதன் வழி வளைகுடாவின் ஒரே நண்பரான ஐக்கிய அரபு எமிரேட்டையும் இழக்க நேர்ந்தது. அது சோவியத் தகர்ந்த நேரம். இன்னொரு உலகம் என்ற எதிர்பார்ப்பையும், மரபான மார்க்சியர்களின் கவலையையும் இணைத்த தான சூழல் அப்போதிருந்தது. ஈராக்-ஈரான் போர் சமயத்தில் நான் ஈரான் சென்றிருந்தபோது ஈரான் மார்க்சியரான மன்சூர் ஹிக்மத் என்னிடத்தில் சொன்னது நினைவுக்கு வருகிறது. ‘அமெரிக்கா சதாமிடமிருந்து எல்லா வற்றையுமே எதிர்பார்க்கிறது. சதாம் அதை எவ்வளவு தூரம் நிறை வேற்றுவார் என்பது தெரியவில்லை.’ சன்னி-ஷியா உள்மோதல்களை இன்னும் தீவிரப்படுத்துவதன் மூலம் மூன்றாம் உலக முஸ்லிம் நாடுகள் மீது அமெரிக்கா அதிகாரத்தனத்தைச் செலுத்துகிறது. சதாம் ஒரு இராணுவ அதிகாரியாக இருந்து ஆட்சிக்கு வந்தவர் என்ற நிலையில் இராணுவ உத்திகள் அவருள் செல்வாக்குச் செலுத்தின. எட்வர்ட் செய்த் கூட சதாம் விஷயத்தில் பாலஸ்தீன் தேசியக் கவுன்சிலில் இருந்து விலக நேரிட்டது. ஈராக்கின் துயரங்கள் இன்னும் ஒரு நூற்றாண்டிற்கான அடையாளப் பதியங்களை ஏற்படுத்திச் சென்றிருக்கின்றன. அமெரிக்கா சர்வதேச போர் விதிமுறைகள் பலவற்றை மீறி இருக்கிறது. இரண்டாம் உலகப்போருக்குப் பிந்தைய உலகில் ஓர் அரசு மற்றொரு அரசை ஆக்கிரமிக்கக் கூடாது என்பதும் விலக்கப்பட்டிருக்கிறது. இஸ்லாமிய உலகம் அல்லது அரபுலகம் அரசியல் வகைப்பட்ட இஸ்லாமியத்திற்குள் விழுந்துகிடக்கிறது. சதாமின் மரணதண்டனைக் காட்சி ரோமானிய சிலுவைப் போரின் பிம்பங்களை மீட்டெடுத்தது.

ஈராக் சம்பந்தபட்ட வகையில் 1991இல் அமெரிக்காவின் போர் சோவியத் தகர்ந்த காலகட்டமாக இருந்தது. பெருங்கனவைத் தகர்த்த ஒன்றாக சோவியத் மாறியது. பிந்தைய மார்க்சியம் அல்லது மூன்றாம் உலக மார்க்சியம் குறித்து ஆராய்ந்து வரும் நீங்கள் சோவியத் தகர்வின் பின்னணியை எவ்வாறு மதிப்பீடு செய்கிறீர்கள். எங்கள் இந்தியாவில் இரு கம்யூனிஸ்ட் இயக்கங்கள் இருக்கின்றன. அதில் மார்க்சின் பெயரைக் கொண்ட ஒன்று சகலவிதமான சாபங்களையும் தங்கள் ரெடிமேட் அறிவு ஜீவிகள் மூலமாக கோர்பசேவ் மீது இட்டுவிட்டுச் சென்றுவிடுகிறது. இன்னொன்று சோவியத் பற்றிய கனவில் மிதந்துகொண்டிருக்கிறது.

சோவியத் குறித்து அறுபதுகள் காலத்தில் எனக்கு அவநம்பிக்கை இருந்தது.

இதற்குத் தன்னிலை மற்றும் புறநிலை ஆகிய இரண்டு காரணங்களை நாம் சொல்ல முடியும். ரஷ்யப் புரட்சி இருபதாம் நூற்றாண்டின் தொடக்கத்தில் ஏற்பட்டு முடிந்துவிடுகிறது. அன்று ரஷ்யா என்பது தனித்துவமானது. அதற்கும் இணைக்கப்பட்ட பகுதிகளுக்கும் சமத்துவ வளர்ச்சிக்கான ஒப்புமைகள் குறைவாக இருந்தன. புரட்சிக்குப் பிந்தைய ரஷ்யாவில் அமைந்த அரசானது ரஷ்யாவின் மற்ற பகுதிகளைப் பேரரசின் கீழ் இணைக்க வேண்டிய நிர்ப்பந்தத்திற்கு ஆளானது. புரட்சி ஏற்பட்டது ரஷ்யாவில், அதாவது மாஸ்கோவில். ஆனால் பேரரசின் பகுதிகள் துர்க்மேனிஸ்தான் வரை விரிந்திருந்தன. பேரரசின் மற்ற பகுதிகளில் புரட்சி பற்றியோ, அதன் தன்மைகள் பற்றியோ எவ்விதமான பிரக்ஞையும் இருக்கவில்லை. அப்போதுதான் இந்த நடைமுறைகள் அங்குப் போய்ச் சேர்ந்தன. அப்போது அங்குள்ளவர்களுக்கு ரஷ்ய வகைப்பட்ட அரசியலைப் புரிந்துகொள்ள சிக்கலாக இருந்தது. ரஷ்யாவில் விவசாயம் வளர்ச்சியடைந்திருக்கவில்லை. கனரகத் தொழில்கள் குறைபட்டுக் கிடந்தன. எல்லாவற்றையும் ஒருங்கிணைப்பதில் சிக்கல் இருந்தது. இதனால் சோவியத் அரசின் தன்மை மாறத்தொடங்கியது. இரண்டாம் உலகப்போருக்குப் பின் ஒரு வகையாகவும் அதற்கு முன்பு மற்றொரு வகையாகவும் இருந்தது.

இரண்டாம் உலகப்போர் கால கட்டத்தில் ஸ்டாலின் வந்துவிட்டார். அவரின் இயல்பான குணாதிசயம் ரஷ்யாவை வேறொரு ரீதியில் நகர்த்தியது. லெனின் காலத்தில் இருந்த உட்கட்சி விவாதத்தை ஸ்டாலின் இல்லாமலாக்கினார். ஆக கட்சியின் கருத்து நிறுவனத்தின் கருத்தாக மாறியது. மாற்றுக் கருத்து உடையவர்கள் அரசியல் ரீதியான காரணங்கள் கூறப்பட்டு கொல்லப்பட்டனர். இதனிடையில் ஸ்டாலின் இரண்டாம் உலகப்போர் காலகட்டத்தில் அதாவது 1939இல் ஹிட்லருடன் செய்துகொண்ட ஒப்பந்தம் அவர் ஒரு வீழ்ச்சியைத் தொடங்கி வைக்கிறார் என்பதை அறிவுறுத்தியது. கிழக்கு ஐரோப்பாவை பங்கிட்டுக்கொள்வதிலும், ஜெர்மனியும், ரஷ்யாவும் தங்களுக்குள் எவ்விதப் போரும் இல்லை என்பதாகவும் அந்த ஒப்பந்தம் உறுதியளித்தது. அது முக்கியமாக போலந்தைத் தன் கட்டுப்பாட்டில் கொண்டு வருவதாக இருந்தது. ஸ்டாலின் இதற்காக எதிரிகள் யார் என்பதைக்கூடத் தெளிவாக வரையறுக்கவில்லை. மாஸ்கோ இறுதி விசாரணைகள் நமக்கு அதை வெளிப்படுத்துகின்றன. நான் அறுபதுகள் காலகட்டத்தில் அர்மேனியா, கஜகஸ்தான், மாஸ்கோ போன்ற இடங்களுக்குச் சென்றிருக்கிறேன். அங்குக் கண்ட காட்சிகளை என்னால் நம்பவே முடியவில்லை. உணவுப் பொருட்கள் தட்டுப்பாடு, குவிமையமாக்கப்பட்ட வளர்ச்சித் திட்டங்கள் ஆகியவை ரஷ்ய ஆதிக்கத்தின் பிரதிபலிப்பாகத் தாங்கள் இருக்கிறோம் என்பதை மற்றவர்களுக்கு

உணர்த்தின. இது அவர்களுக்கு மாற்று ஒன்றைத் தேடுவதற்கான அவசியமாக இருந்தது. புறநிலையில் பனிப்போராக இருந்து வந்த முதல் உலகிற்கு அல்லது முதலாளித்துவத்திற்கு ரஷ்யாவைத் தவிர்த்த ஒன்றைத் தங்கள் முகாமிற்குள் கொண்டு வர சாதகமான ஒன்றாக இது மாறிப் போனது. இதைப் பற்றிய எவ்விதச் சிந்தனையும் ரஷ்யத் தலைமைக்கு இருக்கவில்லை. ரஷ்யக் கம்யூனிஸ்ட் கட்சிக்கும் மற்ற பகுதிகளின் கம்யூனிஸ்ட் கட்சிக்கும் இது தொடர்பாக மோதல்கள் உருவாயின என்பது குறிப்பிடத்தக்கதாகும். கட்சிக்கும் அறிவுஜீவிகளுக்குமிடையே எவ்வித உறவும் இருக்கவில்லை. கலைஞர்கள் ஓரங்கட்டப்பட்டனர். கார்க்கி, செகாவ் ஆகியோரைத் தவிர வேறு யாரையுமே அவர்கள் முன்னெடுக்க வில்லை. கோர்பசேவைப் பொறுத்தவரை அவர் வீழ்ச்சியின் இறுதிதான். தொடக்கமல்ல. ரஷ்யக் கப்பலான மார்க்சிம் கார்க்கியில் கோர்பசேவ்-ஜார்ஜ்புஷ் ஆகிய இருவரும் இணைந்து பனிப்போர் முடிவுக்கு வந்ததை அறிவித்தபோது நினைத்தேன். 'இன்னொரு உலகத்திற்கான தேவையின் அரசியல் வெளிப்படுகிறது'. அந்தக் காட்சி பிரான்சுத் தொலைக்காட்சி ஒன்றில் ஒளிபரப்பானது. மூன்றாம் உலகத்தின் துயரத்திற்கான முடிவு அதில் பரிணமித்தது. இராணுவவாத இஸ்லாத்தின் குழுக்கள் அதிலிருந்து தற்போது பாடம் கற்றிருக்கின்றன.

ஏழாம் நூற்றாண்டுக் கால இஸ்லாம் பல்வேறுபட்ட குழுக்களாகப் பிளவு பட்ட நிலையில் அரபுலகம் முழுவதுமாக அது நிறைந்து இருக்கிறது. இத்தகையப் பிளவுகளுக்கிடையிலும் இஸ்லாத்தின் அறிவுத்துறை தரிசனமாக சூபிசம் வளர்ந்து வந்தது. நீங்கள் சொன்ன மம்லூக்குகளால் அவர்கள் மிகுந்த தாக்குதலுக்கு உள்ளானார்கள். சூபிசத்தில் பெண்களின் பங்கும் குறிப்பிடத்தக்கது. ராபியத்துல் அதவியா, மைமூனத்துல் மிஸ்ரிய்யா, ராபியத்துல் பஷ்தவியா என்பதாக நீள்கிறது. என்னுடைய பெயரே எங்கள் பகுதியிலுள்ள சூபி அறிஞர் ஒருவரின் பெயரின் குறிப்பீடுதான் என்பதை உங்களிடம் குறிப்பிட விரும்புகிறேன்.

உங்கள் பெயர் சூபியின் பெயரைக் குறிப்பீடு செய்கிறது என்பதைக் கேட்பதற்கு வித்தியாசமாக இருக்கிறது. (சிரிக்கிறார்). எகிப்திலும், ஈரானிலும் இம்மாதிரிப் பெயர்களை நான் கேட்டிருக்கிறேன். மனித ஆளுமைகள் இன்னொருவரைப் பாதிப்பதன் விளைவு இது. சூபிசத்தைப் பொறுத்தவரை இஸ்லாத்தின் பரிணாமத் தன்மையில் குறிப்பிடத்தக்கப் போக்காக உருவாகி வளர்ந்தது. அவர்கள் உலகாயதம்-உலகாயதமின்மை ஆகியவற்றுக்கிடையே தொடர்பு ஏற்படுத்த முயன்றனர். முஹம்மது நபி உலசாயதத்தை உள்வாங்கிக் கொண்டு நிலையான பயணத்தைப் பற்றிச் சிந்தித்தார். அரபுப் பழங்குடியினரிடையே இந்தப் பயணம் அவசியமாக இருந்தது. அவர்கள் உலகத்தோடு வாழ்ந்தனர். வாழ்வது பற்றிய பிரக்ஞை

கூட இயற்கையை மீறியப் புதினமாக இருந்தது. நபியின் காலத்திற்குப் பிறகு பாரசீகத்திலும், மத்தியத் தரைக்கடல் பகுதிகளிலும் தத்துவவாதிகளாக இவர்கள் உருவானார்கள். இந்த மரபு யூத மற்றும் கிறிஸ்தவத்திலும் வழக்கில் இருந்தது என்பதை நீங்கள் கவனிக்க வேண்டும். ராபியா எட்டாம் நூற்றாண்டுக் காலத்தவர். ஈராக்கிலுள்ள பஸ்ராவைச் சேர்ந்தவர். சூபி தத்துவத்தில் மனித மதிப்பு, அன்பு ஆகிய கருத்தாக்கங்களைப் புகுத்தியவர். ஆனால், அவர் அந்தக் காலகட்டத்தில் குறிப்பிடும்படியான எந்தக் கவனத்தையும் பெறவில்லை. மைமூனத்துல் மிஸ்ரிய்யா எகிப்தைச் சார்ந்தவர். ராபியாவுக்குச் சற்றுப் பிந்தியவர். அவரைப் போன்றே சிந்தித்தவர். நனவிலி நிலையிலும் காதல் வரும் என்று நம்பியவர். ஈரானைப் பொறுத்தவரை ரூமி முக்கியமானவர். மனித மன மாற்றத்திற் கான கவிதைகளை அதிகமாக வெளிக்கொணர்ந்தார். ஒரு வகையில் இந்தப் போக்கின் பரிணாம வளர்ச்சி ஈரான் என்றுகூடச் சொல்லலாம். ஆனால் அங்குப் பல சூபிகள் ஆட்சியாளர்களாலும், அறிய முடியாத சமூக மனிதர்களாலும் சித்திரவதைக்குள்ளாக்கப்பட்டுக் கொல்லப்பட்டனர். இந்த நடைமுறை சில நூற்றாண்டுகள் வரை நீடித்தது. இஸ்லாமியப் பேரரசு அந்தலூசியா வரை விரிந்தபோது இதன் போக்கு வெறும் உள்ளுணர்வு வாதத்திலிருந்து, கிரேக்க மற்றும் கிழக்குத் தத்துவங்களை நோக்கித் திரும்பியது. அல் பராபி, இப்னு ஸீனா போன்றவர்கள் இந்த வகைப்பாட்டில் வரக் கூடியவர்கள். அது ஒருவகையில் இஸ்லாத்துக்கு இன்னொரு வடிவத்தைக் கொடுத்தது. மற்றொரு வகையில் கிறிஸ்தவத்துடனான உரையாடலாகவும் இருந்தது.

அரபுலகைப் பொறுத்தவரை நிசார் ஹப்பானி, மஹ்மூத் தர்வீஷ், அப்துல் ரஹ்மான் அல்முனீப், அப்துல் வஹ்ஹாப் அல் பைத்தி, அனஹிதா பிரோஸ், நஜிப் மஹ்பூஸ் போன்ற கலைஞர்கள் முக்கியமானவர்கள். அந்நியமான தவிப்புகளை உடைய, ஏதோ ஒன்றோடு ஒன்றக்கூடிய படைப்பு வெளி அவர்களுக்கானது. அரசியல், சமூகச் சிக்கல்களில் இருக்கும் நீங்கள் அரபுலகப் படைப்புகளை எவ்வாறு மதிப்பீடு செய்கிறீர்கள்?

கலை, இலக்கியத்தில் அரபுலகம் மேற்கத்திய, லத்தீன் அமெரிக்கப் படைப்புகளை ஒப்பிடும் விதத்தில் வலுவாக இல்லை. ஆனால் அதை மீறிய வகையில் நெடியும், ஆழமும் அதற்கு உண்டு. அரபு வெளியில் மகோன்னதமாக ஒரு சிலரின் படைப்புகள் அமைந்தன. எடுத்துக்காட்டாக, *நிசார் ஹப்பானியின் கடலுக்குள் நுழைகிறேன்*, அப்துல் ரஹ்மான் அல் முனீபின் *உப்பு நகரங்கள்* (Cities of salt) போன்றவை குறிப்பிடத்தக்கவை. நஜீப் மஹ்பூஸ் நல்ல கதைகளையும், கவிதைகளையும் கொடுத்தார். அவரின் கதைகள் நெருக்கடியான துருவத்தில் இருக்கும் மனிதனின்

மனப்பதிவாக இருந்தது. பஹ்ரைன் கவிஞர் ஹிசாம் ஹத்தாத் இன்னொரு உலகம் சார்ந்து வரைபவர். அவரின் தீவுகளின் மனிதர்கள் என்ற கவிதை என்னை அதிகம் பாதித்த ஒன்று. பெண்களில் நதவியும், அனஹிதா பிரோஸும் முக்கியமானவர்கள். அரபுலகின் படைப்புகள் இப்பொழுது தான் மேற்கத்திய உலகிற்கு அறிமுகமாயிருக்கின்றன. வளைகுடாவிலிருந்து அதிகம் கலைஞர்கள் உருவாக முடியாமல் போனதற்கு அகச்சூழலும் காரணம். அடிப்படைவாத மன்னர்களின் நிலைப்பாடு இது. தற்போது சவூதியைத் தவிர மற்ற நாடுகளின் போக்கில் மாற்றம் தெரிகின்றது. சவூதியைச் சேர்ந்த அப்துல் ரஹ்மான் அல் முனீப் - அவரின் நாவலை - சவூதிக்கு வெளியேதான் எழுத முடிந்தது. சமூக வரையறைகளை மாற்றும் கலைஞனின் உலகில் இது சாதாரணமானதே. அதை எதிர்கொள்வதற்கான உறுதிப்பாடு என்பதும் அவசியம். அரபு மொழியின் மெதுவளர்ச்சிக் கிடையே கலையும் வளர்வது தவிர்க்க இயலாதது. இந்தப் போக்குகள் மதத்திற்குப் புறம்பானவை என்று காட்டும் நிலைப்பாடும் இருக்கத்தான் செய்கிறது. கிறிஸ்தவ விஷயத்தில் தொடக்ககால திருச்சபை இப்படித்தான் சொன்னது. மாற்றங்கள் அளவிலிருந்து பண்பை நோக்கித் திரும்புகின்றன.

●

லென்னி பிரன்னர்:
இரும்புத் திரையும் இடப்பெயர்வும்

உலக வரலாற்றின் அலைக் கோடுகள் ஒரே நேரத்தில் மனித இனத்தின் வெற்றிகளையும், தோல்விகளையும், அழிவையும் குறிக்கின்றன. அதன் தொடர்ச்சியான பயணம் உலகம் எல்லாவித நெளிவு, சுளிவுகளையும் தன் மீது சுமந்து வந்திருப்பதை வெளிப்படுத்துகிறது. பயங்கரவாதம், இனப்படுகொலை, ஆக்கிரமிப்பு போன்ற சொற்கள் அவற்றைச் சுட்டுபவை. வரலாற்றில் இனப்படுகொலை அதன் எதிர் நிலையில், பரிணாமக் கட்டத்துக்கு நகர்ந்து தற்போது பயங்கரவாதமாக மாறியிருக்கிறது. பயங்கரவாதம் என்பதை ஏகாதிபத்தியம், தன் நண்பர்களை வரையறுக்கப் பயன்படுத்தும்போது, இனப்படுகொலை அதன் எதிரிகளைத் தீர்மானிக்கிறது. 'நீங்கள் இந்தப் பக்கம் சாய்ந்துவிடுங்கள்' என்பது அதன் தீர்மானகரமான வரியாக இருக்கிறது. இருபதாம் நூற்றாண்டில் இரு இனப்படுகொலைகள் வரலாற்றின் கவனத்தைக் குவிக்கின்றன. ஒன்று அர்மேனியர்களுக்கு எதிரான துருக்கிய அரசின் படுகொலை, மற்றொன்று ஹிட்லரின் யூதர்களுக்கு எதிரான படுகொலை. இந்த இரண்டுமே நூற்றாண்டின் வெவ்வேறு காலகட்டங்களில், வெவ்வேறு சூழலில் நிகழ்ந்தவை.

அர்மேனியப் படுகொலை என்பது வெறும் போர்ச்சூழல் மட்டுமே. அதை நாம் இனச்சுத்திகரிப்பாக (Ethnic Cleanising) கருத முடியாது என்ற நிலைப் பாட்டைக் கொண்டவர்கள் மேற்கில் இருக்கிறார்கள். பல நூறாண்டுகளின் அடுக்கத்தில் ஹிட்லரின் யூதப்படுகொலையே வரலாற்றாசிரியர்களால்

முன்னோக்கப்படுகிறது. மாமனிதர் (Superman) என்ற நீட்சேவின் கோட்பாட்டைச் சுவீகரித்துக் கொண்ட ஹிட்லர் ஜெர்மானிய இனம் மட்டுமே உலகை ஆளத்தகுதியானது, அது மட்டுமே உலகில் அதிகாரம் செலுத்தும் என்ற எதேச்சதிகாரத் திணிப்பு காரணமாக லட்சக்கணக்கில் யூதர்கள் மாண்டு மடிந்தார்கள் அல்லது இடம்பெயர நிர்ப்பந்திக்கப்பட்டார்கள். மேற்கின் சமூக உற்பத்தியில் அவர்களுக்கு எந்தப் பங்குமற்ற நிலையில் நாசிகளால் விரட்டியடிக்கப்பட்டபோது, பாலஸ்தீன் பகுதிதான் தங்களுக்கான நிரந்தர இருப்பிடம் என்ற நிலைப்பாட்டுக்கு யூதர்கள் வந்தார்கள். அதற்கு முன்பே 19ஆம் நூற்றாண்டின் இறுதிப் பகுதியில் தியோடர் ஹெர்ஸ் யூத இருப்பிடம் என்ற கருத்தாக்கத்தை முன்வைத்தார். அது வளர்த்தெடுக்கப்பட்ட நிலையில் ஹிட்லரின் கொடூரங்கள் காரணமாக அந்தக் கருத்தாக்கம் செயல்வடிவத்துக்கான நிர்ப்பந்தத்தை ஏற்படுத்தியது. பின்னர் அதுவே பாலஸ்தீன் பகுதியிலிருந்து பிரித்தெடுக்கப்பட்ட இஸ்ரேல் என்ற தனிநாட்டின் உருவாக்கத்திற்குக் காரணமானது. இரண்டாம் உலகப்போர் காலகட்டத்தில் ஹிட்லர் யூதப் படுகொலைகளை நிகழ்த்தியபோது, யூத அடிப்படைவாதிகளான சியோனிஸ்ட்கள் ஹிட்லருடனும் அவரின் சகாக்களுடனும் இரகசியமாகவும் வெளிப்படையாகவும் தொடர்பு வைத்திருந்தனர். மேலும் தங்கள் சுய பாதுகாப்பிற்காகச் சக இனத்தவரைப் பலியாடாக்கத் தீர்மானித்தனர். இது மேற்கத்திய வரலாற்று மற்றும் கோட்பாட்டு விமர்சகர்களால் பதிவு செய்யப்பட்டிருக்கிறது. லென்னி பிரன்னர் இவர்களில் முக்கியமானவர். ஓர் அர்த்தத்தில் இவர்தான் ஹிட்லர்-சியோனிசக் கூட்டை வெளிப்படுத்திய ஒரே மேற்கத்தியப் பதிவாளர் எனலாம்.

சமகால அமெரிக்கச் சிந்தனையாளர்களான நோம் சாம்ஸ்கி, நார்மன் பிங்கஸ்டீன் வரிசையில் வருகிற லென்னி பிரன்னர் வட அமெரிக்க மார்க்சியச் சிந்தனையாளர். அமெரிக்காவில் வைதீக யூதக் குடும்பத்தில் 1937இல் லென்னி பிரன்னர் பிறந்தார். இளமைக் காலத்தில் பிரன்னருக்குச் சமூக சீர்திருத்த இயக்கங்கள் மீதும் அதன் செயல்பாடுகள் மீதும் ஈர்ப்பு இருந்தது. அதன் சாய்தலோடு தன் இளமைப்பருவத்தை நகர்த்தினார். தன் குடும்பம் யூத மதப்பற்றுதல் கொண்டதாக இருந்தபோதும் இளமைக் கால பிரன்னர் அதில் ஆர்வம் காட்டவில்லை. தன் பத்தாவது வயதில் நாத்திகராக மாறினார். இதன் பின்னர் அமெரிக்க மார்க்சிய அமைப்புகளோடு அவருக்குத் தொடர்பு கிடைத்தது. தன் பதினைந்தாவது வயதில் மார்க்சியக் கோட்பாடுகளில் ஆர்வம் கொண்டு அதனைப் படிக்கத் தொடங்கினார். பின்னர் அமெரிக்க சிவில் உரிமை அமைப்பு ஒன்றில் இணைந்து தீவிரமாகச் செயலாற்றத் தொடங்கினார். 1960இல் அந்த அமைப்பின் ஒருங்கிணைப்பாளராக நியமிக்கப்பட்டார். அப்போது

அமெரிக்க மனித உரிமைப் போராளியான பயாட் ரஸ்டினுடன் தொடர்பு ஏற்பட்டது. அந்த உறவு ஒருகட்டத்தில் மார்டின் லூதர் கிங் உடன் நீட்சியடைந்தது. இந்தக் காலகட்டத்தில் பிரன்னர், தன் மனித உரிமைச் செயல்பாடுகளுக்காக மூன்று முறை சிறைப்பட்டார். 39 மாதங்கள் ஜெயிலில் கழித்த அவருக்கு அதுவே தொடர்ந்து போராடுவதற்கான உணர்வை ஏற்படுத்தியது. வியட்நாம் போரின்போது போர் எதிர்ப்பு இயக்கத்தில் தீவிரமாகச் செயல்பட்ட லென்னி வியட்நாமுக்கு எதிரான அமெரிக்காவின் நடவடிக்கைகளை எதிர்த்தார். அதன் காரணமாக அமெரிக்க உளவுத்துறையின் கண்காணிப்புக்கு உட்படுத்தப்பட்டார். அயர்லாந்து விடுதலைப் போராட்டம் தீவிரமடைந்தபோது, அதன் செயல்பாட்டாளர்களோடு தொடர்பு கொண்டு அந்தப் போராட்டத்தை ஆதரித்தார். அயர்லாந்து தேசியப் போராட்டத்தின் போக்குகள், அதன் உள்ளடக்கம், சுயநிர்ணயக் கோட்பாடுகள் பற்றி அதன் போராளிகளுக்கு ஆலோசனைகளை வழங்கினார். லென்னியின் நூல்கள் அனைத்துமே யூத அடிப்படைவாதம், எதிர் சியோனிசக் கோட்பாடுகள், ஏகாதிபத்தியம் குறித்தவை.

மேற்கத்திய அரசியல், மதக் கோட்பாட்டாளர்கள் ஆகியோரிடையே லென்னியின் ஏகாதிபத்திய, யூத எதிர்ப்புச் சிந்தனைகள் மிகுந்த பாதிப்பையும், அதிர்வலைகளையும் ஏற்படுத்தின. குறிப்பாக 2002இல் இவர் தொகுத்த *51 Documents: Zionist collaboration with the Nazis* என்னும் நூல் அமெரிக்க, ஐரோப்பிய யூத ஆதரவாளர்களிடமும் ஏகாதிபத்திய சார்பு கொண்டவர்களிடமும் மிகுந்த கொந்தளிப்பை ஏற்படுத்தியது. இதனை வெளிக்கொணர்ந்ததன் மூலம் லென்னியின் ஆளுமை தனித்துவ மிக்கதாக மாறியது. இந்நூலில் லென்னி இரண்டாம் உலகப்போர் காலகட்டத்தில் ஹிட்லரின் யூதர்களுக்கு எதிரான அழித்தொழிப்பு, அதை ஹிட்லர் நிறைவேற்றிய காலகட்டத்தில் சியோனிஸ்ட்களில் சிலர் ஹிட்லரின் அமைச்சரவை சகாக்களோடு தங்களின் சுய பாதுகாப்பிற்காக இணைந்து நின்றமை, அவர்களுக்கிடையேயான உரையாடல் போன்ற வற்றை விரிவான ஆதாரங்களுடன் வெளிக்கொணர்ந்தார். லென்னியின் இந்தப் பதிவை மறுத்த அமெரிக்க சியோனிஸ்ட்கள் அவரை யூத இனத் துரோகியாகச் சித்திரித்தனர். இதனைத் தொடர்ந்த மேற்கத்திய சியோனிஸ்ட்கள் மற்றும் வலதுசாரி ஊடகங்களின் லென்னிக்கு எதிரான பரப்புரைக்கும், யூதக் கோட்பாட்டுருவாக்கத்திற்கும் லென்னியின் பதில் விரிவாகவும், தெளிவாகவும், ஆதாரபூர்வமானதாகவும் இருந்தது. அவர் முப்பதுகளில் இத்தாலிய சர்வாதிகாரியான முசோலினிக்கும், யூத மதத் தலைவர்களுக்கும் இருந்த தொடர்பைப் பற்றி விவரிக்கிறார். அவர்கள் முசோலினியை ஹிட்லருடன் தங்களுக்கான இணக்கத்தை ஏற்படுத்தும்

சமாதானத் தூதுவராகக் கருதினார்கள். ஜெர்மனியிலும், போலந்திலும் தங்கள் இருத்தலுக்கான வழித்தடம் முசோலினியிடம் இருக்கிறது என்பதாக நம்பினார்கள். இதன் தொடர்ச்சியாக 1933 மார்ச் 31இல் சர்வதேச சியோனிசத் தலைவரான சொகொலவ் முசோலினியைச் சந்தித்தார். அதே ஆண்டு ஏப்ரல் 1ஆம் தேதி நாசிகள் பெர்லினில் நடத்தவிருந்த யூத எதிர்ப்புப் பேரணியை ரத்து செய்யுமாறு நாசிகளை முசோலினி கேட்டுக் கொள்ள வேண்டும் என்பதே அந்தச் சந்திப்பின் நோக்கம். அதன் பிறகு முசோலினி தன்னுடைய தூதரை ஜெர்மனிக்கு அனுப்பி ஹிட்லரைச் சந்திக்க வைத்தார். இறுதியில் பேரணி கைவிடப்பட்டது. யூத எதிர்ப்புப் பேரணி ரத்து செய்யப்பட்டதன் காரணமாக ஹிட்லர் தன் ஆதரவாளர் களிடமிருந்து கடுமையான எதிர்வினைகளையும், விமர்சனங்களையும் எதிர்கொண்டார். இதன் காரணமாக ஹிட்லர் அடுத்தமுறை தன்னைச் சந்திக்க வந்த இத்தாலியத் தூதரிடம் பின்வருமாறு குறிப்பிட்டார்:

'நான் ஜெர்மானியர்களுக்கு மிகுந்த உத்வேகத்துடன் செய்யும் பணிகளுக் காக என் பெயர் இருநூறு அல்லது முந்நூறு ஆண்டுகள் நிலைத்திருக்குமா என்பது எனக்குத் தெரியாது. ஆனால் நான் நிச்சயமாக இருக்கிறேன். யூதாயிசம் என்ற பிளேக்கை ஜெர்மனியிலிருந்து விரட்டுவதற்காக என் பெயர் இன்றிலிருந்து 500 அல்லது 600ஆண்டுகள்வரை எல்லா இடத்திலும் ஊடுபாவி நிலைத்திருக்கும்.' ஹிட்லரின் இவ்வாறான வரிகள் அக்காலத்தில் யூத இனம் மீது அவர் கொண்ட வெறுப்பின் உச்சகட்ட உணர்வை வெளிப்படுத்தின. அதுவே பின்னொரு கட்டத்தில் பரிணாம வடிவத்தை அடைந்தது.

லென்னியின் முதல் நூல் Zionism in the age of the dictators என்னும் பெயரில் 1975இல் வெளியானது. ஹிட்லரின் ஆட்சிக்காலத்தில் சராசரி யூதர்களுக்கும், சியோனிச அமைப்புக்குமான உறவு நிலையின் நிகழ்வியல் வரைபடமாக அதன் விவரணங்கள் இருந்தன. குறிப்பாகத் தங்களுக்கான தனித்தேசிய இருப்பிடத்தை அமைப்பதற்காக அவர்கள் நாசிகளுடன் எவ்வித சமரசத் திற்கும் தயாராக இருந்தனர். இதன் தொடர்ச்சியில் வந்த அவரின் மற்றொரு நூலான Iron wall: Zionist Revisionism from jabotinsky to Shamir இந்த வரலாற்று முரணை மேலும் விவரித்தது. இதில் யூத அடிப்படைவாதிகள் ஹிட்லரை ஜெர்மனியைக் காக்க வந்த மகாத்மா என்றும், அவர் இல்லாத ஜெர்மனி நிர்மூலமாகிவிடும் என்றும் வர்ணித்ததை லென்னி குறிப்பிடுகிறார். இந்தத் தருணத்தில் ஐரோப்பிய மற்றும் அமெரிக்காவைச் சேர்ந்த, அடிப்படையில் யூத மரபைக்கொண்ட இடதுசாரிச் சிந்தனையாளர்கள் சியோனிஸ்ட்களின் நாசிகளுடனான இரகசியக் கூட்டைக் கடுமையாக விமர்சித்தனர். அப்போது அமெரிக்காவில் இருந்து வெளிவந்த சியோனிச மாத இதழான பீடர் மன்த்லி அவர்களின் செயல்பாடுகளைப் பின்வருமாறு நியாயப்படுத்தியது:

‘இடதுசாரிப் பிரிவைச் சேர்ந்த பெர்ல் லாக்கர் போன்றவர்கள் நம்மைத் திருத்தல்வாதிகள் என்றும் ஹிட்லருக்கு ஆதரவானவர்கள் என்றும் வர்ணிக்கிறார்கள். இவர்களைப் போன்றோரின் நோக்கம் பாலஸ்தீனை மாஸ்கோவின் காலனியாக ஆக்க வேண்டும் என்பதுதான். அங்கு யூதர் களுக்குப் பதிலாக அரபுகளைக் குடியமர்த்தப் பார்க்கிறார்கள். வெள்ளை மற்றும் நீலக்கொடிக்குப் பதிலாகச் சிவப்புக் கொடியை இவர்கள் ஏற்ற முயல்கிறார்கள். ஜோர்டானின் இருபக்கங்களிலும் யூதர்கள் மிகுதியாகக் குடியேறினால், அது பால்தீன் யூதர்களின் அரசியல், பொருளியல், பண்பாட்டுச் சிக்கல்களுக்குத் தீர்வாக அமையும். அந்தத் தேசம் ஹிட்லரிச மாகவும் மாறலாம்.’ தன்னுடைய நூல்களில் இதனைப் பற்றித் தெளிவாகக் குறிப்பிடும் லென்னி ஜெர்மானிய யூதர்கள் ஒருபோதுமே எதார்த்த ஜெர்மானியர்களாக மாற முடியாது என்ற அடிப்படைவாதிகளின் நாசி களுடனான எழுதப்படாத ஒப்பந்தம் பற்றியும் வெளிப்படுத்தினார்.

அடிப்படையில் யூதராக இருந்துகொண்டு, இருபதாம் நூற்றாண்டு சியோனிஸ்ட்களின் தகிடுத்தத்தத்தை வெளிப்படுத்திய லென்னி அமெரிக்காவில் ஒரு தேர்ந்த சிந்தனையாளருக்கான பொறுப்புணர்ச்சியோடு அதைச் செய்தார். அவரின் கோட்பாடுகள் முழுவதுமே இடதுசாரி மரபுணர்ச்சியை உள்வாங்கிய, சியோனிச எதிர்ப்பை மையமாகக் கொண்டவை. பாலஸ்தீனில் யூத ஆக்கிரமிப்பைத் தன்னுடைய எழுத்துகளில் கடுமையாக விமர்சித்த லென்னி இருபதாம் நூற்றாண்டு ஐரோப்பாவின் இடைப்பகுதி வரலாற்றை அதன் அசல்தன்மையோடு அறிவுலகிற்கு வெளிப்படுத்திய முதல் மார்க்சியச் சிந்தனையாளர். மிகுந்த சவால்கள், தத்ரூபமான தர்க்க உணர்வு இவற்றை உட்கொண்டு சியோனிசம் பற்றிய தன் எதிர்க் கோட்பாடுகளை மேற்குலகில் வெளியிட்ட லென்னி பிரன்னர் தற்போது நியூயார்க்கில் வசித்துவருகிறார். இதுவரை ஐந்து புத்தகங்களை வெளியிட்டிருக்கிற லென்னி பிரன்னர் பல்வேறு பத்திரிகைகளில் நூற்றுக்கும் மேற்பட்ட கட்டுரைகளை எழுதியிருக்கிறார். அமெரிக்கப் பல்கலைக்கழகம் ஒன்றில் கௌரவப் பேராசிரியராகவும் லென்னி இருக்கிறார். இவரின் கட்டுரைகள் *Counter punch, Guardian, Nation, Amsterdam News, Middle East affairs, Middle east policy, The journal of Palestine Studies , Jerusalem post, Al Fajr* போன்ற பத்திரிகைகளில் வெளியாகின்றன.

●

பாலஸ்தீன்: அரபுகள், சியோனிசம், பிரிட்டன், நாசிகள்

மத்தியக் கிழக்குக் குறித்த பல்வேறு விஷயங்களை ஆராய்ந்தவர்களில் லென்னி முக்கியமானவர். இரண்டாம் உலகப்போர் காலகட்டத்தில் நாசிகளுக்கும் யூத சியோனிச அடிப்படைவாதிகளுக்குமிடையே நிலவிய மறைமுக உறவுமுறை முக்கியமானது. இதை முதன்முதலாக மேற்கத்திய உலகின் முன்பு லென்னி வெளிக்கொணர்ந்தார். இதன் எதிரொலிகள் சாதாரணமானவையாக இருக்கவில்லை. மேற்கத்திய சியோனிசத் தரப்பி லிருந்து கடுமையான மிரட்டல்களும், பதிலறிக்கைகளும் வெளிவந்தன. ஒரு நெருக்கடியான சூழலின் இடப்பெயர்வில் லென்னி இதை வெளிக் கொணர்ந்தார். வட அமெரிக்க மார்க்சியராக அவரின் மற்ற புலங்கள் குறித்த ஆய்வுகள் முக்கியமானவை. குறிப்பாகப் பாலஸ்தீனிய நிலப்பரப்பு, யூத தேசிய இருப்பிடம் குறித்த பார்வை, அதன் வரலாற்று ரீதியான சிக்கல்கள் போன்றவை அவரின் ஆய்வுத்தளத்தில் எப்போதும் இருந்தவை.

பாலஸ்தீன் பகுதியில் யூதர்களின் அதிகாரபூர்வமற்ற இடப்பெயர்வு என்பது 1933க்கும் 1936க்கும் இடைப்பட்ட காலத்தில்தான் தொடங்கியது என்கிறார் லென்னி பிரன்னர். ஏறக்குறைய ஒரு லட்சத்துக்கும் மேற்பட்ட யூதர்கள் இந்தத் தருணத்தில் இங்குக் குடியேறினர். 1931இல் பாலஸ்தீன் மக்கள்தொகையில் 18 சதவீதமாக இருந்த யூதர்களின் எண்ணிக்கை 1935இல் 29.9 சதவீதமாக அதிகரித்தது. இதனால் சியோனிஸ்ட்கள் தங்களின் ஒளி மயமான எதிர்காலம் வெகுதூரத்தில் இல்லை என்பதை உணர்ந்தனர். இதற்கான முதல் எதிர்வினை பாலஸ்தீனிய அரபுகளிடம் இருந்து வெளி வந்தது. அவர்கள் பாலஸ்தீன் பகுதியில் யூதக் குடியிருப்பை நிறுவுவதற் கான பிரிட்டனின் திட்டத்தை ஏற்கவில்லை. 1921 மற்றும் 1929 காலகட்டப் பகுதியில் அங்கு சியோனிஸ்ட்களுக்கும், அரபு அடிப்படை வாதிகளுக்குமிடையே கலகம் ஏற்பட்டது. இருதரப்பிலும் ஏராளமானோர் கொல்லப்பட்டனர். அதன் தொடர்ச்சியே இன்று வரையிலான இஸ்ரேலிய ஆக்கிரமிப்பும், படுகொலைகளும்.

பாலஸ்தீனிய அரபு அரசியலானது பணக்கார அரபு வம்சத்தின் ஆதிக்கத்தை அடிப்படையாகக் கொண்டது. பெரும்பாலும் ஜெருசலத்தை

அடிப்படையாகக் கொண்ட மதகுருவான ஹாஜி அல் அமீன் அல் ஹுசைனைப் பின்தொடர்ந்தவர்கள் ஹுசைனிகள் என்றழைக்கப்பட்டனர். இவர்கள் யூதர்களை அரசியல் ரீதியான எதிரிகள் என்பதை விடவும் மதரீதியான எதிரிகள் என்பதாகவே பார்த்தனர். ஹுசைனி பாலஸ்தீனில் எந்த அரசியல் மறுமலர்ச்சியும், முன்னோக்கமும் தேவையில்லை என்று கருதிவந்தார். இதன் மூலம் மிக அதிக எண்ணிக்கையிலான அரபு விவசாயப் பழங்குடிகளை அரசியல் மற்றும் சமூக நீரோட்டத்தில் அவரால் இணைக்க முடியாமல்போயிற்று.

இதற்கு நேர்மாறான நிலையில் யூதர்கள் இருந்தனர். அறிவுநுட்பமும், தந்திர மனோபாவமும், செல்வ வளமும், சர்வதேச அளவில் மிகப்பெரிய இயக்கங்களின் ஆதரவும் அவர்களுக்கிருந்தது. இது பாலஸ்தீனில் ஹுசைனிகளின் இருப்பை நிராகரித்தது. இதன் காலத்தொடர்ச்சி ஒரு கட்டத்தில் ஹுசைனிகளின் இருப்பைக் கேள்விக்குறியாக்கியது. இதனால் அவர்கள் நாடுகடந்த அரசியல் ஆதரவைத் தேடுவதற்கான நிர்ப்பந்தம் ஏற்பட்டது. அக்கட்டத்தில் அவர்களின் தேர்வு இத்தாலியாக இருந்தது. இத்தாலியில் அப்போது முசோலினியின் ஆட்சி இருந்தது. முசோலினிக்கும் இவர்களுக்குமான உறவுமுறை மிகவும் இரகசியமாக இருந்தது. ஆனால் ஒரு விபத்தாக 1935இல் இந்த இரகசியம் வெளி உலகிற்குத் தெரியவந்தது. முசோலினி அக்கட்டத்தில் லிபியாவில் செனூசி எழுச்சிக்கு எதிராக அவர்கள் மீது விஷவாயுவைச் செலுத்தினார். அப்போது இத்தாலி பிரிட்டனுக்கு எதிராக இருந்தது. பாலஸ்தீன் நிலக்கிழார்களுக்கு இத்தாலி ஆதரவளிக்க இதுவும் ஒரு காரணம். அவர்களுக்கு இத்தாலி நிதிஉதவி அளித்தது. இதனை இத்தாலிய வெளியுறவுத் துறை அமைச்சரே ஒரு கட்டத்தில் ஒத்துக்கொண்டார். 'சில ஆண்டுகளாக முசோலினி அங்குள்ள மதகுருவோடு நல்ல உறவு வைத்திருக்கிறார். அவரின் நிதியானது பல கதைகளைச் சொல்லும்.'

ஹிட்லர் யூதர்கள், அரபுகள் ஆகிய இருவரையும் சமதூரத்தில்தான் வைத்திருந்தார். காரணம் இருவருமே செமிட்டிக் இனத்தவர்கள். மேலும் ஹிட்லர் யூதர்கள் தங்களுக்கான நாட்டை அமைக்கமாட்டார்கள் என்றே இறுதிவரை கருதி வந்தார். யூதர்களுக்கு எதிரான அவரின் இனச்சுத்திகரிப்பு அதிகம் முடுக்கப்பட்டதற்கு இதுவும் ஒரு காரணம். 1920களில் ஜெர்மனியில் வலதுசாரி அரசியல் குழுக்கள் மத்தியில் பிரிட்டனால் ஆக்கிரமிக்கப் பட்ட நாடுகள் மீது அனுதாபப் பார்வை ஏற்பட்டது. ஆனால் ஹிட்லர் இதில் எந்தப் பார்வைக்கும் உட்படவில்லை. எல்லோரையும் ஒரே கண்ணோட்டத்தோடு அணுகினார். ஒரு கட்டத்தில் இவ்வாறு குறிப் பிட்டார். 'ஜெர்மானிய இரத்தத்தைச் சார்ந்த மனிதன் என்ற முறையில் எனக்கு யார் யாருடைய கட்டுப்பாட்டில் இருந்தாலும் எல்லாமே ஒன்று

தான். அது இந்தியாவாக இருந்தாலும் சரி, எகிப்தாக இருந்தாலும் சரி. ஒரு சமூக மனிதன் என்ற முறையில் இன அடிப்படையில் மனிதர்களைப் பார்ப்பவன் என்ற வகையில் என் சொந்த நாட்டு மக்களின் தலைவிதியை ஒடுக்கப்பட்ட நாடுகள் என்றழைக்கப்படுபவற்றுடன் சேர்த்துக் கலக்க நான் விரும்பவில்லை.' இதனைத் தொடர்ந்து அவரின் இனமேன்மை, மாமனிதன் போன்ற கோட்பாடுகள் உயிர்பெற்றன. இருந்தாலும் 1936இல் பாலஸ்தீனில் ஏற்பட்ட அரபுகளின் கலகமானது நாசிகளைப் பாலஸ்தீன் பக்கம் சாய வைத்தது. அந்தக் கலகம் பாலஸ்தீன் பிராந்தியத்தில் மிகப் பெரிய உயிரிழப்பை ஏற்படுத்தியது. அப்போது புகழ்பெற்ற மதகுருவான இஸ்ஸுத்தீன் அல் காசிம் பிரிட்டிஷ் படைகளால் கொல்லப்பட்டார். அவரின் இறுதி ஊர்வலத்தில் பெரும் கலவரம் ஏற்பட்டது. இதனைத் தொடர்ந்து இரு யூதர்கள் கொல்லப்பட்டனர். அதற்கு அடுத்த நாள்களில் அரபுகள் கொல்லப்பட்டனர். இவ்வாறாக இரு தரப்பிலும் பெரும் உயிர்சேதம் ஏற்பட்டது.

அரபுகளின் இந்தக் கலகக் கட்டத்திலும் ஜெர்மானிய சியோனிச அடிப் படைவாதிகள் நாசி தலைவர்களுடன் நல்ல உறவு முறையில் இருந்தனர் என்கிறார் லென்னி பிரன்னர். இதனால் நாசிகள் அத்தருணத்தில் தங்கள் பிரதிநிதியைப் பாலஸ்தீனுக்கு அனுப்பினர். அப்போது ஜெர்மனியானது அங்கிருந்து அதிக அளவிலான யூதர்கள் பாலஸ்தீனுக்கு இடம்பெயர வேண்டும் என்று விரும்பியது. அதன் காரணமாக யூத இடப்பெயர்வு நிகழ்ந்து தங்களின் தூய ஆரியக் கனவு எளிதில் நிறைவேறும் என்று நம்பியது.

இதற்கிடையில் பாலஸ்தீனில் யூதர்களின் தற்காப்பு இராணுவப் படை அமைக்கப்பட்டது. அது ஹகனா என்றழைக்கப்பட்டது. இதன் பிரதிநிதி யான பெய்வல் போல்கஸ் 1937 பிப்ரவரி 26இல் ஜெர்மனி வந்து ஜெர்மன் உயரதிகாரியான அடால்ப் ஈச்மெனைச் சந்தித்தார். ஈச்மென் ஹிட்லரைப் போலவே ஆஸ்திரியாவிலிருந்து ஜெர்மனிக்கு இடம் பெயர்ந்தவர். அரசியலுக்கு வருவதற்கு முன்பு எண்ணெய் நிறுவனம் ஒன்றில் சிலகாலம் பணிபுரிந்தார். சியோனிசத்திற்கு ஆதரவாக இருந்தார். ஹீப்ரு மொழியை யும் ஹெர்சலையும் படித்திருந்தார். இருவரும் பாலஸ்தீனில் யூதர்களின் எதிர்காலம் குறித்து அதிகம் உரையாடினர்.

ஈச்மெனின் உதவியாளரான பிரான்ஸ் ஆல்பர்ட் என்பவரால் பதிவு செய்யப்பட்ட இந்த உரையாடல் நாசிகளின் ஆவணங்களிலிருந்து இரண்டாம் உலகப் போரின் முடிவில் அமெரிக்க இராணுவத்தால் கைப்பற்றப்பட்டது. இதில் பாலஸ்தீன் யூதக் குடியேற்றம் தொடர்பான சில முக்கிய முடிவுகள் எடுக்கப்பட்டன. ஜெர்மானிய யூதர்கள் பாலஸ்தீனில் மட்டுமே குடியேற வேண்டும். வேறு நாடுகளில் குடியேறுவதைத் தவிர்க்க

வேண்டும் என்ற அழுத்தம் நாசிகளால் கொடுக்கப்பட்டது. சியோனிசத் தலைவர்களின் திட்டமும் அதுவாகத்தான் இருந்தது. அவர்கள் அங்குப் பெருவாரியான யூதக்குடியேற்றம் நிகழ வேண்டும் என்று எதிர்பார்த்தார்கள். இந்நிலையில் மத்தியக் கிழக்கு விவகாரத்தில் ஜெர்மனியின் தலையீட்டை இத்தாலி எவ்வாறு எதிர்கொள்ளும் என்பதைப் பற்றி ஜெர்மானிய அதிகாரிகள் சிந்தித்தார்கள். மேலும் 1937இல் ஜெர்மானிய அமைச்சர் இது குறித்து பிரிட்டன் அதிகாரிகளுக்குக் கடிதம் எழுதினார். அதில் பிரிட்டனின் அதிகாரத்தின் கீழ் சியோனிச அரசோ அரசியல் அமைப்போ அமைக்க வேண்டாம் என்றும், அதற்குப் பதிலாக யூதர்களுக்கான சர்வதேச சட்ட அடிப்படையிலான கூடுதல் அதிகார மையத்தை ஏற்படுத்தலாம்; அது வாடிகன் மாதிரியோ, கம்யூனிச அகிலம் மாதிரியோ இருக்கலாம் என்றும் தன் கருத்தை அதில் எழுதியிருந்தார். பின்னர் இந்த யோசனை நிராகரிக்கப்பட்டது.

பாலஸ்தீன் மீதான பிரிட்டனின் கொள்கையானது முப்பதுகளில் நுண்மையான இராஜ்ஜிய செயல்தந்திர ரீதியாக இருந்தது என்கிறார் லென்னி பிரன்னர். 1937இல் ஜெருசலத்தின் இராணுவ ஜெனரலாக இருந்த சர் ரொனால்ட் ஸ்டோர் 'சியோனிஸ்ட்கள் இந்த மண்ணில் ஆசீர் வதிக்கப்பட்டு அவர்களிடம் பிரிட்டன் ஒன்றைக் கொடுத்து இன்னொன்றை எடுத்துக்கொள்ளும். சியோனிஸ்ட்களின் குழுவானது பாலஸ்தீனை ஜெருசலம், கைபா, காசா ஆகிய மூன்று பகுதிகளாகப் பிரிக்க வேண்டும் என்று கோரிக்கை விடுத்தது. அவை மூன்றும் பிரிட்டனின் மேற்பார்வை யில் சிலகாலம் இருக்க வேண்டும் என்றது. 1937இல் சியோனிசத் தலைவர்கள் தங்களுக்காகப் பிரிட்டனால் முன்மொழியப்பட்ட நில வரைபடத்தை ஏற்றுக்கொள்ள மறுத்தனர். அவர்களின் ஆலோசனைக் குழு இது தொடர்பாகக் கூடி ஆலோசித்தது. 'நமக்காக முன்மொழியப்பட்டிருக்கும் யூத அரசானது, சாத்தியமான எல்லாவித இழப்பீடுகளும், வளர்ச்சியும் இருந்தபோதும் நமக்கான இறுதிக் குறிக்கோளை அடையும் வழி இதுவல்ல. இந்தப் பகுதியில் யூதப் பிரச்சினையைத் தீர்க்க முடியாது. அடுத்த பதினைந்து ஆண்டுகளில் என்ன நடக்கும் என்று நம்மால் கணிக்க முடியாது. இந்த மிகச் சிறிய பகுதியில் இவ்வளவு பெரிய யூத மக்களைக் குடியேற்ற முடியாது.'

இவ்வாறு தீர்மானித்த அவர்கள் சியோனிச அரசானது தவிர்க்க முடியாத நிலையில் பாலஸ்தீன் மக்களுக்கு எதிரான வலுவான அமைப்பாக மாறவேண்டும் என்று எதிர்பார்த்தார்கள். அன்றைய கட்டத்தில் யூத பூர்ஷ்வாக்கள் மத்தியில் இரு ஆன்மாக்கள் இருந்தன. ஒன்று வர்த்தக இலாபத்தை எதிர்நோக்கி இயங்கிய வணிக முதலாளி யூத வர்க்கம். மற்றொன்று அரசியல் அதிகாரத்தைத் தேடிய அரசியல் வர்க்கம் இதில்

அரசியல் வர்க்கம் வெகுதிரளான யூத மக்கள், அரசியல் அதிகாரம் மூலம் மட்டுமே வாழ முடியும் என்று நம்பியது. மேலும் அரபுத் தொழிலாளர் வர்க்கத்தின் மீது ஆதிக்கம் செலுத்துவதன் மூலம் தன் இருப்பை நிலை நாட்ட முடியும் என்றும் நம்பியது.

நாசிகள் பாலஸ்தீன் பிரிவினையைத் தங்களுக்குச் சாதகமான ஒன்றாக நினைத்தார்கள். அதற்கு முக்கியக் காரணம் 2000 ஜெர்மானியர்கள் அங்கு வெவ்வேறு பிரதேசங்களில் வாழ்ந்ததாகும். அவர்களில் கத்தோலிக்க குருமார்கள், லூத்தரன்கள், பிற இனத்தவர்கள் ஆகியோர் அடங்குவர். அவர்கள் புனித ஜெருசலத்தைத் தரிசிப்பதற்காக ஜெர்மனியிலிருந்து கிளம்பியவர்கள். அவர்கள் ஆறு செழுமையான காலனிகளில் குடியேறினார்கள். அவற்றில் நான்கு யூதர்களுக்குச் சொந்தமானவை. இவற்றை சியோனிச அமைப்பு எவ்வாறு தாங்கிக்கொண்டது என்பது புதிரானது. அவர்கள் நாசிகளின் அனுதாபத்தை எதிர்பார்த்தார்கள். உள்ளூர் நாசி தலைவர்கள் பாலஸ்தீன் பிரிவினைக்குப் பிறகு யூதர்கள் அங்குக் குடியேறுவதைப் புறக்கணித்தால் அது அவர்களின் மொத்த இருப்பைச் சாத்தியமற்றதாக்கிவிடும் என்றார்கள். ஜெர்மானிய வெளியுறவு அமைச்சகமானது பாலஸ்தீனில் யூதக் காலனியானது பிரிட்டனின் கட்டுப்பாட்டின் கீழ் அமைக்கப்பட வேண்டும் என்றது. இந்நிலையில் மொத்த அரபு மனோபாவமானது பிரிவினைக்கு எதிராக இருந்தது. ஆனால் அங்குள்ள பழங்குடி இனத்தவர்களான ஹுசைனிகள் சின்ன அளவிலான யூத அரசு உருவாவதை ஆதரித்தனர். இதை மற்றொரு பிரிவினர் எதிர்த்தனர். அவர்கள் பிரிட்டனின் வரைவுத் திட்டத்தைக் கடுமையாக எதிர்த்தனர். மேலும் பிரிவினை விவகாரத்தில் அரபுகளுக்கிடையே ஏற்பட்ட முரண்பாடு மோதலாகி உள்நாட்டுச் சண்டைக்குக் காரணமானது.

இந்நிலையில் ஜோர்டான் நாட்டு மன்னரான அப்துல்லா இந்தப் பிரிவினையை ஆதரித்தார். காரணம் அவரின் நாடு பாலஸ்தீன் பகுதியுடன் ஏற்கனவே இணைக்கப்பட்டிருந்தது. சவூதி அரேபிய மன்னர் இந்த விஷயத்தில் மௌனமாக இருந்தார். எகிப்து மற்றும் ஈராக் அதிபர்கள் தங்களின் சொந்த நாட்டிலும் இம்மாதிரியான குரல் வலுப்பட்டு விடுமோ என்ற தயக்கத்தில் இருந்தனர். ஜெர்மனியைப் பொறுத்தவரை அன்றைய கட்டத்தில் அரபுகளுக்கு முற்றிலும் எதிராகத்தான் இருந்தது. இந்நிலையில் சியோனிசத் தரப்பிலிருந்து நாசிகளுக்கு யூத நாடு பற்றிய அழுத்தம் தொடர்ந்து கொடுக்கப்பட்டுக் கொண்டே வந்தது. 1937இல் சியோனிசத் தலைவர் ஜெ.மானிய வெளியுறவு அமைச்சருக்குப் பின்வருமாறு கடிதம் எழுதினார். 'யூத அரசானது உடனடியாக எல்லா வழிகளிலும் அமைக்கப்பட வேண்டும். அந்த அரசானது பிரிட்டனின் வரைவுத்திட்டத்தை அடிப்படையாகக் கொண்டிருத்தல் வேண்டும். அதன் பிறகு எல்லைகள்

அவர்களின் விருப்பத்திற்கேற்ப அமைக்கப்படலாம்.' மேலும் அவர் இவ்வாறு குறிப்பிட்டார். 'யூத தேசியவாத வட்டத்திற்குள் மக்கள் மிக மகிழ்ச்சியாக இருக்கிறார்கள். இதுவரை பாலஸ்தீனில் அதிகரிக்கப்பட்ட மக்கள்தொகை பாலஸ்தீனிய யூதர்களுக்கு விரைவில் நல்லதொரு எதிர்காலத்தை அளிக்கும். மேலும் இது பாலஸ்தீன அரபிகளைவிட உயர்ந்த நிலையில் இருக்கும்' இதனைத் தொடர்ந்து நாசிகளின் சிந்தனையில் பாலஸ்தீன் விவகாரம் முக்கிய இடத்தைப் பிடித்துக்கொண்டது. சியோனிச ஆதரவாளர்கள் அதைப் பற்றியே எப்போதும் பேசியும், எழுதியும் வந்தார்கள்.

பாலஸ்தீன் பகுதியில் இஸ்ரேலின் உருவாக்கத்தை நாசிகள்-சியோனிஸ்ட்கள் ஆகியோரின் கூட்டுச் செயல்திட்டம் என்கிறார் லென்னி பிரன்னர். இதன் வரலாற்றுப் பின்னணி, உள்ளரசியல், இரகசிய உரையாடல்கள் இவற்றைக் குறித்து லென்னி விரிவாக ஆராய்ந்தார். அவரின் *51 Documents: Zionist collaboration with the Nazis* என்னும் நூல் மேற்குலகில் இந்த விவகாரத்தில் மிகுந்த அதிர்வலைகளை ஏற்படுத்தியது. மேலும் எல்லாக் காலங்களிலும், எல்லா நாடுகளிலும் யூத இனமானது பெரும்பாலும் சிறந்த குட்டி பூர்ஷ்வா வர்க்கமாகவே இருந்திருக்கிறது என்கிறார் லென்னி பிரன்னர். அவர்கள் பாலஸ்தீனியர்களுக்காகத் தங்களின் செல்வாதாரங்களை விட்டுக் கொடுக்கத் தயாரில்லை. அதனைத் தக்கவைக்கவே விரும்பினர். இதனோடுதான் அவர்களின் இடப்பெயர்வும் நடந்தேறியது. 1948இல் இஸ்ரேலிய உருவாக்கத்திற்குப் பிறகு அப்பகுதி நிலையற்று வெகுவாகச் சீர்குலைந்திருக்கிறது. ஏராளமான போர்கள், மனித இழப்புகள், ஆக்கிரமிப்புகள், கட்டாய இடப்பெயர்வுகள் நடந்தேறி இருக்கின்றன. இந்த விவகாரத்தின் மூலம் என்பது ஒரு நதி உருவாகும் எத்தனிப்பைவிடத் துயரமானது. மனித வலிகளின் சலனத்தை அதற்குள் இட்டு நிரப்பியது. இன்றைய அகதிமயமான பாலஸ்தீன் வாழ்வு நாசி- சியோனிசக் கூட்டுருவாக்கத்தின் தர்க்க ரீதியான தொடர்ச்சியே. இதை முதன்முதலாக வெளிக்கொணர்ந்த லென்னி மத்தியக் கிழக்கு வரலாற்றில் முக்கியமானவர்.

●

இரும்புச் சுவரின் நீள அகலங்களுடன்

லென்னி பிரன்னருடன் ஒரு நேர்காணல்*

மேற்கில் கல்வித் துறைக்கு வெளியில் இருக்கும் அறிவுஜீவி லென்னி பிரன்னர். லென்னி சியோனிசம் குறித்த கருத்தரங்கிற்காக அரபுப் பல்கலைக் கழகத்திற்கு இரு ஆண்டுகளுக்கு முன்பு வருகை தந்திருந்தார். தாரிக் அலி, சமீர் அமீன் வரிசையில் இவருடனும் நான் உரையாடத் தீர்மானித்தேன். வழக்கமாக என்னை ஆதரிக்கும் பல்கலைக்கழகப் பேராசிரியர் முனீர் ஹசன் மஹ்மூத் இதற்கு உறுதுணையாக இருந்தார். லென்னியின் அவசரம் காரணமாகக் குறைந்த நேரமே அவருடன் உரையாட முடிந்தது.

கேள்வி: சரியான தருணத்தில் நம் சந்திப்பு நிகழ்கிறது. உங்கள் மூதாதை யர்கள் பாலஸ்தீன் பின்னணியைச் சார்ந்தவர்கள். உங்களை நான் அறிந்த காலந்தொட்டு இன்று வரை உங்கள் வாழ்க்கைக் குறிப்பைப் படிக்கும் போதெல்லாம் இவர் 12 ஆம் வயதில் நாத்திகராக மாறினார். 15 வயதில் கம்யூனிஸ்டாக மாறினார் என்பதான தொடர் பிரதிபலிப்பு நிகழ்கிறது. அமெரிக்காவில் வசிக்கும் நீங்கள் இதை எவ்வாறு எதிர்கொள்கிறீர்கள்?

லென்னி பிரன்னர்: இதை நான் கவனித்தே வந்திருக்கிறேன். பிறந்தது அமெரிக்காவில். வைதீக யூதப் பின்னணியைக் கொண்டதான குடும்பத்தில் நான் ஒருவன். வாசிப்புச் செயல்பாடு அல்லது தேடல் என் குடும்பத்தைப் பாதித்திருந்தது. என்னுடைய உறவினர் ஒருவர் இளமைக்காலத்தில் என் சகோதரரிடம் பார் மிஷ்வாவின் *Story of mankind* என்னும் புத்தகத்தைப் படிக்கக் கொடுத்தார். மனித சமூகத் தோற்றம் குறித்த கதையாடல் அந்த நூல் முழுக்க நிரம்பியிருந்தது. எனக்கு அப்போது பத்து வயதிருக்கும். வரலாறு எவ்வாறு காலத்தைக் கடக்கிறது என்பதைக் குறித்த உணர்வு அப்போது எனக்கு ஏற்பட்டது. வரலாற்று உணர்ச்சி நிரம்பியவனாக மாறினேன். இதுவே பதினைந்தாவது வயதில் என்னை சோசலிசச் சிந்தனை நோக்கி நகரச் செய்தது.

* இந்நூலாசிரியர் லென்னி பிரன்னரை நேரில் சந்தித்து எடுத்த பேட்டி.

என்னுடைய முதல் வேலையே புத்தகக் கிடங்கொன்றில்தான் தொடங்கியது. இப்போது அதை மீண்டும் எனக்குள் வரவழைத்து நமுட்டாகச் சிரித்துக்கொள்ளலாமா என்று தோன்றுகிறது. அமெரிக்க உள்நாட்டுப் போர் குறித்து இன்றைய சராசரி அமெரிக்கர்கள் அறிந்திருப்பதைவிட அதிகமாக அன்று படித்தேன். வெறும் தகவல்கள் ஏற்படுத்தும் சாதாரணத் தனத்தைவிட, உள்ளுணர்வோடு கூடிய தூண்டலாக உள்நாட்டுப் போர் பற்றிய வரலாறு எனக்குள் மாறியது. இது தொடர்பான பல்வேறு தரவுகள், புத்தகங்களைத் தேடிப் படிக்கத் தொடங்கினேன். அன்றைய கட்டத்தில் வாசிப்பு எனக்குள் ஒரு செயல்பாடாக மாறிப்போனது. அறுபதுகளில் ஜேம்ஸ் பார்மர் தலைமையிலான அமெரிக்க சிவில் இயக்கத்தில் இணைந்தேன். அமெரிக்க இனவெறிக்கு எதிரான போராட்டங்களை அப்போது அந்த இயக்கம் முன்னெடுத்தது. அது நடத்திய பல்வேறு போராட்டங்களில் கலந்துகொண்டு சிறை சென்றிருக்கிறேன். சான்பிரான்ஸிஸ்கோவில் நடந்த போராட்டங்கள் அவை. அமெரிக்கச் சிறைச்சாலைகளின் நீள அகலங்கள் அப்போதுதான் எனக்குத் தெரிய ஆரம்பித்தன. அன்றாட வாழ்வின் இயல்பிலிருந்து விலக்கப்பட்டவனாக, உடலோடு மட்டுமே உரையாடல் நிகழ்த்தும் அனுபவத்தை அப்போதுதான் நான் உணர்ந்தேன்.

அதிலிருந்து வெளிவந்த தருணத்தில்; அமெரிக்கா வியட்நாம் மீது போர் தொடுத்துக் கொண்டிருந்தது. இதை எதிர்த்து உலகம் முழுவதுமாகக் கிளர்ச்சிகள், எதிர்க்குரல்கள் இருந்துகொண்டிருந்தன. அந்தத் தருணத்தில் நான் அமெரிக்காவில் நடைபெற்ற போர் எதிர்ப்புப் பேரணிகளில் கலந்து கொண்டு உரையாற்றி இருக்கிறேன். அதற்குப் பிந்தைய கட்டத்தில் 1968இல் அயர்லாந்து உரிமைக்கான தேசிய இயக்கத்தில் இணைந்து பல போராட்டங்களை முன்னெடுத்திருக்கிறேன். அதன் பிறகு இனவாதத்திற்கும் சியோனிசத்திற்கும் எதிரான இயக்கங்களை மற்றவர்களுடன் இணைந்து ஆரம்பித்திருக்கிறேன். அதன் காரணமாக அமெரிக்க சியோனிஸ்ட்களின் அச்சுறுத்தலுக்கும் ஆளானேன். அனுபவம் உருவாக்கும் வெளி ஒரு முன்னகரலுக்கான தொடக்கமே.

உங்களின் சியோனிசம் பற்றிய ஆய்வுகளுக்கு நீங்கள் அனா அரந்தை முன்னோடியாகக் கருதுவதாகச் சொல்கிறீர்கள். நான் நேசிக்கும் ஐரோப்பிய அறிவுஜீவிகளில் அனா அரந்தும் ஒருவர். அவருடைய Origin of Totalitarianism என்னும் நூல் நான் விரும்பிப் படித்தவற்றுள் ஒன்று. அவரின் முழு உருவமும் அந்தப் புத்தகத்தின் அட்டைப் படத்தில் நிரம்பி யிருக்கும். ஐரோப்பியச் சூழலில் அவர்தான் அதிகமாக யூத வெறுப்பு குறித்து ஆராய்ந்தவர். யூத இனப் பின்னணி குறித்து அதிகம் ஆராய்ந்த நீங்கள் அவரை எவ்வாறு அணுகுகிறீர்கள்?

நாசிகள் தங்கள் கொடூரங்களை நிகழ்த்திய இருபதாம் நூற்றாண்டு ஜெர்மனியில் சிக்கலான கட்டத்தில் தோன்றியவர் அனா. இருபதாம் நூற்றாண்டின் தொடக்கக் கட்டத்தில் ஐரோப்பாவில் ஆதிக்கம் செலுத்திய இரு பெரும் ஆளுமைகளான மார்டின் ஹைடெக்கர், கார்ல் ஜாஸ்பர் ஆகியோரிடத்தில் தத்துவம் பயின்றவர். இருவரிடமும் அவருக்கு ரொமாண்டிக் உறவு இருந்தது. இறுதியில் குந்தர் ஸ்டெர்ன் என்ற தத்துவ வாதியைத் திருமணம் செய்துகொண்டார்.

நாசிகள் காலத்து ஒடுக்குமுறையின்போது இவர் பாரிசுக்குப் புலம் பெயர்ந்தார். அங்குதான் வால்டர் பெஞ்சமினையும், ரைமண்ட் ஆரானையும் சந்தித்தார். அவரின் கருத்தியல் விரிவுக்கு அவர்கள் நட்பு துணையாக இருந்தது. இருத்தலியலின் தொடக்க நிலையாளரான ஹைடெக்கரின் பாதிப்புதான் அவரிடத்தில் கடைசி வரை தங்கி இருந்தது. இந்தத் தொடர்ச்சியில்தான் அவர் *Origin of Totalitarianism* நூலை எழுதினார். எதேச் சதிகாரம் அதன் உள்ளடக்கத்தில் இருந்து, எம்மாதிரியான வெளிப்பாட்டு வடிவங்களுக்கு உட்படுகிறது, அதன் கோட்பாட்டு வடிவம் என்ன என்பதைப் பற்றி விரிவாக அதில் ஆராயப்பட்டிருக்கிறது. செமிட்டிக் கருத்துருவத்தின் பின்புலம், நிலப்பரப்பின் அடையாள விரிவு என்பதாக அவரின் ஆய்வு நீண்டது. பத்தொன்பதாம் நூற்றாண்டு ஐரோப்பிய யூத வெறுப்பு வேர்கொண்ட விதத்தைக் காலனியாதிக்கத்தின் பதிலீடாக அனா காண்கிறார்.

மேற்கில் அதிகம் அதிர்வை உண்டாக்கிய என்னுடைய *51 Documents: Zionist collaboration with nazis* என்னும் நூலில் அவரின் சியோனிசம் பற்றிய ஆவணம் ஒன்றை இணைத்திருக்கிறேன். நாசிக் கட்சியில் இருந்த ஹைடெக்கரின் தொடர்ச்சியில் வந்ததால்தான் அனா யூதர்களுக்கு எதிரான நிலைப்பாட்டை எடுக்கிறார் என்ற விமர்சனம் அவர் மீது சியோனிஸ்ட் களால் வைக்கப்பட்டது.

என்னைப் பொறுத்தவரை அனா ஓர் அனார்கிஸ்ட். ஐரோப்பிய மேட்டுக்குடிச் சமூகத்தில் இறுக்கமாக நிறுவிப்போன மரபுகளைக் கேள்விக்குட்படுத்தியவர். ஒரு தேர்ந்த சிந்தனையாளராக அனா அந்த விஷயத்தைச் செய்தார். எல்லாவிதச் சவால்களையும் அதன் போக்கில் அவர் எதிர்கொள்ள வேண்டியதிருந்தது. அவருடைய மற்றொரு நூல் *Eichmann in Jerusalem.* இதில் ஹிட்லருக்கும் யூத அடிப்படைவாதிகளுக்கும் இடையே இருந்த உறவு விவரிக்கப்பட்டிருக்கிறது. வரலாறு எவ்வாறு ஏமாற்றமானதாகவும், பிம்பங்களை உற்பத்தி செய்யக்கூடியதாகவும் இருக்கிறது என்பது நம்மின் பிரதி அனுபவம். நம்முடைய கருத்துகள் சமூகத்தின் மற்ற கருத்துகளோடு எப்போதும் சவாலுக்காக நின்றுகொண்டு இருக்கின்றன.

அனாவின் தொடர்ச்சியில் நீங்களும் அமெரிக்க மார்க்சியராக நின்று கொண்டு சியோனிசத்தை விமர்சனக் கண்ணோட்டத்தோடு அணுகுகிறீர்கள். இந்த விஷயத்தில் நீங்கள் நோம் சாஸ்கி, நார்மன் பின்கல்ஸ்டீன் ஆகியோருக்கு முந்தைய இடத்தில் வருகிறீர்கள். 2002இல் வெளிவந்த உங்களின் *Zionist collaboration with nazis* என்னும் நூலை இதற்கு எடுத்துக்காட்டாகக் குறிப்பிடலாம். யூதப் பின்னணியில் இருந்துகொண்டு உங்களால் எப்படி இந்தச் சிக்கலில் விழ முடிந்தது?

ஐரோப்பிய யூத எதிர்ப்பு மனோபாவமும், அதன் விளைவாக யூதர்கள் மீது மேற்கொள்ளப்பட்ட சுத்திகரிப்பு நடவடிக்கையும் வரலாற்றின் நிகழ்போக்கில் மிகத் தெளிவாக இருக்கிறது. இதே காலகட்டத்தில் ஜெர்மானிய யூதர்களின் பாலஸ்தீன இடப்பெயர்வு, அது அரபுலகத்தில் ஏற்படுத்திய மறு விளைவு ஆகியவை எனக்கு ஒரு தேடலுக்கான கோட்டை வரைந்து காட்டியது. இதன் வரைதடத்தில் சென்று அது எவ்வாறு பதியப்பட்டிருக்கிறது என்பதைப் பார்க்க வேண்டிய அவசியத்திற்கு நான் உள்ளானேன். சியோனிசத்தைப் பொறுத்தவரை மார்க்சியத்தின் சமகாலத்தில் தோன்றிய, மற்ற கருத்தியல்களைப் போல அது 19ஆம் நூற்றாண்டின் கருத்தியல் வடிவம். மொத்த உலகமும் முதலாளித்துவமும் ஏகாதிபத்தியமும் நிரம்பிய ஒன்றாக இருந்தது. இதன் பின்னலில் தேசிய, மத அடையாளங்களும் மோதிக்கொண்டிருந்தன. இதன் தொடர்ச்சியில் ஐரோப்பாவில் தொழிலாளி, சியோனிசக் கருத்தியல் வடிவங்கள் தோன்றின. இவர்கள் சோசலிச சாய்வாக இருந்தனர். போல்ஷ்விக்குகள் அவர்களை மூன்றாம் அகிலத்தில் இணையச் சொன்னார்கள்.

இது லெனினின் கவனத்தில் வந்தபோது லெனின் சொன்னார். 'நாங்கள் தேசிய இனங்கள் அடிப்படையில் கட்சியில் யாரையும் இணைக்க விரும்ப வில்லை.' 19ஆம் நூற்றாண்டிலும், இருபதாம் நூற்றாண்டின் தொடக்கத் திலும் யூத சமூகத்தில் வர்க்க அடிப்படையிலான கூர்மையான பிரிவினை ஏற்பட்டிருந்தது. யூத மத்திய வர்க்கம் தன் பிள்ளைகள் பள்ளியில் ஹீப்ரூ மொழி படிப்பதை கட்டாயமாக்கியது. அதே நேரத்தில் யூத தொழிலாளி வர்க்கம் அதை விரும்பவில்லை. அதற்குப் பதிலாக அவர்கள் யுத்திஷ் மொழியைப் பேசினார்கள். இந்த இரண்டு வர்க்கத்தினரிடையேயும் உராய்வு அதிகமாக இருந்தது. தொழிலாளி வர்க்கத்தைச் சேர்ந்தவர்களான இவர்கள், சமூகத்தின் இன்னொரு பரிணாமத்தை அடைய வேண்டும் என்று விரும்பினார்கள்.

அன்றைய போலந்தில் யூத சமூகமானது மத்தியதர வர்க்கம், தொழிலாளி வர்க்கம், அடிப்படைவாத யூத சமூகம் என்பதாகப் பிளவுபட்டிருந்தது. இதனுடன் பலம்பொருந்திய ஜெர்மானியச் சமூகமும் சூழ்ந்திருந்தது. இந்நிலையில் போலந்தின் யூத மத்தியதர வர்க்கம், தங்களை மற்றவர்கள்

விரட்டிவிடுவார்கள், இங்குத் தங்களுக்கு எதிர்காலம் இல்லை என்று கருதியது. இதன் காரணமாக அவர்கள் பாலஸ்தீன்தான் தங்கள் இருப்பிடம் என்பதைப் புனைந்து உருவாக்கினார்கள்.

சியோனிசம் இந்த இடத்தில் மிகுந்த தாக்கத்தைச் செலுத்தியது. ஆனால் அது பரவிய இருபதுகளில் பெரும்பாலான யூதர்கள் அதை மேடைக்கு வெளியே உள்ள குரலாகத்தான் பார்த்தார்கள். இதன் தொடர்ச்சியில்தான் ஜெர்மன் நாசிசத்திற்கும், சியோனிசத்திற்கும் இடையே உள்ள தொடர்பைப் பற்றி விவரிக்க வேண்டியதிருக்கிறது. ஹிட்லரின் யூத வெறுப்பு அனுபவ வெளி சார்ந்தும், சில இலச்சினைகளை அடிப்படையாகக் கொண்ட ஒன்றாகவும் இருந்தது. இன்னொன்றைச் சொல்ல வேண்டுமென்றால் ஹிட்லரின் தந்தைகூட யூத வெறுப்பை இடது மதக் கோட்பாடாகத்தான் பார்த்தார். இளமைக்கால ஹிட்லர் ஆஸ்திரியாவின் வீதிகளில் பல உருவங்கள், வித்தியாச தோற்றமைப்புக்கொண்ட மனிதர்களைக் கண்டார். இவர்கள் ஜெர்மானியர்களா? யூதர்களா என்ற சிந்தனை அப்போது ஹிட்லருக்கு ஏற்பட்டது.

நனவிலி நிலையில் ஏற்பட்ட ஒரு கருத்து வடிவம், பிந்தையக் கட்டத்தில் பரிணாமத் தன்மையை எட்டியது. 1919இல் ஹிட்லர் ஜெர்மன் சோசலிஸ்ட்களுடன் இணைந்து ஜெர்மானிய சமூகம் பற்றிய உணர்வுக்கு வந்தார். எஸ்தோனிய ஜெர்மன் அகதியான ஆல்பர்ட் ரோசன்பர்க்கின் சியோனிசம் குறித்து *The Trace of the Jews in the wanderings of Time* என்னும் நூலையும் ஹிட்லர் உள்வாங்கியிருந்தார். அதில் ரோசன்பர்க் சியோனிசத்தின் தடங்கள் குறித்து விவரித்திருப்பார். சியோனிஸ்ட்கள் தங்கள் சர்வதேசச் சதித்திட்டத்திற்கான மறைவிடத்தைத் தேடினார்கள். ஹிட்லர் இந்தப் புள்ளியிலிருந்து தொடங்கி அவர்களின் இனவாதமும், தங்களுக்கான தேசிய அரசை ஏற்படுத்த இயலாமையும் இன்னொரு வாசல் ஒன்றிற்குத் திறவுகோலாக அமையும் என்று நினைத்தார்.

இதன் தொடர்ச்சியில் 1920இல் பாலஸ்தீன்தான் யூதர்களுக்கு ஏற்ற இடம் என்ற கருதுகோளுக்கு ஹிட்லர் வந்தார். அதே காலகட்டத்தில் நாசி கட்சிப் பத்திரிகை இதை முன்னெடுக்கத் தொடங்கியது. இதைக் குறித்துத் தனது மெய்ன் கேம்ப் நூலில் ஹிட்லர் இவ்வாறு குறிப்பிடுகிறார்: சியோன்கள் யூதர்களின் தேசிய உணர்வு குறித்த கருத்தை உலகம் முழுவதும் நம்பச் செய்யும் முயற்சியின் திருப்தியில் இருக்கிறார்கள். வெறுமனே அவர்கள் தேசிய அரசைக் கட்டமைக்க முடியாது. மாறாகச் சர்வதேச அளவில் அமைப்பாகத் திரள்வதும், மற்ற அரசுகளின் தலையீடு இல்லாமல் அவர்கள் தங்களுக்கான உரிமையை வகுத்துக் கொள்ளவும் உதவியாக இந்தக் கருத்தியல் நிற்கும். இந்நிலையில் 1932இல் நாசிகளால் ஜெர்மனியில் யூத எதிர்ப்புப் பேரணி நடத்தப்பட்டது. அதில் 'பாலஸ்தீன் செல்லத்

தயாராகுங்கள், பாலஸ்தீனுக்கான ஒருவழிப் பயணச் சீட்டு' போன்ற முழக்கங்கள் எழுப்பப்பட்டன.

அந்நேரத்தில் வெளியிடப்பட்ட நாசி அறிக்கையானது 1897இல் தியோடர் ஹெர்ஸ் குறிப்பிட்ட யூதர்கள் தங்கள் உரிமைகளில் குறுக்கிடும் எந்த அந்நிய அரசுக்கு எதிராகவும் கலகம் செய்ய வேண்டும் என்ற வரியை மேற்கோள்காட்டி இதனை எதிர்கொள்ள நாசிகள் தயாராக வேண்டும் என்றது. இதற்குப் பிந்தையக் கட்டத்தில் ஹிட்லர் அதிகாரத்திற்கு வந்த போது மெய்ன் கேம்பை மீறி யூதர்கள் விஷயத்தில் இறுதித் திட்டம் என்ன என்பதைத் தன்னுடைய நெருங்கிய நண்பர்களிடம்கூட ஹிட்லர் தெரிவிக்கவில்லை.

இந்நிலையில் யூதர்கள் மற்ற நாட்டு அந்நிய முதலாளிகளுடன் வணிக உறவு வைத்திருந்தார்கள். சமூகத்தில் ஏற்படும் வணிகச் சிக்கல்கள் யூதர்களின் விஷயத்திலும் நடந்தேறியது. 1933இல் ஜெர்மனியில் ஹிட்லர் பதவிக்கு வந்த காலத்தில் எந்த சியோனிஸ்ட்களும் ஹிட்லரின் முழு அர்த்தத்தை அறிந்துகொண்டிருக்கவில்லை. 1933 ஜூன் 21இல் ஜெர்மானிய சியோனிசக் கூட்டமைப்பு நாசிகளுக்கு இரகசியக் கடிதம் ஒன்றை அனுப்பியது. அதில் பின்வருமாறு குறிப்பிடப்பட்டிருந்தது: 'யூத நிலைமையின் சிக்கல் குறித்து சியோனிசத்திற்கு எந்த மாயங்களும் இல்லை. இது அதன் எல்லா அசாதாரண முறைகளையும், அறிவுத்தனங்களையும் உள்ளடக்கியிருக் கிறது. மேலும் கடந்த பத்தாண்டுகளான அதன் சீரான போக்கையும், அதன் சிதைவிற்கான அறிகுறியையும் அதை எதிர்கொண்டு யூத வாழ்க்கையைச் சீர்திருத்துவதற்கான சவாலையும் ஏற்றுக்கொண்டிருக்கிறது.'

இருபதாம் நூற்றாண்டின் ஐரோப்பிய மத்தியப் பகுதி வரலாறு முழுவதுமே, சியோனிஸ்ட்களின் நாசிகளுடனான கேவலமான உறவின் தொடர்ச்சியாகவே இருக்கிறது. 1936 மார்ச் 29இல் இவர்கள் கடல்சார் பள்ளி ஒன்றைத் தொடங்கினர். இது இத்தாலிய பாசிச அரசின் நிதி உதவியோடு தொடங்கப்பட்டது. இதில் யூத இளைஞர்களுக்கான மாலுமிப் பயிற்சி அளிக்கப்பட்டது. மேலும் சியோனிஸ்ட்கள், நாசிகளுடன் அன்றைய பிரிட்டிஷ் கட்டுப்பாட்டு பாலஸ்தீனுக்குத் தங்கள் பொருட்களை ஏற்றுமதி செய்வதற்காகத் தொழில் உறவை வைத்திருந்தார்கள். இதன் தொடர்ச்சியில் தான் அன்றைய ஜெர்மன் அமைச்சரான அடால்ப் ஈச்மென் 1937இல் பாலஸ்தீனுக்கும் எகிப்திற்கும் பயணம் செய்தார். அங்குப் பல சியோனிசத் தலைவர்களைச் சந்தித்தார்.

ஹிட்லரின் யூத படுகொலை தொடங்கப்பட்ட 1942 காலத்தில் ஈச்மென் சியோனிச வெறியர் என வர்ணிக்கப்பட்ட ஹங்கேரிய யூதரான ருடால்ப் கேஸ்ட்னருடன் தொடர்புவைத்திருந்தார். அந்த நேரத்தில் ஹங்கேரிய

யூதர்கள் பலர் ஹிட்லரின் வதை முகாமிற்கு அனுப்பப்பட்டனர். அப்போது ஈச்மென் இதைப்பற்றிப் பின்வருமாறு குறிப்பிட்டார்: 'அவர் அரசியல் நோக்கத்தை அடைவதற்காக ஆயிரக்கணக்கான அல்லது இலட்சக்கணக்கான இரத்தங்களைத் தியாகம் செய்வார். இவர் பழைய மற்றும் ஹங்கேரிய சமூகத்தோடு ஒன்றிப்போன யூதர்கள் மீது ஆர்வமாக இருக்கவில்லை. மாறாக மற்றவர்களைத்தான் தியாகம் செய்கிறார். மேலும் கேஸ்ட்னர் வதை முகாம்கள் கலகம் ஏதும் இன்றி அமைதியாக இருக்க உதவி செய்தார். நான் அவரின் ஆதரவாளர்கள் அதிலிருந்து தப்பிப்பதற்கு உதவினேன்.'

இன்னொரு முன்னோக்கும் விஷயம் என்பது, 1935இல் இயற்றப்பட்ட, யூத இனத்திற்கு எதிரான, நியூரம்பர்க் சட்டத்திற்குப் பிந்தையக் கட்டத்தில் நாசி ஜெர்மனியில் இரு கொடிகள் மட்டுமே பறக்க அனுமதிக்கப்பட்டன. ஒன்று ஹிட்லரின் விருப்பப்பொருளான ஸ்வஸ்திகா பொறிக்கப்பட்ட கொடி. மற்றொன்று நீல மற்றும் வெள்ளை நிறத்தாலான சியோனிசக் கொடி. மேலும் சியோனிஸ்ட்கள் தங்களுக்கெனப் பத்திரிகை நடத்த அனுமதிக்கப்பட்டனர். மேலும் ஆப்ரகாம் ஸ்டெர்ன் என்ற யூதத் தலைவர் இரண்டாம் உலகப் போர்க் காலகட்டத்தில் ஹிட்லருக்கு எழுதிய கடிதத்தில் இங்கிலாந்துக்கு எதிராக ஜெர்மனி போரிடுவதன் மூலம் ஐரோப்பாவில் யூதப் பிரச்சினையை முடிவுக்குக் கொண்டு வரலாம். மேலும் இது யூதர் களுக்கென வரலாற்று ரீதியான அரசை ஏற்படுத்துவதற்கு உதவியாக இருக்கும். அதாவது இங்கிலாந்தின் கட்டுப்பாட்டில் இருக்கும் பாலஸ்தீன் நிலப்பகுதியைக் கைப்பற்றுவதன் மூலம் யூதர்களின் இருப்பிடத் தேவை நிறைவேறும்.

ஸ்டேர்னின் இந்தக் கடிதக் கோரிக்கை இரண்டாம் உலகப்போருக்குப் பிந்தையக் கட்டத்தில் துருக்கியில் உள்ள ஜெர்மன் தூதரகத்தில் காணக் கிடைத்தது. இவ்வாறாக சியோனிஸ்ட்-நாசி உறவு குறித்து நாம் நிறையவே விவாதிக்க முடியும். ஹிட்லரின் மரணத்திற்குப் பிறகு அவரின் வெளியுறவு அமைச்சர் 'நாங்கள் எல்லா யூதர்களையும் வெறுக்கவில்லை' என்று நியூரம்பர்க் விசாரணையில் சொன்னது இதனின் நீட்சிதான். நாசிகளும் சியோனிஸ்ட்களும் ஜெர்மானிய யூதர்களைப் பாலஸ்தீனில் குடியமர்த்தும் விஷயத்தில் பொதுவான கருத்தையே கொண்டிருந்தனர். ஒடுக்குமுறை அமைப்புகள் எவ்வாறு ஒரே நேர்க்கோட்டில் வருகின்றன என்பதற்கு இந்த வரலாறு ஓர் எடுத்துக்காட்டு.

சியோனிச-நாசி உறவு முறையின் வெளிப்பாட்டில் இன்னொன்று அறிவு ஜீவிகள் பற்றியது. நான் இதுவரை உரையாடிய எல்லோரிடமும் கேட்ட கேள்வியைத்தான் உங்களிடத்திலும் கேட்கிறேன். சில பின்நவீனத்துவ மற்றும் மார்க்சிய அறிவுஜீவிகள் ஏன் யூத-பாலஸ்தீன் விவகாரத்தை

3

இனவாத அணுகுமுறையோடு பார்க்கிறார்கள்? அமெரிக்க மார்க்சியர் என்ற வகையில் நீங்கள் இதை எவ்வாறு மதிப்பிடுகிறீர்கள்?

மிக எளிமையான, நேர்மறையான கண்ணோட்டத்தோடு வரலாற்றுப் பூர்வமாக அணுகும்போது இதில் நியாயப்படுத்த எதுவும் இல்லை. ஹைடக்கரின் அணுகுமுறையும் அவ்வாறுதான் இருந்தது. நீட்சேயின் மாமனிதர் (Super man) கோட்பாட்டை ஹிட்லர் எடுத்துக்கொண்டது மாதிரி கருத்தியல் அணுகுமுறை என்ற சிக்கலுக்குள் அறிவுஜீவிகள் சிக்கி விடுகிறார்கள்.

இனவாதம் ஒரே கட்டத்தில் தனக்கான முரணைக்கொண்டிருக்கிறது. இஸ்ரேலின் ஆக்கிரமிப்பு மற்றும் ஒடுக்குமுறை; இன்னொரு நிலையில் ஹிட்லரின் இனச்சுத்திகரிப்போடு பதிலீடு செய்கிறது. இஸ்ரேல் விஷயத்தில் அதற்கு ஆதரவாக நிற்கும் அறிவுஜீவிகளின் வாதமே ஒரு இனத்தின் தேசிய இருப்பிடம்தான். ஸ்டாலின் இரண்டாம் உலகப்போர் காலகட்டத்தில் போலந்து மீதும் லிதுவேனியா மீதும் நடத்திய தாக்குதல், அவரவர் எல்லைப்பகுதி தொடர்பாக ஹிட்லருடன் செய்து கொண்ட ஒப்பந்தம், போலந்திலும் லிதுவேனியாவிலுள்ள கட்யனிலும் ஏராளமான வர்கள் படுகொலை செய்யப்பட்டது போன்றவை வரலாற்றுக் குற்றங் களாய் இன்றும் ஸ்டாலின் மீது வைக்கப்படுகின்றன.

ஹிட்லர், ஸ்டாலின் ஆகிய இந்த இரு ஆளுமைகளின் செயற்பாட்டை ஒரே அளவுகோலைக்கொண்டு மதிப்பிடும் பார்வைகளும் இன்று இருக்கின்றன. இந்த ஒப்பீட்டைத்தான் இந்த விஷயத்தில் நான் வைக்கிறேன்.

பூக்கோ, சார்த்தர், எடின் பாலிபர், லியோதர்த், ஐஸையா பெர்லின் என இன்னும் சிலர் இந்த எடுத்துக்காட்டு வளையத்தில் வருகிறார்கள். ஐஸையா பெர்லினிடத்தில் நான் இது குறித்து நிறையவே விவாதித்திருக்கிறேன். பூக்கோவிடமும் சார்த்தரிடமும் நண்பர் எட்வர்ட் செய்த் விவாதித்திருக் கிறார். பூக்கோவிடமும் சார்த்தரிடமும் நான் கண்டது ஒரு வகையான கருத்தியல் ஏமாற்றம்தான். ஐஸையாவிடம் நான் சியோனிசத்திற்கும், நாசிகளுக்கும் இருந்த தொடர்பைப் பற்றி விவாதித்தபோது, அவர் அதை ஒத்துக்கொள்ளவே இல்லை.

அவரின் நிலைப்பாடு வேறு மாதிரி இருந்தது. உடனடியாக அவர் டிராட்ஸ்கிக்குத் தாவுகிறார். போல்ஸ்விக் கட்சியில் டிராட்ஸ்க்கி யூதர்களை அதிகமாக சேர்த்துக்கொள்ள வேண்டும் என்று சொன்ன விஷயத்தை அவர் சொன்னார். நான் சொன்னேன்: அது ஒரு காலகட்டத்தின் நிகழ்தகவு. லெனின் அதற்கு மாறுபட்டு நின்றதைக் கவனித்தீர்களா? அடையாளங்கள் மோதுவதன் வெளிப்பாடு என்பதைத் தவிர வேறொன்றுமில்லை.

அந்த வகையில் ஹெகலை எடுத்துக்கொண்டால் புரிந்துகொள்ள முடியாதவர் என்ற விமர்சனம் அவர் மீது இருந்தது. பயர்பார்க் ஒரு தேர்ந்த சிந்தனையாளராகவும், அதே நேரத்தில் அடிப்படைவாதியாகவும் இருந்தார். ஐரோப்பிய வரலாறு முழுக்க அறிவுஜீவிகளின் வேடிக்கை நிகழ்வுகளால் நிரம்பியிருக்கிறது. வரலாறு வெகுகாலம் கழித்தே தன்னை அறிந்து கொள்ளும். அதுவரையிலும் இடைவெளிகள் நிரம்பியதாகவே இருக்கும்.

பின்குறிப்புகள்

1. சியோனிசம் என்பது 19ஆம் நூற்றாண்டின் இறுதிப் பகுதியில் ஐரோப்பாவின் கிழக்குப் பகுதியிலும் மத்தியப் பகுதியிலும் உருவான யூத தேசிய இருப்பிடம் பற்றிய கருத்து வடிவம். வரலாற்று அடிப்படையிலான ஜெருசலத்திற்குத் திரும்புவதே இதன் நோக்கம். பண்டைய யூதர்கள் வாழ்ந்ததாகச் சொல்லப்படும் சியோன் மலைப்பகுதி என்பதிலிருந்து சியோனிசம் என்னும் சொல் விரிவு பெற்றது.

2. ஐரோப்பிய அறிவுத்துறை வரலாற்றில் அனா அரந்த் முக்கியமான இடத்தில் வருகிறார். ஜெர்மன் நகரான ஹனோவரில் 1906ஆம் ஆண்டு பிறந்தவர் அனா. இருத்தலியல் மூலத் தத்துவவாதியான ஹைடெக்கரின் மாணவி. ஹைடெக்கர் இவரை அதிகம் காதலித்ததாகச் சொல்லப்படுவதுண்டு. ஐரோப்பாவில் ஏற்பட்ட யூத வெறுப்புக்கான காரணங்களைப் பற்றி முதன் முதலாக ஆராய்ந்தவர். *Origin of Totalitarianism, The Human Condition, Between Past and Future, On Revolution, Lectures on Kant political philosophy, The Life of the Mind* போன்ற ஏராளமான நூல்களின் ஆசிரியர்.

3. ஐரோப்பாவின் பல்வேறு அரசியல், பொருளாதார, சமூகப் பிரச்சினைகளில் இடதுசாரி நிலைப்பாட்டை எடுத்த அறிவுஜீவிகளில் சிலர் பாலஸ்தீன் விவகாரத்தில் இஸ்ரேல் சார்பு நிலைப்பாட்டையே எடுக்கிறார்கள். இதனைக் குறித்து அறிவுஜீவிகளுக்கிடையே பல்வேறு விவாதங்கள் நடைபெற்றிருக்கின்றன. குறிப்பாக எட்வர்ட் செய்த், தாரிக் அலி ஆகியோர் பூக்கோ, சார்த்தர், லியோதார்த் போன்றவர்களிடம் அதிக அளவில் உரையாடி இருக்கிறார்கள். எட்வர்ட் செய்தின் இந்த உரையாடல்களில் சிலவற்றை நான் மொழிபெயர்த்து வெளியிட்டிருக்கிறேன்.

●

மன்சூர் ஹிக்மத்: ஈரானின் புரட்சியாளர்கள்

மத்தியக் கிழக்கு என்று மேற்கத்திய உலகம் அழைக்கும் பெரும் நிலப்பரப்பு ஈரானிலிருந்துதான் தொடங்குகிறது. அதன் தொடக்கம் ஈரானிலிருந்து ஒரு பாரம்பரிய நெடிய அனுபவத்தை இட்டுவிட்டுச் செல்கிறது. கன்னியாகுமரி யிலிருந்து தொடங்கும் அரபிக் கடல், ஈரானின் ஹர்மஸ் ஜலசந்தியிலிருந்து பிரிந்து பாரசீக வளைகுடாக் கடலாகச் செல்கிறது. வரலாற்றை அதன் பரந்த வெளிக்கு உட்படுத்துவதில் ஈரான் முக்கியப் பங்கு வகிக்கிறது.

தன் நிலப்பரப்பின் பெரும் பகுதியை ஈரான் மலைகளாகக் கொண்டிருக் கிறது. ஈரானின் பெரும்பகுதி மக்கள்தொகை இந்த மலையடிவாரங்களில் தங்கள் வாழ்விடங்களை அமைத்துக்கொண்டிருக்கிறது. ஈரான் வரலாற்றுக் காலகட்டத்தில் ஏகாதிபத்திய அரசுகளாலும் காலனிய அரசுகளாலும் சிதைவுக்குள்ளாகி இருக்கிறது. அக்கமேனியர்கள், சசானியர்கள், பார்த்தியர்கள் போன்றவர்கள் அதனைத் தொடர்ச்சியாக ஆளுகைக்கு உட்படுத்தியவர்கள். ஈரானை இன்னொரு கட்டத்திற்கு திசைப்படுத்திச் சென்றது சபாவித் வம்சமாகும். துருக்கிய உஸ்மானிய மற்றும் முகலாயப் பேரரசு வரிசையில் ஈரானின் சபாவித் வம்சம் உலக வரலாற்றின் கவனத்தை ஈர்த்த ஒன்றாகும். 13ஆம் நூற்றாண்டின் ஈரானின் சூபி பிரிவைச் சேர்ந்த சபிஉத்தின் என்பவரால் சபாவித் வம்சம் ஈரானில் தொடங்கப்பட்டது. இவர்கள் சன்னி பிரிவிலிருந்து ஷியா பிரிவிற்கு மாறியவர்கள்.

இவரைப் பின்தொடர்ந்த ஷியா பிரிவைச் சார்ந்தவர்கள் ஷா என்று அழைக்கப்பட்டனர். ஷியா பிரிவைத் தங்கள் அரச மதமாக அறிவித்த அவர்கள் ஈரானின் அழிவிற்கும் அதே நேரத்தில் ஆக்கத்திற்கும் வழிவகுத்

தனர். இதன் தொடர்ச்சியில் 1979இல் ஈரானில் ஷாவிற்கு எதிராக நடந்த புரட்சி உலகின் கவனத்தை ஈர்த்தது. தன்னுடைய அதிகாரம், நுண்ணரசியல் கோட்பாடுகளுக்கு முரணாக, இஸ்ரேல் ஆதரவு நிலைப்பாட்டை எடுத்த மிஷல் பூக்கோ கூட ஈரானியப் புரட்சியை ஆதரித்தார். அந்தப் புரட்சி உலக வரலாற்றில் பெரும் மாறுதல்களை ஏற்படுத்தும் என்று நம்பினார்.

அவரின் ஈரானியப் பயணத்திற்குப் பிறகாக இந்த நிலைப்பாடு இருந்தது. ஈரானின் சிந்தனையாளரான அலி ஷரிஅத்தின் கோட்பாடுகளால் தான் ஈர்க்கப்பட்டதால்தான் அதனைக் குறித்து வெளிப்படுத்தியதாக பூக்கோ குறிப்பிட்டார். இவ்வாறாக ஈரான் புரட்சியின் விளிம்பில் நின்றது. 1978இல் டெஹ்ரான் பத்திரிகை ஒன்றில் ஷாவிற்கு எதிரான புரட்சியாளரான குமைனிக்கு எதிரான விமர்சனம் ஒன்று வெளிவந்தது. இதன் காரணமாக குமைனியின் ஆதரவாளர்கள் வீதிக்கு வந்தார்கள். ஆயிரக்கணக்கான ஈரானிய இளைஞர்களும் மாணவர்களும் பெரும் போராட்டத்தில் ஈடுபட்டனர். இதற்கிடையில் ஷாவின் அரசானது பொருளாதாரத்திலும் சமூக நிலையிலும் பெரும் பலவீனமாக இருந்தது. விவசாய, தொழில் துறை வளர்ச்சியில் ஷாவின் அரசானது குறிப்பிடத்தக்க மாற்றத்தை ஏற்படுத்தியபோதும், அது ஈரானின் கிராமப்புறங்கள் மீது மந்தகதியான சூழலையே ஏற்படுத்தியது. இதுவும் அவர் அரசின் மீது அதிருப்தி ஏற்படுவதற்கான காரணம். போராட்டம் தீவிரமடைந்த காலத்தில் ஷா புற்று நோயால் பாதிக்கப்பட்டிருந்தார். இதற்கிடையில் குமைனி வெளிநாட்டி லிருந்து புரட்சிக்கான நடவடிக்கைகளை ஒருங்கிணைத்துக்கொண்டிருந்தார்.

முதலில் ஈராக்கிலிருந்தும் பின்னர் பிரான்சிலிருந்தும் அவரின் செயல் பாடுகள் தொடர்ந்தன. போராட்டமும் அதன் பின்விளைவான எழுச்சியும் அதிகரித்த காரணத்தால் ஷா ஈரானை விட்டு வெளியேறினார். ஏற்கனவே ஷா புற்றுநோயால் பாதிக்கப்பட்டிருந்தார். ஈரானை விட்டு வெளியேறிய ஷா அடுத்த ஆண்டில் கெய்ரோவில் மரணமடைந்தார். ஷாவின் இடத்தை நிரப்ப ஷாவால் நியமிக்கப்பட்ட பிரதமரான ஷஹ்பூர்பக்தியாரால் தொடர்ந்து செயல்பட முடியவில்லை. திரட்சியான எதிர்ப்புணர்வு காரணமாக அவரும் ஈரானை விட்டு வெளியேற நேர்ந்தது. இந்தக் கால கட்டத்தில் குமைனி ஈரானுக்கு வருகை தந்தார். அவருக்குப் பின்னால் ஆதரவுப் படையினர் இருந்தனர். இதன் காரணமாக ஈரான் 1979 ஏப்ரல் முதலாம் நாள் இஸ்லாமியக் குடியரசாகப் பிரகடனப்படுத்தப்பட்டது. ஷா காலத்துச் சட்டங்கள், நிர்வாக வடிவங்கள், கொள்கையமைப்புகள் மாற்றப்பட்டன. அரசின் கலாச்சார அமைப்புகளிலும் கல்வியமைப்பு களிலும் இருந்த அறிவுஜீவிகள் பலர் மாற்றப்பட்டு அந்த இடத்தில் மரபான வைதீகச் சிந்தனையாளர்கள் நியமிக்கப்பட்டனர். பெண்கள் தொடர்பான மதரீதியான சட்டங்கள் ஏற்படுத்தப்பட்டன. குமைனி பொறுப்பேற்ற பின்

அமெரிக்காவுடனான தொடர்பில் உராய்வு ஏற்பட்டது. அந்தத் தருணத்தில் ஈரானின் அமெரிக்கத் தூதரகம் குமைனி ஆதரவாளர்களால் முற்றுகையிடப் பட்டது. அவர்கள் ஷாவை ஒப்படைக்குமாறு கோரினர். பின்விளைவாக 66 அமெரிக்கத் தூதரக ஊழியர்களைப் பிணைக்கைதிகளாகச் சிறைப்பிடித் தனர். அவர்கள் ஊர்வலமாகத் தெருக்களில் அழைத்து வரப்பட்டனர். ஷாவை ஒப்படைக்க வேண்டும் என்ற கோரிக்கையாக அந்தச் சிறைப் பிடிப்பு இருந்தது. ஒரு கடினமான செயல்முறைத் திட்டத்தை நோக்கி இவ்வாறான ஈரான் புரட்சி சென்றது.

ஷாவுக்கு எதிரான ஈரானியப் புரட்சியில் சமூகச் சீர்திருத்த, சோசலிச இயக்கங்களின் பங்கேற்பும் கணிசமாக இருந்தது. இதில் ஈரானின் மனித உரிமையாளர்களும், அறிவுஜீவிகளும் பங்கேற்றனர். அவர்களில் மார்க்சியச் சிந்தனையாளரான மன்சூர் ஹிக்மத் முக்கியமானவர். ஈரானின் புரட்சிகர இயக்கத்தை முன்னெடுத்துச் சென்ற மன்சூர் ஹிக்மத் 1951 ஜூன் 4இல் ஈரானின் தலைநகரான டெஹ்ரானில் பிறந்தார். மிகுந்த வசதியான பின் புலத்தைச் சேர்ந்தவர். பள்ளிப் படிப்பையும் கல்லூரிப் படிப்பையும் டெஹ்ரானில் நிறைவுசெய்த ஹிக்மத் மேற்படிப்பிற்காகப் பிரான்சு சென்றார். பிரான்சில் பல அறிவுஜீவிகளையும், மனித உரிமைச் சிந்தனை யாளர்களையும் உருவாக்கிய சோபர்ன் பல்கலையில் முதுநிலைப் படிப்பும் ஆய்வுப்பட்டமும் பெற்றார். பிரான்சு மன்சூரின் வாழ்க்கையில் புதிய ஈர்ப்பை அளித்தது. லௌகீகத் தத்துவங்கள் குறித்து அதிகம் கற்றார். குறிப்பாக மார்க்சியம், புரட்சிகரச் சமூகம், உலகில் ஒடுக்குமுறையாளர் களின் அதிகார வேட்கை ஆகியன குறித்து அதிகம் கற்றார். அதே மாற்றுச் சிந்தனை மனத்தோடு ஈரானுக்குத் திரும்பினார். அந்தக் காலகட்டம் ஈரான் புரட்சியை நெருங்கக்கூடியதாக இருந்தது.

ஷாவுக்கு எதிரான புரட்சியில் அவர் அங்குள்ள சமூகச் சீர்திருத்த இயக்கங்களோடு இணைந்து செயல்பட்டார். 1978இல் கம்யூனிசப் போராளி களின் கூட்டமைப்பை ஏற்படுத்தினார். இதன் வழி புரட்சிகரப் போராட்டங் களைத் தீவிரப்படுத்தினார். இதன் காரணமாக மத அடிப்படைவாதிகளின் ஒடுக்குமுறை இவர்கள் மீது தீவிரமானது. இதனால் குர்திஸ்தானில் மன்சூர் தஞ்சம் புகுந்தார். அங்குள்ள மாவோயிஸ்டுகளோடு அவருக்குத் தொடர்பு ஏற்பட்டது. அவர்களுடன் இணைந்து ஈரான் கம்யூனிஸ்ட் கட்சியைத் தொடங்கினார். பிற்காலத்தில் அதில் ஏற்பட்ட கருத்து வேறுபாடு காரணமாகத் தன் ஆதரவாளர்களோடு இணைந்து 1991இல் ஈரான் உழைப்பாளர் கம்யூனிஸ்ட் கட்சியைத் (Workers communist party of Iran) தொடங்கினார். அவரின் தீவிரச் செயல்பாடுகள் இதன் பின்னர் தொடக்கம் பெற்றன. இதே பெயர் கொண்ட கட்சி ஈராக்கில் பிறப்பதற்கு மன்சூர் துணையாக இருந்தார். ஈரானின் அடிப்படைவாதச் செயல்பாடுகளுக்கு

எதிராக மன்சூரின் போராட்டக் களப் பங்களிப்பு முக்கியத்துவம் வாய்ந்த தாக இருந்தது. குறிப்பாகப் பெண்ணுரிமை, குழந்தைகள் உரிமை ஆகிய வற்றை முன்னெடுத்துச் சென்றதில் மன்சூர் ஈரானின் வரலாற்றுப் பதிவாக இருக்கிறார். மாற்றுச் செயல்பாடு, சமூகம் ஆகியவற்றுக்கிடையேயான இடைவெளியைக் குறைக்கும் வகையில் அவரின் போராட்டச் செயல் பாடுகள் இருந்தன. அவரின் தொடர்ச்சியான செயல்பாடுகள், போராட்ட யுக்திகள் ஆகியவை ஈரானின் ஆளும் வர்க்கத்திற்குப் பாதகமாக அமைந்தன. மேலும் 1979இல் நடந்த ஈரானியப் புரட்சியை மன்சூர் ஒடுக்கப்பட்ட மக்களுக்குச் சாதகமாக அமையும் என்று எதிர்பார்த்தார். அது குறுகிப்போன அடிப்படைவாதத்தை உயிர்ப்பிக்கும் முயற்சி என்றார். அதன் மீதான எதிர் விமர்சனங்கள் குமைனிக்குச் சவாலாக இருந்தன. இதன் காரணமாகச் சில ஆண்டுகளில் மன்சூர் ஐரோப்பாவுக்கு நாடு கடத்தப்பட்டார். லண்டனில் தங்கி இருந்த மன்சூர் அங்குப் புற்றுநோயால் பாதிக்கப்பட்டு 2002இல் மரணமடைந்தார். இவரின் கல்லறை லண்டனில் மார்க்சின் கல்லறைக்குப் பக்கத்தில் அமைந்திருக்கிறது.

தத்துவார்த்த நிலைப்பாட்டில் மன்சூரின் கோட்பாடு 'மார்க்சுக்குத் திரும்புதல்' (Return to marx) என்பதைச் சார்ந்து இருந்தது. அவர் சோவியத் யூனியன் மற்றும் சீனா வகைப்பட்ட கம்யூனிசத்திலிருந்து மாறுபட்டு நின்றார். அவை தேசிய மற்றும் அரச முதலாளித்துவ வடிவைச் சார்ந்தவை என்றார். தேசிய முதலாளித்துவக் கூறுகள் கொண்ட கட்டமைப்பில் சுரண்டலும், கூலி அடிமை முறையும் நிலையான முறைகள். அவற்றை அழித்தொழிப்பது மிகவும் கடினம். அத்தகைய அமைப்பில் உற்பத்தி சாதனங்களின் பொதுத்துவத்தை எதிர்பார்க்க முடியாது. இதற்கு மாறாக மார்க்சின் கோட்பாட்டு முறைமைகள் மீதான நடைமுறை பொருத்தப் பாடாக அவரின் சிந்தனைகள் இருந்தன. உலகை மாற்றுதல் மற்றும் சிறந்த உலகைப் படைத்தல் என்ற சிந்தனை, உலக வரலாறு முழுவதுமே மனித சமூகத்தின் முன் விரிந்த வேட்கையாக இருந்து கொண்டிருக்கிறது. நவீன உலகிலும் அவை தொடர்கின்றன. ஒவ்வாத கருத்துகள், மத மற்றும் பிற கருத்துகள், ஒடுக்குமுறைகள் மனித சமூகத்தின் மாற்ற முடியாத நம்பிக்கைகளாகத் தொடர்ந்துகொண்டிருக்கின்றன. இவை ஒருவேளை நாளைய உலகிலும் சமத்துவமின்மை, கடினச் செயல்பாடுகள், வறுமைக் கூறுகள் போன்றவற்றால் தொடரலாம். இதற்கான மாற்று வழிகளை ஆராய்ந்து அவற்றை நடைமுறைப்படுத்துவது அவசியம். தன்னுடைய உழைப்பாளர் கம்யூனிஸ்ட் கட்சி அந்தச் சிந்தனைகள் பற்றி ஆராய்ந்து அதனை நடைமுறைப்படுத்துவதற்கான உறுதியை ஏற்றிருக்கிறது என்றார்.

அவர் தலைமையிலான கட்சியின் செயல்பாடுகள் இதனை நோக்கி அமைந்தன. ஈரான் புரட்சியைப் பொறுத்தவரை அது புதிய ஈரானை

உருவாக்கும் என்றும், தன் கனவுகளை நடைமுறையாக்கும் மாற்று சமூக வடிவத்தைப் பிரதிபலிப்பதாக அமையும் என்றும் மன்சூர் நம்பினார். ஆனால் பின்விளைவுகளோ அதற்கு நேர்மாறாக அமைந்தன. குமைனியின் அரசு எந்தவித சமூக முன்னோக்குச் செயல்பாடுகளும் அற்ற வெறும் தூய அடிப்படைவாத அரசாக இருந்தது. மன்சூர் ஈரானியப் புரட்சியை இஸ்லாமியப் புரட்சியாகப் பார்க்கவில்லை. மாறாக மதம் என்ற பெயரில் செயல்படுத்தப்பட்ட ஒடுக்குமுறைப் புரட்சியாகத்தான் பார்த்தார். மேற்கத்திய உலகம் ஈரானை இஸ்லாமியப் புரட்சியாகப் பார்க்கிறது. ஆனால் புரட்சி என்ற அடிப்படையில் படுகொலைகள், கைதுகள், பெண் களுக்கு எதிரான கொடூரங்கள் ஆகியவற்றின் நிகழ்வாகவே மன்சூர் ஈரானியப் புரட்சியை மதிப்பிட்டார். நாம் பிரான்சையும், இத்தாலியையும் கிறிஸ்தவ சமூகங்களாய்க் கருத முடியும். ஆனால் அது வெறும் நம்பிக்கை அடிப்படையில் மட்டும்தான். அங்கு எதார்த்தத்தில் கிறிஸ்தவச் செயல் பாடுகள் இல்லை. மாறாக ஈரான் இஸ்லாம் என்ற போர்வையில் குமைனியின் சர்வாதிகாரச் செயல்பாடுகளால் உறைந்து போயிருக்கிறது. ஆக இதற்கு மாறாக ஈரானில் நீதியையும், சமத்துவத்தையும், சுதந்திரத்தை யும், வறுமை ஒழிப்பையும் ஏற்படுத்தக்கூடிய அரசியல் சொற்களஞ்சியமே தன் கட்சியின் செயல்பாடுகள் என்றார். தன்னுடைய கட்சியானது வெறும் கற்பனாவாத சோசலிஸ்டுகளையும், சீர்திருத்தவாதிகளையும் கொண்ட கட்சியல்ல. மாறாக நவீன முதலாளித்துவ சமூகத்தில் இருந்து தோன்றிய, மாற்று சமூக இயக்கமாகவும் அதன் அமைப்பு கேள்விக்குள்ளாக்கவும், பெரும் திரளில் போரிடவும் செய்யும் ஒன்று என்றார்.

சோவியத் சோசலிசக் கட்டுமான முறைக்கு மாற்றாக ஈரானின் சமூக அமைப்பு இருக்கிறது என்பது மன்சூரின் கருத்து. ஈரான் வரலாற்று அடிப் படையில் நிலப்பிரபுக்களையும் மலை சார்ந்த இனக்குழு மக்களையும் கொண்ட கலப்பு அமைப்பாகும். பார்சி மதமும் பின்னர் ஷியா பிரிவு இஸ்லாமும் அங்குள்ள சமூக அமைப்பை ஆக்கிரமித்துக்கொண்டன. இத்தகைய முரண்பட்ட கலாச்சார அமைப்பில் சோசலிசப் புரட்சியை ஏற்படுத்துவது சிரமமான காரியம். நிலவும் அமைப்பை நிதானமாக அவதானிப்பது அவசியம் என்றார். புரட்சி அதன் உள்ளடக்கத்தில் முழு முதல் தன்மையைக்கொண்டிருக்கவில்லை. ஈரானைப் பொறுத்தவரை அது குறிப்பிட்ட காலநிலையோடு சம்பந்தப்பட்டிருக்கிறது. அது மாறும் சூழலுக் காகத் தன் தலைமையிலான இயக்கம் போராடிக் கொண்டிருக்கிறது என்றார்.

மரண தண்டனை என்ற அரச வன்முறைக்கு எதிரான மன்சூரின் குரல் உறுதியாக இருந்தது. மன்சூரைப் பொறுத்தவரை மரண தண்டனை என்பது அரசின் சொல்லாடல். அது திட்டமிட்ட, குறிப்பிட்ட நோக்கத்தோடு, காலவரையறை கொண்ட கொலையை மனிதன் மீது நிகழ்த்துகிறது.

அரசமைப்பைப் பொறுத்தவரை மரண தண்டனை அதன் சொந்த வரலாற்றை உள்ளடக்கி இருக்கிறது. அது குடிமக்கள் மீது செலுத்தும் அதிகார உரிமை கடந்த காலத்தைப் போலவே தற்போதும் தொடர்கிறது. ஈரானைப் பொறுத்தவரை மரண தண்டனை வெறும் சகமனிதனைக் கொலை செய்வதற்கான மறு தண்டனை அல்ல. மாறாகப் பாலியல் வன்செயல், ஓரினச்சேர்க்கை, சட்டபூர்வமற்ற ஆண்-பெண் உறவு, கட்சியை விமர்சித்தல், கடவுளை விமர்சித்தல் போன்றவற்றுக்கான தண்டனையாகவும் இருக்கிறது. மரண தண்டனை 'குற்றமும் தண்டனையும்' என்னும் நீதித்துறை வரலாற்றில் இல்லை. மாறாகப் பரிணாமக் கட்டத்தை அடைந்த வர்க்க அரசுகளில்தான் அது நிலைகொண்டது. இது கொலையை மீண்டும் மீண்டும் நிகழச் செய்கிறது.

அதற்கு மாற்று வழிமுறை சிறைப்படுத்துதல் என்பதுதான். ஓர் இலட்சிய சமூகத்தில் வெகுமக்களின் உயிர் வாழ்க்கை பாதுகாக்கப்பட வேண்டும். மேலும் கொலையாளி அதன் குற்றத்தன்மையைப் புரிந்துகொள்ளச் செய்வதற்கான வாய்ப்பை ஏற்படுத்த வேண்டும். அமெரிக்கா தன்னுடைய வரலாற்றில் பல மரணதண்டனைகளை நிறைவேற்றி இருக்கிறது.

ஆனால் அங்குக் குற்றங்களின் எண்ணிக்கை அதே அளவில்தான் இருக்கிறது. அதே நேரத்தில் மரண தண்டனையை ஒழித்த ஹாலந்து, ஸ்காண்டிநேவியா, பிரிட்டன் போன்ற நாடுகளில் மனிதக் கொலைகள் அதன் மக்கள்தொகை விகிதாசாரப்படி குறைந்திருக்கின்றன. இது அமெரிக்காவைவிட மிகவும் குறைவு. மன்சூரின் கருத்துப்படி தண்டனை என்பது நீதித் துறையில் மறு அர்த்தம் செய்யப்பட வேண்டும். அதன் மீதான வலிமை குறைக்கப்பட வேண்டும்.

மன்சூரின் கோட்பாடுகள் தொகுக்கப்பட்டு நூல்களாக பாரசீக மொழியில் வெளிவந்திருக்கின்றன. அவற்றில் பல நூல்கள் அரபு மொழியில் வெளிவந்திருக்கின்றன. ஆங்கிலத்தில் இவரின் சில நூல்கள் மட்டுமே இதுவரை மொழிபெயர்க்கப்பட்டிருக்கின்றன. இவரைப் பற்றிய குறிப்புகளும் இணையதளங்களில் காணக் கிடைக்கின்றன. உலகளாவிய மார்க்சியச் சிந்தனையாளர்கள் பட்டியலிலும் இவர் பெயர் இடம்பெற்றிருக்கின்றது. இவரின் நேர்காணல்கள் பல மேற்கத்திய பத்திரிகைகளில் வெளிவந்திருக்கின்றன. மிஷல் பூக்கோ, சார்த்தர் ஆகியோரால் மிகவும் விரும்பப்பட்ட அலி ஷரிஅத்தின் வரிசையில் மன்சூர் வருகிறார். மன்சூரின் கோட்பாடுகள் ஷரிஅத்தி போலல்லாமல் முழுவதும் வைதீக மற்றும் புதிய மார்க்சிய அடிப்படையிலானது. ஈரானின் தத்துவவாதிகள் வரலாற்றில் மன்சூர் ஒரு தொடர் பதிவு ஆவார்.

●

செப்டம்பர் 11க்குப் பிறகான உலகம்

அமெரிக்காவின் இரட்டைக் கோபுரத் தகர்ப்பின் மூலம் உலகம் ஒரு புதிய ஒழுங்கிற்குள் நிலைகொண்டிருக்கிறது என்கிறார் மன்சூர் ஹிக்மத். செப்டம்பர் 11 தாக்குதல் மூலம் ஆயிரக்கணக்கான சாதாரண மக்கள் தங்கள் உயிர்களை இழந்து, வரலாற்றின் துயரப் பக்கங்களில் நிறைந்து இருக்கிறார்கள். இந்த நிகழ்வின் மூலம் அமெரிக்கா நடப்பு வரலாற்றின் இருண்ட மற்றும் இரத்தம் தோய்ந்த பக்கங்களுக்குள் தள்ளப்பட்டிருக் கிறது என்கிறார் மன்சூர் ஹிக்மத். அமெரிக்கா இதைச் சர்வதேசப் பயங்கர வாதத்திற்கான போர் (War on international terrorism) என்பதன் மூலம் உலகளாவிய நிலையில் அதன் வரலாற்றுப் பயங்கரங்களை நியாயப்படுத்த முயல்கிறது. இது அமெரிக்காவின் இருவித மனச்சார்பைப் பிரதிபலிக்கிறது. ஒன்று அதன் அரச பயங்கரவாதமும், சர்வதேசப் பீதியூட்டலும். இது அமெரிக்க அரசும் அதன் கருத்தியலும் சார்ந்த ஒன்றாக வெளிப்படுகிறது. இலட்சக்கணக்கான மக்களை ஹிரோஷிமாவிலும் நாகசாகியிலும் கணநேர அணுகுண்டு மூலம் கொலை செய்தது; வியட்நாமில் வேதியியல் குண்டு மூலம் ஆயிரக்கணக்கான மக்களை அழித்தொழித்தது. இது நேட்டோ மற்றும் ஐரோப்பிய அரசுகள்வரை நீள்கின்றன. இவை ஈராக் முதல் யூகோஸ்லோவியா வரை ஆயிரக்கணக்கானோரை வீடற்றவர்களாக, உணவற்றவர்களாக, குழந்தைகளையும் பெண்களையும் ஊட்டச்சத்து குறைவுற்றவர்களாக மாற்றியது. குறிப்பாக ஈராக்கில் 1990க்கும் 2000க்கும் இடைப்பட்ட காலத்தில் இது நடந்தேறியது.

ஹிரோஷிமா முதல் ஈராக் வரை, இந்தோனேஷியா முதல் பாலஸ்தீன் வரை, அரச பயங்கரவாதம் மற்றும் ஏகாதிபத்தியத்தின் எல்லாப் படுகொலைகளும் வரலாற்றில் மறக்க முடியாதவை. மிகவும் தெளிவானவை. இன்னொன்று அதன் இஸ்லாமியப் பயங்கரவாதம் மற்றும் அரசியல் இஸ்லாம் பற்றியது. இஸ்லாமிய அடிப்படைவாதக் குழுக்களைப் பொறுத்த வரை மத்தியக் கிழக்கில் இடதுசாரிகளின் இடையீட்டைத் தடுக்க பனிப் போர் காலகட்டத்தில் அமெரிக்கா மற்றும் மேற்குலகால் இவை உருவாக்கப் பட்டன. அவற்றிற்கான நிதி உதவியும், ஆயுதப் பயிற்சியும் அமெரிக்காவால் அளிக்கப்பட்டன. இன்று இவை எதிர்மாறான நிலையில் அமெரிக்காவின் பயங்கரவாதக் கருத்தமைப்புப் பட்டியலில் உட்பட்டிருக்கின்றன. அரசியல்

இஸ்லாமின் படுகொலை வரலாறு நீண்ட பட்டியலை உள்ளடக்கி இருக்கிறது. ஈரான், ஆப்கானிஸ்தான், பாகிஸ்தான், அல்ஜீரியா, பாலஸ்தீன் வரை அதன் இன அழிப்பும், பேராபத்தான குற்றங்களும் வரலாற்றில் அழிக்க முடியாதவை. இவற்றில் அரசு மற்றும் அரச ஆதரவோடு நடத்தப் படுகொலைகள் முக்கியமானவை. ஈரானிலும் ஆப்கானிலும் குழந்தைகள் மீதும் பெண்கள் மீதும் நடத்தப்படும் அன்றாட வன்செயல்களானது அரசியல் இஸ்லாத்தின் இருப்பைக் கேள்விக்குறியாக்குகின்றன.

அரசியல் இஸ்லாம் மற்றும் ஏகாதிபத்தியக் கூட்டணியானது போருக்கான பரப்புரையையும், கருத்தியலையும் உருவாக்கி அதை நியாயப்படுத்துகிறது. இருதரப்பிலான பயங்கரவாதிகளின் கருத்தியல் அமைப்பு என்பது வெளிப்படையானதும், மனித சமூக நிலையில் அங்கீகரிக்க முடியாதது மாகும் என்கிறார் மன்சூர் ஹிக்மத். இன்றைய சிக்கலான உலகில் இம்மாதிரியான வறட்டுப் பார்வைக்கு இடமில்லை. போர்க் கருத்தியல், இனவாதம், நாகரிகங்களின் மோதல் போன்ற குப்பைக் கருத்தாக்கங்கள் மேற்கத்தியச் சமூகத்தின் விரல் நுனிகளில் இருக்கின்றன. இதற்கு எதிர் நிலையில், இஸ்லாமிய ஜிகாத், அநியாயமான இரத்த வெளிப்பாடு, பாலஸதீனில் ஆக்கிரமிப்பு, சியோனிசத்துடனான போர் போன்றவை அரசியல் இஸ்லாத்தின் கருத்தியலாகவும், செயல்பாடாகவும் இருக்கிறது. இவை தற்கால மத்தியக் கிழக்குச் சமூகத்தின் ஒட்டுமொத்த மக்களையும் திரட்டவில்லை. மாறாகச் சிறிய அளவிலான மக்கள்திரளிடம் செல்வாக்குச் செலுத்துகிறது. இவை இரண்டும் மனித குலத்திற்கு எதிரான, சமூக நடைமுறைக்கு மாறான அநீதிக்குட்பட்டவையாக இருக்கின்றன.

மேற்கத்திய வாய்ப்பாட்டின்படி நாகரிகமடைந்த மனித இனம் பயங்கரவாதத்தால் பாதிக்கப்பட்டிருக்கிறது என்ற பிம்பம், மேலெழுந்த வாரியாகக் கட்டமைக்கப்படுகிறது. இதன் மூலம் அமெரிக்காவானது அந்த நாகரிகத் தளத்தின் உயர்ந்த இடத்தில் இருப்பதோடு, பயங்கரவாதிகள் சமூக அரங்கிற்குள் கொண்டுவரப்பட்டுத் தண்டிக்கப்படுவார்கள் என்ற முழக்கம் அதிகமாக உச்சரிக்கப்படுகிறது. இந்த விவகாரம் ஈராக், பெல்கிரேட் ஆகியவற்றைவிட எளிமைப்படுத்தப்படுகிறது. ஈராக்கில் ஆயிரக்கணக்கான மக்களைக் கொன்று குவித்த அமெரிக்காவை யார்தான் பயங்கரவாதக் குற்றத்தன்மைக்குள் கொண்டுவர முடியும். அமெரிக்காவின் பயங்கரவாதத்திற்கு எதிரான போர் என்பதற்கு இதைவிட வேறு என்ன வெளிப்படையான எடுத்துக்காட்டுகள் நமக்குத் தேவைப்படுகின்றன? நாகரிகமான மனித இனம் என்ற போர்வைக்குள் அமெரிக்கக் குடிமக்களும், சர்வதேச சமூகமும் இனி வரப்போகும் மாற்றங்களையும், அழிவுகளையும் எவ்வாறு எதிர்கொள்ளப் போகிறார்கள்? அமெரிக்காவின் இந்த நாகரிக மனித இனம் என்ற கூட்டமைப்பிற்குள் இன, நிற, மத அடிப்படையிலான

உறுப்பினர்கள் இருக்க வேண்டும் என்று அவசியமில்லை. அதற்கான அரசியலும் தேவையில்லை. மாறாக அவர்கள் தங்களின் ஒட்டுமொத்த ஆதரவையும் அமெரிக்காவிற்கு வழங்கினால் அதுவே மிகப்பெரிய தகுதியாகும் என்கிறார் மன்சூர் ஹிக்மத். செப்டம்பர் 11இன் குற்றக் கூறுகள் அமெரிக்க அரசுக்கும் நேட்டோ அமைப்பிற்கும் பெரும் கருத்தியல் மற்றும் பிரசாரச் சட்டகத்தை ஏற்படுத்தியிருக்கின்றன. இந்தக் கருத்தியல் சமநிலை என்பது புதிய வளர்ச்சிக் கூறுகளுடன் வேகமாக மாறிவருகின்றது. மேற்கத்திய அரசியலாளர்களும் ஊடகங்களும் வெகுமக்கள் கருத்தியலைத் தங்கள் கட்டுப்பாட்டிற்குள் வைத்திருக்கின்றார்கள்.

அமெரிக்கப் பயங்கரவாதக் கருத்தியலின் எதிர்நிலையான அரசியல் இஸ்லாத்தை நோக்கும்போது வலுவான கருத்தியல் பலத்தை அது உருவாக்கிக் கொள்கிறது என்கிறார் மன்சூர் ஹிக்மத். அது மத்தியக் கிழக்குப் பகுதியில் லாவகமான வடிவத்தை எடுக்கிறது. ஈரானிலும் ஆப்கானிஸ்தானிலும் இது மிகத் தெளிவான செயல்திட்டங்களைக் கொண்டிருக்கிறது. ஈரானின் பழமைவாத அரசு அரசியல் இஸ்லாம் என்ற கருத்தியலுக்கும் அது சார்பான வறட்டுச் செயல்பாடுகளுக்கும் முழுமையான ஆதரவை வழங்குகிறது. ஆக மன்சூரைப் பொறுத்தவரை அரசியல் இஸ்லாமும், இஸ்லாமியப் பயங்கரவாதமும் பனிப்போர் காலகட்டத்தின் மூன்றாம் உலகக் குட்டி பூர்ஷ்வா மற்றும் எதிர் ஏகாதி பத்தியத்தின் தர்க்க ரீதியான திரிபுகளே!

மத்தியக் கிழக்கையும் வடஆப்பிரிக்காவையும் மையமாக வைத்து, இதன் கருத்தியல் தற்போது சுழன்று வருகிறது. தொண்ணூறுகளில் மத்தியக் கிழக்கின் சில பகுதிகளில் நடந்த அரசியல் இஸ்லாத்தின் அநீதியான வன்செயல்களை மன்சூர் வன்மையாகக் கண்டித்தார். ‘எகிப்திலும், அல்ஜீரியாவிலும் வெளிநாட்டினர், குழந்தைகள், பெண்கள், வயதானவர்கள் ஆகியோர் கொல்லப்பட்டனர். பள்ளியின் வாயிற்கதவில் பள்ளிக் குழந்தைகள் கொல்லப்பட்டனர். கட்டாயத் திருமணத்திற்குச் சம்மதிக்காத இளம் பெண்கள் கொல்லப்பட்டார்கள். டெல் அவிவில் சாலையில் நடந்து சென்றவர்கள், குழந்தைகள், இளம்பெண்கள் ஆகியோர் கொல்லப் பட்டனர். இதன் மூலம் அவர்கள் தங்கள் கருத்தியலை மறுபிரதியாக்கம் செய்துகொண்டு அப்பாவிகள் மீதான போரை நியாயப்படுத்துகிறார்கள். எதிர் ஏகாதிபத்தியவாதிகளும், இடதுசாரிகளும், அப்பாவிகளுக்கு எதிரான இந்தக் குருட்டு வன்செயலையும், அநீதியான செயல்களையும் நிதானமாகப் பரிசீலிக்க வேண்டியது அவசியம். அவர்கள் கருத்துப்படி ஏகாதிபத்தியத்தால் பாதிக்கப்பட்ட நாடுகளும், ஒடுக்கப்பட்ட மக்களும் இம்மாதிரியான செயல்பாடுகள் நியாயமான எதிர்வினை என்று கருது கிறார்கள். பாலஸ்தீனிய குழுக்களின் செயல்பாடுகள், இஸ்லாமிய

நிறுவனங்களின் போர்த் திட்டங்கள், அயர்லாந்து போர்ப் படையின் செயல்பாடுகள் போன்றவை இவற்றைப் பிரதிபலிக்கின்றன. இவை அவற்றால் பாதிக்கப்படுவோரின் எண்ணிக்கையை அதிகப்படுத்து வதுடன், பிராந்திய சீர்குலைவையும் ஏற்படுத்துகின்றன. இம்மாதிரியான பயங்கரவாதச் செயல்பாடுகள் ஒடுக்கும் அரசுகளின் கரத்தை வலுப்படுத்து வதுடன் அவற்றின் செயல்பாடுகளுக்கும் ஒரு நியாயப்பாட்டை உருவாக்கி அளிக்கின்றன. குறிப்பாக இஸ்ரேல் அண்மைக் காலங்களில் இம்மாதிரி யான செயல்தந்திரத்தைத்தான் பயன்படுத்திவருகிறது. வன்செயல்-விளக்கக் காரிய அறிவின்படி அது செயல்பட்டுவருகிறது. நாசிகளாலும் யூத வெறுப்பாளர்களாலும் நிகழ்த்தப்பட்ட இனப்படுகொலை நிகழ்வுகளை, அது பாலஸ்தீனிய இளைஞர்களைக் கொல்வதிலும், அவர்களை ஆக்கிர மித்து நாடற்ற அகதிகளாக மாற்றுவதிலும் பயன்படுத்தி வருகிறது. இதற்கு மேற்கத்தியச் சமூகத்தின் ஆதரவும் இருப்பதால் அதன் கருத்தியல் சட்டகம் மேலும் வலுப்படுகிறது. மார்க்சிய அடிப்படையில் நின்று இதனைப் பார்த்தால் அரபு, பாலஸ்தீன், இஸ்ரேல் ஆகியவற்றால் கட்டமைக்கப்பட்ட இம்மாதிரியான காரிய அறிவிலான, குருட்டுப் பயங்கரவாதமானது திவாலானதும், அழிந்துபோகக்கூடியதுமாகும். இது வெறுமனே அரச பயங்கரவாதமோ, இஸ்லாமிய நிறுவன வன்செயலோ அல்ல. மாறாக இதன் பின்னணி முதலாளித்துவத்தின் சுரண்டலோடும் வர்க்க நலனோடும் இணைந்திருக்கிறது என்கிறார் மன்சூர். அவர்கள் ஒடுக்கப்பட்ட மக்கள் மீது அதனைத் திணிப்பதால் ஏற்படும் விளைவே இது. ஆக மத்தியக் கிழக்குச் சமூகத்தில் உழைக்கும் வர்க்கமானது தனக்கான சரியான தலைமையை ஏற்படுத்திக்கொண்டு சமூகப் புரட்சியில் ஈடுபட வேண்டும் என்கிறார் மன்சூர் ஹிக்மத்.

பயங்கரவாதக் கருத்தியலைப் பொறுத்தவரை அது வெறும் சொற்களின் முன் பின் போராட்டம் அல்ல. மாறாக அதிகாரத்திற்கான போராட்ட மாகும். பயங்கரவாதம் என்பது இதன் எதார்த்த வெளிப்பாடாகும். ஆனால், உடனடிப் போரும் முரண்பாடும் பயங்கரவாதத்திற்கான முடிவல்ல. அமெரிக்காவின் ஆப்கானிஸ்தான் நுழைவு என்பது உசாமாவை உயிருடன் பிடித்துப் பயங்கரவாதத்தை முடிவுக்குக் கொண்டு வரும் நிகழ்வாக மாறாது. மேலும், ஐரோப்பியக் குடிமக்களும் அமெரிக்காவின் குடிமக்களும் நிம்மதி யாக வாழ இது வழிவகுக்காது. மாறாக இரு தரப்பிலும் இது ஆபத்தைத் தான் அதிகப்படுத்தும். பாலஸ்தீனப் பிரச்சினை, இஸ்லாமிய அமைப்பு களையும் அமெரிக்காவையும் நேருக்கு நேராக முன்னிறுத்துகின்றது. ஆனால், இந்த முரண்பாடு பாலஸ்தீனப் பிரச்சினைக்குத் தீர்வாகாது. அமெரிக்காவின் நிரந்தர, திரளான, நுண்மையான இராணுவ நடவடிக்கை யானது பாலஸ்தீன், இஸ்லாமியப் பயங்கரவாதம் ஆகிய இரண்டையும்

மிக மோசமான கட்டத்திற்குக் கொண்டு செல்கின்றன. அதே நீட்சியில் பாகிஸ்தானின் உள்நாட்டுப்போரும் அப்பகுதியில் நிலையற்ற, குழப்பமான சூழலை ஏற்படுத்துகின்றது. அமெரிக்காவின் நிலையான அரசியலும் இராணுவ விரிவாக்க நடவடிக்கையும் உலகின்மீது அதன் மேலாண்மையைத் திணிப்பதுடன் தன் வல்லரசுக் கோட்பாட்டை நிறுவும் முயற்சியுமாகும். பாலஸ்தீன் பிரச்சினையை முடிவுக்குக் கொண்டுவருவது அல்லது இஸ்லாமியப் பயங்கரவாதத்தை எதிர்கொள்வது இந்த நோக்கத்தில் வராது. மாறாகச் செப்டம்பர் 11க்குப் பிறகு தனக்கு ஏற்பட்ட அழுத்தமும், சந்தர்ப்பங்களும் அதனை உலகை மேலாண்மை செய்யும் நோக்கத்தை நிறைவேற்ற எத்தனிக்கின்றன.

இஸ்லாமிய அமைப்புகளைப் பொறுத்தவரை இதுவும் அதிகாரத்தின் போராட்டம்தான் என்கிறார் மன்சூர் ஹிக்மத். பாலஸ்தீனிய மக்களின் துயரம் அல்லது கீழைத் தேசங்களுக்கு எதிராக மேற்கு செய்த வரலாற்று அநீதிகளின் எதிர்வினையாக, இஸ்லாமிய அமைப்புகள் மேற்கொள்ளும் நடவடிக்கை அல்ல இது. மாறாக அவை தனக்கான சாதக நிகழ்வுகளையும், சந்தர்ப்பங்களையும் திருப்பிப்போட்டு மத்தியக் கிழக்குச் சமூகத்தில் பூர்ஷ்வா அதிகார அமைப்பை ஏற்படுத்தும் நடவடிக்கையே. பயங்கர வாதமும், குருட்டு எதிரித்தன்மையும் மேற்கையும், மேற்கத்திய மயமாக்கலையும் முக்கிய அரசியல் மூலதனங்களாய்க் கருதித் தனக்கான இருப்பை நிலைநிறுத்திக்கொள்ளப் போராடுகின்றன. மத்தியக் கிழக்கில் சமாதானமும், சுதந்திரப் பாலஸ்தீன் அரசை ஏற்படுத்தும் நடவடிக்கையும் இங்குள்ள இஸ்லாமிய அமைப்புகளை நீர்த்துப் போகச்செய்யும் செயல் திட்டங்களாகும். இதை இஸ்லாமிய அமைப்புகள் நன்றாகவே உணர்ந்திருக்கின்றன. ஆகவே, இதன் பயங்கரவாத நடவடிக்கைகள் இப்பகுதியில் தேசிய, இன, மத முரண்பாடுகளை அதிகப்படுத்தி இஸ்லாமிய அமைப்புகளின் அரசியல் மூலதனத்தையும், அதிகார இருப்பையும் நிலைக்கச் செய்கின்றன. ஆகவேதான் அமெரிக்காவின் இராணுவ நடவடிக்கையை இங்குள்ள அரசுகள் வரவேற்கின்றன.

மன்சூரைப் பொறுத்தவரை இந்த இரு துருவங்களின் செயல்பாடுகளுக்கு அப்பால் வலுவான வெகுமக்கள் இயக்கம் ஒன்று கட்டமைக்கப்படுவது அவசியம். அது இவற்றின் வரலாற்றுப்போக்கையும், எதார்த்தத்தையும் வெளிப்படுத்தும் திறன் கொண்டதாக இருக்க வேண்டும். செப்டம்பர் 11க்குப் பிறகான அமெரிக்காவின் நிலைப்பாடு முக்கியமான பிராந்திய விளைவுகளையும் சர்வதேச விளைவுகளையும் ஏற்படுத்தி இருக்கிறது. உலகின் கருத்தியல் சூழலையும் அரசியல் சூழலையும் இது சிக்கலாக்கி இருக்கிறது. ஈரானிய அரசியல்கூட இதன் பின்தொடர் மாற்றங்களுக்கு உள்ளாகி இருக்கிறது என்கிறார் ஹிக்மத். பயங்கரவாதத்திற்கு எதிரான போர்

என்ற அமெரிக்காவின் பிரகடனம் நடப்பு வரலாற்றின் கறைபடிந்த தருண மாகும். ஏற்கனவே இலட்சக்கணக்கான மக்கள் இந்தக் கறைபடிதலுக்கு உள்ளாகி இருக்கிறார்கள். இந்தக் கண்ணோட்டம் உலகியல் அறப்படி தேவை யான ஒன்றல்ல. இந்தக் காட்சிகள் இரு தரப்பிற்கும் கட்டுப்பாடானவை யல்ல. இதற்கு மாற்றுத் தளத்தில் மூன்றாவது சக்தி ஒன்று ஏற்பட வேண்டும். அது இந்த நிலைமையையும், நிலவும் கட்டமைப்பையும் தலைகீழாக்க வேண்டும். இவை எழுச்சிகொள்ளும்போது இவ்வுலகில் நேர்மறையான மாற்றங்கள் ஏற்பட்டு, உலகம் கடந்த நூற்றாண்டின் சோக வரலாற்றை மறுபிரதியாக்கம் செய்வதிலிருந்து விலக்கம் பெறும். புஷ், பிளேர், நேட்டோ, குமைனி, அரசியல் இஸ்லாம், நாகரிகமான மனித இனம், நாகரிக உலகம் போன்ற கருத்தாக்கங்கள் பயங்கரவாதத்திற்கு எதிரான தடுப்பரண் என்பதை அறிந்திருக்கவில்லை. இருபத்தொன்றாம் நூற்றாண்டு முதலாளித்துவத்தின் கொடூர கணங்களாக மாறக்கூடாது என்கிறார் ஹிக்மத். மேலும் நடப்பு உலகில் ஊடகங்களும் இதைக் கட்டமைப்பதில் முக்கியப் பங்கு வகிக்கின்றன. அவை எதார்த்த அறிவார்ந்த மற்றும் கருத்தியல் நிலைப்பாட்டைப் பிரதிபலிப்பதில்லை. மாறாகத் தன் சொந்தப் பார்வையையும், ஆளும் வர்க்கக் கருத்தியலையும் பிரதிபலிக்கின்றன. இராணுவவாதம், பயங்கரவாதம், இனவாதம், நிறவாதம், மதத் தீவிரவாதம் போன்ற சொல்லாடல்கள் அடிக்கடி அவற்றால் திருப்பப்படுகின்றன. மாறாக அவை வெகுமக்களின் உளவியலையும், எதார்த்த வெளிப்பாட்டையும் பிரதிபலிக்க வேண்டும். ஆகப் பயங்கர வாதம் வெளிப்படுத்தும் உக்கிரங்களைச் சாதாரண மக்கள் அறிந்துகொண்டு அதற்கான மாற்றுகளை உருவாக்க எத்தனிக்க வேண்டும் என்கிறார் ஹிக்மத். புரட்சிக்குப் பிந்தைய ஈரானின் சிறந்த மார்க்சியச் சிந்தனையாளரான மன்சூர் ஹிக்மத் ஈரான் மற்றும் மத்தியக் கிழக்கு வரலாற்றிற்குப் புதிய அர்த்தங்களைக் கண்டுபிடித்தவராக விளங்குகிறார்.

●

நேர்காணல்: மன்சூர் ஹிக்மத் *

ஈரானின் மார்க்சியவாதியான மன்சூரின் நேர்காணல்கள் பல பத்திரிகை களில் வெளிவந்திருக்கின்றன. இந்த நேர்காணல் ஈரானின் *இன்டர்நேஷனல் வார இதழில்* 1992இல் சோவியத் ரஷ்யாவின் தகர்வை ஒட்டி வெளிவந்தது. இந்த நேர்காணலில் மன்சூர் சோவியத் சமூகத்தின் வரலாற்று உள்ளமைப்பு, சோசலிசக் கட்டுமானம், முதலாளித்துவச் சந்தைப் பொருளாதாரம் போன்றவற்றைக் குறித்து விரிவாக விவாதிக்கிறார். சோவியத் யூனியன் மார்க்சின் வகைப்பட்ட மார்க்சியத்தை ஒருபோதும் நடைமுறைப்படுத்த வில்லை என்பது அவரின் வாதம்.

கேள்வி: பூர்ஷ்வா விமர்சகர்கள் சோவியத் யூனியனின் தகர்வைச் சோசலிசத்தின் தோல்வி என்றும், கம்யூனிசத்தின் முடிவு என்றும் வர்ணிக்கிறார்கள். அப்படிப்பட்ட நிலை ஏற்பட்டிருக்கிறது என்பதில் உண்மையிருக்கிறதா? இந்தத் தகர்வு அல்லது மொத்த சோவியத் அனுபவம் எதுவரை சோசலிசத் தோல்வி என்பதைக் குறிப்பிடும்?

மன்சூர் ஹிக்மத்: தொழிலாளி வர்க்க கம்யூனிசத்தையும் மார்க்சியத்தை யும் பொறுத்தவரை இந்த மாற்றம் சோசலிசத்தின் தோல்வியோ, கம்யூனிசத்தின் முடிவோ அல்ல. மாறாக இந்த நிலைமை ஒரு குறிப்பிட்ட வகை பூர்ஷ்வா சோசலிசம் அல்லது அரச முதலாளித்துவ வகைப்பட்ட ஒன்றின் தோல்விதான்.

மேலும் சோவியத் யூனியன் சோசலிசம் அல்லது கம்யூனிசத்தை நெறிப்படுத்திய நாடல்ல. அது மொத்தத்தில் மார்க்சியத்துக்கு அந்நியப் பட்டவர்கள் மார்க்சியவாதிகள் என்று தங்களை சுயமாக அழைத்துக் கொண்டவர்களின் நாடாக இருந்தது. இது பல பூர்ஷ்வா சிந்தனையாளர் களாலும், சோவியத்வாதிகளாலும் அனுமதிக்கப்பட்டிருக்கிறது. இன்றைய ஆளும் வர்க்கக் கருத்தியலின் தேவை என்பது, சோவியத் யூனியன் வகைப் பட்ட மார்க்சியத்தை மறு அடையாளப்படுத்தவும், பூர்ஷ்வா வகைப்பட்ட

---

* நன்றி: *International weekly Iran (october 1992)*

சிந்தனையாளர்களின் மார்க்சிய எதிர்ப்புப் பிரசார ஆயுதமாக சோவியத் யூனியன் பற்றிய ஆய்வு விளங்கும் நிலையில் அதை மாற்றுவதுமாகும். அவர்கள் சோசலிசம் தோல்வியடைந்துவிட்டது என்கிறார்கள். சோவியத் தகர்வைத் தொடர்ந்து கம்யூனிசம் முடிவுக்கு வந்துவிட்டது; ஆகவே அதற்கு வாழ்வு இல்லை என்பதாகவும் பிரசாரம் செய்கிறார்கள். அது பூர்ஷ்வா போர்க் கிரிமினல்களின் கூக்குரலாகும். அவர்களது குரல் உயர்ந்ததாக இருக்கிறது. அவர்கள் கம்யூனிச உயிர்ப்பை முதலாளித்துவச் சமூகத்திற்கு எதிரான அச்சுறுத்தல் என்பதை மீண்டும் உறுதிப்படுத்துகிறார்கள்.

அதுமாதிரியே கிழக்கு ஐரோப்பிய நாடுகளின் தகர்வும் சோசலிசத் திற்கோ, கம்யூனிசத்திற்கோ ஏற்பட்ட தோல்வி அல்ல. மேலும் அது சோசலிசத்தின் அரசியல், பொருளாதார, நிர்வாக, கருத்தியல் பிரதிநிதி அல்ல. உண்மையில் மொத்த சோவியத் அனுபவமும் அக்டோபர் புரட்சியின் வெற்றியடையாத பரிசோதனையாகும். நான் ஏற்கனவே இது பற்றிப் பல மார்க்சிய விளக்க உரைகளிலும், சோவியத் கூட்டங்களிலும் உரையாடி இருக்கிறேன். 1917இல் நடந்த அக்டோபர் புரட்சியானது பூர்ஷ்வாக்களிடமிருந்து அதிகாரத்தைக் கைப்பற்றி அதன் அரசியல் மற்றும் இராணுவ யுக்திகளைக் கடைப்பிடித்து பழைய கட்டமைப்பை மீள்படுத்திய ஓர் அரசியல் ஒழுங்கு. இந்த அம்சத்தில் புரட்சியின் தலைவிதியானது அதன் திறத்தோடு இணைக்கப்பட்டதோடு, பொருளாதார உறவுகளின் பரிமாற்றத் தோல்வியோடும், தொழிலாளி வர்க்கத்தின் சோசலிசப் பொருளாதாரத் திட்டத்தைக் கையாள்வதில் ஏற்பட்ட தோல்வியோடும் உறவு கொள்கிறது. இந்த வகையில் ரஷ்ய அக்டோபர் புரட்சியானது மேல் நகரமுடியாத தோல்வியே.

உற்பத்திச் சாதனங்களின் பொதுவுடைமைக்குப் பதிலாக அங்கு மூலதனக் கட்டமைப்பும், அரச வகைப்பட்ட உற்பத்திச் சாதனங்களின் அமைப்பும் காணப்பட்டன. கூலி, கூலியுழைப்பு முறை, பணம், பரிவர்த்தனை மதிப்பு, உற்பத்தி செய்யும் வர்க்கம் உற்பத்தி சாதனங்களிலிருந்து அந்நியப்பட்ட முறை ஆகியவை தொடர்ந்து நீடித்தன. 1920இன் இரண்டாம் பகுதியில் சோவியத் ரஷ்யாவில் தேசியப் பொருளாதாரம் அரச முதலாளித்துவத்தைச் சுவீகரித்துக் கொண்டது. பாட்டாளி வர்க்கப் புரட்சிக்குப் பிறகு பூர்ஷ்வா வர்க்கம் அதன் மூலதன உறவுகளைத் தக்க வைப்பதற்கான வரலாற்று மாற்று வழியாக இது இருந்தது. பூர்ஷ்வா அரச மைய அதிகாரம் புரட்சிக்குப் பிறகு இடம் பெயர்ந்துகொண்டது. சிதைவுக்குள்ளான முதலாளித்துவ தேசியவாதம் கம்யூனிச சமூகத்தால் வெற்றிகொள்ளப்பட்டது.

மார்க்சியர்களின் சோவியத் அனுபவத்தின் அடிப்படைப் பாடமானது, பாரிஸ் கம்யூன் அடிப்படையில் எழுந்த புரட்சியைப் பின்தொடர்ந்ததாகும்.

பொருளாதார ஒழுங்கில்லாமல், சமூகத்தில் பொருளாதாரத் தாக்கத்தை ஏற்படுத்தாமல் வெற்றி பெற முடியாது. இந்த அம்சங்கள் இல்லாமல் நிகழும் எந்த அரசியல் புரட்சியுமே தோல்வியைத் தழுவும். சோசலிசப் புரட்சியானது பிரிக்க முடியாதது. அது மொத்த அம்சத்தையும் வெற்றி கொள்ளக் கூடிய சமூகப் புரட்சியாக இருக்க வேண்டும். இந்த அடிப்படை யிலான புரட்சியானது கூலி உழைப்பை அகற்றக்கூடிய, உற்பத்திச் சாதனங் களுக்குத் திரும்பக்கூடிய, அவற்றைப் பங்கிடக்கூடிய பொதுவுடைமையாக இருக்க வேண்டும். இது சோவியத் யூனியனில் நடைபெறவில்லை.

சோவியத் யூனியனிலும் கிழக்கு ஐரோப்பிய நாடுகளிலும் சில முக்கியக் காலகட்டங்கள் கம்யூனிச இயக்கத்தின் மீதும் சோசலிச அமைப்புகள் மீதும் ஆழமான பாதிப்புகளை ஏற்படுத்தின. தற்போது நாம் கண்ணால் காணும் நிகழ்வுகளின் அளவுகோல்கள் முந்தைய சம்பவங்களோடு ஒப்பிட முடியாதவை. தற்போதைய மார்க்சியத்திற்கான திடீர் தகர்வை எவ்வாறு விவரிக்கிறீர்கள்? கிழக்கு ஐரோப்பிய நாடுகளின் சிதைவு எந்த அளவில் மார்க்சியக் கோட்பாடுகளில் தேவையான திருத்தங்களைச் செய்யும்?

மார்க்சியம் என்பதே விமர்சனம். முதலாளித்துவச் சமூகத்தின் மீதான விமர்சன ஒழுங்குமுறை. இது குறிப்பிட்ட வகையிலான நம்பிக்கைகளோ, தீர்க்கதரிசனமோ அல்ல. தன்னளவிலான விமர்சனம் என்ற முறையில் அது சமூக ஒழுங்கின் தோற்றமைப்பு மற்றும் அதன் உள் முரண்பாடு பற்றிய தீவிரப் பகுப்பாய்வுக் கோட்பாடு. என்னைப் பொறுத்தவரை மார்க்சியத்துடனான உடைவு என்பது உண்மையுடனான உடைவு. சோவியத் யூனியன் போல் ஆயிரம் சம்பவங்கள் இருந்தாலும், மார்க்சியன் என்ற வகையில் தற்போதைய சமூகம் பற்றிய என்னுடைய விமர்சனப் பார்வையைப் பாதிக்காது. மேலும் இது மனித விடுதலை பற்றிய என்னுடைய கருத்தையும் மாற்றாது.

முறையியல் என்ற நிலையில் மார்க்சியமானது அதன் உள்ளடக்கத்தில் முதலாளித்துவச் சமூகம் பற்றிய விரிவான, தெளிவான விமர்சனக் கோட்பாடாகும். அது சமூகத்தின் குறிப்பிட்ட பிரிவைப் பற்றிய குற்ற விவரணமும், விமர்சனமுமாகும். மார்க்சிய விமர்சனத்தின் எதார்த்தம் என்பது தற்போதைய சோவியத் யூனியனின் போக்காக மட்டுமல்லாமல், நம்முடைய காலகட்டத்தின் மொத்தப் பொருளாதார மற்றும் சமூக எதார்த்தத்தினால் உறுதிபடுத்தப்பட்டுள்ளது.

நடப்பு உலகம் பற்றிய கவலை என்பதே அதன் முக்கியப் பிரச்சினைகள் குறித்து வெகுமக்கள் ஊடகங்களில், கல்வி நிறுவனங்களில், கலை இலக்கியத்தில் நடந்துவரும் விவாதங்கள்தான். அவர்கள் சமூகத்தின்

அரசியலையும் பண்பாட்டு வாழ்க்கையையும் பொருளாதாரம்தான் தீர்மானிக்கிறது என்று வலியுறுத்தியவர் மார்க்ஸ் என்று அவரைப் பரிகசிக்கின்றனர். இன்றைக்கு ஈரானில் முல்லாக்கள் மைய வங்கியின் நடவடிக்கைகளிலும், டாலர் பரிமாற்ற மதிப்பிலும் மதம் நிலைநிறுத்தப் பட வேண்டும் என்று வலியுறுத்துகிறார்கள். இது இலாபம் மற்றும் உழைப்பின் உற்பத்தித் திறனைச் சார்ந்தது என்று எல்லோருக்கும் தெரியும். அவர்களின் சிந்தனையின் பின்னால் சிறந்த அரசு என்பது என்ன? போலீஸ், இராணுவக் கட்டமைப்பு போன்றவை ஒளிந்திருக்கின்றன. மேலும் முதலாளி- தொழிலாளி; கூலி பெறுபவர்-கூலி கொடுப்பவர் போன்றவை சமூகத்தில் தொடர்ச்சியான முரண்பாடாக இருந்து கொண்டிருக்கின்றன. தொழிலாளர் இயக்கங்கள் சுரண்டலுக்கும், வர்க்க பேதத்திற்கும் எதிராக இருக்க வேண்டும் என்று மக்களின் எதிர்பார்ப்பு சாதாரணமாக இருக்கிறது. தொழிலாளர் வர்க்கம் சுதந்திரத்தோடும், நலத்தோடும் அடையாளப் படுத்தப்படுகிறது. பூர்ஷ்வாக்கள் அநீதியோடும், சமூக மோதல்களோடும் தொடர்புகொண்டவர்கள். என் கருத்துப்படி இருபதாம் நூற்றாண்டு மார்க்சியத்தின் நூற்றாண்டு. மார்க்சியக் கோட்பாடுகள் முதலாளித்துவ உலகத்தின் மீது ஆதிக்கம் செலுத்திய காலம். மார்க்சியத்தைப் பொறுத்த வரை சமூகத்தின் எதார்த்த அறிவு. சமீபத்திய உலகப் போக்குகள் சட்ட ரீதியான மதிப்பை நிர்ணயிக்கின்றன. தற்போதைய மார்க்சியத்திலிருந்து துண்டிக்கப்பட்ட அலையானது எவ்விதத்திலும் எதார்த்த மார்க்சியப் பார்வையோடு தொடர்புடையதல்ல. அது அரசியல் இயக்கம். அதன் தேர்வுகள் எல்லாம் அரசியல், அறிவியல் அல்ல. இரண்டாம் உலகப் போருக்குப் பின் மார்க்சியச் சிந்தனை நோக்கி ஈர்க்கப்பட்ட சீர்திருத்தவாத அறிவுஜீவிகள் எல்லாம் எழுபதுகளின் நடுப்பகுதியில் தலைகீழான நிலைக்கு மாறினார்கள். மார்க்சியம் உறுதியான நிலையில் உலகக் கண்ணோட்டம் என்ற முறையில் ஒவ்வொரு காலகட்டத்தின் கோட்பாட்டு யுத்தத்தில் பங்குகொண்டு சமூக வரலாற்று இயக்கத்தின் பிரச்சினைகள் மீதான முன்னோக்குச் சிந்தனைகள், பகுப்பாய்வுகள் ஆகியவற்றில் கவனம் செலுத்த வேண்டும். நமக்குத் தேவை எதார்த்தத் தேடலில் மாற்றமோ வித்தியாசமான சமூகக் கண்ணோட்டமோ அல்ல. மாறாக இந்தக் கண்ணோட்டத்தை நடப்பு உலகம் மீது பொருந்தச் செய்தலும் பலதரப் பட்ட முரண்பாடுகளிடையே இணக்கம் காணுதலுமே ஆகும்.

லெனின் பற்றியும் லெனினியம் பற்றியும் உங்கள் கருத்து? லெனினியம் மறுவரையறை செய்யப்பட வேண்டிய அவசியம் இல்லையா? நீங்கள் உங்களை லெனினியவாதியாகக் கருதுகிறீர்களா?

நாம் இந்தக் கேள்விக்கான பதிலைக் கண்டுபிடிப்பதற்கு அவருடைய

காலத்தில் வாழவில்லை. முதலில் நாம் நம்முடைய கட்டங்களை முடிவு செய்ய வேண்டும். லெனினின் உண்மையான மதிப்பீடு பற்றிய கேள்வி எழுந்தால் அவருடைய பார்வை, நடைமுறைச் செயல்பாடுகளில் உள்ள துல்லியத்தன்மை, பாட்டாளி வர்க்கச் சிந்தனை மற்றும் செயல்பாடுகள் மீதான அவரின் பங்களிப்பு ஆகியவற்றைப் பொறுத்தவரை நிச்சயமாக நான் ஒரு லெனினியவாதி. என்னைப் பொறுத்தவரை லெனின் ஓர் அசல் மார்க்சியவாதியாகவும், உலகப் பாட்டாளி வர்க்கத்தின் சிறந்த தலைவ ராகவும் இருக்கிறார். கோட்பாட்டு லேபிள் என்ற வகையில் லெனினியம் மற்ற மார்க்சிய மனோபாவ வகையிலிருந்து வேறுபட்டது. ஸ்டாலினின் கீழ் இந்தச் சொல்லாடலைத் தொடங்கியவர்கள் சோசலிசம் அல்லாத நலன்களுக்காகவும், மோதல்களுக்காகவும் அதைப் பயன்படுத்தினார்கள். இது முற்றிலும் லெனின் மற்றும் லெனினியத்தின் மதிப்பைக் குறைப்ப தாகும். பூர்ஷ்வா சிந்தனையாளர்கள் மொத்த சோவியத் அனுபவத்தையும் லெனின் மீது பதிய வைத்தார்கள்.மேலும் இன்றைக்கு அது ஒரு பாவ்லாவாகவும் மாறிவிட்டது. அக்டோபர் புரட்சித் தருணத்தில் லெனின் ஒரு தாராளச் சிந்தனைவாதியாகவும், ஏகப் புரட்சியாளராகவும் இருந்தார் என்பதை பூர்ஷ்வா சிந்தனையாளர்களும் ஒத்துக்கொள்கிறார்கள். இதை இவர்கள் மறந்து விடுகிறார்கள். லெனினியம் சோவியத் யூனியன், சீனா, அல்பேனியா போன்ற நாடுகளின் அரசியல் இயக்கங்களின் செயல்பாடு களாகவோ அல்லது அரசியல் அனுபவமாகவோ இருக்கவில்லை. பிந்தையக் கட்டத்தில் லெனினியம் முழுவதும் தவறாகவும், திரிக்கப் பட்டும் வடிவமைக்கப்பட்டது. லெனின் சமத்துவம், சுதந்திரம் மற்றும் மனித நேயத்திற்கான சுவையான பிரதிநிதி. நீங்கள் லெனினியத்தின் வாயிலின் கீழ் எந்த எதேச்சதிகாரத்தையோ ஒடுக்குமுறையையோ எதிர்பார்க்க முடியாது.

மார்க்சியச் சிந்தனை மற்றும் செயல்பாடுகளின் அடிப்படையில் லெனின் ஒரு கோபுர உருவம். லெனினியம் ஏகாதிபத்திய யுகத்தின் மார்க்சிய வடிவம். புரட்சிகரக் கோட்பாட்டிற்கும், நடைமுறைக்குமான தொடர்பை அவர் இணைத்துக் கொண்டதிலிருந்தே அவரின் முக்கியத்துவத்தைப் பற்றி உணர்ந்துகொள்ள முடியும். செயல்பாட்டுப் பொருள்முதல்வாதம் என்பதை மார்க்சியப் புரிதலில் வெளிப்படுத்தியவர் லெனின் என்றே நான் கருது கிறேன். லெனின் இரண்டாம் அகில காலகட்டத்தில் ஒரு பரிணாமவாதி யாகவே இருந்தார். அவரின் பார்வை தெளிவாகவும், உயிரோட்டமான விளக்கத்தை அளிக்கக்கூடியதாகவும் இருக்கிறது. லெனினின் முன்னால் சோசலிசம் மார்க்சிலிருந்து கற்றுக்கொள்ளப்பட்ட 'அவசியமானதாகவும், தவிர்க்க முடியாததுமான ஒன்றாக இருந்தது.' லெனின் அவருடைய கால கட்டத்தில் 'சோசலிச சாத்தியப்பாட்டுக்கு' அழுத்தம் கொடுத்தார். அவருடைய

வரலாறு பற்றிய கருத்தும், புரட்சிகர செயல்பாட்டின் வரலாற்று வளர்ச்சி பற்றிய கருத்தும் மார்க்சிலிருந்து பெறப்பட்டதே. லெனின் எப்பொழுதுமே அரசியல் சிந்தனையாளராகவும், தலைவராகவும், கற்றுக்கொள்வதற்கும், உள்வாங்குவதற்குமான பெரும் மூலமாகவும் இருந்தார்.

தற்போதைய எதிர்-சோசலிசப் பரிமாணம் என்பது பொருளாதாரம் தொடர்புடையது. சோவியத் யூனியனின் தகர்வு என்பது முதலாளித்துவத் திற்கும் சந்தைக்கும் கிடைத்த வரலாற்று ரீதியான, வலுவான வெற்றி என்ற கருத்துக்கு ஊக்கம் அளிக்கிறது. ஒரு மார்க்சியவாதியாக உங்களின் பதில் என்ன?

முதலில் இரு விஷயங்களை நாம் வேறுபடுத்திப் பார்க்க வேண்டும். ஒன்று கிழக்கு மற்றும் மேற்கு துருவங்களின் முதலாளித்துவச் செயல்பாடுகள் மீதான ஒப்பீடு. மற்றொன்று முதலாளித்துவத்தை சோசலிச மாற்று மற்றும் பொருளாதார ரீதியான அம்சங்களுடன் ஒப்பிடுதல். இன்றைய நாட்களில் மார்க்சியவாதிகளால் சொல்லப்படும் சோசலிசம் எங்குமே செயல்படுத்தப் படவில்லை. சோவியத் யூனியனின் பொருளாதார முறை மார்க்சிய மற்றும் பாட்டாளி வர்க்க அடிப்படையிலானது என்பதை நாம் நம்பமுடியாது. இந்த விஷயத்தைப் பற்றி நான் பின்னர் விவாதிக்கலாம் என்றிருக்கிறேன். நான் முதலில் கிழக்கு மற்றும் மேற்கின் முதலாளித்துவ வளர்ச்சி நிலை பற்றிய பல்வேறு வகைப்பாடுகளைப் பற்றிக் குறிப்பிடலாம் என்றிருக் கிறேன். சந்தை மற்றும் போட்டி அடிப்படையிலான முதலாளித்துவம் சிறந்த, வலுவான, சாத்தியமான பொருளாதார மாற்றாக இன்றுவரை நிலைத்திருக்கிறதா? இந்தக் கேள்விக்குப் பதிலளிப்பதற்கு நமக்குப் பொருளாதாரம் பற்றியும் அதன் அளவுகோல்கள் பற்றியும் உயர்ந்த மதிப்பீட்டுப் பார்வை வரவேண்டும். இந்தச் சொற்கூறுகள் அனைத்தும் தன்னிலையானவையும், வரையறுக்க முடியாதவையுமாகும். இந்த அம்சங்கள் பூர்ஷ்வா பொருளாதார அறிவியலின் விவாதப் பொருட்கள். பொருளாதாரத்தின் உடற்கட்டுமானம், தொழில்நுட்ப வளர்ச்சி, வருமான வழி, அதன் விநியோக முறை, தொழில் அடிப்படைகள், வேலைவாய்ப்பு அளவு, பொருட்களின் தரம், தன்னிறைவு அல்லது உலக சந்தையில் அதன் நிலைத்தன்மை போன்றவை இதற்குள் வரும். இவை பூர்ஷ்வா பொருளாதாரப் பள்ளிகளால் பல்வேறு விதத்தில், முரண்பட்ட விதத்தில் அவர்களுக்குள்ளாகவே விவாதிக்கப்பட்டன. இங்குக் கேள்வியே மிகவும் செயல்திறன் மிகுந்த, சாத்தியப்பாடான பொருளாதார மாதிரி என்பது எந்தச் சமூகத்திற்கு? எந்த வரலாற்றுக் கட்டத்தில்? சமூகத்திற்கான எந்தப் பிரச்சினையில்? இவை அனைத்துமே வளர்ச்சிப் பொருளாதாரத்தின் பழைய பிரச்சினைகள்.

எடுத்துக்காட்டாக, தாராள சந்தை முறை அக்டோபர் புரட்சிக்குப் பிந்தைய ரஷ்ய முதலாளித்துவத்தின் வலுவான மாற்றாக இருக்கவில்லை. நாம் வளர்ச்சி குன்றிய நாடுகளின் வரலாற்றை எடுத்துக்கொள்வோம். இங்கெல்லாம் தொழிலாளர் மற்றும் பண்டங்களின் சந்தை வடிவமைப்பின் தொடக்க கட்டம், தொழில் அமைப்புகளைக் கட்டுதல் போன்றவை சந்தை இயந்திர முறையின் தலையீடு இல்லாமல் சாத்தியமாகி இருக்கவில்லை. மேற்கத்திய முதலாளித்துவ வரலாற்றில் நிறைய எடுத்துக்காட்டுகளை நாம் சொல்ல முடியும். அங்கெல்லாம் சந்தைப் பொருளாதாரத்தில் மந்த நிலை ஏற்படும்போது அரசுகளின் தலையீடு நடைபெற்றிருக்கிறது. தொழில்நுட்ப மறுகட்டுமானமும் நடைபெற்றிருக்கிறது. இன்றுகூடச் சந்தையும், போட்டியும் அதன் முக்கியத் தகுதிபாடுகள் இல்லாமல் மேற்கத்திய முதலாளித்துவத்தின் கூறுகளாக அவற்றை நம்மால் விவரிக்க முடியாது. அரசும், தனியார் ஏகபோகமும் மூலதன இயக்கம் மற்றும் அதன் பொருளாதாரத் தூண்டல்களான விலை, உற்பத்தி சேர்மானம், வளர்ச்சி வீதம், வேலைவாய்ப்பு அளவு போன்றவற்றைத் தீர்மானிக்கும் கட்டமைப்பு சக்திகளாக இருக்கின்றன. இருந்தபோதும் மேற்கத்திய முதலாளித்துவச் சிந்தனையாளர்கள் இந்தப் பொருளாதார மாதிரியைக் கிழக்கிலும் நடைமுறைப்படுத்துவதை நியாயப்படுத்துகிறார்கள்.

சீர்திருத்த முதலாளித்துவ மாதிரியைப் பொறுத்தவரை சோவியத் யூனியனில் இந்தப் பொருளாதார மாதிரி பொருத்தமான, செயல்திறன் மிகுந்த ஒன்றாக மாறி மூலதன திரட்சியைத் தடுக்கத் தவறியது மட்டுமல்லாமல், மூலதனத்தை அடிப்படையாகக் கொண்ட உற்பத்தி முறையை மாற்றவும் இயலாததாகிவிட்டது. சந்தை முறைக்கு மாற்றான திட்டமிடல் என்பதற்குப் பதிலாக, அந்தச் சந்தையின் செயல்கூறுகள் எல்லாம் நிர்வாக முடிவெடுக்கும் நிறுவனங்களில் ஆதிக்கம் செலுத்தின. மார்க்சின் முதலாளித்துவத்தின் மீதான விமர்சனத்தைத் தொடர்ந்து, மனித சமூகம் தேவையானதும், சாத்தியமானதுமான உயர் பொருளாதாரச் சமூகத்தின் தேவையை உணர்ந்திருக்கிறது. முழுச் சமத்துவத்தையும், சுதந்திரத்தையும் கோரும் சமூகமாக, வர்க்கங்களற்ற, இன பேதங்களற்ற, உற்பத்தி சாதனங்களைப் பொதுவாகக் கொண்ட சமூகமே அது. முதலாளித்துவம் தானாகவே அதற்கான பொருளாயத முன்நிபந்தனைகளை ஏற்படுத்துகிறது.

●

மாக்சிம் ரோடின்சன்:
கிழக்கில் திரும்பும் மேற்கின் கதை

ய்

பௌதீக உலகின் வட்டப்பாதையிலான சுழற்சியில் திசைகள் இருப்பைக் குறிக்கின்றன. அந்த இருப்பின் வடிவமானது நிலப்பகுதி ஒன்றின் வரைவெல்லையாக மாறுகிறது. மேற்கு-கிழக்கு என்ற பிரிவினை இந்த நிலப்பகுதியைச் சார்ந்தது. அதன் புறச்சூழல், காலநிலை, மக்கள்தொகுதி, குறிப்பிட்ட பண்பாடு ஆகியவற்றைச் சார்ந்து துருவ இனங்கள் தீர்மானிக்கப்படுகின்றன. நாகரிகங்களின் பிறப்பிடமாகவும், பண்பாட்டுப் பரிணாமங்களின் புகலிடமாகவும் வரலாற்றில் கிழக்கத்திய சமூகம் முன்னுக்கு வருகிறது. தனித்த விதி ஒன்றின் இயங்கிடமாகக் கிழக்கத்திய வரலாறும் பண்பாடும் குறித்த பார்வைக்குள் செல்ல வேண்டியதிருக்கிறது. குறிப்பாக வரலாற்று ரீதியாகவே செமிட்டிக் நாகரிகமும் அதன் பண்பாடும் குறித்த பார்வை மேற்கத்தியத் தத்துவ வாதிகளாலும் சமூகவியலாளர்களாலும் ஆய்வுபூர்வமாகப் பல்வேறு காலகட்டங்களில் முன்னெடுக்கப்பட்டது. இன்னொரு நிலையில் இதன் தொடர்ச்சியில் செமிட்டிக் மதங்களான யூதம், கிறிஸ்தவம், இஸ்லாம் ஆகியன குறித்த வரலாற்று, சமூகவியல் ரீதியான அணுகுமுறை இவர்களால் முன்வைக்கப்பட்டன. மதங்கள் கற்பிக்கும் புனிதங்களின் எல்லையைத் தாண்டி, அதனால் தொட்டுணர முடியாத பல்வேறு உணர்வோட்டங் களின் துடிப்பை அறிந்துகொள்ள முயல்வது இவர்களின் நோக்கமாக இருந்தது. இந்த வரிசையில் மாக்சிம் ரோடின்சன் முக்கியமானவர்.

பிரான்சுக்குப் புலம்பெயர்ந்த போலந்து வம்சாவளி சிந்தனையாளரான இவர் அறுபதுகளிலும் எழுபதுகளிலும் பிரான்சின் அறிவுத்துறை வட்டாரங்களில் பேசப்பட்ட ஓர் அறிவுஜீவி. வரலாறு, சமூகவியல் ஆகிய துறைகளில் வல்லுநர். 1915ஆம் ஆண்டு பிரெஞ்சுக் கட்டுப்பாட்டுப் பகுதி யான மார்சிலி என்னும் புராதன நகரத்தில் மாக்சிம் ரோடின்சன் பிறந்தார். இவரின் பெற்றோர் யூத பின்னணியைக் கொண்டவர்கள். இவரின் தந்தை மார்க்சியப் பின்னணியைக் கொண்டவர். அவர் போலந்தின் நகர மொன்றில் புகழ்பெற்ற ஜவுளி வியாபாரியாக இருந்தார். டிராட்ஸ்கியுடனும் லெனினுடனும் தொடர்பு கொண்டவராகவும் அவர்களுடன் உரையாடல் நடத்தியவராகவும் இருந்தார். பின்னர் பிரான்சுக்குப் புலம்பெயர்ந்த இவரின் தந்தை அங்கு வணிகத்தில் கவனம் செலுத்தினார்.

நாற்பதுகளில் ஹிட்லரின் யூத இன அழிப்பிற்கு இவருடைய குடும்பம் பலியானது. ஆஷ்விச் முகாமிற்குக் கடத்தப்பட்ட இவருடைய குடும்பம் மரணத்தைத் தழுவியது. இவர் மட்டும் தப்பித்துவிட்டார். மாக்சிம் ரோடின்சனுக்கு இளமைக்காலத்தில் தன் தந்தையைப் போன்றே அறிவுத் துறை விஷயங்கள் மீது நாட்டம் ஏற்பட்டது. மார்க்சியக் கோட்பாடுகளை ஆர்வத்துடன் ஆழமாகப் படிக்கத் தொடங்கினார். ஒரு விதத்தில் அவரின் அப்போதைய நாட்டமும் அதுவாகத்தான் இருந்தது. 1937இல் பிரான்சுக் கம்யூனிஸ்ட் கட்சியில் இணைந்து களப்பணியாற்றினார். பின்னர் ஸ்டாலினியக் காலகட்டத்தில் ஏற்பட்ட மனமுறிவு காரணமாக அதிலிருந்து விலகித் தனிமனிதராகச் செயல்பட்டார். இந்த விலகலைப் பற்றிக் குறிப்பிட்ட ரோடின்சன் கட்சி அமைப்பு என்பது மத நிறுவனம் மாதிரி இருக்கிறது என்றார். 1958இல் கம்யூனிஸ்ட் கட்சியிலிருந்து முழுமையாக விலகினார். இதன் பிறகு பிரான்சுப் பல்கலைக்கழகத்தின் மொழியியல் பிரிவில் இணைந்து யத்திஷ், ஹீப்ரு, அரபு மொழிகளைப் படித்தார்.

பிற்காலத்தில் அங்கு ஓரியண்டல் துறையில் பேராசிரியராக வேலைக்குச் சேர்ந்தார். இரண்டாம் உலகப்போர் காலகட்டத்தில் பிரான்சில் யூதர்களுக்கு எதிராக நடந்த ஒடுக்குமுறையிலிருந்து விடுபட சிரியாவிற்குச் சென்றார். டமாஸ்கஸ் பிரெஞ்சு நிறுவனத்தில் இயக்குநராக வேலைக்குச் சேர்ந்தார். அங்குதான் ரோடின்சன் இஸ்லாம், அரபுலகம் அதன் வரலாற்று, சமூக ரீதியான பின்னோக்கப் பார்வையை விரிவுபடுத்திக் கொண்டார். பிரான்சுப் பல்கலைக்கழகத்தில் ஓரியண்டல் துறையில் வேலைக்குச் சேர்ந்த காலத்தில் அவரின் புகழ்பெற்ற முதல் நூலான ‘முஹம்மது’ வெளிவந்தது. இஸ்லாமிய மதத் தலைவரான முஹம்மது நபியைப் பற்றிய விரிவான அறிமுகமும், இஸ்லாத்தின் தோற்றத்தை வரலாற்று, சமூக ரீதியில் தத்துவ மற்றும் சமூகவியலின் துணைகொண்டு இந்நூல் ஆராய்ந்தது. வெளிவந்த காலத்தில் மேற்கிலும், மத்தியக் கிழக்குப் பகுதியிலும் மிகுந்த அதிர்வை

ஏற்படுத்தியது. ஆனால் அரபுப் பிரதேசத்தின் சில பகுதிகளில் இஸ்லாமிய மதத்திற்கு எதிரானது என்னும் பெயரில் இந்நூல் தடை செய்யப் பட்டது. மாக்சிம் ரோடின்சனின் நபி பற்றிய இந்த நூல் மான்கெமரி வாட்டின் முஹம்மது நபி பற்றிய நூலை ஒட்டி இருந்தது. அதன் பார்வை விசால மானதாக, ஆழ்ந்த வரலாற்றுச் செறிவை உள்ளடக்கியதாக இருந்தது. இதன் பிறகு ஐந்தாண்டுகள் கடந்த நிலையில் ரோடின்சனின் அடுத்த நூலாக *Islam and Capitalism* வெளிவந்தது. அதுவரை ஐரோப்பியச் சமூகம் இஸ்லாமிய மதத்தின் பொருளாதாரப் பார்வை குறித்துக் கொண்டிருந்த கற்பிதங்களைத் தகர்த்தது. குறிப்பாக மார்க்ஸ் வெபரின் இஸ்லாமியப் பண்பாடு குறித்த கருத்துகளுக்கு விரிவான விளக்கம் அளித்தது. இஸ்லாமிய நாகரிகம், இஸ்லாமிய நாடுகளின் பொருளாதாரக் கட்டமைப்பு, உள்முரண்பாடுகள், முதலாளித்துவம் ஐரோப்பாவில் வேர் கொண்ட முறை, சோசலிசம், மார்க்சின் அந்நியமாதல், நிலப்பிரபுத்துவம் குறித்த பார்வை, ஆசிய உற்பத்தி முறை ஆகியவற்றைக் குறித்து விரிவாக இந்நூல் ஆராய்ந்தது. மார்க்சிய அடிப்படையில் நின்றுகொண்டு இஸ்லாத்தை அணுகிய ரோடின்சன் முதலாளித்துவத்தைப் பொறுத்தவரை இஸ்லாம் எவ்விதமான எதிர்நிலைப்பாட்டையும் கொண்டிருக்கவில்லை என்ற முடிவிற்கு வந்தார்.

மாக்சிம் ரோடின்சனை மற்ற பிரஞ்சுச் சிந்தனையாளர்களிடமிருந்து வேறுபடுத்திய ஒன்று அவரின் பாலஸ்தீன் ஆதரவு நிலைப்பாடாகும். தான் அடிப்படையில் யூத மரபைச் சார்ந்தவராக இருந்தபோதிலும், இஸ்ரேலுக்கு எதிராக நின்றார். பாலஸ்தீன் உரிமைப் போராட்டம் குறித்து ரோடின்சன் 1967இல் சார்த்தரின் ஆய்விதழான *les tempes moderne*இல் *Israel a colonial fact* என்னும் தலைப்பில் ஒரு கட்டுரை எழுதினார். அதே நேரத்தில் அவரின் போராட்ட ஆதரவு நிலைப்பாடும்கூட அடிப்படை வாத குழுக் களின் நிலைப்பாட்டிலிருந்து வேறுபட்டிருந்தது. அவரின் பாலஸ்தீன் நிலைப்பாடு இரு பார்வைகளைக் கொண்டிருந்தது:

1. பாலஸ்தீனர்களின் போராட்டம் அவர்களின் யூத வெறுப்பின் அடையாளமே.
2. பாலஸ்தீனர்கள் தங்கள் போராட்டத்தை மதத்திற்கு அப்பாற்பட்ட வடிவத்திற்கு வளர்த்தெடுக்க வேண்டும்.

இந்த நிலைப்பாட்டின் மூலம் ரோடின்சன் எட்வர்ட் செய்த் கருத்துடன் ஓரளவு உடன்படுகிறார். இன்னொரு வகையில் அவரின் சியோனிச எதிர்ப்புக் கருத்தாக்கம் இரு பார்வைகளைக் கொண்டிருந்தது:

1. உலகம் முழுவதும் உள்ள யூதர்களையும், யூத சந்ததியினரையும் அவர்களின் அடையாளங்களைத் துறந்து ஒரே அடையாளத்திற்குள் கொண்டுவருதல் என்பது ஆபத்தானது.

2. பாலஸ்தீன் பகுதிகளை யூத மயப்படுத்தி பாலஸ்தீனர்களின் பிரதேசங்களை ஆக்கிரமித்து, அவர்களை அங்கிருந்து விரட்டுதல். மேற்கண்ட விஷயங்களுக்காக ரோடின்சன் இஸ்ரேலிய எதிர்ப்பு நிலைப்பாட்டை மேற்கொண்டிருந்தார்.

மேலும் பாலஸ்தீனர்கள் பிரான்சில் பிரஞ்சு மக்களைப் போன்றும், இங்கிலாந்தில் ஆங்கில மக்களைப் போன்றும் மீறப்படாத சம உரிமையுடன் வாழ வேண்டும் என்றார். அவர்களின் உரிமைப் போராட்டம் பிளவுபடாத மனநிலையிலிருந்து வெளிப்பட வேண்டும். மேலும் இஸ்ரேலின் ஆக்கிரமிப்புக் குற்றங்களைச் சமரசமற்ற நோக்கோடு எதிர்த்தார். அரபு சமூகத்தோடு, அரபுப் பார்வையாளர்களோடு அவரின் கருத்துத் தோற்றப்பாடு விமர்சனபூர்வமாக இருந்தது. பாலஸ்தீன் முரண்பாடு பற்றிய அவரின் நிலைப்பாடு அறிவார்த்தமாக இருந்தது. இஸ்ரேலிய யூதர்களும் பாலஸ்தீனிய அரபுகளும் பேச்சுவார்த்தை மூலம் தீர்வை அடைய முடியும். மேலும் இஸ்ரேல் என்பது ரோடின்சனைப் பொறுத்தவரை வெறுமனே காலனியக் குடியேற்ற அமைப்பு அல்ல. மாறாக அது ஒரு தேசிய உண்மைகூட. யூதர்கள் பாலஸ்தீனர்களின் சுயமரியாதை மீது மிகுந்த கூட்டுரிமைகளைக் கொண்டுள்ளார்கள். இரண்டு அல்லது அதற்கு மேற்பட்ட இனக்குழுக்கள் ஒரு நாட்டில் இருந்தால் அவை மற்றொன்றை ஆதிக்கத்திற்கும், ஒடுக்குமுறைக்கும் உள்ளாக்காத நிலையில், அரசியல் மட்டத்தில் அந்தக் குழுக்கள் வேறுபட்ட சமூகங்களாக இருக்கும் நிலையில், அவர்களின் நலன்களும், உள்ளாசைகளும் பாதுகாக்கப்பட வேண்டும். இவ்வாறான அறிவுஜீவி நிலைப்பாட்டை மேற்கொண்ட ரோடின்சன் அவ்வப்போது யூத அடிப்படைவாதிகளின் கடும் விமர்சனத்துக்குள்ளாகி இருக்கிறார். அவர்கள் இவரை யூத விரோதியாகப் பார்த்தனர்.

1967 அரபு-இஸ்ரேல் போரைக் கடுமையாக எதிர்த்த ரோடின்சன் இஸ்ரேலின் ஆக்கிரமிப்பு நடவடிக்கைகளை வரலாற்று ரீதியாகத் தொகுத்து *Israel and the Arabs* என்னும் நூலை எழுதினார். இஸ்ரேல் விவகாரத்தின் நதிமூலத்திலிருந்து அதன் பரிணாமக் கட்டம் வரையான விமர்சனப் பார்வையும், ஆழ்ந்து அகன்ற அறிவுத் தேடலும் இந்நூல் முழுவதும் நிரம்பி இருந்தன. அதன் பிறகு *Marxism and the Muslim world* வெளிவந்தது. இஸ்லாமிய நாடுகளுக்கும், சோவியத் யூனியனுக்குமான உறவுமுறை, முதலாளித்துவத்தை இஸ்லாம் அணுகும் முறை, இஸ்லாமிய நாடுகளின் நிலவியல் அமைப்பு, சோசலிச அமைப்பு முறை ஆகியவற்றைக் குறித்த பன்முக விமர்சன நோக்காக இது இருந்தது. இதன் நீட்சியில் ரோடின்சன் இஸ்லாம் குறித்த சமூக, பொருளாதாரக் கோட்பாட்டுத் தரவுகளை முன்வைத்தார். அவை மேற்கில் அதிகம் கவனிக்கப்பட்டன.

மாக்சிம் ரோடின்சனைப் பொறுத்தவரை ஐரோப்பா புரிந்துகொள்ளாத உலகம் பற்றிய இரகசியக் கோட்பாடுகளை வெளிக்கொணர்ந்தார். சாத்வீக மான நெகிழ்வு முறையோடு அதன் நகர்வு இருந்தது. ஐரோப்பியனாக இருந்துகொண்டு ஓரியண்டல் சிந்தனைத் தளத்தை நோக்கி அவரின் இளமைக் காலச் செயல்பாடுகள் திரும்பின. குறிப்பாக அரபுலகம் பற்றியும் இஸ்லாம் பற்றியும் அவரின் தேடலானது அவரை நட்சத்திரத் தகுதி பெற்ற அறிவுஜீவி என்ற நிலைக்கு உயர்த்தியது. பின்நவீனத்துவச் சிந்தனையாளர் என்ற கட்டத்துக்கு வந்த ழாக் தெரிதாவின் நண்பராக ரோடின்சன் இருந்தார். அவருடன் பல உரையாடல்கள் நடத்தி இருக்கிறார். பிரபல சோவியத் வரலாற்றாசிரியரான ஐசக் டொயிஸ்டர் இவர்கள் இருவரையும் 'யூதமற்ற யூதர்கள்' என்றார். யூதர்களாக இருந்துகொண்டு யூத தேசியத்துவத்தின் அபாயத்தை எதிர்த்தவர்கள் என்ற பொருள் வரும்படியாக அந்த வெளிப்பாடு இருந்தது. மத்தியக் கிழக்கு மற்றும் மேற்கத்திய வரலாற்றில் மார்க்சிய அடிப்படை களில் இருந்து கொண்டு இஸ்லாத்தையும் பிற மதங் களையும் அணுகிய அவரின் பார்வை தத்துவ வரலாற்றில் புதிய தரிசனமாக இருந்தது. மேலும் மாக்சிம் ரோடின்சனுக்குப் பத்துக்கும் மேற்பட்ட மொழிகளில் புலமை இருந்தது. குறிப்பாக செமிட்டிக் மொழிகள் அனைத்தும் அவரின் மொழிக்கிடங்கில் நிறைந்து இருந்தன. இஸ்லாம் குறித்தும் அரபுலகம் குறித்தும் அறிவதற்கு அவருக்கு இது உதவியாக இருந்தது. தத்துவவாதிகள் தங்களுக்கான கோட்பாட்டைத் தாங்களே வடிவமைக்கிறார்கள் என்பதற்கு மாக்சிம் ரோடின்சன் எடுத்துக்காட்டாக இருந்தார். 2004 ஜனவரியில் அவரின் மரணம் ஐரோப்பாவிலும் மத்தியக் கிழக்குப் பகுதியிலும் அதற்குரிய சிந்தனை வெறுமையை விட்டுச் சென்றிருக்கிறது. மேற்கத்திய யூதராக இருந்துகொண்டு மத்தியக் கிழக்கை ஆராய்ந்த மாக்சிம் ரோடின்சன் அந்த வரலாற்றின் எல்லையை அதிகத் தொலைவு கடந்த தவிர்க்க முடியாத நிழலாக இருக்கிறார்.

●

இஸ்லாமும் முதலாளித்துவமும்

உலகளாவியப் பொருளாதார மந்தநிலை முதலாளித்துவத்தின் போக்கில் பெரும் தடையை ஏற்படுத்தியிருக்கிறது. முதலாளித்துவச் சமூகம் 17ஆம் நூற்றாண்டின் தொடக்கத்தில் ஐரோப்பிய மறுமலர்ச்சிக் கட்டத்தின் தோற்றத்தைப் பின்தொடர்ந்து உருவானது. அதற்கு முந்தைய நிலப்பிரபுத்துவ சமூகம் ஐரோப்பாவிலும் ஆசியாவிலும் பெரும் சமூக மாறுதலை ஏற்படுத்தியது. அது வெளிப்படையான மாற்றமாக இல்லாவிட்டாலும் சமூகக் குழுக்களிடையே முரண்பாடுகளையும், மோதல்களையும் ஏற்படுத்துவதில் பெருவாரியான பங்கை வகித்தது. இதில் ஆசியா, ஐரோப்பா ஆகிய இரு பெரும் கண்டங்கள் சார்ந்த முரண்பாடுகள் முக்கிய மானவை. உற்பத்தி முறை, சமூக உற்பத்தி முறை ஆகிய கருத்தாக்கங்கள் இங்கு முக்கியத்துவம் பெறுகின்றன. இந்தப் பொருளாதார, சமூக மாறுதல் உலகின் பெருமதங்களில் ஏதாவது மாற்றங்களை ஏற்படுத்தி யிருக்கிறதா? குறிப்பாக இஸ்லாமியச் சமூக அமைப்பின் மீது தாக்கத்தைச் செலுத்தியிருக்கிறதா? இஸ்லாம் அதனளவில் முதலாளித்துவக் கூறுகளைக் கொண்டதா? என்பதான கேள்விகள் ஓரியண்டல் சிந்தனையாளர்கள் மத்தியில் எழுந்தன. இதனைக் குறித்து மாக்சிம் ரோடின்சன் விரிவாக ஆராய்ந்தார். அதற்காகவே அவரிடம் இருந்து *Islam and Capitalism* என்ற நூல் வெளியானது. முதலாளித்துவச் சமூகம் மத்தியக் கிழக்கு அரபு சமூகத்தில் எத்தகைய மாறுதலை ஏற்படுத்தியது? அதன் வீச்சு பிற சமூக அமைப்பில் எத்தகைய விளைவுகளை உருவாக்கியது போன்ற முக்கிய மான கேள்விகளுக்கு மாக்சிம் ரோடின்சன் விடைகாண முயன்றார். புதிர்ப் பாதைகள் நிறைந்த கிழக்கத்தியச் சமூக அமைப்பில் இது குறித்த ஆய்வு முறை சிக்கலானதாகும். சிக்கலான மலைப்பாதைகள் போன்று இதன் வழிகளும் சிரமமானவை. எந்த ஆய்வாளராலும் திடீர் முன்முடிவுக்கு வர முடியாதவை. ரோடின்சன் இதன் புதிர்களை அவிழ்க்க முயன்றார். அதன் கோடுகள் சார்ந்த பாதைக்குள் பயணம் செய்தார்.

மாக்சிம் ரோடின்சன் தம் இஸ்லாமும் முதலாளித்துவமும் பற்றிய ஆய்வை வளர்ச்சி குன்றிய நாடுகளிலிருந்து தொடங்கினார். வளர்ச்சி யடைந்த தொழில்வள நாடுகளுக்கும் வளர்ச்சி குன்றிய, வறுமையும் பசியும் ஒன்று சேர்ந்து நிரம்பிய நாடுகளுக்கும் இடையிலான போராட்ட மாகவே உலகம் இருந்து கொண்டிருக்கிறது. இதுவே உலகின் முக்கியப்

பிரச்சினையாக அமைகிறது. இவ்வாறான வளர்ச்சி குன்றிய நாடுகளின் பின்தங்கிய மனிதவளம், வளர்ச்சியடைந்த நாடுகளின் செழுமையான மனித வளம் ஆகிய இந்த இரண்டின் இயக்கம் பற்றிய எதார்த்தம் உலகிற்கு மிக முக்கியம். இந்த எதார்த்தம் அரபு நாடுகளைச் சமூகக் கட்டுமானத்திற்குள் பிரதிபலிக்கச் செய்கிறது. இதன் நீட்சியில் சில நூற்றாண்டுகளாகவே உலக அரங்கில் முஸ்லிம் மதத்தின் அங்கதம் குறித்து அதிகம் ஆராய வேண்டியதிருக்கிறது என்றார் ரோடின்சன். இதைச் சார்ந்த நாடுகளில் சில முக்கியக் கருத்துருக்களின் வீச்சு குறித்துப் பார்க்க வேண்டியதிருக்கிறது. அதன் பொருளாதார வளர்ச்சி நிலை, சோசலிசம், முதலாளித்துவம், தேசியம், இஸ்லாம் போன்ற வேறுபட்ட கருத்துருக்கள் எவ்வாறு உறவுகொள்கின்றன என்பதும் முக்கியம். அரசியல் இதன் பின்னணியில் இயங்குகிறது. அரசியல் உடனடியான, நடைமுறை சார்ந்த கேள்வியாக இருக்கிறது. இந்தக் கேள்வி தெளிவானதும் அதற்கான பதிலை அருகில் வைத்திருப்பதுமாகும். ஆட்சியாளர்களும் அரசியலாளர்களும் இதன் பதிலுக்கு ஏற்ற செயல்முறைகளை அரங்கிற்குக் கொண்டு வருகிறார்கள். அரசியல் செயல்பாடு, பொருளாதாரச் செயல்பாடு, கருத்தியல்-பண்பாட்டு மரபு இவற்றிற்கிடையேயான இணைப்பு, சரியான உறவு முறை என்பது என்ன? இதற்கான முன்முடிவுகள் சாத்தியமானவை. மத்தியக் கிழக்கின் வரலாற்றிலிருந்து எளிதில் பெற முடிந்தவை. முதலாளித்துவம் இந்த நாடுகளுக்கு உவப்பான கருத்தாக்கமா என்பது குறித்த விவாதம் ஓரியண்டல் மற்றும் ஐரோப்பியச் சிந்தனையாளர்கள் மத்தியில் நீண்டகாலமாகவே இருந்து கொண்டிருக்கிறது.

முதலாளித்துவக் கருத்தாக்கம் மத்தியக் கிழக்கு அரபுலகில் அதன் ஐரோப்பிய வருகைக்குப் பிற்பாடு பத்தொன்பதாம் நூற்றாண்டின் இறுதிப் பகுதியில் எகிப்து, சிரியா, ஈராக் போன்ற நாடுகளில் அறிமுகமானது. அங்குள்ள பெரும் நிலப்பரப்புகள், தொழில்வளங்கள் எல்லாம் தனிமனிதர் களுக்குச் சொந்தமாயின. பூர்வீக நாடோடிப் பழங்குடிகள் தங்களின் பாரம்பரியத்தை இழந்தார்கள். முதலாளித்துவம்-இஸ்லாம் குறித்த ஒப்பீடு முஸ்லிம் சிந்தனையாளர்கள், பொருளியலாளர்கள், வரலாற்றாளர்கள் ஆகியோரால் ஐரோப்பாவில் அதிகம் விவாதிக்கப்பட்டது. இவர்கள் எல்லோருமே ஓர் அர்த்தத்தில் தர்க்கத்தின் அடிப்படையை மறந்து விடுகிறார்கள் என்கிறார் ரோடின்சன். முஸ்லிம்களின் மத மரபும் தேசிய வாதமும் அல்லது இரண்டும் எப்போதுமே நவீன பொருளாதார முறைமைகளுக்கு எதிராக இருந்ததில்லை. இன்னொரு வகையில் இந்த மரபு பொருளாதாரத்துக்கும் சமூக நீதிக்கும் சாதகமானதாகவே இருக்கிறது. இஸ்லாம் குறித்த அனுதாபம் கொண்ட ஐரோப்பியச் சிந்தனையாளர்கள் சிலர் மேற்கண்ட கருத்தை ஏற்றுக்கொள்கிறார்கள்.

முதலாளித்துவம் என்ற சொல்லாடலைப் பற்றி வேறுபட்ட கருது கோள்கள் இருக்கின்றன. இவை விரிந்த பொருளில் பயன்படுத்தப் படுகின்றன. ஒருவகையில் இது தனித்த சில பொருளாதார நிறுவனங் களைக் குறிக்கிறது. மேலும் இந்த நிறுவனங்களின் சட்டகத்தில் இயங்கும் அரசமைப்பையும், அதன் மனோபாவத்தையும் குறிக்கும். இதனடிப்படை யில் முதலாளித்துவ நிறுவனங்கள் சில தருணங்களில் மொத்த சமூக அமைப்பையும் தன் கூட்டிற்குள் இழுக்கும். ஆனால், அவை அந்தச் சமூகத்தில் சிறுபான்மையாகவே இருக்கும். உற்பத்திச் சாதனங்களின் தனியுடைமை, தாராள வர்த்தகம், இலாபத்திற்கான எத்தனிப்பு, சந்தைக் கான உற்பத்தி, பணப்பொருளாதாரம், போட்டி, வர்த்தகச் செயல்பாட்டில் அறிவின் நுட்பம் போன்ற கூறுகள் இவற்றை இயக்கும் சக்திகளாக இருக்கும். முதலாளித்துவத்தின் மற்றொரு அர்த்த வகைப்பாடு மொத்த சமூகத்தையும் குறிக்கும். அதன் நிறுவனங்கள் அல்லது மனோபாவம் ஆகியவற்றை அர்த்தப்படுத்துவதில் முக்கியப் பங்காற்றுகிறது. இது மேற்கத்தியச் சமூகத்தையே அதிகம் குறிக்கிறது. பதினாறாம் நூற்றாண்டி லிருந்து பத்தொன்பதாம் நூற்றாண்டு வரை இந்த அமைப்பே உலகை முதலாளித்துவமாகப் பிரதிநிதித்துவம் செய்தது. இதில் ரோமப் பேரரசு முக்கியப் பங்கு வகித்தது. முதலாளித்துவம் குறித்த விளக்கங்கள் மார்க்சியர்களால் அதிகம் வெளிப்படுத்தப்பட்டன. இவர்களால் மட்டுமே இதன் தரவுகள் தெளிவாக முன்வைக்கப்பட்டன.

ஒரு குறிப்பிட்ட பொருளாதார நிறுவனங்கள் பற்றியும், நவீன ஐரோப்பாவில் அவை எவ்வாறு பரிணமித்தன என்பது பற்றியும் மார்க்சியர்களே அதிக அளவில் ஆராய்ந்தனர். ஆக முதலாளித்துவம் என்பது ஒரு வகையில் அதன் விரிந்த பொருளில் குறிப்பிட்ட நிறுவனம் ஒன்றின் உற்பத்தி முறையாக இருக்கிறது. அதன் உரிமையாளர் தன் உற்பத்திப் பண்டங்களுக்குக் கூலியை வழங்கி, இலாபத்தைத் திரட்டுகிறார். இது தொழிலக முதலாளித்துவம். மற்றொரு வகையில் குறிப்பிட்ட சமூகத்தின் பொருளாதார முறைமையும், அதன் இயங்குமுறையும் ஒன்றை ஒன்று ஊடுபாவுதன் வழி அதன் இயக்கம் நிலவுகிறது. இது புதிய பொருளாதாரக் கால கட்டத்தில் சோவியத் ரஷ்யாவின் முதலாளித்துவ விளக்கமாக இருந்தது. இறுதியாக முதலாளித்துவ ‘சமூகப் பொருளாதார அமைப்பு’. இந்த அமைப்பே நாம் வாழும் வகைமையில் இருக்கிறது. நாம் ஒரு தனி மனிதனாகவும், அதே நேரத்தில் முதலாளித்துவச் சமூக மனிதனாகவும் இருக்கிறோம். ‘நான் வாங்குகிறேன். அதனால் இருக்கிறேன்’ என்ற ழீன் பூதிலாரின் மேற்கோள் இங்குக் கவனிக்கத்தக்கது. இந்த வகைப்பாடு இடைக்கால ஐரோப்பாவின் வணிக, நிதி மூலதனத்தின் எச்சமே. இந்த வடிவங்கள் இடைக்கால முஸ்லிம் உலகில் வழக்கில் இருந்தன என்கிறார் ரோடின்சன். ஐரோப்பாவில் முதலாளித்துவச் சமூகப் பொருளாதார

அமைப்பு பரிணமித்தபோது இஸ்லாம் அதன் சொந்த வெளிக்குள்ளும் இதைப் பிரதிபலித்தது.

இஸ்லாமியச் சமூகப் பொருளாதார அமைப்பைப் பற்றி ஆராயும்போது அதன் தொடக்கக் கட்டத்தில் வழக்கில் இருந்த வட்டி கொடுக்கல்-வாங்கல் முறை (Money lending) வணிக நடவடிக்கை ஆகியவற்றில் இருந்து தொடங்க வேண்டும். இஸ்லாத்தின் தொடக்கக் கட்டத்தில் மக்கா நகர வணிகர்கள் இடையே வட்டிக்குப் பணம் கொடுத்தல் முதன்மைத் தொழிலாக இருந்தது. இது பண்ட மாற்று முறைமையிலும் வழக்கில் இருந்தது. வணிக நடவடிக்கையில் மக்கா நகரம் அரபுலகின் மையமாகத் திகழ்ந்தது. மார்க்ஸ் வணிக மூலதனத்தின் இருத்தலும் அதன் வளர்ச்சியும் குறிப்பிட்ட கட்டம்வரை அதன் சொந்த நிபந்தனையாக இருக்கிறது என்கிறார். இது பண்டைய அரபுலகிற்குச் சரியாகவே பொருந்துகிறது. வட்டி கொடுக்கல்- வாங்கல் முறை வழக்கில் இருந்து, குறிப்பிட்ட கட்டத்தில் அது தடை செய்யப்பட்டது. கடன் செயல் பாட்டில் இஸ்லாம் மதரீதியான கட்டளைகளை விதித்தது. அதை ஓர் ஒப்பந்தமாக்கியது. திருமணம் என்பது இஸ்லாத்தில் ஒப்பந்த நடவடிக்கை யாக மாறியது இதன் தர்க்கத் தொடர்ச்சியே. நாணய முறை அடுத்த கட்டத்தை நோக்கிப் பரிணமித்தது. தீனார், திர்ஹம், ரியால் என்பதாகப் பல வடிவங் களை எடுத்தது. இதன் தொடர்ச்சியில் பண வளத்தின் தர்க்க ஒழுங்கானது குறிப்பிட்ட வடிவத்தில் குவியமாகிறது. அதற்கு முதலாளித்துவ உற்பத்தி முறைமை காரணமாக இருக்கிறது. இதன்படி உற்பத்தி என்பது வணிகத்திற்காக நடைபெறுகிறது. விற்பனை பெரிய அளவில் இருக்கிறது. ஒரு வணிகர் பொருள்களை ஒரு வாடிக்கையாளர் வாங்குவதோடு திருப்தி யடைய மாட்டார். மாறாகத் தன் ஒரு கொள்முதலில் பல வாங்குபவர்கள் இருக்க வேண்டும் என்பதைத்தான் எதிர்பார்ப்பார்.

இன்னொரு பொருளில் வணிக மூலதனத்தின் வளர்ச்சியானது தன் பரிமாற்ற மதிப்பிற்காக அதிக அளவில் உற்பத்தியைப் பெருக்குவதுடன், உற்பத்திப் பொருட்களை அதே அளவில் பண்டமாக்கவும் செய்கிறது. ஆக முதலாளித்துவ வணிகம் மொத்தமாக இருக்கும் பட்சத்தில் பணத்தைச் சந்தைக்கான உற்பத்திக்குப் பயன்படுத்துகிறது. இஸ்லாத்தின் தொடக்கக் கட்டம் உற்பத்திக்கானதாக இல்லாமல் வணிகப் பரிமாற்றமாக இருந்தது. வணிகச் செயல்பாடே மொத்த சமூகத்தின் பொருளாதார இயக்கத்தைத் தீர்மானித்தது. இதன்படி முதலாளித்துவமும் முதலாளித்துவ நிறுவனங்களும் இதனடிப்படையில் செய்யப்பட்ட மூலதனக் கணக்கீட்டின் படி இயங்குகின்றன. இந்த இயக்கமுறை இவ்வுலகில் நாகரிகமடைந்த எல்லா நாடுகளிலும் வழக்கில் இருந்தது. சீனா, இந்தியா, ஈராக், எகிப்து, சிரியா ஆகியவற்றில் இடைக்கட்டத்தில் வழக்கில் இருந்த இந்த முறைமையானது நவீன காலகட்டத்திலும் தொடர்ந்தது.

இஸ்லாத்தின் பொருளாதாரக் கூறுகளில் கூலி உழைப்பு முக்கிய இடம் பெறுகிறது. இஸ்லாமியப் பொருளாதார அடிப்படைக்குக் குர்ஆனும், நபியின் சொல், செயல் வழியும் மூலக்கூறுகளாகும். குர்ஆனைப் பொறுத்த வரை கூலி உழைப்பு ஆட்சேபணையற்ற இயற்கை நிறுவனமாகும். கூலி உழைப்பைக் குர்ஆன் இறைவனோடு தொடர்புபடுத்திப் பேசுகிறது. இன்னொரு இடத்தில் மோசஸ் பற்றிய தொன்மத்தோடும் கூலி உழைப்பைத் தொடர்பு படுத்துகிறது. மேலும் அக்காலகட்டத்தில் நிலவிய கந்து வட்டி முறையைக் கடுமையாக எதிர்த்தது. இங்கு ரிபா என்னும் சொல்லைப் பெருக்கம் (increase) என்னும் பொருளில் குர்ஆன் பயன்படுத்துகிறது. இது தற்கால வட்டி என்பதைக் குறிக்கும் interest என்பதல்ல என்கிறார் ரோடின்சன். மாறாகப் பணம் இரட்டிப்பாவதை ரிபா குறிக்கும் என்கிறார். அக்காலத்தில் யூதர்களுக்கும் அரபுப் பழங்குடியினருக்கும் மத்தியில் இந்த வழக்கம் இருந்தது. அவர்களுடனான அரபுகளின் பொருளாதார முரண்பாடு இந்த வழக்கத்தைத் தடைசெய்யும் அளவிற்குச் சென்றது. தற்காலிகத் தடை முறையாக வந்த இந்த வழக்கம் பின்னர் உலகமயமாகிவிட்டது. ஆக இஸ்லாமியச் சமூக, பொருளாதாரக் கட்டமைப்பைக் குர்ஆனின் கட்டளை சார்ந்த கோட்பாடுகள் வரையறுக்கின்றன. மேலும் உற்பத்திச் சாதனங்களின் உடைமை குறித்து இஸ்லாமிய அடிப்படைகளில் எந்தக் கட்டுப்பாடும் இல்லை. கந்து வட்டி தடையும் ஜகாத் என்ற பொருளியல் திட்டமும் ஒருவனின் சொத்து இறைவனின் கண்காணிப்புக்குள்ளானதாக இருக்கிறது என்பதைத் தெளிவாக்குகின்றன. ஆக சொத்து என்பது குடும்பத்தின் பிரிக்கப்படாத வடிவமாக இருக்கிறது. அதே நேரத்தில் சில சூழ்நிலைகளில் அரசின் உடைமையாகவும் இருக்கும். சில முஸ்லிம் நாடுகளில் குறிப்பிட்ட அளவிலான நிலப்பகுதிகள் ஒரு குறிப்பிட்ட இனக்குழு அல்லது கிராமத் திற்குச் சொந்தமானவையாக இருக்கின்றன. இவ்வாறாகச் சொத்துரிமை என்பது குறிப்பிட்ட கருதுகோள்கள் அடிப்படையில் உலக வாழ்க்கையில் ஒவ்வொருவரின் உரிமையாக இருக்கிறது. இந்த உரிமை அதன் பொருளாதய இருப்பைத் தீர்மானிக்கிறது.

முதலாளித்துவச் சமூகப் பொருளாதார அமைப்பு முறை என்பது முஸ்லிம் நாடுகளில் தற்போதையக் கட்டத்திற்கு முன்னர் வழக்கில் இருக்கவில்லை என்கிறார் ரோடின்சன். மாறாக முதலாளித்துவத்தின் வெற்று வணிக அமைப்பு முறையின் மறு பிரதிபலிப்பாகவே முந்தைய அரபு சமூகம் இருந்திருக்கிறது. அன்றைய அரபு சமூகத்தில் மக்கா நகரம் முதலாளித்துவ வணிக மையமாக இருந்தது. அதன் பெரும்பாலான குடிமக்கள் குறைஷி என்ற உயர் வர்க்கத்தைச் சார்ந்தவர்கள். அவர்கள் தங்களை வணிகத்தின் மூலமாகவும் வட்டிக்குக் கடன் கொடுத்தும் உயர்த்திக்கொண்டனர். மார்க்ஸ் இதனை அறிவார்ந்த வணிக நடவடிக்கை என்றார். பண்டங்களை வாங்குவது, விற்பது போன்ற நடவடிக்கையால்

அவர்களின் மூலதனம் பெருகியது. அவர்களின் பெருக்கத்திற்கு மத ரீதியான நடைமுறைகளையோ கோட்பாடுகளையோ துணைக்கு எடுத்துக் கொள்ளவில்லை. இவர்களின் இந்தப் பொருளாதார நடவடிக்கையை கார்ல் பொலைன் இழைக்கப்படாத பொருளாதாரம் (unembedded economy) என்றார். அதாவது முறைப்படியான பொருளாதார நிறுவனங்களைக் கட்டமைக்காமல், சமூகத்தின் பொருளாதாரச் சூழலிலிருந்து வேறுபட்டு வெறும் இனக்குழு சார்ந்த பொருளாதார நடவடிக்கைதான் அது. இங்குப் பண்டங்களின் தேவையும் அளிப்பையும் சார்ந்து அதன் விலைகளும் ஏற்ற இறக்கமான சூழலில் இருந்தன. அன்றைய கட்டத்தில் மக்கா நகரம் அரேபிய தீபகற்பத்தின் சிறுபகுதியாக இருந்ததோடு மட்டுமல்லாமல் நிலையான பொருளாதாரக் கட்டமைப்பைக் கொண்டு பண்டங்களைச் சந்தைக்கு அனுப்பும் திருப்பு மையமாகவும் இருந்தது. நறுமணப் பொருட்களின் வணிகம் இங்கிருந்து அரேபியா முழுவதற்கும் பரவி குறைஷி இனக்குழுவிற்கு வருமானத்தைப் பண வடிவில் அள்ளிக் குவித்த கேந்திரமாகவும் இருந்தது.

இதன் தொடர்ச்சியில் அரபிகள் அரேபிய தீபகற்பம் முழுவதையும் கைப்பற்றி அங்கு அரசமைப்பை ஏற்படுத்தினர். தாங்கள் கைப்பற்றிய நாடுகளில் அவர்கள் குடிமக்கள் மீது வரிகளை விதித்தனர். அங்கு வணிக நடவடிக்கைக்கும், பண - பரிமாற்ற முறைமைக்கும் அனுமதி அளித்தனர். இந்நிலையில் மக்கா குறைஷிகள் தங்கள் மூதாதையர்களின் வணிக நடவடிக்கைகளைப் பின்தொடர்ந்தனர். அவர்களில் சஅத் பின் முஸ்அப் ஒருவர். தம் வாழ்நாள் முழுவதும் முன்னோர்களின் பொருளாதார நடவடிக்கையை அறிவதிலும், அதனைச் செயல்படுத்துவதிலும் அவர் தம்மை ஈடுபடுத்திக்கொண்டார். கி.பி 750இல் அப்பாஸிய வம்சப் புரட்சிக்குப் பின்னர் இனக்குழுக்களுக்கிடையே சமத்துவத்திற்கான முயற்சிகள் மேற்கொள்ளப்பட்டன. இப்பொழுது பெரும்பாலான மக்கள் இஸ்லாத்திற்கு மாறிவிட்டார்கள். மத்தியக் கிழக்கின் பெரும்பாலான பகுதிகள் அரபுகள் வசம் வந்துவிட்டன. வியாபார நடவடிக்கைகள் இந்தப் பகுதி முழுவதும் பரவி வளர்ந்தன. ஏற்கனவே துண்டிக்கப்பட்டிருந்த பகுதிகள் ஒன்றிணைந்ததால் அதிகப்படியான புதிய பண்டங்கள் ஒரு பொதுவான சுழற்சி மையத்திற்குத் திருப்பப்பட்டன. அதன் பிறகு இப்பகுதிகளில் முறைப்படியான பொருளாதார வளர்ச்சி ஏற்பட்டது. இது பதினான்காம் நூற்றாண்டுக் காலத்திய நடவடிக்கையாகும். முஸ்லிம் பேரரசு காலத்திய வணிகர்கள் இலாபத்திற்கான ஒவ்வொரு வாய்ப்பையும் பயன்படுத்தித் தங்களின் விளைவை மதிப்பிட்டுக்கொண்டனர். அவர்களின் வணிக இலாபங்கள் ஒவ்வொன்றும் பண வடிவில் மாற்றப் பட்டது. இக்காலத்திய வணிகம் பற்றிய விளக்கம் பல்வேறு இஸ்லாமியப் பொருளாதார அறிஞர்களால் கொடுக்கப்பட்டது. குறிப்பாகப் பதினான்காம்

நூற்றாண்டுச் சமூகவியலாளரும், வரலாற்றாசிரியருமான இப்னு கல்தூன் இவர்களில் முக்கியமானவர். அக்கால வணிக நடைமுறையைக் குறித்து இப்னு கல்தூன் பின்வருமாறு குறிப்பிடுகிறார்: 'வணிகம் பற்றிய அர்த்தம் தெரிந்ததுதான். அதாவது பொருட்களைக் குறைந்த விலைக்கு வாங்கி அதிக விலைக்கு விற்பதன் மூலம் மூலதனத்தைப் பெருக்கி இலாபத்தை ஏற்படுத்துதல். இந்தப் பொருட்கள் அடிமைகள், தானியங்கள், மிருகங்கள், ஆயுதங்கள், ஆடைகள் முதலியவற்றை உள்ளடக்கியதாக இருக்கலாம். இதில் உறிஞ்சப்பட்ட தொகையே இலாபம். இந்த இலாபத்தை உருவாக்கப் பொருள்கள் சந்தையின் விலை ஏற்ற இறக்கத்திற்கு ஏற்ப சேமிக்கப் படுகின்றன. இதுவே அதிகப்படியான இலாபத்தை உருவாக்குகிறது. மேலும் வணிகர்கள் தங்களின் பொருள்களைத் தேவைக்கு ஏற்ப பிற நாடுகளுக்கு ஏற்றுமதி செய்கிறார்கள். இங்குச் சொந்த நாட்டை விட ஏற்றுமதி செய்யப்படும் நாட்டில் பொருள்களுக்குத் தேவை அதிகமாக இருக்கிறது. இதுவும் அவர்களுக்கு அதிகப்படியான இலாபத்தை ஏற்படுத்திக் கொடுக்கிறது. ஆக ஒரு பழைய வணிகர் வணிகத்தின் உண்மையை அறிய முயல்பவரிடம் இவ்வாறு கூறுகிறார். 'மலிவாக வாங்கி அதிக விலைக்கு விற்பனை செய். இதுவே உனக்கான வணிகம்'.

வணிகம் பற்றிய இப்னு கல்தூனின் மேற்கண்ட வரிகள் அக்காலத்திய எதார்த்தத்தை வெளிக்கொணர்பவை. அதே இப்னு கல்தூன் வணிகத்தின் கடன் நடவடிக்கைகள் குறித்துப் பிந்தையக் கட்டத்தில் பின்வருமாறு குறிப்பிடுகிறார். 'ஒருவர் கடன் கொடுப்பதற்கு நிர்பந்திக்கப்பட்டால், பெரும்பாலானோர் அதைத் திருப்பியளிக்க மறுத்துவிடுகிறார்கள். இந்நிலையில் கடனீந்தோர் தங்களின் கடன் தொகைக்காக ஏராளமான கஷ்டங்களைச் சந்திக்க வேண்டியதிருக்கிறது. இது மாதிரியான பழக்கங்கள் ஒருவர் வணிகத்தில் ஈடுபடுவதைத் தடுத்துவிடுகின்றன. இது ஒரு தொழில் என்ற நிலையில் ஒருவர் சாதுரியமாக, தந்திரமாக, பிடிவாதமாக, கறாராக, கலக குணத்துடன் வணிகத்தில் ஈடுபடுவதை நியாயப்படுத்துகிறது. சில அபூர்வ வணிகர்கள் மட்டுமே இம்மாதிரியான தவறுகளில் இருந்து விலகி நின்று வணிகச் செயல்பாட்டில் ஈடுபடுகிறார்கள்.'

இப்னு கல்தூனின் முந்தையக் கோட்பாடுகள் அக்காலத்தில் இஸ்லாமிய உலகில் நிலவிய சமூகப் பொருளாதாரக் கட்டமைப்பைக் குறித்து அதிகம் விளக்குகின்றன. இப்னு கல்தூன் தன்னைச் சுற்றியுள்ள பண்பாட்டு உலகத்தைக் கூர்மையான கண்கொண்டு நோக்கினார். அவரைப் பொறுத்த வரை ஒரு முன்மாதிரி வணிகன் என்பவன் அதற்காகப் போராடுபவனும், எங்கும் எப்பொழுதும், அதன் எல்லா வழிகளிலும் பணத்தை அடைபவனு மாவான். ஆக இடைக்கால முஸ்லிம் உலகம் தொடக்ககால இஸ்லாமிய உலகிலிருந்து பரிணாமமடைந்து தங்கம், வெள்ளி ஆகிய உலோகங்களைக்

கையாளும் திறன் பெற்றிருந்தது. மேலும் உழைப்புப் பிரிவினை (Division of labour) அடிப்படையில் பொருட்களின் பரிவர்த்தனைக் குறித்தும் அறிந்திருந்தது. இவ்வாறாக இடைக்கால இஸ்லாமிய உலகம் பணத்தின் மதிப்பையும், விலைமதிப்பற்ற உலோகங்களின் குணங்கள் பற்றியும் அறிந்திருந்தது. இங்குச் செல்வந்தர்கள் தங்கள் செல்வத்தின் ஒரு பகுதியை நிலத்தில் முதலீடு செய்தார்கள். இந்தக் கட்டம் ஒரு வேளை முதலாளித்துவ திசையல்லாத வளர்ச்சி நிலையா என்பதைப் பற்றிய சந்தேகம் இன்றும் பொருளாதார அறிஞர்களிடம் இருக்கிறது. ஆனால் நமக்கு நிலத்தில் முதலீடு செய்வதற்கும், வணிகத்தில் முதலீடு செய்வதற்குமான விகிதாச்சார உறவு குறித்து ஏதும் தெரியவில்லை. இது அதிகமும் நேரம், இடம், சூழல் ஆகியவற்றைச் சார்ந்து இருக்கிறது. இப்னு கல்தூன் பாதுகாப்பற்ற தருணங்களில் நிலத்தில் முதலீடு செய்வதை அபாயம் என்கிறார். முஸ்லிம் உலகில் இவ்வாறான தொழில் வளர்ச்சியானது உற்பத்தியை நோக்கிச் சென்று பரிவர்த்தனை மதிப்பைச் சமன்செய்ய முயன்றது.

ஒரு பொருளாதாரக் கட்டமைப்பு குறிப்பிட்ட சமூகத்தின் ஏற்றுக் கொள்ளப்பட்ட தர மாதிரியின் படி முன்னோக்கிச் சென்றால் அது காலத்திற்கு ஏற்ப ஒவ்வாமையைத்தான் ஏற்படுத்தும் என்கிறார் மாக்சிம் ரோடின்சன். மேலும் மூன்று விதக் கருத்தியல்கள் முக்கியமானவை. தேசியவாதக் கருத்தியல், மதக் கருத்தியல், பிரபஞ்சம் தழுவிய மனிதக் கருத்தியல். இம்மூன்றும் பிரதேசம், கடவுள், மனிதன் போன்ற கருதுகோள்களால் சமன் செய்யப்படுகின்றன. இங்கு மதக் கருத்தியல் அடிப்படையிலான கடவுள் சார்ந்த சமூகப் பொருளாதாரக் கட்டமைப்பு முன்னோக்கம் சாராதது என்கிறார் ரோடின்சன். சோசலிச சமூகப் பொருளாதாரக் கட்டமைப்பில் இஸ்லாம் மிகவும் பலவீனமாகவே இருக்கிறது. பொருளாதார நிகழ்வுக்காக வெகுமக்கள் திரளின் கருத்தியல் அடிப்படையிலான நகர்வு என்பது நவீன தேவையாக இருக்கிறது. முந்தையக் கட்டத்தில் ஒருவரும் பொருளாதாரக் கட்டமைப்பைக் கால மாற்றத்திற்கு ஏற்ப நகர்த்துவது குறித்துச் சிந்தித்திருக்கமாட்டார்கள். ஆக இஸ்லாமும் வெகுமக்கள் திரளைப் பொருளாதார முடிவுகளை நோக்கி நகர்த்தவில்லை என்கிறார் ரோடின்சன். முதலாளித்துவக் கருத்தியலைப் பொறுத்தவரை வரலாற்று ரீதியாக இஸ்லாம் அதன் எல்லைகளைத் தொட்டும், தாண்டியும், முறித்தும் பயணித்து வந்திருக்கிறது. இஸ்லாமிய நாடுகளின் தற்போதைய, முந்தைய எடுத்துக்காட்டுகள் இதனை அதிகமும் பிரதிபலிக்கின்றன. இதனைக் குறித்து ஐரோப்பிய ஓரியண்டலிஸ்டாக அதிகம் ஆராய்ந்த மாக்சிம் ரோடின்சன் இஸ்லாம் குறித்த பொருளாதாரக் கோட்பாட்டாளரில் முக்கியமானவராகத் தெரிகிறார்.

மாக்சிம் ரோடின்சனுடன் ராபர்ட் சோல் நேர்காணல் *

கேள்வி: நீங்கள் சதாம் உசேன் குவைத்தைக் கைவிட்டதை அநியாயமான ஒன்றாகக் கருதுகிறீர்களா?

மாக்சிம் ரோடின்சன்: இதைப் பற்றிய முட்டாள்தனமான பேச்சுகள் ஒவ்வொரு நாளும் வெளிவந்து கொண்டிருக்கின்றன. குவைத் ஈராக்கின் நிரந்தர உரிமை எனவும், அது ஈராக்கின் ஒருங்கிணைந்த பகுதி எனவும் பேசப்படுகின்றன. குவைத்துடனான அதன் எல்லை காலனிய காலகட்டம் முதலே ஈராக்கால் பராமரிக்கப்பட்டு வருகின்றது எனவும் கூறப்படுகிறது. ஈராக்கோ அல்லது குவைத்தோ ஒருபோதும் காலனியாக இருந்ததில்லை. 1921இல் உஸ்மானியப் பேரரசின் வீழ்ச்சிக்குப் பிறகு அது பிரிட்டனின் கட்டுப்பாட்டில் முழுமையாக இருக்கவில்லை.

உஸ்மானியப் பேரரசு காணாமல் ஆன பிறகு என்ன நிகழ்ந்தது?

1913இல் ஆங்கில-உஸ்மானிய அரசுகளிடையே ஏற்பட்ட எழுதப்படாத ஒப்பந்தமானது கோட்பாட்டளவில் குவைத்தின் சுதந்திரத்தை அங்கீகரித்தது. முதலாம் உலகப்போர் அதனை முடிவுக்குக் கொண்டுவந்தது. 1923இல் சவூதி அரேபிய அரசின் எழுச்சிக்குப் பிறகு இவற்றின் நிலைத் தன்மைக்கு அச்சுறுத்தல் உருவானது. ஆகவே பிரிட்டிஷ் ஒப்பந்தத்தின் அடிப்படையில் குவைத்துக்கும் ஈராக்கிற்கும் இடையே மரபான எல்லை வரையப்பட்டது. 1961இல் இந்த ஒப்பந்தம் காலாவதியானது. குவைத் சுதந்திர அரசானது. இந்தத் தருணத்தில் ஈராக் குவைத் மீது உரிமை கோரியது. அப்போது பிரிட்டன், எகிப்து, அரபுலீக் ஆகியவை தங்கள் படைகளை அனுப்பி குவைத்தைப் பாதுகாத்தன. இதன் காரணமாக ஈராக் பின் வாங்கியது. பின்னர் குவைத் அரபுலீக்கிலும், ஐக்கியநாடுகள் சபையிலும் உறுப்பினராக இணைந்துகொண்டது.

நீங்கள் ஈராக்கில் சதாமின் வளர்ச்சியை எப்படிப் பார்க்கிறீர்கள். குறிப்பாக பாத் கட்சி என்ற நிலையில் இருந்து, ஈராக்கின் அதிபர் என்னும் நிலைக்கு...

நமக்குத் தெரிந்தவரை சதாம் தொடக்க காலங்களில் எந்தக் கருத்தியல்

---

* நன்றி: *Middle East Report* (2003)

அடிப்படையிலும் இயங்கியவரல்லர். ஆனால் சில ஆண்டுகள் கருத்தியலின் பாதிப்பு அவருக்கு இருந்தது என்பதை நாம் மறுப்பதற்கில்லை. ஆனால் அதிகாரத்திற்கான அவரின் ஆசையானது பிற எல்லாவற்றையும் புறந்தள்ளியது. நெப்போலியனை எடுத்துக்கொள்ளுங்கள். அவர் ஒரு கட்டத்தில் ஜேகோபியனாகவும், ராபஸ்பியரைப் பின்பற்றுபவராகவும் இருந்தார். பாத் கட்சியின் உறுப்பினர் என்ற நிலையில் சதாம் அதிகார ஆதாயத்திற்காக எல்லாவற்றையும் தன் கட்டுப்பாட்டில் வைத்துக் கொண்டார். அவர் ஒருங்கிணைந்த வம்சத்தை ஏற்படுத்தினார். குறிப்பாகத் தன் குடும்பத்தினரை இராணுவ அலுவலர்களாக நியமித்தார். தன் கட்டுப்பாட்டில் இல்லாத எந்த உறுப்பினரையும் நீக்குவதற்குத் தயங்கவில்லை.

சதாமின் இந்த வளர்ச்சி எகிப்தில் நாசரியத்தின் வளர்ச்சிக்கு முரண் திசையில் இருந்ததா?

சதாம் நாசரைப் போன்றோ அல்லது கடாபியைப் போன்றோ தன்னைக் கருதவில்லை. அவர்கள் ஒருங்கிணைந்த அரபு தேசியவாதத்தாலும், சோசலிசத்தாலும் தூண்டப்பட்டவர்கள். இருந்தும் சதாம் பாத் கட்சி மற்றும் நாசரியத்தின் வரலாற்றுரீதியான தாக்கத்திற்கு உட்பட்டிருந்தார். எகிப்தில் நாசரைப் பொறுத்தவரை தன் கருத்தியலுக்காக நேர்மையான உழைப்பைச் செலுத்தினார். அவற்றை நாம் ஈராக்கியத் தலைவரிடம் எதிர்பார்க்க முடியாது.

பாத் கட்சியின் மதநீக்கத் தன்மை மிகைப்படுத்தப்பட்டதா?

பாத் கட்சியின் நிறுவனரான மிஷல் அப்லாக் ஹெர்டர் மற்றும் மற்ற ஜெர்மன் சிந்தனையாளர்களின் ரொமான்டிசத்தால் தாக்கமுற்றிருந்தார். இது அடிப்படையில் மதச்சார்பற்றத் தன்மை கொண்டதாக இருந்தது. இதில் சமூக வேறுபாடுகள் இல்லாமல் அரபுகள் என்ற அடிப்படையில் எல்லோரும் சேர்த்துக்கொள்ளப்பட்டார்கள். மிஷல் அப்லாக் ஒரு தேசியவாதியாகவே இருந்தார்.

அரபு தேசியவாதத்தின் உச்ச நிலையில் சதாம் ஈராக் தேசியவாதத்தை உயர்த்திப் பிடிக்கவில்லையா?

சதாமைப் பொறுத்தவரை அவரின் உயரிய நோக்கங்களுக்கும், புகழுக்கும் தகுந்த மாதிரியான கருத்தியல் நிலைப்பாடுகளை வகுத்துக்கொண்டார். அவர் அசிரியன் மற்றும் பாபிலோனியப் பின்தொடரலாகத் தன்னைத்தானே கருதிக்கொண்டார். மத்தியக் கிழக்கு முழுவதையும் வெற்றிகொண்ட சலாஹுத்தீனைப் போன்று சிரியா, பாலஸ்தீன், எகிப்து ஆகிய நாடுகள் அவரின் கனவாக இருந்தன.

-தாமைத் தவிர்த்துவிட்டுப் பார்க்கும்பொழுது முஸ்லிம், அரபு ஆகிய இரு சொற்களிடையே குழப்பம் நிலவுகிறதா?

இந்தக் குழப்பம் பல நூற்றாண்டுகளாக நிலவி வருகிறது. குறிப்பாக பிரான்சில். இடைக்கால வரலாற்றுக் கட்டத்தில் அவர்கள் அரபிகள் என வகைப்படுத்தப்பட்டனர். நவீன யுகத்தில் துருக்கிகள் என வகைப்படுத்தப் பட்டனர். இப்பொழுது இந்தக் குழப்பம் அரபிகளிடையே உச்சநிலையில் இருப்பது உண்மைதான். அவர்கள் தங்களை இஸ்லாத்தின் உண்மையான நம்பிக்கையாளர்கள் என்று கருதிக்கொள்கிறார்கள்.

இந்தச் சூழலில் வளைகுடாவில் போர் என்பது மதத்தின் போர் என்பதாக நீங்கள் நினைக்கிறீர்களா?

கடந்தகால மதரீதியான போர்களைப் பொறுத்தவரை ஒவ்வொருவரும் தங்களின் சொந்த நம்பிக்கையை மற்றொருவர்மீது திணிக்க முயன்றார்கள். போர் நிறுத்தம் என்பதுகூட மத அறிவுஜீவிகளின் விவாதத்திற்கு உட்பட்ட விஷயமாக இருந்தது. இப்போது அப்படியான நிகழ்வுகள் ஏதுமில்லை. அது அயர்லாந்தாக இருந்தாலும்சரி, லெபனானாக இருந்தாலும்சரி. இப்போது நடப்பதெல்லாம் மதரீதியான போர்களே அல்ல. மாறாக வேறு பட்ட சமூகங்களுக்கும் நாடுகளுக்கும் இடையே ஏற்படும் முரண்பாடுகள்.

நம் கண்முன்னால் இஸ்லாத்தின் வளர்ச்சியை எவ்வாறு மதிப்பிடுகிறீர்கள்?

முஸ்லிம் உலகமானது கடந்த இரு நூற்றாண்டுகளாக அதன் போக்கில் வளர்ந்து வருகிறது. சமூக மட்டத்திலும் அரச மட்டத்திலும் மேற்கத்தியக் கருதுகோள்கள் பயன்படுத்தப்படுகின்றன. இங்கு மதச்சார்பற்ற கற்பனா வாதிகள் தோல்வியுற்று, அந்த இடத்தில் மத அடிப்படையிலான கற்பனா வாதிகள் வந்துவிட்டார்கள்.

●

தாஹா உசேன்: எகிப்தின் நவீனத்துவம்

ஐரோப்பிய வரலாற்றில் நவீனத்துவம் 19ஆம் நூற்றாண்டின் கத்தோலிக்கத் திருச்சபை மரபின் எதிர்த் தளச் சிந்தனை யாகவே தொடக்கம் பெற்றுப் பிற உலகிற்குப் பரிண மித்தது. அது பத்தொன்பதாம் நூற்றாண்டின் கிறிஸ்தவ மரபைத் தத்துவம், வரலாறு, சமூகம் ஆகிய நிலைகளில் மறுவிளக்கம் செய்யக் கோரியது. ஒருவித உணர்வுபூர்வ மான சுதந்திரமே அதன் கருதுகோளானது. அன்றைய நவீனத்துவச் சிந்தனையாளர்கள் திருச்சபையின் மைய அதிகாரத்துக்கும் போப் ஆதிக்கத்திற்கும் எதிரானவர்களாக இருந்தார்கள். கத்தோலிக்க மரபிற்கு எதிராக, அறிவின் ஒளியை முன்வைத்த சிந்தனைத் தளமாக அவர்களின் கோட்பாடு இருந்தது.

இத்தாலியில் தொடக்கம் கொண்ட இந்த மரபு படிப்படியாக ஐரோப்பாவின் பிற பகுதிகளுக்கும் பரவியது. பிரான்சில் ஆல்பிரட் பிர்மின் லோய்சி, இங்கிலாந்தில் ஜார்ஜ் டைரல் ஆகியோரால் நவீனத்துவம் தொடக்கம் பெற்றது. பிர்மின் லோய்சி பாரிஸில் கத்தோலிக்கக் கல்வி நிறுவனம் ஒன்றில் ஆசிரியராகப் பணியாற்றியவர். தன்னுடைய மாற்றுச் சிந்தனைகள் காரணமாக 1893இல் பணியிலிருந்து நீக்கப்பட்டார். இவரின் மாற்றுக் கோட்பாடுகள் பின்னர் The religion of Isreal என்னும் பெயரில் புத்தகமாக வெளிவந்தது. இது திருச் சபையிலும் அக்காலக் கிறிஸ்தவ அடிப்படைவாதிகள் மத்தியிலும் பெரும் கொந்தளிப்பை ஏற்படுத்தியது.

ஜார்ஜ்டைரல் அயர்லாந்தில் பிறந்தவர். யேசு சபை அருட்தந்தையாக இருந்தவர். அவரின் சிந்தனைகள் வைதீக மரபிற்கு எதிராக இருந்த காரணத்தால் கத்தோலிக்கப் பீடத்தால் நீக்கப்பட்டார். பைபிளை மறு வாசிப்புக்குட்படுத்தியதாக அவரின் சிந்தனை இருந்தது. அன்றைய போப் பத்தாம் பயஸ் நவீனத்துவச் சிந்தனை மரபைக் கடுமையாக விமர்சித்தார். நவீனத்துவத்தின் நிலையான உண்மை என்பதை மறுத்தல், அறிவுவாதம், மதத்தின் அதிகாரபூர்வ போதனை முறையைக் கேள்விக்குட்படுத்துதல் போன்றவற்றை போப் விமர்சித்தார். நவீனத்துவச் சிந்தனைவாதிகளை அவர் நம்பிக்கையற்றவர்களின் கூட்டமைப்பு என்று குறிப்பிட்டார். 19ஆம் நூற்றாண்டின் இறுதியில் தோன்றிய நவீனத்துவம் கிறிஸ்தவச் சிந்தனை

மரபில் சில மாற்றுகளை முன்வைத்தது:

1. பைபிளிலும் அதன் கதையாடலிலும் அறிவு ரீதியான அணுகுமுறை.
2. அரசியலிலும் சிவில் சமூகத் தளத்திலும் மதத்தின் அதிகாரத்தைப் பிரித்து மதச்சார்பற்றக் கோட்பாட்டை (Secularism) முன்வைத்தல், இதன் மூலம் அரசும் மதமும் பிரிக்கப்பட்டு அதன் இடத்தில் கலப்பு நம்பிக்கை அறிமுகப் படுத்தப்பட வேண்டும்.
3. காண்ட், தெகார்தே போன்ற மறுமலர்ச்சிக் காலச் சிந்தனையாளர்களை உள்வாங்கி, அதனை மரபான பைபிள் கோட்பாடுகளுக்கு மாற்றாக அறிமுகம் செய்தல். நவீனத்துவத்தின் மேற்கண்ட அம்சங்கள் 19ஆம் நூற்றாண்டு ஐரோப்பிய அரசியலிலும் கிறிஸ்தவ மத அதிகாரத் தளத்திலும் பெரும் அதிர்வைத் தொடர்ச்சியாக ஏற்படுத்தின.

கிறிஸ்தவ மரபிலிருந்து தொடங்கிய நவீனத்துவம் 19ஆம் நூற்றாண்டின் இறுதிக் கட்ட ஐரோப்பாவில் கலை, இலக்கியம், இசை, சமூகத் தளம் ஆகியவற்றில் ஊடுருவத் தொடங்கியது.

அன்றாட வாழ்க்கையின் அசைவோட்டங்கள் பின்னோக்கித் தள்ளப் பட்டன. அதன் நகர்வு சராசரி மனிதனைக் காலம், இருத்தல் குறித்த கேள்விகளைப் பற்றிச் சிந்திக்க வைத்தது.

நவீனம் என்பது 'தற்பொழுதுதான்' (Just now) என்னும் பொருளில் இருப்பு (Being) குறித்துச் சிந்திக்க வைக்கும். அறிவொளிகாலச் சிந்தனை வாக்கியமான 'நான் சிந்திக்கிறேன். அதனால் இருக்கிறேன்' என்பதை நவீனத்துவம் உள்வாங்கியது. நவீனத்துவம் அதன் மிக அடிப்படையான நிலையில் பரிசோதனை முறையையும், மனித அனுபவத்தின் பிளவுத் தன்மையையும் கொண்டது. மேலும் மனித இருப்பை அறிவியல் தொழில் நுட்ப துணைகொண்டும் நடைமுறை பரிசோதனை முறையின் துணை கொண்டும் மாற்றவும், வடிவமைக்கவும், விரிவாக்கவும் செய்ய முடியும் என்று நம்பியது. நாம் தற்போது காணும் சராசரி ஐரோப்பிய மனிதனின் வாழ்க்கை முறையானது நவீனத்துவ வழியில்தான் பரிணமித்தது. 19ஆம் நூற்றாண்டில் ஐரோப்பாவில் நடைபெற்ற போர்கள், புரட்சிகள் ஆகியவை புதிய சிந்தனைக்கும் கோட்பாட்டு உருவாக்க முறைக்கும் வழிவகுத்தன. தனிமனிதனின் தன்னிலையான அனுபவம், இயற்கையின் செழுமை, கலையின் தன்னிலை போன்றவற்றை முன்னகர்த்திச் சென்றது. இதனைத் தொடர்ந்து சிம்பாலிசம், கியூபிசம், பார்மலிசம் போன்றவை கலை இலக்கியத் தளத்தில் நவீனத்துவ வழியில் பயணம் செய்தன.

நவீனத்துவத்தின் இந்தக் கோட்பாட்டு ஊடுருவல் கிழக்கத்தியச் சமூகங் களுக்கும் பரவியது. குறிப்பாக மத்தியக் கிழக்கில் அதை முன்வைத்து இயங்கியவர்களில் தாஹா உசேன் முக்கியமானவர். 19, 20 ஆகிய இரு நூற்றாண்டுகளிலும் மத்தியக் கிழக்கின் நவீனத்துவ இயக்கத்தின்

முன்னோடியாகவும், அரசியல், இலக்கிய விமர்சகராகவும் தாஹா உசேன் இயங்கினார். 1889இல் எகிப்தின் மத்தியப் பகுதியில் உள்ள கிராமம் ஒன்றில் பிறந்த தாஹா உசேன், மூன்றாவது வயதில் கண் பார்வையை இழந்தார். அது துரதிர்ஷ்டவசமான நிகழ்வாக இருந்தது. பதின்வயதில் எகிப்தின் புகழ்பெற்ற பல்கலைக்கழகமான அல் அஸ்கரில் மதம் குறித்தும் அரபு இலக்கியம் குறித்துக் கற்றார். பின்னர் 1908இல் அலெக்சாண்டிரியாவிலுள்ள பல்கலையில் ஐரோப்பியத் தத்துவம் குறித்தும் கலை இலக்கியம் குறித்தும் படித்தார். அதன் பின் அரபுக் கவிஞரும், தத்துவவாதியுமான அபு ஆலா அல் மாரி குறித்த ஆய்வுரையைத் தன் முனைவர் பட்டத்திற்காகச் சமர்ப்பித்தார். இந்தக் காலகட்டத்தில் தாஹா உசேன் பண்டைய அரபு இலக்கியங்கள், மத்தியக் கிழக்கை ஆண்ட அரசுகள் குறித்து அதிகம் படிக்க முனைப்பாகச் செயல்பட்டார். அதன் பின் பிரான்சுக்கு தாஹா உசேன் இடம்பெயர்ந்தார்.

பிரான்சு சோபார்ன் பல்கலையில் அரபு வரலாற்றாசிரியர் இப்னு கல்தூன் குறித்து ஆய்வு செய்து இரண்டாவது முறையாக முனைவர் பட்டம் பெற்றார். அங்கு சூசன் என்னும் பெண்ணைக் காதலித்துத் திருமணம் செய்துகொண்டார். சூசன் தாஹா உசேனின் எழுத்துகளால் கவரப்பட்டவர். அவரைக் குறித்து அதிகம் கவனப்படுத்தியவர். சில ஆண்டுகள் பிரான்சு வாழ்க்கையின் அனுபவத் தடத்தோடு எகிப்துக்குத் திரும்பிய தாஹா உசேன் கெய்ரோ பல்கலைக்கழகத்தில் அரபு இலக்கியப் பேராசிரியராக நியமிக்கப்பட்டார். அங்கிருந்து தன் விரிந்த வாசிப்பையும், எழுத்தையும் தொடங்கினார். அவரின் கட்டுரைகள் தொகுக்கப்பட்டு 1927இல் அல் அயாம் என்னும் பெயரில் அரபு மொழியில் வெளிவந்தது. பின்னர் அது ஆங்கிலத்தில் மொழிபெயர்க்கப்பட்டு *An egyptian childhood (1937), The stream of days (1943)* என்னும் பெயரில் வெளிவந்தது.

அறிவுத்துறையில் தாஹா உசேனை மத்தியக் கிழக்கிலும் ஐரோப்பிய உலகிலும் குவியப்படுத்தியது பண்டைக்கால அரேபியப் பழங்குடியினரின் கவிதைகள் குறித்த விமர்சன நூலாகும். இது 1920இல் *On pre islamic poetry* என்னும் தலைப்பில் வெளிவந்தது. இதில் தாஹா உசேன் பண்டைய அரபுப் பழங்குடியினர் கவிதைகள் குறித்தும் அதன் வரலாற்றுத் தன்மை குறித்தும் கேள்வியெழுப்பினார். அவை இனக்குழுப் பெருமை உயர்த்துதல் மற்றும் அவர்களுக்கிடையேயான போட்டி காரணமாகப் போலியாக வரையப்பட்டவை. அதற்கு வரலாற்று உத்தரவாதம் ஏதும் இல்லை என்றார். மேலும் இந்நூலில் தாஹா உசேன் குர்ஆனை வரலாற்றுப் புறநிலையாக எடுத்துக்கொள்ள முடியாது என்று மறைமுகமாகக் குறிப்பிட்டார். அரபுப் பழங்குடியினரின் கவிதை பற்றிய இந்தப் புத்தகம் எகிப்தில் வைதீக மற்றும் பாரம்பரிய இஸ்லாமியர்கள் மத்தியில் பெரும்

கொந்தளிப்பை ஏற்படுத்தியது. அவர்கள் தாஹா உசேனை இஸ்லாமிய மத நிந்தனையாளராக வர்ணித்தனர். எகிப்திய நீதிமன்றத்தில் இவருக்கு எதிராக வழக்குத் தொடரப்பட்டது. அதில் அரசுத் தரப்பு வழக்கறிஞர் 'தாஹா உசேன் ஒரு கல்வித் துறை ஆய்வாளர்' என்னும் முறையில் தான் இந்த விஷயத்தை அணுகியுள்ளார். ஆகவே அவர் மீது சட்டப்படியான நடவடிக்கை எடுக்க வேண்டிய அவசியமில்லை என்றார். இருந்த போதிலும் இவருடைய புத்தகம் எகிப்திய அரசால் தடை செய்யப்பட்டது. பிந்தைய ஆண்டுகளில் அந்தத் தடை விலக்கப்பட்டு On pre islamic literature என்று பெயர்மாற்றம் செய்யப்பட்டு வெளிவந்தது.

தாஹா உசேன் கோட்பாட்டுத் தளத்தில் அரபு தேசியவாதத்திற்கு எதிரானவராக இருந்தார். மாறாக எகிப்திய-ஐரோப்பிய மையவாதத்தை முன்வைத்தார். எகிப்து அதன் வரலாற்றுக் கால நிலையில் உலக நாகரிகங்களின் தோற்றுவாயாக இருக்கிறது. இதில் மற்ற அரபு சமூகங்கள் அதன் அடிப்படை ஒழுங்கமைப்பில் எகிப்திய உள்ளமைப்பிலிருந்து வேறுபட்டவை. ஆக எகிப்து அதற்கான தனித்துவத்தைக் கண்டறிவதுடன் ஐரோப்பியப் பண்பாட்டுடன் தகைபு கொள்ள வேண்டும். ஒருவித மத்தியத் தரைக்கடல் நாகரிகமாக எகிப்தை அடையாளப்படுத்த வேண்டும். அதன் முடிவை அடைய வழிகளைக் காணவேண்டும். எகிப்தைக் குறித்து ஆராய்தல், அவதானித்தல், பண்பாடுகளையும் நாகரிகங்களையும் புரிந்து கொள்ளல், சமூக ஜனநாயகம் குறித்த உணர்வு, இவைதான் அதன் வழிகள். நவீனத்துவவாதியாக தாஹா உசேன் ஐரோப்பிய அறிவொளி மரபு மீது நம்பிக்கை கொண்டிருந்தார். அல் பராபியைப் போலவே அவருக்கு கிரேக்கத் தத்துவ மரபின் தாக்கம் அதிகம் இருந்தது. அறிவின் முற்கோள் மீது தாஹா உசேன் மிகுந்த நம்பிக்கை வைத்திருந்தார். அறிவின் சுயத்தனத்தையும், புறநிலையாக்கத்தையும் புரிந்துகொள்வதன் மூலமே சமூகம் முன்னோக்கி நகர முடியும் என்றார். இந்தக் கோட்பாட்டுத் தளத்தை அவர் இஸ்லாமியச் சமூகத் தளத்திற்கும் விரிவுபடுத்தினார். இதன் மூலம் அடிப்படைவாதிகளுடன் அதிகம் முரண்பட்டார். பலர் இவரை இஸ்லாத்திலிருந்து வெளியேறியவராகக் கண்டனர். மேலும் பெண் விடுதலை குறித்த சிந்தனைகளை எகிப்தில் முன்னெடுத்துச் சென்றதில் தாஹா உசேனுக்கு அதிகம் பங்களிப்பு இருந்தது. இவரின் அரசமைப்பு ரீதியான தொடர்பு என்பது நாசரின் அமைச்சரவையில் கல்வி அமைச்சராகப் பொறுப்பு வகித்ததாகும். சில ஆண்டுகள் கல்வி அமைச்சராக இருந்த தாஹா உசேன் எகிப்தியக் கல்வித் துறை சீர்திருத்தத்தின் முன்னோடியாகக் கருதப்படுகிறார். குறிப்பாகத் தொடக்கக் கல்வியையும் உயர் கல்வியையும் இலவசமாக அளிப்பதற்கான சட்டத்தைக் கொண்டு வந்தார். இதன் மூலம் எகிப்தியச் சமூகத்தின் அடித்தள வர்க்கமும் கல்விப் புலத்திற்குள் நுழைய முடிந்தது. கல்வியை நீரோடும், காற்றோடும் ஒப்பிட்டார். நீர் என்ற அறிவை

உள்வாங்கிக் கொண்டு காற்றாக சுவாசிக்க வேண்டும் என்றார். அந்தக் காலகட்டத்தில் கல்வி முறையில் ஒதுக்கப்பட்டிருந்த எகிப்து, தாஹா உசேனால் உலகளாவியக் கவனத்தில் இழுத்து வரப்பட்டது. மறுமலர்ச்சிக் காலச் சிந்தனை முறை தாஹா உசேனை அதிகம் பாதித்ததால் எகிப்தை அறிவில் தன்னிறைவு பெற்றதாக மாற்ற முயன்றார். மேலும் அறிவு வகைப் பாடுகளை அலெளகீகத்திற்கு உட்படுத்துவது சமூகத்தின் சறுக்கலுக்கே வழிவகுக்கும். அதன் காரணமாக மதங்கள் இந்த வகைப்பாடுகளைத் தாண்ட முயல வேண்டும். தாஹாவின் இந்த நிலைப்பாடு அவரின் எழுத்துகளில் தொடர்ச்சியாகப் பதிவுபெற்ற ஒன்றாகும். அரபு மொழியில் மரபிற்கு மாற்றாகப் புதிய நவீனங்களைத் தாஹா புகுத்தினார். அதன் பழமை, இறுக்கம், புனிதம் ஆகியவற்றுக்கு மாறான சொல்லாடல்களை உற்பத்தி செய்தார். இலக்கிய விமர்சகராக தாஹாவின் எழுத்துகள் மத்தியக் கிழக்கிலும் ஐரோப்பாவிலும் பின்தொடர்ந்த தலைமுறைப் படைப்பாளி களுக்கு முன்கருதலாக இருந்தன. அவரின் *A man of letters, The tree of misery* போன்ற நாவல்கள் எகிப்திலும் பிற இடங்களிலும் மிகுந்த கவனம் பெற்றவை. அவரின் எழுத்துகள் ஆங்கிலம், பிரெஞ்சு, ஜெர்மன் போன்ற மேற்கத்திய மொழிகளில் மொழிபெயர்க்கப்பட்டன. நவீனத்துவப் படைப்பாளிகளான எலியட், பவுண்ட், ஜோசப் கன்ராட், ராபர்ட் லோயல், டி.எச். லாரன்ஸ் போன்றவர்களின் படைப்புகளால் தாஹா உசேன் அதிகம் ஈர்க்கப்பட்டார். அவரின் படைப்புகள் முக்கியமானவை. நேர்க்கோட்டின் எல்லாவித எல்லைகளையும் தொடுபவை. இருபதாம் நூற்றாண்டு எகிப்தின் முதல் நவீனத்துவவாதியான தாஹா உசேன் 1973இல் இதய நோய் காரணமாக மரணமடைந்தார். இவரின் கோட்பாட்டுத் தெறிப்பு களே பிந்தையக் கட்டத்தில் அப்பாஸ் அல் அஹ்ஹாத் போன்ற நவீனச் சிந்தனையாளர்களை உருவாக்கியது.

தாஹா உசேனின் மொழிபெயர்க்கப்பட்ட படைப்புகள்

1. *Wednesday talk* (Collection of essays)
2. *On pre-islamic poetry* (Collection of essays)
3. *The sufferers* (Stories and polemics)
4. *A man of letters* (the novel)
5. *The days* (Autobiography)
6. *An Egyptian childhood*
7. *The future of culture in Egypt* (Collection of essays)
8. *Ibn khaldun philosophy*
9. *Pioneers of thought*
10. *From summer nonsense to winter seriousness*

●

எகிப்தின் எதிர்காலக் கலாச்சாரம்

எகிப்தின் நவீனத்துவவாதிபாக அறியப்படும் தாஹா உசேன் மேற்குலகம், அரபுலகம் ஆகிய இரு நாகரிகங்களிடையே தொடர்பாடல் இருக்க வேண்டும் என்றார். ஐரோப்பிய நாகரிகத்துடன் சமமான பங்காளியாக வேண்டு மென்றால் அவர்களின் கலாச்சார, தொழில்நுட்பத் திறன்களை உள்வாங்க வேண்டும் என்றார். தாஹா உசேனின் எழுத்துகளை மூன்று வகையாகப் பிரிக்கலாம். ஒன்று அரபு இலக்கியத்தை அறிவியல் பூர்வமாக அணுகியது. இரண்டு அரசியல் எழுத்துகள். மூன்று புனைவு எழுத்துகள். குறிப்பாக நாவல்கள். மேற்கண்ட மூன்று தளங்களை வட்டமடித்தே அவரின் எழுத்துகள் அமைந்திருந்தன. தாஹா உசேன் எகிப்தை நவீனத்துவத்தின் வரைகோட்டிற்குள் கொண்டு செல்ல விரும்பினார். மேலும் தேசியப் பாதுகாப்பிற்கென வலுவான இராணுவமும், ஆயுதங்களும் தேவை என்றார். அந்த இராணுவம் ஐரோட்'பிய அடிப்படையிலான கட்டமைப்புடன் (படைவீரர்கள், மேஜர்கள்) அனைத்துப் பாதுகாப்பு வாய்ப்புகளும் நிரம்பியதாக இருக்க வேண்டும்.

ஐரோப்பியத் தேசங்களைப் போன்ற இராணுவக் கட்டமைப்பு எகிப்தில் இருக்கும்போது எந்த ஆக்கிரமிப்பாளரும் எகிப்தை எதிர்கொள்ள முடியாது. இதனை எகிப்திய அரசு உணர்ந்துகொள்ள வேண்டும் என்றார் தாஹா உசேன். இதன் மூலம் நம் ஆங்கில நண்பர்களிடத்தில் சொல்ல முடியும் 'நீங்கள் போகலாம். சூயஸ் கால்வாயை நாங்கள் பாதுகாத்துக் கொள்வோம்'. இந்தச் செயல்பாடு எகிப்தை மத்தியக் கிழக்குப் பகுதியில் வலுவான நாடாக மாற்றும். முடிவை அடைய வழிகள் அவசியமாகின்றன. அதிகாரத்தை அடைய அதற்கான தனிமங்களைக் கட்டமைப்பது அவசியம். அது மாதிரியே ஐரோப்பிய பாணியிலான இராணுவக் கட்டமைப்பை ஏற்படுத்த அந்தப் பாணியிலான இராணுவப் பயிற்சி அவசியம் என்கிறார் தாஹா உசேன்.

தன் சொந்த நாட்டின் பாதுகாப்பு குறித்த அக்கறையாக, அதன் கரிசனமாக தாஹா உசேனின் மேற்கண்ட கருத்துகள் வெளிப்படுகின்றன. பாதுகாப்பு குறித்த தளத்திலிருந்து தாஹா உசேன் பொருளாதாரத்

தளத்திற்குச் செல்கிறார். நமக்குப் பொருளாதாரத்தில் சார்பற்ற சுதந்திர நிலை வேண்டும் என்கிறார். இதைப் பற்றி யாருக்கும் முரண்பட்ட கருத்து இருக்க முடியாது. இந்த விஷயத்தில் நாம் அரசை விரைந்து செயல்பட்டு அதற்கான செயல்திட்டங்களை வகுக்குமாறு முடுக்க வேண்டும்.

பொருளாதாரத்தில் தன்னியல்பு நிலை என்பது நம் சொந்த காரணத் திற்காக அல்ல. மாறாக எகிப்தின் வளத்தையும், செல்வத்தையும் பாதுகாப் பதற்காகத்தான். ஹிஜாஸ், ஏமன், சிரியா, ஈராக் போன்ற தன்னியல்பான நிலை இங்கு அவசியமில்லை. மாறாக அமெரிக்கா, ஐரோப்பா போன்று பொருளாதாரத் தன்னிலையை நாம் அடைய வேண்டும். இதற்காகச் சமூக மட்டத்தில் பள்ளிகள், கல்லூரிகள் ஆகியவை அமைக்கப்பட்டு இளைஞர் களுக்குப் பயிற்சியளிக்கப்பட வேண்டும். இதன் மூலம் முடிவை அடைவதற்கான வழியைக் கண்டுபிடிக்கலாம் என்கிறார் தாஹா உசேன். மேலும் அறிவியல், கலை, இலக்கியம் ஆகியவற்றில் தன்னியல்பு வேண்டும் என்கிறார் தாஹா உசேன். இதன் மூலம் உலக அரங்கில் எகிப்தியர்கள் சமமானவர்களாக, சுய கௌரவத்துடன் திகழமுடியும்.

வாழ்க்கையின் இந்த வெளிப்பாடுகளில் ஐரோப்பாவிடம் அடிமையாக இருக்க வேண்டியதில்லை. இந்த அறிவார்ந்த, உளவியல் ரீதியான தன்னியல்பை அடைய ஆய்வு முறை, உணர்வு, மதிப்பிடல், உழைப்பு, மனிதர்களை ஒருங்கிணைத்தல் ஆகிய வழிகளைச் செயல்படுத்த வேண்டும் என்றார் தாஹா உசேன். மேலும் தாஹா உசேன் எகிப்து அந்நிய நாட்டின் அழுத்தங்களிலிருந்தும், அச்சுறுத்தல்களிலிருந்தும் விலகி நிற்க வேண்டும் என்றார். அது உள்நாட்டுச் சமத்துவமற்ற தன்மையிலிருந்தும், ஒடுக்குமுறையிலிருந்தும் விடுதலையாக வேண்டும் என்றார். முந்தைய வற்றிற்குப் பலமும், பிந்தையவற்றிற்கு ஜனநாயகமும் தேவைப்படுகிறது. பலம் என்பது அதற்கான வழிமுறைகளைக் கண்டறிவதன் மூலம் சாத்தியப்படும். இங்கு ஜனநாயகம் என்பது அமெரிக்காவும் மேற்கத்திய நாடுகளும் அவற்றின் சுதந்திரத்தை அடைந்து தங்களுக்கான அரசைக் கட்டமைத்தது மாதிரி இருக்க வேண்டும் என்றார் தாஹா உசேன். ஆக எகிப்து தன்மானமும், சுய கௌரவமும் உள்ள நாடாக மாற சுதந்திர ஜனநாயகத்தைப் பிரகடனப்படுத்த வேண்டும். இந்த இலக்கு எகிப்தின் இளைய சமூகத்திடம் இருக்கிறது என்றார் தாஹா உசேன்.

தாஹா உசேனின் அரசியல் பார்வை தெளிவானது. எகிப்தை உலக அரங்கில் முன்னோக்கும் செயல்திட்டங்களைக் கொண்டது. எகிப்தியக் கல்வி அமைச்சராகப் பதவி வகித்த தாஹா உசேன் மரபான அரசியல் அதிகாரத்தனத்திலிருந்து விலகி தேர்ந்த சமூக நோக்கராகப் பணியாற்றினார். அவரின் தன்வரலாறு *The days* என்னும் தலைப்பில் மூன்று பாகங்களாக

வெளிவந்தது. முதல் பகுதி எகிப்திய இளமைப் பருவத்தையும், இரண்டாம் பகுதி அவரின் கல்லூரிப் படிப்பு, அறிவுஜீவி எழுத்து வாழ்க்கை ஆகியவற்றையும், மூன்றாம் பகுதி அரசியல் வாழ்க்கையையும் குறித்தது. நவீனத்துவத்தின் மத்தியக் கிழக்கு உருவமான தாஹா உசேன் எகிப்தை அந்த நீரோட்டத்தில் இணைத்தவர். ஒரு தேர்ந்த அறிவுஜீவியாகவும், நவீனத்துவவாதியாகவும் இருந்த தாஹா உசேன் எகிப்திய வரலாற்றில் ஒரு காலகட்டத்தின் நிரந்தர வெளிப்பாடாக இருக்கிறார்.

பார்வை நூல்கள்

Edward said, 1979. *Orientalism* - கீழைத்தேய வாதம், Vintage books.
— 1992. *The Question of Palestine* - பாலஸ்தீன பிரச்சினை, Vintage.
— 1994. *Culture and imperialism* - கலாச்சாரமும் ஏகாதிபத்தியமும், Vintage.
— 2002. *Power, Politics and Culture* - அதிகாரம், அரசியல், கலாச்சாரம், Vintage Books.
Eqbal Ahmed, 2000. *Confronting Empire (Selected interviews)* - பேரரசை எதிர்கொள்ளல் (தேர்ந்தெடுக்கப்பட்ட நேர்காணல்கள்), South end press.
— 2006. *The Selected Writings of Eqbal Ahmad* - இக்பால் அஹ்மத்: தேர்ந்தெடுக்கப்பட்ட படைப்புகள், Columbia University Press.
Hisham Sharabi, 1992. *Neopatriarchy: A Theory of Distorted Change in Arab Society* - நவதந்தைவழிச் சமூகம்: அரபு சமூகத்தில் திரிக்கப்பட்ட மாற்றங்களின் கோட்பாடு, Oxford University Press.
— 2007. *Memoirs of an Arab Intellectual* - ஓர் அரபு அறிவுஜீவியின் நினைவுகள், interlink Books.
Ihab Hassan, 1982. *Toward a Postmodern Literature* - பின்நவீனத்துவ இலக்கியத்தை நோக்கி, University of Wisconsin Press.
— 1986. *Out of Egypt: Scenes and Arguments of an Autobiography* - எகிப்துக்கு வெளியே: தன்வரலாற்றின் காட்சிகளும் விவாதங்களும், Southern Illinois University Press.
— 1987. *The Postmodern Turn: Essays in Postmodern Theory and Culture* - பின்நவீனத்துவத் திருப்பம்: பின்நவீனத்துவக் கோட்பாடு மற்றும் பண்பாட்டுக் கட்டுரைகள், Ohio State University press.
Lenni Brenner, 1983. *Zionism in the Age of Dictators* - சர்வாதிகார காலத்தில் சியோனிசம், Lawrence Hill & Co.
— 2002. *51 Documents: Zionist Collaboration with the Nazis* - 51 ஆவணங்கள்: நாசிகளுடன் சியோனிஸ்ட்களின் கூட்டு, Barricade Books Inc., U.S.
Maxime Rodinson, 1981. *The Arabs* - அரபுகள், University of Chicago Press.
— 1982. *Marxism and the Muslim World* - மார்க்சியமும் இஸ்லாமிய உலகமும், Monthly review press.
— 2002. *Europe and the Mystique of Islam* - ஐரோப்பாவும் இஸ்லாத்தின் உள்ளுணர்வும், I.B. Tauris.
— 2007. *Islam and Capitalism* - இஸ்லாமும் முதலாளித்துவமும், Saqi Books.
Samir amin, 1978. *The Arab Nation: Nationalism and Class Struggles* - அரபுதேசம்: தேசியவாதமும் வர்க்கப் போராட்டமும், Zed Books.

— 1998. *Spectres of Capitalism: A Critique of Current Intellectual Fashions* - முதலாளித்துவத்தின் ஆவிகள்: நடப்பு அறிவுஜீவி முறைமை பற்றிய விமர்சனக் குறிப்புகள், Monthly review press.

— 2005. *Europe and the Arab World* - ஐரோப்பாவும் அரபுலகமும், Zed books.

— 2007. *A Life Looking Forward: Memoirs of an Independent Marxist* - முன்னோக்கி காணும் வாழ்க்கை: ஒரு சுதந்திர மார்க்சியனின் நினைவுகள், Zed books.

— 2008. *The World We Wish to See: Revolutionary Objectives in the Twenty-First Century* - நாம் பார்க்க விரும்பும் உலகம்: இருபத்தொன்றாம் நூற்றாண்டில் புரட்சிகர நோக்கங்கள், Monthly review press.

Taha Hussein, 2001. *The Days: His Autobiography in Three Parts* - நாள்கள்: தாஹா உசேன் தன்வரலாறு, American University in Cairo Press.

Tariq Ali, 2002. *The Bush in Babylon* - பாபிலோனில் புஷ், Verso, London.

— 2003. *The Clash of Fundamentalisms: Crusades, Jihads and Modernity* - அடிப்படைவாத மோதல்கள்: சிலுவையுத்தம், ஜிஹாத், நவீனத்துவம், Verso, London.

— 2005. *Street Fighting Years - An autobiography of Sixties* - தெருப் போராட்ட வருடங்கள் - அறுபதுகளின் தன்வரலாறு, Verso, London.

— 2008. *Pirates of the Caribbean: Axis of hope* - காரீபிய கடற்கொள்ளையர்கள்: நம்பிக்கையின் அச்சு, Verso, London.

෴